AF845524

ஒன்பது வாசல்

ஒன்பது வாசல்

எஸ். செந்தில்குமார்

எழுத்து பிரசுரம்

Title: Onbathu Vaasal
Author's Name: S. Senthil Kumar

Published by Ezutthu Prachuram

Ezutthu Prachuram
(An imprint of Zero Degree Publishing)
No. 55(7), R Block, 6th Avenue,
Anna Nagar,
Chennai - 600 040

Website: www.zerodegreepublishing.com
E Mail id: zerodegreepublishing@gmail.com
Phone: 89250 61999

Ezutthu Prachuram First Edition: October 2023
ISBN: 978-93-90053-65-0
TITLE NO EP: 466

Layout: G. Selvakumar
Cover Design: Vijayan, Creative Studio

ஒன்பது வாசல்

1

முதலில் சிம்னி விளக்கின் வெளிச்சம் தெரிந்தது. அதற்குப் பின்னால் அவனது முகம் மங்கலாகத் தெரிந்தது. சுந்தரமூர்த்தி சைக்கிளை நிறுத்தினான். சர்க்கரை சொன்ன இடத்திற்கு வந்துவிட்டோம் என்கிற நிம்மதியும் இனி என்னாகப்போகிறது என்கிற பதற்றமும் அவனிடம் இருந்தது. சர்க்கரையின் கையில் கண்ணாடி தம்ளர் இருந்ததை சுந்தரமூர்த்தி பார்த்தான். அதில் மஞ்சள் நிறத்தில் பிராந்தி இருந்தது. சர்க்கரை கையை நீட்டி வேண்டுமா என்பது போல அவனைப் பார்த்துக் கேட்டான். சுந்தரமூர்த்தி வேண்டாமெனத் தலையாட்டினான்.

சர்க்கரை பெட்டிக் கடைக்குள் அமர்ந்திருந்தான். பெட்டிக் கடைக்காரன் அவனுக்குப் பக்கத்தில் நின்றிருந்தான். ஒரு கையில் சிகரெட்டும் மற்றொரு கையில் கண்ணாடி தம்ளருமாக அவன் அமர்ந்திருப்பதைப் பார்த்ததும் சுந்தரமூர்த்திக்கும் ஆசையாக இருந்தது. இந்தக் கண்ணாடி தம்ளருக்கும் பிராந்திக்கும் ஆசைப்பட்டு மூன்று மாதங்களுக்கு முன்பாக சர்க்கரையிடம் நூறு ரூபாய் கந்துக்குப் பணம் வாங்கி அவன் குடித்தான். இன்னமும் கந்துப்பணத்தை அடைக்கவில்லை.

சுந்தரமூர்த்தி பட்டறை வீதியிலிருந்த குணசேகரின் பட்டறையில் வாரச்சம்பளத்திற்கு வேலை செய்து வந்தான். வாரத்திற்கு நூற்றைம்பது ரூபாய் சம்பளம். தினமும் ஐந்து ரூபாய் பேட்டா பணம் என்று அவனது அப்பா சுருளி ஆசாரி அவனை வேலைக்குச் சேர்த்துவிட்டார். தினமும் தனக்குக் கொடுக்கிற பேட்டா பணத்தை அவனது அப்பா வாங்கிய கந்துக்குக் கொடுப்பதற்குச் சரியாக இருந்தது. வாரச்சம்பளத்தை அப்படியே வீட்டுக்குக் கொடுத்துவிட வேண்டும். இல்லையென்றால் மறுநாள் சுந்தரமூர்த்தியின் அப்பா, அம்மா யாராவது ஒருவர் பட்டறையின் வாசலில் வந்து நின்று முதலாளியிடம் கேட்பார்கள். மூர்த்தி இதற்குப் பயந்துகொண்டு பணத்தைக் கொடுத்துவிடுவான்.

மூன்று மாதங்களுக்கு முன்பு சர்க்கரையிடம் நூறு ரூபாய் கந்துக்கு வாங்கியிருந்தான். சர்க்கரையைப்போல ஒரு கையில் கிளாசும் மற்றொரு கையில் சிகரெட்டுமாக இருக்க ஆசைப்பட்டு வாங்கிய பணம். ஜானெக்ஸ்ஸா குவாட்டர் வாங்கி பழைய பஸ் ஸ்டாண்டுக்குப் பக்கத்திலிருக்கிற புரோட்டா கடைக்குச் சென்றான். ஹோட்டலில் உட்கார்ந்து குடிக்க வேண்டுமென்றால் மட்டன் சுக்கா கோழிக்கறி என்று ஏதாவது வாங்க வேண்டுமென்று சப்ளையர் சொன்னான். முட்டை புரோட்டாவும் மட்டன் சுக்காவும் வாங்கினான். ஹோட்டலில் சர்பத் கண்ணாடி தம்ளர் இல்லை. டீ குடிக்கிற சின்ன டம்ளர் இருந்தது. சப்ளையர் கழுவிக் கொடுத்தான். சாயங்காலம் ஐந்து மணிக்குச் சென்றதால் ஹோட்டலில் அவனைத் தவிர யாருமில்லை. மனதாரத் தின்று குடித்தான். குடிக்கக் குடிக்க ஆசையாக இருந்தது. தின்னத் தின்ன இன்னமும் பசித்தது. சினிமா டிக்கெட்டுக்குக் காசை எடுத்து வைத்துவிட்டு மிச்சப் பணத்திற்குச் சாப்பிட்டு முடித்தான். சாப்பிட்டதற்குக் காசு கொடுத்துவிட்டு ஹோட்டலின் முன்பாக நிறுத்தி வைத்திருந்த சைக்கிளை உருட்டிக்கொண்டு நடந்தான். அவனது கண்களுக்கு எதுவும் தெரியவில்லை. பழைய பஸ் ஸ்டாண்டிலிருந்து சினிமா தியேட்டருக்குச் செல்வது மட்டுந்தான் கண்களுக்குத் தெரிய வேண்டும், வேறு எதுவும் தனக்குத் தெரியக் கூடாது என்று

நூல் பிடித்தது மாதிரி நடந்தான். ஆடாமல் அசையாமல் சைக்கிளை மெதுவாக உருட்டினான். அவனுக்கு சைக்கிளை ஓட்டிச் சென்றால் விழுந்துவிடுவோம் என்கிற பயம் இருந்தது. மெயின் பஜாரில் நடக்காமல் சந்து வழியாக நடந்தான். அந்த போதையிலும் ஒரு சந்திலிருந்து மற்றொரு சந்துக்குப் போய் பிறகு அந்தச் சந்திலிருந்து இன்னொரு சந்து வழியாக நடப்பதைக் கவனமாக வைத்திருந்தான்.

ஜீவன் தியேட்டரில் 'மனிதன்'* சினிமா படம் ரிலீஸாகியிருந்தது. தியேட்டருக்குச் சென்றான். டிக்கெட் எடுக்கும் இடத்தில் கூட்டம். மூன்று கவுன்டர்களும் திறந்திருந்தன. சைக்கிளை நிறுத்திவிட்டு பாஸ் வாங்கிக்கொண்டான். வேட்டியைத் தூக்கிக் கட்டிக்கொண்டு மூன்று கவுன்டர்களில் எந்த கவுன்டரில் கூட்டமில்லையென்று நிதானமாக பார்த்தான். எல்லாம் ஒரே மாதிரியாக இருந்தன. நடுவிலிருந்த கவுன்டருக்குள் நுழைந்தான். வரிசையில் நின்று டிக்கெட் வாங்கிக்கொண்டு தியேட்டருக்குள் சென்றபோது, படம் போட்டு முதல் பாட்டும் முடிந்திருந்தது. கதவுக்குப் பின்னால் கூட்டத்தோடு சேர்ந்து நின்றுகொண்டான். ஏப்பம் விடும் போது அவனுக்கு முன்னாலும் பின்னாலும் நின்றிருந்தவர்கள் அவனைத் திரும்பிப் பார்த்தார்கள். இடைவேளைக்குப் பிறகு உட்காருவதற்குச் சீட் கிடைத்தது. உட்கார்ந்துகொண்டான். யாரும் அவனை எதுவும் சொல்லவில்லை. போதையும் கொஞ்சம் தெளிந்திருந்தது. அன்று குடித்ததோடு சரி. அதற்குப் பிறகு இப்போதுதான் சர்க்கரையின் கையில் கண்ணாடி தம்ளரைப் பார்க்கிறான். அன்று கந்துக்கு வாங்கிய பணத்தைச் சில்லறையாகக் கொடுத்து வந்தான். இன்னமும் கழியவில்லை.

சர்க்கரையிடம் பணம் வாங்கி, ஒரு வாரம் இரண்டு வாரம் என்று இழுத்தடித்து மூன்று மாதங்களுக்கும் மேலாகிவிட்டன. ஆனால் சர்க்கரை விடுவதாக இல்லை. நேராக அவன் வேலை செய்யும் பட்டறைக்கு வந்து நின்றுவிட்டான். "பணத்த இன்னக்கி நீ தரல்லன்னா வீட்டுக்கு வந்து உங்கம்மாக்கிட்ட கேப்பேன்டா,

* 1987, அக்டோபர் 21, மனிதன் திரைப்படம் வெளியானது.

உங்கப்பா வேல செய்யுற இடத்துக்குப் போவேன்டா, ரோட்டில நின்னு அசிங்கமா பேசுவேன்டா. ஒழுங்கா சாமிதோட்டத்துல இருக்கிற மயில்சாமி பெட்டிக்கடைக்கு ஏழு மணிக்கு வந்து பணத்தக் கொடுத்துட்டுப் போயிரு” என்று அரட்டினான்.

“அண்ணே இன்னும் ரெண்டு நாள்ல கொடுத்துர்றேன்.”

“அலோவ், என்னா மொனையா. வகுந்துருவேன் வகுந்து. ராத்திரிக்குத் துட்டு ஏங்கைக்கு வரணும்டா சொல்லிட்டேன்” என்று சர்க்கரை சைக்கிளை எடுத்துக்கொண்டு சென்றுவிட்டான். அதற்குப் பிறகு பட்டறையில் உட்கார்ந்து அவனால் வேலை செய்ய முடியவில்லை. சனிக்கிழமையாக இருந்தால் பட்டறையை எடுத்து வைத்துவிட்டு எங்காவது போய்விடலாம். வியாழக்கிழமை. சந்தைக்குப்போய் எவ்வளவு நேரம் ஒளிந்திருக்க முடியும்? அங்கும் சர்க்கரை வருவான். சந்தையில் கடை போட்டிருக்கிற கடைக்காரர்களிடம் கந்து வசூலிக்க நோட்டும் பேனாவுமாக அலைவான். சினிமாவுக்குப் போனால் படம் முடிந்து வெளியே வரும்போது தியேட்டர் வாசலில் நின்றிருப்பான். பெரியாற்றுக்குச் சென்றால் வழியில் ரெயில்வே டிராக்கில் சைக்கிளைப் போட்டு உட்கார்ந்து சிகரெட் புகைத்துக்கொண்டிருப்பான். எங்கு போவது? அவனுடைய கையில் ஐந்து ரூபாய் மட்டும் இருந்தது. பேட்டா காசை வாங்கிக்கொண்டு சுந்தரமூர்த்தி சாமிதோட்டத்துக்குச் சென்றான்.

மயில்சாமி பெட்டிக்கடை மெயின்ரோட்டிலிருந்து விலகி சந்துக்குள் அடங்கியிருந்தது. வேறு கடையெதுவும் அந்த இடத்தில் இல்லை. தூரத்திலிருந்து பார்த்தபோது இருட்டுக்குள் சிமினி விளக்கு மட்டும் எரிவது தெரிந்தது. கடைக்குப் பக்கத்தில் சென்று நின்ற போது கடை முழுக்க இருட்டாக இருப்பது போலிருந்தது. ஆனால் சிறிது நேரத்தில் அந்த இடம் முழுக்க சிமினி விளக்கின் வெளிச்சம் ஏதோ மஞ்சள் பலூன் காற்றில் மிதந்து அசைவது போல் அவனது கண்களுக்குத் தெரிந்தது. சர்க்கரைக்கும் கடைக்காரனுக்குப் பின்னால் கலர் பாட்டில்கள் அடுக்கி வைக்கப்பட்டிருந்தன. ஸ்டாலில்

மிட்டாய் பாட்டில்களும் வரிசையாக இருந்தன. ஸ்டாலின் மையத்தில் வெற்றிலை பாக்குத் தட்டும் கண்ணாடி தம்ளர் வைத்திருந்த தட்டும் இருந்தது. அவர்களது முகங்களை மறைப்பது போல் இரண்டு வயக்காட்டு வாழைத்தார்கள் தொங்கிக்கொண்டிருந்தன.

சுந்தரமூர்த்திக்கு சோடா குடிக்க வேண்டுமென்று ஆசையாக இருந்தது. பட்டறை வீதியிலிருந்து சைக்கிளை ஓட்டிக்கொண்டு வந்தது தாகமாகயிருந்தது. சோடா பாட்டில் வைத்திருக்கும் இடத்தைத் தேடினான். பெட்டிக்கடை ஸ்டாலில் பிளாஸ்டிக் குடத்திற்குப் பக்கத்தில் மூன்று கிரேடு மரப்பெட்டிகளில் ஒன்றுக்கு மேல் ஒன்றாக அடுக்கி வைத்திருந்தனர். கண்ணாடி குண்டுகள் ஒவ்வொன்றும் சிமினி விளக்கு வெளிச்சத்தில் கறுப்புக்கலரில் உருண்டு தெரிந்தன.

சர்க்கரை அவனைப் பார்த்ததும் தன்னுடைய ஜேபியிலிருந்த பாக்கெட் டைரியை எடுத்துப் பார்த்தான். டைரியில் துண்டுத் துண்டு காகிதங்களாக இருந்தன. மூன்று நான்காக மடித்து வைக்கப்பட்டிருந்த அழுக்குக் காகிதங்களில் ஒன்றைப் பிரித்து சிமினிவிளக்கு வெளிச்சத்தில் பார்த்தான். ஒரு கையால் கண்ணாடி தம்ளரும் மற்றொரு கையால் சிகரெட்டும் கூடவே காகிதத்தையும் வைத்திருந்ததைப் பார்த்தபோது, சர்க்கரை தன்னுடைய விரல்களைப் பழக்கப்படுத்தியிருந்தது ஆச்சரியமாக இருந்தது.

சர்க்கரை சிட்டையைப் பார்த்துவிட்டு, “சரியா மூணு மாசமாச்சு மூர்த்தி” என்று சொன்னான்.

“மூணு மாசமா நீ என்னா செஞ்சுட்டு இருந்த சக்கர” என்று பெட்டிக்கடைக்காரன் அவனுக்கு எடுத்துக் கொடுத்தான். சிகரெட்டை எடுத்து வாயில் வைத்துப் பற்ற வைப்பது போல் அவன் பேச்சு. சுந்தரமூர்த்தி அவனை முறைத்துப் பார்த்தான். சர்க்கரை சிட்டையைக் கடையின் ஸ்டாலில் வைத்ததும் அதற்காகக் காத்திருந்த கடைக்காரன் காகிதத்தை எடுத்துப் பார்த்தான். திரும்பவும் காகிதத்தை எடுத்த இடத்தில் வைத்துவிட்டு, “சக்கர, நாட்டுப் பழம் கேட்டே நல்லா கனிஞ்சு

இருக்குப்பா” என்று அவன் சம்மதத்தைக்கூடக் கேட்காமல் தாரிலிருந்து பழத்தைத் திருகிப் பிய்த்தான். சர்க்கரை வாங்கிக்கொண்டான்.

“சரி பணத்தை எடு” பழத்தை வாயில் அதக்கி வைத்துக் கொண்டு சர்க்கரை பேசியதைக் கேட்ட போது, அவனது குரல் அவனுடையதாக இல்லை. வேறு யாரோ பேசுவது போலிருந்தது. கன்னங்கள் இரண்டும் உப்பி அசைந்தன. அவனது கையில் வெறும் தோல் மட்டுந்தான் இருந்தது. அதை எந்தப் பக்கமாகத் தூக்கி எறியப்போகிறான், அதுக்குத் தோதாக எந்தப் பக்கம் ஒதுங்கி நிற்பது என்பது தெரியாமல் சுந்தரமூர்த்தி நின்றிருந்தான்.

சுந்தரமூர்த்தி தன்னுடைய பாக்கெட்டிலிருந்து ஐந்து ரூபாயை எடுத்துக் கொடுத்தான். சர்க்கரை தம்ளரிலிருந்ததை ஒரே மடக்கில் விழுங்கிவிட்டு எழுந்தான். அவனுக்குக் கோபம் வந்துவிட்டது என்பது சுந்தரமூர்த்திக்குத் தெரிந்தது. உட்கார்ந்த இடத்திலிருந்து தன்னுடைய சட்டையைப் பிடித்து இழுத்து கன்னத்தில் அறைந்துவிடுவான் என்று பயந்தவன் சற்றுப் பின்னால் தள்ளி நின்றுகொண்டான். அவன் ஒதுங்கி நிற்பதைப் பார்த்ததும் கோபமான சர்க்கரை விருட்டென எழுந்து கடையிலிருந்து வெளியே வந்தான். சிகரெட்டை ரோட்டில் போட்டு செருப்புக் காலில் தேய்த்தான். தீப்பொறி நசுங்கித் தரையோடு தரையாகப் பறந்தது.

“ஏன்டா கம்மாளப்பயபுள்ள நீ குடிச்சுட்டு புரோட்டா திங்குறதுக்கு ஏம்பணந்தான் கிடச்சுச்சா. பணத்த எடுறா வெண்ண” என்று சுந்தரமூர்த்தியின் சட்டையைப் பிடித்துக் கொண்டான்.

சுந்தரமூர்த்தியால் நகர முடியவில்லை. ஒரு கையால் அவனது உடம்பை இறுகப் பற்றியிருந்தான் சர்க்கரை. பழைய சட்டை. கொஞ்சம் அசைந்தால் சட்டையின் கழுத்துப்பட்டி, கம்புக்கோடு என்று ஏதாவது டார்டாராகக் கிழிந்துவிடுமென அசையாமல் நின்றான். சர்க்கரையிடமிருந்து ஜானெக்ஸ்ஸாவின் வாசம் வந்தது. கூடவே சிகரெட்டின் வாசம். சர்க்கரையின் கண்கள்

கலங்கலாக இருந்தன. நெற்றி நரம்பு புடைத்துத் தெரிந்தது. பற்களைக் கடித்துக்கொண்டு, "பணத்தக் கொடுறா" என்று கத்தினான்.

"அண்ணே சனிக்கிழமக்குள்ள கொடுத்துர்றேண்ணே" என்று பயந்து போய்ச் சொன்னான் சுந்தரமூர்த்தி. உண்மையில் அவனுக்குப் பயம். அவனுக்குத் தெரியாத தெரு. கூடவே சர்க்கரை குடித்திருக்கிறான். தன்னுடன் யாரும் வரவில்லை. கையிலும் காசில்லை. பொறுமையாகப் பேச வேண்டுமென நினைத்தான்.

"உனக்கு எத்தன சனிக்கிழம? எத்தன புதங்கிழம?"

"அண்ணே கையில கெடைக்கிற காசைக் கொடுத்துட்டுதானே இருக்கேன்..."

"நா உனக்குக் கந்துக்குத்தான்டா பணம் கொடுத்தேன். ஓஞ்சௌகரியத்துக்குத் தர்றதுக்குக் கைமாத்துக்கா பணம் கொடுத்தேன். பணத்த கொடுறா" என்று திரும்பவும் கத்தினான். சர்க்கரை சலம்பல் செய்வதை ரோட்டில் போகிறவர்கள் பார்க்கவில்லையென்ற வருத்தம் அவனுக்கு வந்திருக்க வேண்டும். இல்லையென்றால் சர்க்கரை இவ்வளவு சத்தமாகப் பேசக்கூடியவன் இல்லை என்று மயில்சாமிக்குத் தெரியும். அவன் கடையை விட்டு ரோட்டுக்கு வந்தான். அவர்களுக்கு இடையில் நின்று பஞ்சாயத்து செய்வதுபோலப் பேசினான்.

"சரி விடுப்பா. அவந்தான் சனிக்கிழம வாய்தா கேட்டிருக்கானில்ல. அதுவரைக்கு நீ பொறுத்திரு. இல்லன்னா நேரா வீட்டுக்குப் போய் நின்னு" என்றான்.

சர்க்கரை சட்டையின் பிடிமானத்தை விட்டான். சட்டையை விட்டதும் ஒதுங்கி நின்றுகொண்டான் சுந்தரமூர்த்தி. சட்டையின் முதல் பித்தான் பிய்ந்து தெறித்திருந்தது. இருட்டில் தேட முடியாது என்று விட்டுவிட்டான். சட்டையை மேலும் கீழுமாக இழுத்துவிட்டான். அப்படியிருந்தும் கழுத்துப்பட்டிக்கு அருகிலிருந்த சுருங்கல் போகவில்லை. கழுத்துப்பட்டியைத் திருப்பிவிட்டான். பட்டன் இல்லாத இடம் ஓவாய்யாக அசிங்கமாகத் தெரிந்தது.

மயில்சாமியும் சர்க்கரையும் ஏதோ பேசுவது தெரிந்தது. என்ன பேசுகிறார்கள் எனக் கேட்கவில்லை. சர்க்கரை திரும்பவும் கடைக்குள் அமர்ந்ததும் மயில்சாமி சிகரெட்டை எடுத்து அவனிடம் நீட்டினான். அவன் உதட்டில் வைத்துக் கொண்டதும் மயில்சாமி தீ பொருத்திப் பற்ற வைத்துவிட்டான். சர்க்கரை நீளமாகப் புகைவிட்டான். பிறகு தலையில் கைவைத்து ஏதோ யோசிப்பவன்போல முகத்தை வைத்துக்கொண்டான். இன்னொருமுறை புகையை இழுத்துவிட்டான். பிறகு முடிவு செய்தவனாக, “மொத்தம் நூத்தியறுபத்தியேழு ரூபா. சனிக்கிழம வாரச்சம்பளம் வாங்குனதும் என்னயத் தேடி வந்து தந்துட்டுப்போகணும். இல்ல மவனே நடக்குறது வேற” என்று நாக்கைத் துருத்திக்கொண்டு பேசினான்.

“அண்ணே எழுபத்தஞ்சு ரூபா கொடுத்துருக்கேன். நா கொடுத்த பணத்தை நீங்க சிட்டயில வரவு வெச்சிருக்கீங்க. எடுத்துப்பாருங்க மிச்சம் இருபத்தஞ்சு ரூபாய சனிக்கிழம கொடுத்துருவேன்” என்று சுந்தரமூர்த்தி பதறிப்போய்ப் பேசினான்.

“வாப்பே வா. நீ முப்பதுநா கந்துக்குத்தாண்டா நூறு ரூபா வாங்குனே. மூணு மாத்தைக்கு யாரு வட்டித்தருவா. ஏன்டா ஆசாரிப்பயலே நான் என்னா உனக்கு இளுச்சவாயன்னு நெனப்பா.”

“அண்ணே அதெல்லாம் முடியாதுண்ணே மீதிப்பணத்த மட்டுந்தான் தர்வேன்.”

“அஜ்ஜேய் என்னா வாய் நீளுது. இழுத்தேன்னு வெச்சுக்க அந்தளவில காது கைக்கு வந்துரும்டீ.”

“சும்மா ஏண்ணே கத்துறீங்க...”

“ஏய் என்னடா பேசிட்டே போறே பெரிய இவனுன்னு நெனப்பா.”

“என்னமோ தெரியாத ஆளுகிட்ட பேசுறதுமாதிரி பேசுறீங்க. சாதியப்பத்திப் பேசுறீங்க. நானும் உங்க சாதியப்பத்திப் பேசவா.

தண்ணியப் போட்டு வாய்க்கு வந்தத பேசாதீங்க. காலையில பட்டற பஜாருக்கு வந்தா எல்லார் முன்னாடியும் சொல்லி உங்கள அசிங்கப்படுத்திருவேன்" என்று படபடவெனப் பேசினான் சுந்தரமூர்த்தி. அவனுக்கும் கோபம் வந்தது. எத்தனை தடவை சாதியைச் சொல்லித் திட்டுகிறான் என்று கோபத்தில் மொத்தமாக பேசிவிட்டான். வாங்கிய பணத்தை இல்லையென்று சொன்னது அவனுக்கு ஆத்திரத்தைத் தந்தது.

"ஏன்டா ஒத்த முட்ட புரோட்டாவ நாலு பேரு சேர்ந்து திங்கிற வக்கத்தப்பய நீங்க. நீங்க இருக்குறது ஒரு பஜாரு. அந்தப் பஜாருக்கு வந்தா என்னய நீ அசிங்கப்படுத்திருவீயா. அடீங் ஒங்கம்மா" என்று சர்க்கரை தன் முன்னால் இருந்த வெறும் கண்ணாடி தம்ளரைத் தூக்கி எறிந்ததும், சுந்தரமூர்த்தி ஒதுங்கிக் கொண்டான். தம்ளர் நடுரோட்டில் விழுந்து சில்சில்லாக உடைந்தது.

சுந்தரமூர்த்திக்கு அவன் சொன்ன வார்த்தை கண்ணாடி தம்ளரின் சில்லு குதியங்காலில் குத்தி இறங்குவதுபோல நெஞ்சில் வலித்தது. கல்லை விட்டு எறிந்து மண்டையை உடைத்துவிட்டு பட்டறை பஜாருக்கு ஓடிப்போகலாமா என்று சுற்றுமுற்றும் தேடிப் பார்த்தான். பொடிக்கல்லாகத்தான் ரோட்டில் கிடந்தது. பெரியகல் எதுவும் அகப்படவில்லை. முதலில் சைக்கிளை எடுத்துத் தயாராக வைக்க வேண்டுமென்று நினைத்தான். சைக்கிளைப் பார்த்தான். சைக்கிள் பெட்டிக்கடைக்குச் சற்றுத் தள்ளி நின்றிருந்தது.

சுந்தரமூர்த்தி கல்லைத் தேடுகிறான் என்பதைத் தெரிந்து கொண்ட சர்க்கரை விருட்டென மற்றொரு சோடா பாட்டிலை உருவியெடுத்துக்கொண்டு வந்தான். "ஓம்மண்டைய உடைக்காம விடமாட்டேன்டீ" என்று கத்தினான். மயில்சாமி பதறிப்போய், "அய்யா சாமி ஸ்டேஷனுக்கு என்னால அலைய முடியாது. இந்தளவில விட்டுட்டு ரெண்டு பேரும் வீட்டுக்குப் போய்ச் சேருங்க. காலையில உங்க இடத்தில வெச்சுப் பேசி முடிங்க" என்று ரோட்டில் இறங்கி அவர்களைச் சமாதானப்படுத்தினான்.

சர்க்கரை அவனது சமாதானத்தைக் கண்டுகொள்ளவில்லை. சுந்தரமூர்த்தியின் மண்டையைக் குறிவைத்து ஓங்கிக் கொண்டு வந்தான். சுந்தரமூர்த்தியைவிட மயில்சாமி, சர்க்கரையிடமிருந்து அவனைக் காப்பாற்ற வேண்டுமெனத் தவித்தான். சுந்தரமூர்த்தியைத் தள்ளிவிட்டான். அவன் ஸ்டாலுக்கு அருகில் சென்று நின்றான். அவன் நின்ற இடத்தில் பிளாஸ்டிக் குடமும் சோடா பாட்டில் கிரேடு பெட்டியும் இருந்தது. சர்க்கரையின் கையிலிருந்த சோடா பாட்டிலைப் பார்த்தான். வெறும் பாட்டில். சர்க்கரை கையை அசைக்க அசைக்க சோடாவிலிருந்த குண்டு கிளிங் கிளிங் என்று சத்தம் கொடுத்தது.

சுந்தரமூர்த்தி ஏதோ நினைப்பில் புது சோடா பாட்டிலை உருவி எடுத்தான். பெட்டிக்கடை ஸ்டால் பலகையில் ஓங்கியடித்தான். சோடா பாட்டிலிலிருந்து கேஸ் வெளியேறி பாட்டில் உடைந்தது. டப்பென்ற அதன் சத்தம் தெருவில் நடந்துகொண்டிருந்தவர்களைத் திரும்பிப் பார்க்கச் செய்தது. சர்க்கரை அந்தச் சத்தத்திற்குப் பயந்து போய் சுந்தரமூர்த்தியின் முகத்தையும் அவனது கையிலிருந்த உடைந்த பாட்டிலையும் மாறிமாறிப் பார்த்தான். மயில்சாமி இருவருக்குமிடையே நின்று, “டேய் வேண்டான்டா டேய் பாட்டில சாக்கடையில போட்டுட்டு ஓடிப்போயிருடா” என்று சொன்னதையும் மீறி சுந்தரமூர்த்தி, “எவன்டா வக்கத்தப்பய” என்று வேகமாக சர்க்கரையின் வயிற்றில் குத்தினான்.

சர்க்கரை வலி பொறுக்க முடியாமல் கத்தினான். சுந்தரமூர்த்தி சோடா பாட்டிலை அவனது வயிற்றிலிருந்து உருவினான். சர்க்கரை சோடா பாட்டிலைப் பிடித்திருந்தான். பாட்டிலை எடுக்க முடியாமல் அப்படியே விட்டுவிட்டு வேகமாக நடந்தான்.

“அய்யய்யோ சக்கரய குத்திட்டான் சக்கரய குத்திட்டான்” என்று மயில்சாமி கத்தினான்.

சுந்தரமூர்த்தி சைக்கிள் ஸ்டாண்டை எடுக்கும் போது சர்க்கரை தரையில் விழுந்து கத்துவது கேட்டது. மூர்த்தி சைக்கிளை வேகமாக ஓட்டிச் சென்றான். எங்குபோவது

என்பது அவனுக்குத் தெரியவில்லை. ஆனால் எங்காவது போகவேண்டுமென்று சைக்கிளை வேகமாக ஓட்டினான். காலையில் பஜாருக்குத் தேடி சர்க்கரையின் வீட்டிலிருந்து ஆட்கள் வந்துவிடுவார்கள்; இல்லையென்றால், ராத்திரி போலீஸ்காரர்கள் வீட்டிற்கு வந்துவிடுவார்கள் என்கிற பயம் அவனை வேகமாக சைக்கிளை ஓட்டச் செய்தது.

2

சர்க்கரைக்கு என்ன ஆனது, சர்க்கரையை சோடா பாட்டிலில் குத்தியது அனைவருக்கும் தெரிந்திருக்குமா, பட்டறை வீதிக்காரர்களுக்குத் தெரிந்திருக்குமா, அவனது வயிற்றிலிருந்த சோடா பாட்டிலை எடுத்துவிடுவார்களா, இந்நேரம் ஆஸ்பத்திரியில் சேர்த்திருப்பார்களா, எந்த ஆஸ்பத்திரியில் படுத்திருக்கிறானோ, அவனது வீட்டிலிருந்து ஆட்கள் வந்திருப்பார்களா, வீட்டிற்குப் போவதற்குள் தன்னைத் தேடி யாராவது வந்துவிட்டால் என்ன செய்வது என்கிற எண்ணம் சுந்தரமூர்த்திக்கு சைக்கிளின் வேகத்தைவிட மனதுக்குள் ஓடியது. அதிலும் அவனுக்கு, சர்க்கரை இறந்துபோவானா என்கிற கேள்விதான் திரும்பத் திரும்ப வந்து நின்றது. எதற்கு அவசரப்பட்டு சோடா பாட்டிலை எடுத்துக் குத்தினோம். சாதியைப் பற்றிப் பேசினால் பேசிவிட்டுப் போகட்டும் என்று பேசாமல் இருந்திருக்கலாம். அவன் தன்னைப் பேசுவதைப்போல அவனை யாராவது பேசுவார்கள். எதற்கு அவனிடம் வீணாகச் சண்டை போட்டோம் என்று நினைத்தான்.

அந்த சனிக்கிழமை, குடித்துத் தின்னுகிற ஆசையை அடக்கியிருந்தால் இன்றைக்கு இந்தளவுக்குப் பிரச்சினை இல்லை. அவனிடம் பேச்சு வாங்கியதற்கு முதலாளி வேலைக்குத் தருகிற சில்வானத்தைக் கொஞ்சமாக நவட்டி எடுத்து வைத்து

வாரக்கடைசியில் சிட்டை போட்டிருக்கலாம். நூறு ரூபாய் இல்லையென்றாலும் முப்பது நாற்பது ரூபாய் கிடைக்கும். அதை வைத்து பீர் குடிக்கலாம். முட்டை பரோட்டா சாப்பிடலாம். இல்லையென்றால் தேனிக்குப்போய் சினிமா பார்த்துவிட்டு வந்திருக்கலாம். அரிப்பு ராஜாங்கம், ஒரு தட்டுப் பட்டறைக் குப்பையை எடுத்துத் தந்தால் பத்து ரூபாய் தருகிறேன் என்று சொன்னான். தினமும் ஒரு கோப்பைத் தட்டை யாருக்கும் தெரியாமல் எடுத்துக் கொடுத்துப் பணம் வாங்கியிருக்கலாம். ஏன் தேவையில்லாமல் சர்க்கரையிடம் கந்துக்குப் பணம் வாங்கினோம். எதற்காக அவனிடம் தகராறு செய்தோம் என்ற கவலை அவனுக்கு உண்டானது. எப்படி சோடா பாட்டிலை எடுத்துக் குத்தினோம், குத்தும் போது எந்த இடத்தில் குத்தினோம் என்பது இப்போது அவனுக்கு ஞாபகத்தில் இல்லை. நடுவயிற்றில் குத்தினோமா, வயிற்றுக்குப் பக்கத்தில் இடுப்புக்கு மேலாகக் குத்தினோமா என்கிற சந்தேகம் அவனுக்கு இருந்தது. யோசித்துப் பார்த்தான். ஞாபகத்திற்கு வரவில்லை.

மூர்த்தி பட்டறை வீதி பக்கமாகப் போகவில்லை. நேராக வீட்டுக்குப் போகும் பாதையில் சைக்கிளை ஓட்டிச் சென்றான். யாராவது தன்னைப் பார்த்துவிடுவார்களென்கிற பயம் இருந்தது. வழிமறித்து ஏன்டா சர்க்கரையைக் குத்தினே என்று கேட்டால் என்ன பதில் சொல்வது? பட்டறை முதலாளி இடைவழியில் பார்த்துவிட்டு, எங்கடா போறே என்று கேட்டால் என்ன சொல்வது? ரோட்டில் யாரையும் பார்க்காமல் வேகமாகப் போனான். எதிரே வருகிற சைக்கிள்காரனை மோதுவது போல் ஓட்டினான். ரோட்டில் நடந்து செல்பவர்கள் ஒதுங்கவில்லை. அவர்களை உரசிக்கொண்டு கடந்து சென்றான். மணியடித்தால் காது கேட்கவில்லை. பக்கத்தில் சைக்கிள் சென்றால்தான் திரும்பிப்பார்க்கிறார்கள் என்று வேகமாகச் சென்றான்.

சுந்தரமூர்த்தி அவனது வீட்டின் முன் சைக்கிளை நிறுத்தினான். அவனது அம்மா வாசலில் அமர்ந்து சுளகில் அரிசியைப் போட்டு கல் பொறுக்கிக் கொண்டிருந்தாள். வீட்டிற்குள் அக்காவும் தங்கையும் இருக்கிறார்களா என்று எட்டிப்

பார்த்தான். குளியல் அறைக்கு முன்னால் இருக்கும் பிளாஸ்டிக் குடங்கள் இல்லை. அவர்கள் இருவரும் நல்ல தண்ணி எடுக்க வீதி குழாய்க்குச் சென்றிருப்பார்களென வீட்டிற்குள் சென்றான். அவர்கள் இருந்தால் பிரச்சினைதான். ஏன்டா இந்நேரம் வந்தே. எதுக்குடா வந்தே. அதுக்குள்ளேயும் பட்டறய எடுத்து வெச்சிட்டாங்களடா என்று கேள்வியாகக் கேட்பார்கள். பதில் சொல்லும்போது மாட்டிக்கொள்ளவேண்டும். நல்லவேளையாக வீட்டில் யாருமில்லை.

சமையலறைக்குச் சென்று செம்பு நிறையத் தண்ணீர் நுகர்ந்து குடித்தான். அம்மாவுக்குத் தெரியாமல் அவள் வைத்திருக்கும் பணத்தைத் தேடினான். அரிசிப் பானையில் இரண்டு ரூபாய்த் தாள்கள் மூன்று இருந்தன. எடுத்துக்கொண்டான். வேறு எங்கும் பணம் இல்லை. அவனால் பொறுமையாகத் தேட முடியவில்லை. கிடைத்தளவில் போதும் என்று வெளியே வந்தான்.

வீட்டுக்கு வெளியே இருந்த சைக்கிளைத் தூக்கி உள்ளே வைத்தான். தலைகுனிந்து கல் பொறுக்கிக் கொண்டிருந்த அவனது அம்மா நிமிர்ந்து பார்க்கவில்லை. அம்மா தன்னை நேரடியாகப் பார்க்கவில்லையென்றாலும் என்னென்ன செய்கிறான் என்பதைக் கவனித்துக்கொண்டிருப்பாள் என்று அவனுக்குத் தெரியும். அவளுக்குச் சந்தேகம் வராமல் நடந்துகொண்டான். அவளிடம் சொல்லிவிட்டுப் போகலாமா இல்லை பேசாமல் போய்விடலாமா என்று யோசித்தான். அவள் அவனைப் பார்த்தாள்.

“சோறு போடவா டா” என்று கேட்டாள். அவன் சரி என்று சொன்னான்.

சுந்தரமூர்த்தி, கால் முகம் கழுவிவிட்டு உட்கார்ந்தான். சுடுசோறும் கத்திரிக்காய் புளிக்குழம்பும் இருந்தது. குழம்பை ஊற்றிப் பிசைந்து தின்னும்போது அம்மா சமைக்கவில்லை என்று அவனுக்குத் தெரிந்துவிட்டது. வாயில் எடுத்து வைத்ததும் கண்டுபிடித்துவிட்டான். அக்கா சமைத்திருக்கிறாள். அவளது சமையலில் காரமும் புளிப்பும் கூடுதலாக இருக்கும். சில நாள்

குழம்பு கெட்டியாக இருக்கும். ஆனால் அம்மா செய்யும் குழம்பு அப்படி இருக்காது. குழம்பின் நிறத்தைப் பார்க்கும் போது பயங்கரமான காரமாக இருக்கும் என்று தோன்றும். ஆனால் காரம் இருக்காது. அந்தக் குழம்பை இனிமேல் எப்போது சாப்பிடப்போகிறோமென நினைத்தான். அவனுக்குப் பயமாக இருந்தது. என்ன நடக்கப்போகிறதோ. யார்யாரெல்லாம் தன்னைத் தேடி வரப்போகிறார்களோ. எத்தனை நாட்கள் என்னென்ன சிரமப்படப்போகிறோமெனக் கவலையாகச் சாப்பிட்டான்.

அம்மா அவனது முகத்தைப் பார்த்து, “ஏன்டா ஓம்மாதிரியா இருக்க. பட்டறயில சண்டயா? முதலாளி ஏதாச்சும் திட்டிட்டாரா டா” என்று கேட்டாள்.

“அதெல்லாம் ஒண்ணுமில்ல” என்று சாப்பிட்டான். சாப்பிட்டு முடித்து எழுந்தவன் கைகழுவினான். கையைத் துடைத்தவாறு வாசலுக்கு வந்தான். அப்பா வருவதற்குள் எங்காவது ஓடிவிட வேண்டுமென்பதுதான் அவனுடைய திட்டமாக இருந்தது. அப்பாவுக்கு எப்படியும் விஷயம் தெரிந்துவிடும். ராத்திரிக்கு வீட்டிற்கு வரும்போது இல்லையென்றால் விடியற்காலைப் பொழுதுக்குள் விஷயம் அவருடைய காதுக்கு வந்துவிடும். விஷயம் தெரிந்தால் தன்னை எங்கும் வெளியே போகவிட மாட்டார். அவரே ஸ்டேஷனுக்கு அழைத்துச் சென்று உட்கார வைத்துவிடுவார் என்று பயந்தான்.

அப்பா வருவதற்குள் எங்கு போய் ஒளிந்துகொள்வது? ஒரு வாரமாவது ஒளிந்துகொள்ள வேண்டும். ஒரு வாரத்திற்குப் பிறகு எல்லாம் சரியாகும். சர்க்கரை செத்திருக்க மாட்டான். சோடா பாட்டிலில் குத்தும்போது ரத்தம் வரவில்லை. பாட்டில் வயிற்றுக்குள் இறங்கும்போது ஏதோ மாவு சட்டிக்குள் கரண்டியை விடுவதுபோலிருந்தது. கெட்டியாக இல்லை. அவனது சத்தம் பலமாகவுமில்லை. ஆனால் குத்திய பாட்டிலை வெளியே எடுக்க முடியவில்லை. சுந்தரமூர்த்தி பிடித்து இழுத்து உருவியதற்கு வரவில்லை. அதற்குப் பயந்து, சைக்கிளை எடுத்துக்கொண்டு வந்தான். ஒருவேளை இறந்து

போனால் என்ன செய்வது என்கிற பயம் அவனுக்கு இருந்தது. சர்க்கரையைப் பற்றி இந்த நேரத்தில் யாரிடம் கேட்பது என்று யோசனையாக வாசலில் நின்றான்.

எதிர் வீட்டிலிருந்த முருகன் மாமாவின் வீட்டு வாசல் விளக்கு எரிந்துகொண்டிருந்தது. வழக்கமாக ஒன்பது மணிக்கெல்லாம் அணைத்து, கதவைப் பூட்டிவிடுபவர்கள் இன்று எதற்காக அணைக்காமலிருக்கிறார்களென எட்டிப் பார்த்தான். வீட்டில் கூட்டமாக இருந்தது. வீடு முழுக்கப் பெண்கள். மூர்த்தியின் அக்காவும் தங்கையும் அங்குதான் இருந்தார்கள். வாசலில் சுண்ணாம்பும் குங்குமமும் கரைந்து ஊற்றியிருந்தது தெரிந்தது. வீட்டிற்குள் இரும்பு சேர் போட்டு அவருடைய மகள் அம்பிகாவை உட்கார வைத்திருந்தார்கள். அவள் சேலையுடுத்தியிருந்தாள். பெண்கள் கூட்டத்திலும் அவனால் அம்பிகாவைப் பார்க்க முடிந்தது. அம்பிகா அலங்காரம் செய்து பார்ப்பதற்கு அழகாக இருந்தாள்.

“நா செகண்டு ஷோ போறேன்” என்று சொல்லிவிட்டு அம்மாவின் பதிலுக்குக் காத்திருக்காமல் சென்றான். அவனது அம்மா, ஒரே ஒரேய் எலே என்று அழைத்தது கூட அவனது காதில் விழவில்லை. நேராக பேருந்து நிலையத்திற்குச் சென்றான். அவனுக்கு நெஞ்சு டம்டம்மென்று அடித்துக் கொண்டது. யாராவது தன்னைப் பார்த்துவிடுவார்கள் என்கிற பயம் அவனை வேகமாக நடக்கச் செய்தது. எந்த பஸ் முதலில் போகிறதோ அதில் ஏறி உட்கார்ந்துகொள்ள வேண்டுமென்று வேகமாக நடந்தான்.

பேருந்து நிலையத்திற்குள் நுழைந்ததும் சிறிது தைரியம் வந்தது. கூட்டத்தோடு கூட்டமாக ஒளிந்துகொள்ளலாம். யார் கண்களுக்கும் தெரிய மாட்டோம் என்கிற தைரியத்தில் நடந்தான். அங்கு நின்றுகொண்டிருக்கும் பேருந்துகளைப் பார்த்தான். மதுரை பஸ்சும் தேனி பஸ்சும் நின்றிருந்தன. மதுரைக்குப் போகும் பஸ், தனியார் பஸ். அதில் ஏறி பாட்டுக் கேட்டுக்கொண்டு போகலாமா என்று யோசித்தான். மூர்த்தி இதுவரைக்கும் மதுரைக்குச் சென்றதில்லை. மதுரைக்குப்

போனால் தனக்கு உதவி செய்ய யாரிருக்கிறார்கள், யாரைப் போய் பார்க்கலாம் என்று யோசித்தான். பிறகு மதுரைக்குப் போகிற திட்டத்தைக் கைவிட்டான்.

பஸ் ஸ்டாண்டுக்குள் கடைசியாக ஏதாவது பஸ் நின்றிருக்கிறதா என்று பார்த்தான். கம்பத்திற்குப் போகும் பஸ், விளக்குப் போடாமல் இருட்டுக்குள் இருட்டாக நின்றிருந்தது. சுந்தரமூர்த்திக்கு கம்பத்திற்குப் போகலாம், கம்பத்திலிருந்து சுருளிதீர்த்தத்திற்குப்போய் காலையில் அருவியில் குளித்துவிட்டு அங்கேயே இரண்டு மூன்று நாட்கள் இருக்கலாமென நினைத்தான். உடனே கம்பம் பஸ்ஸில் ஏறினான். பஸ்ஸில் கடைசி சீட்டில் இரண்டு பேர் கால்களை நீட்டிப் படுத்திருந்தார்கள். வளையல் குலுங்கும் சத்தம் கேட்டது. நடுசீட்டில் போர்வையைப் போர்த்தி உட்கார்ந்திருந்தவன் மூர்த்தியைப் பார்த்ததும் போர்வையை விலக்கினான். மூர்த்தி அவனைப் பார்த்தான். அவனுக்குப் பக்கத்தில் ஒருத்தி அவனைக் கட்டிப்பிடித்து உட்கார்ந்திருந்தாள். இவனைப் பார்த்ததும் அவள் விலகி அமர்ந்தாள். மூர்த்தி அவளது முகத்தைப் பார்த்தான். சந்தையில் காய்கறி விற்பதற்கு வரும் பெண்ணைப் போலிருந்தாள். ஏற்கனவே பார்த்திருக்கிறோம் என்ற நினைப்பு வந்தது. ஆனால் சந்தையில்தானா என்று தெரியவில்லை. அவர்கள் அமர்ந்திருந்த சீட்டுக்கு முன்னால் உட்காரலாமா இல்லை பின்னால் உட்காரலாமா என்று யோசித்தான். ஏற்கனவே பிரச்சினையாக இருக்கிறது. அவர்களுக்குப் பின்னால் உட்கார்ந்து வேறு ஏதாவது பிரச்சினையாகி வீணாகத் தகராறு எதற்கு என்று முன் சீட்டில் அமர்ந்துகொண்டான். ஜன்னல் ஷட்டரைத் திறந்து வைத்தான். பஸ் ஸ்டாண்டுக்குள் நடந்து போகிறவர்களை வேடிக்கை பார்த்தான்.

பேருந்து நிலையத்தின் மையத்தில், உருளும் நாற்காலியில் உட்கார்ந்து இரண்டு கால்களும் இல்லாமல் கைகளில் தள்ளியபடி போவதைப் பார்த்தான். அவர் தள்ளிக்கொண்டு வந்த மரப்பலகையில் ஈய டப்பா இருந்தது. சில்லறைக் காசுகள் நிறைய இருந்தன. அவர் விருப்பத்திற்கு பஸ் ஸ்டாண்டுக்குள் குறுக்கும் மறுக்குமாக அலைந்தார். கூட்டமாக நின்றிருந்தவர்களுக்கு

ஊடே நுழைந்து ஈய டப்பாவைக் குலுக்கிக் காசு கேட்டார். அவர்களில் சிலர் சில்லறைக் காசுகளைப் போட்டனர். பிறகு கடலைப் பொரி விற்கிற வண்டிக்குப் பக்கத்தில் வந்து நின்றார். அவனிடம் ஈய டப்பாவில் சேர்ந்திருந்த காசுகளை எண்ணிக் கொடுத்தார். பொரி விற்பவன் சில்லறையை வாங்கிக்கொண்டு ரூபாய்த் தாள்களைக் கொடுத்தான். கூடவே பீடியொன்றையும் தந்தான். அவர் பீடியை வாங்கிப் பற்ற வைத்தார். புகையை மூக்கின் வழியாக விட்டு 'முருகா முருகா' என்று கையெடுத்துக் கும்பிட்டுக்கொண்டார். பொரி விற்பவன் சிரித்தான். அவரும் சிரித்துக்கொண்டார். பலகையை உருட்டியபடி மதுரை பஸ்ஸிற்குப் பக்கத்தில் நின்றார். ஜன்னலுக்குப் பக்கத்தில் அமர்ந்திருப்பவர்களிடம் சில்லறை கேட்டார். ஒவ்வொரு ஜன்னலாகக் கேட்டுக்கொண்டு வந்தார்.

கம்பம் பஸ்ஸில் விளக்குப் போட்டார்கள். டிரைவரும் கண்டக்டரும் பஸ்ஸில் ஏறினார்கள். அவர்களைப் பார்த்ததும் போர்வை போர்த்தியவன் அவளிடமிருந்து விலகிக்கொண்டான். அவள் கை வளையல் குலுங்க நகர்ந்து அமர்வது சத்தமாக அவனுக்குக் கேட்டது. அவளது சின்னச் சிரிப்பும் வளையலின் கிளுங் கிளுங் குலுங்கலும் அவனுக்குக் கிறக்கமாக இருந்தது. சத்தத்தைக் கேட்டபடி கண்களை மூடிக்கொண்டான்.

சிறிது நேரங்கழித்து கண்டக்டர் அவனது தோளைத் தட்டி டிக்கெட் என்றார். பஸ் நகர்ந்து செல்வது தெரிந்தது. பஸ்ஸில் பத்து பதினைந்து பேர்கள் மட்டும் இருந்தார்கள். சுந்தரமூர்த்தி கம்பத்திற்கு டிக்கெட் எடுத்தான். டிக்கெட் வாங்கியது போக தன்னிடம் எவ்வளவு பணம் இருக்கிறது என்று எண்ணிப் பார்த்தான். கம்பத்திலிருந்து போடிக்குத் திரும்பவும் வருவதற்கு பணம் இருந்தது. கம்பத்திற்குப் போனதும் என்ன செய்வது என்று தெரியவில்லை. இந்தப் பணத்தை வைத்துக்கொண்டு எப்படி சுருளித்தீர்த்தத்திற்குப் போவது, பஸ்ஸை விட்டு இறங்கிவிடலாமா, எடுத்த டிக்கெட்டை என்ன செய்வது என்று யோசித்தான். பஸ்ஸை விட்டு இறங்கிவிடலாம் என்று எழுவதற்கு முயன்றபோது பஸ் வேகமெடுத்து ஓடியது.

சுந்தரமூர்த்திக்கு பஸ் ஸ்டாண்டில் பார்த்த பிச்சைக்காரரின் ஞாபகம் வந்தது. இரண்டு பாதங்களும் இல்லாமல் மரப்பலகையை உருட்டிக்கொண்டு நிம்மதியாகவும் சந்தோஷமாகவும் இருக்கிறார். தன்னால் ஏன் நிம்மதியாகவும் சந்தோஷமாகவும் இருக்க முடியவில்லை. தன்னுடைய வாழ்க்கையில் என்ன காரணத்திற்காக இப்படியெல்லாம் நடக்கிறது என்று கவலையோடு யோசித்தான். யோசிக்க யோசிக்கப் புதுப்புது விஷயங்கள் அவனுக்குக் கிடைத்தது. ஆனால், அவனால் அந்த விஷயங்களை நிலையோடு நினைவில் கொள்ள முடியவில்லை.

அப்பா தன்னை எவ்வளவு சிரமப்பட்டுப் பட்டறை வேலைக்குச் சேர்த்துவிட்டார் என்பதை நினைத்தபோது அவனுக்கு ஈரக்குலை நடுங்கியது. பட்டறை வீதியிலிருப்பவர்கள் யாரும் அவனை வேலைக்குச் சேர்த்துக்கொள்ளவில்லை. தச்சு வேலை செய்கிற வீட்டுப்பிள்ளையை எதற்குத் தங்கவேலைக்குச் சேர்த்துக்கொள்ள வேண்டுமென்கிற வெறுப்பில் ஒதுக்கினார்கள், கழித்துக்கட்டினார்கள். சுருளி ஆசாரி ஒவ்வொரு நாளும் வேலை முடிந்து வந்து பட்டறை வீதியில் நாயாக அலைந்தார். பொன்ராமிடம் வேலைக்குச் சேர்த்துக்கொள்ள கேட்டபோது, யோசிக்காமல் சரி என்று சொன்னார். மூன்று வருடங்களாக அவர் பட்டறையில் மூர்த்தி வேலை செய்தான். அவன் வேலை செய்வதைப் பார்த்து இரண்டு மூன்று பட்டறைக்காரர்கள் அதிக சம்பளத்திற்கு அழைத்தார்கள். சுருளி ஆசாரி, போகக் கூடாது என்று அவனிடம் சொல்லிவிட்டார். பொன்ராம் என்னைக்கு உன்னய போ சொல்றாரோ அதுவரைக்கு நீ அங்கதான் இருக்கணும் என்று உறுதியாகச் சொன்னது அவனது ஞாபகத்திற்கு வந்தது.

திடீரென முருகன் மாமா வீட்டு ஞாபகம் வந்தது. அவர்கள் வீட்டில் என்ன விசேஷம். அவரது மகள் அம்பிகாவை ஏன் உட்கார வைத்திருக்கிறார்கள். அவளும் அக்காவும் தங்கையும் கடந்த வாரம் கோயிலுக்குப் போய் வந்தார்கள். இந்த வாரம் சனிக்கிழமை சினிமாவிற்குப் போக வேண்டுமெனப் பேசி வைத்திருந்தனர். முருகன் மாமா வீட்டில் இருந்தாரா, திலகா

அத்தை வீட்டில் இருந்தது போலத் தெரியவில்லை. அவர்கள் எங்குச் சென்றார்கள். அம்பிகாவுக்கு என்ன விசேஷம் என்று அவனது நினைவில் குறுக்காக ஓடியது. பிறகு திடீரென கந்துக்குப் பணம் தருகிற சர்க்கரை நினைவுக்கு வந்தான். கூடவே பெட்டிக்கடைக்காரன் மயில்சாமியும் வந்தான்.

சுந்தரமூர்த்திக்கு யோசனை தோன்றியது. ஆஸ்பத்திரிக்குச் சென்று சர்க்கரையின் கைகளைப் பிடித்துக்கொண்டு, ‘தெரியாமல் குத்திட்டேன், மன்னிச்சுருண்ணே’ என்று சொன்னால் கேட்பானா இல்லை, “போடா போ நானென்ன இளுச்சவாயன்னு நெனச்சியா. உன்னையும் இதே மாதிரி வகுத்தில குத்தாம விட மாட்டேன்டா” என்று தன்னுடைய சட்டையைப் பிடித்துக் கொண்டால் என்ன செய்வது என்று தவிப்பாக இருந்தான்.

பேருந்து தர்மத்துப்பட்டியைக் கடந்து சிலமரத்துப்பட்டியை நோக்கி ஓடிக்கொண்டிருந்தது. பஸ் இவ்வளவு வேகமாக ஏன் ஓடுகிறது. மெதுவாக ஓடினால் என்ன? மெதுவாகப் போனால் தனக்கு நல்லது. சீக்கிரமாக கம்பத்திற்குப் போகாமல் பஸ்சுக்குள் இருக்கலாம். இப்போது கம்பத்திற்குப் போய் என்ன செய்யப் போகிறோம். பஸ்சுக்குள்ளிருக்கும் வரை யாருக்கும் பயப்பட வேண்டியதில்லை என்ற தைரியம் இருந்தது அவனுக்கு. இந்த பஸ் கம்பத்திற்குப் போனதும் போடிக்குத் திரும்பி வந்தால் இதிலேயே உட்கார்ந்து வந்துவிடலாம் என்று நினைத்தான். கண்டக்டர் அவனது இருக்கையைக் கடந்து போனபோது கேட்டான்.

“திரும்பவும் போடிக்கு இந்த பஸ்சு வருமா?”

“இல்ல தம்பி. கம்பத்திலிருந்து அப்படியே கட்டப்பனைக்குப் போகுது. நீ கட்டப்பனைக்குப் போறீயா?”

“டிக்கெட் எவ்வளவு ஸார்?”

கண்டக்டர் சொன்னார். அவன் முகத்தை வேறு பக்கமாகத் திருப்பிக்கொண்டதும் அவர் நகர்ந்து டிரைவருக்குப் பக்கத்திலிருந்த இருக்கையில் அமர்ந்துகொண்டார். அவனுக்குக்

குழப்பமாக இருந்தது. அவனறியாமல் அவனது கண்களிலிருந்து கண்ணீர் சொட்டியது. தன்னுடைய வயதுக்காரர்கள் தன்னைவிட அதிகமாக வாரச்சம்பளம் வாங்குகிறார்கள். ஏலச்சீட்டுப் போடுகிறார்கள். வாரம் தவறாமல் சினிமாவிற்குப் போகிறார்கள். ஏன் தன்னால் எதுவும் செய்ய முடியவில்லை என்று கலங்கினான். கண்களைத் துடைத்துவிட்டு ஜன்னலைப் பார்த்தான். ஏதாவது செய்து அவர்களை விடப் பெரிய ஆளாக வர வேண்டும். சம்பாதிக்க வேண்டும். சீட்டுக்கட்டிப் பணம் சேர்க்க வேண்டும். இனிமேற்பட்டு குடிக்கக் கூடாது. இதிலிருந்து தப்பித்துவிட்டால் போதும். இனிமேல் வேறெதிலும் சிக்காமல், தான் உண்டு தன்னுடைய வேலை உண்டு என்றிருக்க வேண்டும் என்று நினைத்தான்.

அப்படி நினைத்தபோதுதான் அவனுக்குத் தோன்றியது, சர்க்கரையைக் குத்தாமலிருந்து அவன் தன்னைக் குத்தியிருந்தால் என்ன நடந்திருக்கும். அவனுக்குத் தலைசுற்றுவது போலிருந்தது. நிமிட நேரத்தில் இறந்து திரும்பவும் உயிர் பிழைத்தது போலிருந்தது அவனுக்கு. அடிவயிற்றைப் பிடித்துக்கொண்டான். தன்னுடைய வயிற்றில் ரத்தம் வருவது போலிருந்தது. கண்களை இறுக்கமாக மூடிக்கொண்டான். வலியெடுத்தது. வயிற்றில் இல்லை. எந்த இடத்தில் வலிக்கிறது என்று அவனுக்குத் தெரியவில்லை.

பேருந்து தேவாரத்தில் சிறிது நேரம் நின்றது. ஆட்கள் யாரும் ஏறவில்லை. திரும்பவும் பேருந்து புறப்பட்டது. இருட்டுக்குள் அவன் மட்டும் அமர்ந்திருந்தான். இருட்டுக்குள் பேருந்து அவனை அழைத்துச் செல்வது போலிருந்தது. பேருந்தின் ஹெட்லைட் வெளிச்சத்தில் இருட்டைப் பார்த்தான். தூரத்தில், தோட்டத்தில் சிறிதாக மினுங்கிய வெளிச்சத்தைப் பார்த்தான். காற்றில் அலைஅலையாக ரேடியோ சத்தம் வந்தது. ஓடும் பேருந்திலிருந்து குதித்துவிடலாமா என்கிற எண்ணம் மனதில் ஓடியது. அவனைக் குத்தாமலிருந்தால் இந்நேரம் வீட்டிற்கு முன்பாக சாக்கும் பாயும் விரித்து அப்பாவுடன் படுத்திருப்போம். முருகன் மாமா ரேடியோ போட்டுப் பாட்டுக் கேட்டுக்கொண்டிருப்பார். திலகா அத்தை

சிறிதுநேரம் வாசலில் அமர்ந்து ஏதாவது வம்பு பேசிச் சிரிப்பாள். அம்பிகாவும் அவளது தங்கை மாலதியும் விளையாடுவார்கள். தெருவிளக்கு வெளிச்சத்தில் தெருவிலிருப்பவர்கள் சந்தோஷமாக உட்கார்ந்திருப்பார்கள். அந்த சந்தோஷமெல்லாம் பறிபோனது போலிருந்தது அவனுக்கு. இனிமேல் என்று வீட்டின் முன்னால் அமரப்போகிறோம். தெருவிளக்கின் அடியில் விளையாடும் குழந்தைகளை வேடிக்கை பார்க்கப்போகிறோம் என்று ஏக்கமாகயிருந்தது அவனுக்கு. அம்பிகாவைப் பார்க்க முடியாதா. அவளைப் பார்ப்பதற்காகப் போடிக்குப் போக வேண்டுமென்று நினைத்தான்.

3

சுந்தரமூர்த்தி அதிகாலையில் சுருளிதீர்த்தம் பேருந்து நிலையத்தில் இறங்கினான். பஸ் நின்ற இடம் பேருந்து நிலையம் இல்லை. பெரிய ஆலமரம். அந்த மரத்தினடியில் இரண்டு டீக்கடைகள் இருந்தன. சற்றுத்தள்ளியிருந்த வேப்பமரத்தினடியில் கிழவி, தரையில் அடுப்பு வைத்து பனியாரம் சுட்டுக்கொண்டிருந்தாள். அவள் குத்த வைத்து அடுப்பைச் சுற்றிச் சுற்றி வந்து காகிதத்தால் விசிறினாள். அவளால் அடுப்பைப் பற்ற வைக்க முடியவில்லை.

போடிநாயக்கனூரிலிருந்து கம்பத்திற்கு வந்து இறங்கியபோது இரவு பத்துமணிக்கு மேலாகிவிட்டது. பசித்தது. சுருளிக்கு அந்த நேரத்தில் பஸ் இல்லையென்று சொன்னார்கள். மூன்று மணிக்கு முதல் பஸ். அதுவரை கம்பம் பஸ் ஸ்டாண்டில் உட்கார்ந்திருந்தான். கம்பத்திலிருந்து மூன்று மணி பஸ்ஸில் ஏறி சுருளிக்கு வந்தான். டீ குடிக்க மனசில்லை. பணம் தீர்ந்துபோனால் என்ன செய்வது என்கிற வேதனை. நிச்சயமாக நடந்துதான் ஊருக்குப் போக வேண்டும்.

அதற்காகக் கையிலிருக்கிற பணத்தை முழுவதும் செலவு செய்யக் கூடாது என்று நினைத்தான். கம்பத்திலிருந்து வந்த பஸ், ஆலமரத்தினடியில் திரும்பி நின்றது. மருத மரங்களும் அரச மரங்களும் இருபக்கமும் வரிசையாக நின்றிருந்தன. பேருந்திலிருந்து இறங்கிய டிரைவரும் கண்டக்டரும் டீக்கடைக்குள் சென்றனர்.

சுந்தரமூர்த்தி மெதுவாக நடந்து சென்றான். இதற்கு முன்பாக ஒரு முறை சுருளிக்கு வந்திருக்கிறான். கண்ணப்பனின் மகன் காது குத்து விசேஷம் சுருளியில் நடந்தது. கண்ணப்பன், தெருக்காரர்களுக்குத் தனியாக வேன் வைத்து அழைத்துச் சென்றான். மூர்த்தியின் அக்கா கோயிலுக்கு வரக் கூடாது என்பதால் அம்மாவும் தங்கையும் அவளுடன் வீட்டில் இருந்தனர். ஆண்கள் மட்டும் சுருளிக்குக் கிளம்பினார்கள். இரண்டு கிடா வெட்டு. மொட்டை எடுத்துக் காது குத்தினார்கள். பூதநாராயணன் கோயிலுக்குக் கிழக்குப் பக்கமாக இருந்த பெரிய புளியந்தோப்பில் பந்தி வைத்தார்கள். சோறு போடுவதற்கு முன்பு கண்ணப்பன் தனக்குத் தெரிந்தவர்களுக்கு மட்டும் பிராந்தி பாட்டிலை எடுத்துக் கொடுத்தார். மூர்த்தியின் அப்பா சுருளி ஆசாரி எப்போதாவது குடிப்பார். உடம்பு வலி, தீபாவளி, ஆடி, சொந்தக்காரர்கள் திருமணம் என்று சொல்லிவைத்ததுபோல வருடத்தில் இரண்டு முறைக்கு மேல் குடிப்பதற்குச் சந்தர்ப்பம் கிடைத்தால் அபூர்வம்.

சுருளி ஆசாரி குடிப்பது கண்ணப்பனுக்குத் தெரியும். ஆனால் வேண்டுமென்றே அவருக்குத் தரவில்லை. அவருக்குப் பக்கத்தில் அமர்ந்திருந்த மூக்குறிஞ்சி செல்வராஜிற்கும் பாண்டிக்குமாகத் தனித்தனியாக பாட்டிலை எடுத்துக் கொடுத்துவிட்டு அவரைப் பார்த்தும் பார்க்காததுபோலச் சென்றுவிட்டார். கண்ணப்பன் என்ன செய்கிறான் என்று சுருளியும் பொறுத்திருந்து பார்த்தார். அவரும் இந்தா அந்தா என்று ஊருக்கெல்லாம் கையைக் காட்டிக்கொண்டிருந்தார். கடைசிவரை சுருளி ஆசாரிக்குத் தரவில்லை. மூன்று பந்தியும் நடந்து முடிந்து ஆட்கள் ஊருக்குப் புறப்படுவதற்குத் தயாரானார்கள். சுருளிக்குத் தெரிந்தவர், “சுக்கா வறுவல் தீரப்போகுது சீக்கிரம் சாப்புடுய்யா” என்றார்.

சுருளிக்குப் பொறுக்கவில்லை. வாய்விட்டு வெட்கத்தோடு கேட்டுவிட்டார்.

“அய்யோ மாமா நீங்க சரக்கு அடிப்பீங்களா. எனக்குத் தெரியாதே. தெரிஞ்சிருந்தா நா அப்பயே கொடுத்துருப்பேன். ஊருப்பயக எல்லாம் வந்து வாங்கிட்டுபோறாங்க” என்று பகுமானமாகப் பேசினான்.

“சரி இருக்கா இல்லையா?”

“முடிஞ்சிருச்சு மாமா. நீங்க போய் சாப்புடுங்க” என்று கையைப் பிடித்து இழுத்துக்கொண்டு பந்தியில் கடைசியில் உட்கார வைத்தான்.

சுந்தரமூர்த்தி இதையெல்லாம் தள்ளி நின்று பார்த்துக் கொண்டிருந்தான். அவனுக்குத் தெரியும். கண்ணப்பன் என்னென்ன செய்வான். யார்யாருக்கெல்லாம் தருவான், யாருக்குத் தர மாட்டான், யாரிடம் நைச்சியமாகப் பேசுவான், எதற்காக மாமா என்பான், எதற்காகச் சிரிப்பான் என்கிற விவரமெல்லாம் அத்துப்படியாக வைத்திருந்தான். பந்தி பரிமாறுவதற்கு அழைத்தால் போகக் கூடாது என்று முடிவாக இருந்தான். உனக்குச் சோறு போடுறதுக்கும் குழம்புச் சட்டி தூக்குறதுக்குமா நா வந்திருக்கேன். வயித்துக்குத் தின்னுட்டு ஊருக்குப் போகணும்டா இளுச்சவாயா என்று மனதில் நினைத்துக்கொண்டான். அவன் நினைத்தது போல கண்ணப்பன், மூர்த்தியை அழைத்து அவித்த முட்டையை மட்டும் இலைக்கு ஒன்றாக வைத்துக்கொண்டு போ என்று சொன்னான். அவனும் சரி என்பது போல பாவ்லா காட்டிவிட்டு, பந்தியை விட்டு வெளியேறிவிட்டான். அந்தக் கடுப்பில்தான் அவனது அப்பாவிற்கு பிராந்தி பாட்டில் தரவில்லையென்பது அவனுக்குத் தெரியும். அவனைச் சாப்பிட வா என்று கண்ணப்பன் வீட்டாள்கள் யாரும் அழைக்கவில்லை.

கண்ணப்பன் பந்தியில் சுருளியை உட்கார வைத்துவிட்டு ஓரக்கண்ணால் மூர்த்தியைப் பார்த்தான். அப்போதும் அவனை அவர் அழைக்கவில்லை. பார்த்தும் பார்க்காதது போல இருந்தார். கண்ணப்பன் தச்சு வேலை செய்பவர்.

ஊரிலிருக்கிற கொத்தனார்களும் இன்ஜினீயர்களும் அவருக்குப் பழக்கம். அவர்களுக்கென்று தனியாக வேன் பிடித்திருந்தார். அந்த வேனுக்குச் சுக்கா வறுவல் இரண்டு தூக்கு போனது. இரண்டு பெட்டி நிறைய பிராந்தி பாட்டில் வண்டியிலேயே இருப்பதாகச் சொன்னார்கள்.

சுருளி அருவியில் பிராந்தி குடித்தால் ருசியாக இருக்குமென்று நாக்கைச் சொட்டான் போட்டுக்கொண்டு சொன்னான் பரமேஸ்வரன். பரமேஸ்வரன் இவர்கள் தெருக்காரன். மூர்த்தியை விட ஐந்து வயது மூத்தவன். அவனுக்குப் பாட்டில் கிடைத்துவிட்டது. எப்படி வாங்கினான் என்று தெரியிவில்லை. கூடவே இரண்டு அவித்த முட்டையும் இலையில் தயிர் வெங்காயத்தையும் வைத்திருந்தான். வாடா வாடா என்று மூர்த்தியை அழைத்தான். மூர்த்திக்கு ஆசையாக இருந்தது. இன்று சுருளியில் குடித்துவிட வேண்டும் என்கிற வேகத்தில் வண்டியேறி வந்திருந்தான். ஆனால் அவனது அப்பாவிற்கு கண்ணப்பன் ஆசாரி பிராந்தி பாட்டிலைத் தராமல் ஏமாற்றியதைப் பார்த்ததும் அவனுக்குக் கோபம் வந்துவிட்டது. பரமேஸ்வரனிடம் விஷயத்தைச் சொல்லி அவனிடம் பாட்டில் கேட்டால் தருவானா என்று யோசித்தான். தந்தாலும் தந்துவிடுவான். பணம் கேட்பான். கொடுத்துவிடலாம். அப்பா சந்தோஷமாகக் குடித்துச் சாப்பிடட்டும் என்று அவனைத் தேடினான். அவனைக் காணவில்லை. கும்பலாகக் குடித்துக்கொண்டிருக்கிற இடத்தில் தேடினான். ஆளைக் காணவில்லை. எந்த மரத்தடியில் உட்கார்ந்து குடித்துக்கொண்டிருக்கிறானோ என்று விட்டுவிட்டான்.

அன்று கடைசிவரை கண்ணப்பன், மூர்த்தியைப் பந்திக்கு அழைக்கவில்லை. மூர்த்தியிடம் வேன் புறப்படுகிற வரை கண்ணப்பனின் வீட்டாள்கள் யாரும் பேசவில்லை. அவனது அப்பா வேன் புறப்படுவதற்கு முன்பு வந்து அவனை அழைத்துச் சென்றார். அவனுக்குப் பசியாக இருந்தது. கண்ணப்பனையும் அவரது வீட்டாள்களையும் பார்த்தான். அவர்கள் அவனைப்

பார்க்கவில்லை. வேனுக்குள் உட்கார்ந்திருந்தவர்களிடம் பெருமையாக சுக்கா வறுவலையும் குழம்பையும் பேசிக்கொண்டு வந்தார்கள்.

“சுருளி தண்ணிக்கு எவ்வளவு தின்னாலும் திகட்டாது” என்று கண்ணப்பன் பெருமையாகப் பேசினார். அப்படிப் பேசும் போது மூர்த்தியை ஓரக்கண்ணால் பார்த்துக்கொண்டார். நாள் முழுக்க நின்றிருந்த அந்த வேப்ப மரத்தை சுந்தரமூர்த்தி மறக்கவில்லை.

சுருளிதீர்த்தத்தில் இறங்கியதும் அந்த மரத்தைத் தேடினான். அந்த மரத்தினடியில் பாட்டி பணியாரம் சுடுவதற்கு அடுப்பு வைத்திருந்தாள். அடுப்புக்கு எதிரே இரண்டு சிறுமிகள் குத்த வைத்து அமர்ந்திருந்தார்கள். கறுப்பு நிற நாயொன்று சிறுமிகளின் காலடியில் அமர்ந்திருந்தது. பாட்டி அடுப்பைப் பற்ற வைக்கப் போராடிக்கொண்டிருந்தாள். பழைய காகிதங்களைக் கிழித்துக் கிழித்து அடுப்புக்குள் திணித்துக்கொண்டிருந்தாள். தீக்குச்சி நனைந்திருந்தது. உரசி பற்ற முடியவில்லை. சுந்தரமூர்த்தி நேராக பாட்டியின் கடைக்குச் சென்று குத்த வைத்து உட்கார்ந்தான். அவளிடமிருந்த தீப்பெட்டியை வாங்கி இரண்டு குச்சிகளை ஒன்றாக வைத்து சரட்டென்று பட்டையில் இழுத்தான். பற்றிக்கொண்டது. காகிதத்தில் வைத்தான். புகையோடு தீப்பற்றியது. தீப்பற்றிய காகிதத்தின் மேல் மற்றொரு காகிதத்தை வைத்தான். மேலெழுந்த தீயில் மரப்பட்டைகளையும் மரத்தூளையும் போட்டான். தீப்பிடித்து எழுந்தது.

“அந்த பூதநாராயணன் வந்து வகுத்துக்குக் கஞ்சி ஊத்திட்டான்” என்று கிழவி கொழகொழத்துச் சொன்னாள். அவனும் குழந்தைகளோடு அமர்ந்துகொண்டான். குளிர்ந்த காற்று வீசியது. மெலிதாக அருவி விழும் ஓசை. மரங்கள் காற்றும் சலசலக்கும் சத்தம். தூரத்தில் ஜனங்களின் பேச்சொலியும் சத்தமும் கேட்டது. ஜீப் ஊருக்குள் வந்து மலைக்குப் பக்கமாக ஏறிச்சென்றது. அதன் ஹெட்லைட் வெளிச்சத்தில் டீக்கடையையும் பாட்டியின் முகத்தையும் பார்த்தான்.

கிழவியின் காதில் தண்டட்டி தொங்கியது. அந்நேரத்தில் குளித்துக்

கொண்டை முடித்து நெற்றி நிறைய விபூதி வைத்திருந்தாள். கழுத்தில் இரண்டு சரத்தில் சங்கிலி தொங்கியது. முகப்பு, சேலையின் முந்தி மடிப்பில் மறைந்திருந்தது. கல்முகப்பா, எனாமல் முகப்பா என்று தெரியவில்லை. மூர்த்திக்குப் பசித்தது. குளிராகயிருந்தது. இரண்டு உள்ளங்கைகளையும் பரபரவெனத் தேய்த்துக்கொண்டான். கிழவி அடுப்பின் மேல் பணியாரச் சட்டியைத் தூக்கி வைத்தாள். சிறுமிகள் இருவரும் ஹோவென கைதட்டினார்கள். அவர்களின் சத்தம் கேட்டதும் நாய் எழுந்து நின்று வாலை ஆட்டியபடி அவர்களைச் சுற்றி வந்தது. "ஏய் சும்மா உட்காரு" என்று சிறுமி அதட்டியதும் நாய் அமர்ந்துகொண்டது. கிழவி பணியார மாவை சட்டியில் ஊற்றினாள். வாசமாக இருந்தது.

பணியாரம் ஊற்றிய சத்தத்திற்கும் அதன் வாசத்திற்கும் ஆட்கள் வந்து அமர்ந்தார்கள். அவர்கள் அனைவரும் குளித்து முடித்து நெற்றி நிறைய விபூதி பூசியிருந்தது, ஆச்சரியமாக இருந்தது அவனுக்கு. அவனும் பணியாரம் சாப்பிட்டதும் அருவிக்குச் சென்று குளித்துவிட்டு வர வேண்டுமென நினைத்தான். சாமியார் ஒருவர் பித்தளைத் தூக்குச் சட்டியோடு வந்து அமர்ந்தார். சட்டியில் ஊற்றிய பணியாரம் மொத்தம் ஏழுதான். ஆனால் உட்கார்ந்திருந்தது பத்துப் பேர்.

சாமியார், "வெந்தமாவு பணியாரம். வேகாத மாவை யாரு மதிக்கிறா" என்று சுருட்டைப் பற்ற வைத்தார்.

"அய்யா சாமி செத்த நேரம் வாய மூடிட்டு இரு. பிள்ளக பசிக்கு உட்கார்ந்திருக்கு. அதுக வாங்கிட்டுப் போகட்டும். பள்ளிக்கூடத்துக்குப் போற பிள்ளக" என்று கிழவி சொன்னாள். பணியாரத்தைத் திருப்பி விட்டாள். சின்னக் கம்பியில் விசுக்விசுக்கென்று புரட்டிப்போடுகிறதை வேடிக்கை பார்த்தான் சுந்தரமூர்த்தி. அவனுக்குச் சாப்பிடாமலே வயிறு நிறைந்தது போலிருந்தது. இரண்டு சிறுமிகளும் பழைய காகிதத்தில் மூன்று மூன்று பணியாரங்களை வாங்கிக்கொண்டு போனார்கள். ஒரு ரூபாய்க்கு மூன்று பணியாரம்.

மூர்த்தி பணியாரத்தைப் பிய்த்துத் தின்றபோது நன்றாக

விடிந்திருந்தது. வெயில் மரங்களுக்கு ஊடே புகுந்து ரோட்டில் விழுந்தது. வெளிச்சம் அதிகமாக அதிகமாக ஆட்களின் நடமாட்டம் கூடுதலாகத் தெரிந்தது. ஊருக்குள் பஸ் வந்தது. ஆண்களும் பெண்களும் குழந்தைகளுமாக நிறையப் பேர் இறங்கினார்கள். அவர்கள் நேராக அருவியை நோக்கி நடந்தார்கள்.

“இன்னக்கி என்னா கெழமம. காலையில இம்முட்டு ஜனங்க வந்துருக்கு” என்று கிழவி அவளாகப் பேசினாள்.

யாரும் அவளுக்குப் பதில் சொல்லவில்லை. அவளாகவே திரும்பவும், “வெள்ளிக்கிழமயா சனிக்கிழமயா. ஞாயித்துக்கிழம குளிக்கிறதுக்கும் தின்னுட்டு தூங்குறதுக்கும் கும்பலா கூட்டம் வரும். இன்னைக்கு ஞாயித்துக்கிழமயில்லயே...”

“பாட்டி இன்னைக்கு வெள்ளிக்கிழம!” என்று சுந்தரமூர்த்தி சொன்னான். கிழவி ஆமாம் எனத் தலையாட்டிவிட்டு சட்டியில் மாவை ஊற்றினாள்.

சுந்தரமூர்த்தி அவளிடம் ஒரு ரூபாய் கொடுத்துவிட்டு அருவியை நோக்கி நடந்தான். பாதையின் இரு பக்கமும் துண்டு, சோப்பு, தேங்காய், எண்ணெய், பவுடர், டப்பா, ஷாம்பு என்று வரிசையாக விற்றுக்கொண்டிருந்தார்கள். பாதை குறுகலாக அமைந்திருந்தது. வடை சாப்பிடுவதற்கும் டீ குடிப்பதற்கும் ஆட்கள் கடையின் முன்பாகக் காத்திருந்தனர். நேராக அருவிக்குச் சென்றான். கட்டிய வேட்டியோடு நின்றான். எதைப் பற்றியும் அப்போது அவனுக்குக் கவலை இல்லை. தலையில் திமுதிமுவென நீர் விழுந்தது. தலையில் அடித்த அடியில் மண்டை மூளைக்குள்ளிருந்த சர்க்கரை, கண்ணப்பன், குவாட்டர் பிராந்தி, கந்துவட்டிப்பணம் எல்லாம் பிய்த்து வெளியேறி ஓடும் நீரோடு கரைந்து வேகமெடுத்துப் போவது போலிருந்தது. கண்களில் நீர் நிறைந்து எதுவும் தெரியவில்லை. மூச்சு முட்டியது. சிறிது நேரம் தண்ணீருக்கு வெளியே வந்து நின்று மூச்சுவாங்கினான். அவன் வந்ததும் அந்த இடத்தில் வேறொருவர் நின்று தலையைக் காட்டினார். அவருக்கு நடுக்கமெடுத்தது. உடம்பைக் காட்ட முடியாமல் தலையை

மட்டும் காட்டிவிட்டு வந்துவிட்டார்.

சுந்தரமூர்த்தி குளித்தது போதும் என்று வந்தான். யாரோ பெரியவர் அவனை மறித்து, “கட்டுன துணிமணியோட குளிச்சா கழத்தி ஆத்துல வீசிட்டுப் போகணும் தம்பி” என்று சொன்னார்.

“ஏங்கிட்ட மாத்துத் துணி எதுவுமில்ல” என்று முகத்திலிருந்த நீரை வடித்துவிட்டுச் சொன்னான்.

“அப்படியா, சரி. நா உனக்குத் துண்டு தர்றேன். கட்டிட்டு இதெல்லாம் கழற்றியெறிஞ்சிட்டுப் போ” என்றார். அவர் சொன்னதுபோல அருவிக்குப் பக்கத்திலிருந்த பாறையின் மேல் வைத்திருந்த பைக்கட்டிலிருந்து துண்டை எடுத்துக் கொடுத்தார். அவனும் யோசிக்காமல் அவர் சொன்னது போலத் துண்டைக் கட்டிக்கொண்டு கைலி வேட்டி பனியன் ஜட்டி சட்டையைக் கழற்றினான். சட்டையிலிருந்த பணத்தை எடுத்தான். அவர் வேண்டாம். “காசோட போகட்டும் ரொம்ப நல்லது குடும்பத்துக்கு” என்று சொன்னதும் துணிகளைச் சுருட்டி ஓடும் நீரில் வீசினான்.

“எங்கயிருந்து வர்றே...?”

ஊர் பேரைச் சொன்னான். அவரும் துண்டை மட்டும் இடுப்பில் கட்டியிருந்தார். அவருடைய உடம்பில் நீர்த்திவளைகள் முத்துமுத்தாகப் பூத்திருந்தன. அதில் வெயில் விழுந்த போது, உமியோட்டு நெருப்புக்குள் அரும்பு உருகி கண்விடுவதுபோலிருந்தது.

“அண்ணே நீங்க எங்கிருந்து வர்றீங்க...?”

“நா இந்த ஊருதான். பக்கத்தில காமயகவுண்டன்பட்டி. திராட்சைத்தோட்டம் வெச்சிருக்கேன். நெதமும் காலயில வந்து குளிச்சிட்டு வேலப்பரை கும்புட்டு உடம்பு முழுக்க விபூதிய பூசிட்டுப் போவேன்”

சுந்தரமூர்த்தி அவரது முகத்தை ஆச்சரியமாகப் பார்த்தான். அவர்கள் இருவரும் நடந்து ரோட்டுக்கு வந்திருந்தனர். ஒன்பது மணிக்கு மேலாகிவிட்டது. கூட்டம், ரோட்டில்

நடக்க முடியாத அளவுக்குக் கூடியிருந்தது. நடந்து செல்லும் பாதையின் இருபக்கமும் வைத்திருந்த கடைகளில் ஆட்கள் நின்றிருந்தனர். அவர்களை விலக்கி விட்டு நடக்க முடியவில்லை. முட்டி மோதிக்கொண்டு நின்றனர். யார் எந்தக் கடையில் நிற்கிறார்கள். என்ன வாங்குகிறார்கள் என்று தெரியவில்லை. ஆனால் கூட்டமாக நின்றனர்.

காமயகவுண்டன்பட்டிக்காரர் மோட்டார் சைக்கிளை மரத்திற்குக் கீழ் நிறுத்தி வைத்திருந்தார். அதில் பக்கவாட்டுப் பெட்டியில் புதுத்துணி வைத்திருந்தார். துண்டைப் பிழிந்து உதறினார். அவனது முகத்தில் நீர்த்துளிகள் விழுந்தன. அவர் உடம்பைத் துடைத்துக்கொண்டார். பெட்டியிலிருந்த சட்டையை மட்டும் எடுத்துப் போட்டுக்கொண்டார். வேட்டியை அவனிடம் எடுத்து “கட்டிக்க” என்று கொடுத்தார். அவன் வாங்கிக்கொள்ளவில்லை. “சும்மா வாங்கிக்க. எம்முட்டு நேரம் இப்படியே துண்டோட நிப்ப. பிச்சக்காரனெல்லாம் நல்லா அலங்காரம் செஞ்சுட்டு ஒக்காந்திருக்கான் பாரு” என்று சிரித்துக்கொண்டு சொன்னார்.

சுந்தரமூர்த்தி வேட்டியை வாங்கி உடுத்தினான். அவர் துண்டோடு வண்டியில் ஏறி உட்கார்ந்துகொண்டார். வண்டியை ஸ்டார்ட் செய்து ஓட்டினார். சிறிது தூரம் சென்றதும் வண்டியை நிறுத்தியவர், “தம்பி, இங்க வாங்க” என்று அழைத்தார். மூர்த்தி அவரருகே சென்றான்.

“சட்டையில இருந்த காச ஆத்தில போட்டுட்டே செலவுக்கு என்னா செய்வீங்க” என்று பத்து ரூபாய்த் தாளை எடுத்து அவனிடம் கொடுத்தார். “சீக்கிரமா பொழுதோட ஊர் போய்ச் சேருங்க” என்று வண்டியை ஓட்டினார். அவனுடைய கண்களிலிருந்து மறையும் வரை அவரைப் பார்த்துக்கொண்டிருந்தான். துண்டை உடம்பில் சுற்றிக்கொண்டு இடுப்பில் வேட்டியோடு நடப்பது அவனுக்குக் கூச்சமாக இருந்தது. உடலிலிருந்த ஈரம் உலர்ந்திருந்தது.

சுந்தரமூர்த்தி தன்னிடமிருந்த பத்துரூபாய்த் தாளை எடுத்துப் பார்த்தான். போடிக்குப் பஸ் டிக்கெட் போக மீதிப்பணத்தை

செலவு செய்யலாமா என்று யோசித்தான். அவனுக்குப் பயமாக இருந்தது. இந்தப் பத்துரூபாயை பத்திரமாக வைத்திருந்து ஊர் போய்ச் சேர வேண்டும் என்று நினைத்தான். ஊரில் இந்நேரம் பாதிப்பேருக்குத் தெரிந்திருக்கும். தன்னைத் தேடுவார்கள். வீட்டில் அப்பாவும் அம்மாவும் பரமேஸ்வரன் வீட்டிற்குப்போய் விசாரிப்பார்கள். அவனுக்கு எதுவும் தெரியாது. அவனும் அவனது கூட்டாளிகளும் சைக்கிளை எடுத்துக்கொண்டு ஊர் முழுக்கத் தேடுவார்கள். பட்டறை வீதிக்காரர்கள் என்னமோ ஏதோ என்று சங்கத்தில் கூட்டம் போட்டுப் பேசுவதற்குத் தோது பார்ப்பார்கள். முடிந்தால் ஒருநாள் பட்டறையை அடைத்துவிட்டு வெட்டிக்கூட்டம் போட்டுப் பேசுவார்கள் என்று அவனது எண்ணம் ஓடியது.

வெயில் சுள்ளென்று அவனது முதுகில் அடித்து உறைத்தது. துண்டை மேலும் இறுக்கமாகப் பொத்தினான். பணியாரம் சுடும் பாட்டியின் கடைக்கு வந்து அமர்ந்துகொண்டான். பாட்டியின் கடையில் கூட்டமில்லை. இட்டிலி கடையிலும் வடை கடையிலும் கூட்டம். மாவு சட்டியைக் கழுவி காய வைத்திருந்தாள். அடுப்பில் ஈயச்சட்டி இருந்தது. அதில் காப்பி சூடேறிக்கொண்டிருந்தது. கிழவி அவனைப் பார்த்தாள். கசங்கிய காகிதத்தில் ஐந்தாறு பணியாரத்தை வைத்துச் சுருட்டித் தந்தாள். “இந்தாய்யா தின்னு கருகுனதுதான் ஆனா ருசியா இருக்கும்” என்றாள். மூர்த்தி கூச்சத்தோடு வாங்கிக்கொண்டான். அவள் சொன்னதுபோல ருசியாக இருந்தது. கருகிய பொக்குகளைத் தட்டிவிட்டாலும் பணியாரத்தில் ஒட்டியிருந்தது. கருகலோடுதான் தின்றான்.

“செத்த நேரம் ஒக்காந்திரு. பொங்கலு புளியோதரைன்னு கொண்டு வந்து தருவாங்க” என்று சொன்னாள். அவன் பணியாரத்தைத் தின்று முடித்தான். அவள் சொன்னதுபோல இரண்டு வாழைஇலை நிறைய பொங்கலும் எலுமிச்சைச் சாதமும் கொண்டு வந்து தந்தார்கள். கிழவி வாங்கிக்கொண்டாள். கிழவி அவனை அழைத்துத் தனக்கு எதிரே உட்காரச் சொன்னாள். இரண்டு இலைகளை விரித்து வைத்து, “வேணுங்கறத

சாப்புடுய்யா” என்று சொன்னாள். அவனுக்குக் கண்கள் கலங்கின.

கிழவி சிறிது சர்க்கரைப் பொங்கலை எடுத்து உருட்டி, “அய்யா என்னே ஆண்ட ராசா முக்கோடி தேவாதி தேவரு இருக்கிற இடத்துல போய்ச் சேர்ந்திருக்கிற மகராசா என்ன எப்ப கூட்டிட்டுப் போகப்போற” என்று பொங்கலைத் தரையில் வைத்தாள். அதற்காகவே காத்திருந்த காகங்கள் கூட்டமாக வந்தன. பொங்கலையும் எலுமிச்சம் சாதத்தையும் மாறி மாறி உருட்டி காகங்களுக்கு வைத்தாள். பிறகு அவள் சாப்பிட்டாள்.

அவர்கள் இருவரும் சாப்பிட்டு முடித்ததும் காகங்கள் பறந்து சென்றன. கிழவி அடுப்பிலிருந்த ஈயச்சட்டியிலிருந்து அவனுக்குத் தம்ளரில் காப்பி ஊற்றிக் கொடுத்தாள். அவன் வேண்டாமென்று மறுக்கவில்லை. கருப்பட்டிக் காப்பி. மெதுவாகக் குடித்தான்.

சுருளித்தீர்த்தத்தில் இருந்துவிடலாமா என்ற யோசனை அவனுக்கு வந்தது. இங்கேயே வாழ்ந்து விடுவோம் என்ற எண்ணத்தில் கிழவியிடம் “ஏதாவது வேல இருக்கா பாட்டி” என்று கூசிக் கூசிக் கேட்டான். அவள் அவனது முகத்தைப் பார்த்தாள். “வேலப்பர் கோயிலுக்குப் போய் நெத்தி நிறைய விபூதிய பூசிட்டு வீட்டுக்குப் போ. எந்தக் கஷ்டமும் வராது” என்றாள். அவனுக்கு அவள் சொல்லியது வேதனையாக இருந்தது. அவன் விருட்டென்று எழுந்து வேலப்பர் கோயிலுக்குப் போகும் பாதையில் வேகமாக நடக்க ஆரம்பித்தான்.

4

சுருளி ஆசாரிக்கு எதுவும் தெரியவில்லை. வீட்டில் என்ன நடக்கிறது என்று புரியவில்லை. நேற்றிரவிலிருந்து சுந்தரமூர்த்தியைக் காணவில்லை என்பதைக் கேட்டதும் அவருக்குப் பாதி உயிர்

போய்விட்டது. வீட்டில் யாராவது அவனைத் திட்டினார்களா, யாருடனாவது சண்டை போட்டானா என்று விசாரித்தார். அப்படி எதுவும் நடக்கவில்லை. ராத்திரி சோறு சாப்பிட்டுவிட்டு, சினிமாவுக்குப் போய்விட்டு வருகிறேன் என்று சொன்னவன் இன்னமும் வீட்டுக்கு வரவில்லையென்றால் என்ன நடந்திருக்கும் என்று மனைவியிடம் விசாரித்தார். மனைவியைத் திட்டினார். அவள் தனக்கு ஒன்றும் தெரியாது. எப்போதும் போல ராத்திரி சினிமாவுக்குப் போய்விட்டு வருகிறேன் என்று சொன்னவன் வரவில்லையென்று அழுதாள்.

“சுந்தரமூர்த்திய யாராச்சும் பாத்தீங்களா” என்று தெருத் தெருவாக தேடினார். அவர் தேடியதைப் பார்த்துதான் சுந்தரமூர்த்தி காணாமல் போனது தெருக்காரர்களுக்குத் தெரிந்தது. பலரும் அவரைக் கேலி செய்தார்கள். அவனென்ன சின்னப்புள்ளயா, வெளிய எங்காச்சுப்போயிருப்பான். இல்லைன்னா ரெட்ட வாய்க்காலுக்குக் குளிக்கப்போயிருப்பான் அதுவும் இல்லையின்ன மூக்கறுப்பிள்ளையாரு கோயிலுக்குக் குளிக்கப்போயிருப்பான். பொம்பளப்புள்ளய பொத்தி வெச்சிருக்கிற மாதிரி பொத்தி வெச்சிருக்க சுருளி. வந்துருவான் எங்க போகப்போறான் என்று அவருடன் வேலை செய்யும் தச்சாசாரிகள் பலரும் தைரியம் சொன்னார்கள். அவருக்கு மனசு கேட்கவில்லை.

சுருளி மலை வேலப்பரை மனதுக்குள் நினைத்துக்கொண்டார். “வேலப்பா ஏங்குடும்பத்தக் காப்பாத்து. ஒண்ணக்கொடுத்து கண்ணக்கெடுத்திருறாத வேலப்ப. காப்பாத்தப்பா. ரெட்டை பொங்கல் வெச்சு கையாண்டத செய்யுறேன்” என்று மனதில் வேண்டிக்கொண்டார்.

சுந்தரமூர்த்தியை நிஜமாகவே காணவில்லை என்று செய்தி அதற்குள் பட்டறை வீதி முழுக்கப் பரவிவிட்டது. பரமேஸ்வரன் வீட்டுக்கு வந்துவிட்டான். அவனுக்கு ஒன்றும் தெரியாது என்று சொன்னதும், மூர்த்தியின் அம்மாவும் அக்காவும் தங்கையும் அழுதார்கள். அவர்களின் சத்தம் கேட்டு தெருக்காரர்கள் வீட்டில் கூடிவிட்டார்கள். தெருவில் பாதி தெரிந்தும் மீதி

தெரியாமலும் இருந்தவர்களுக்கு அவர்கள் அழுது கூப்பாடு போட்டது மூலம் விஷயம் முழுக்கத் தெரிந்துவிட்டது.

“ஒருநா ராத்திரி ஆளு இல்லன்னா காணாமப்போயிட்டான்னு அர்த்தமா. ராத்திரி எங்காச்சு ஊர் சுத்தப்போனவன் போன இடத்தில அங்கயே தூங்கியிருப்பான்.”

“ராத்திரி சினிமாவுக்குப்போறேன்னு சொல்லிட்டு போயிருக்கான் மாப்ளே. ஆளக்காணோம்.”

“தேனிக்குப் போயிருப்பான். இல்ல அல்லிநகரத்தில பிட் படம் ஓட்டுறத சொல்லுறாங்க அங்கப்போயிருப்பான். பாளையத்தில ஒரு தியேட்டரில அந்தப் படந்தான் ஓட்டுறாங்களாம். அதப் பாக்கப் போயிருப்பான். இளந்தாரிப் பயல்க எந்நேரத்தில என்ன செய்வாங்கன்னு சொல்ல முடியாதுடா.”

“கடன வாங்கி வெச்சுட்டுப்போயிட்டானோ...”

“பட்டறயில தங்கத்தத் தூக்கிட்டுப் போனாலும் போயிருப்பான்.”

“ஆமாப்பா செஞ்சாலும் செஞ்சிருப்பான். அப்படிப்பட்ட ஆளுதான்.”

“விஷயம் எதுவும் வெளியில வர மாட்டேங்குது கமுக்கமா இருக்கு.”

தெருக்காரர்கள் தங்களுக்குத் தெரிந்ததையும் தெரியாததையும் பேசிக்கொண்டார்கள். அப்படிப் பேசுவதற்கு இது ஒரு சந்தர்ப்பம். சுந்தரமூர்த்தியை மையமாக வைத்து மேற்கொண்டு பேசுவதற்கு அவர்கள் தயாரானார்கள்.

“மூணாவது தெரு அங்குசாமியோட பையன் சென்றாயலைக் கணிச்சு வெச்சிருந்தேன். அவன் படுற பாடு இருக்கே. அடேய்யப்பா புதுசா வண்டி வாங்கியிருக்குறதும், தினமும் ஒரு சட்டையும் பேண்ட்டும் போடுறதும்மா அலப்பறத் தாங்க முடியல. என்னாடா இப்படி நடக்குது, என்ன விசயமுன்னு பார்த்தா, கந்துக்குப் பணத்தை எடுத்து சம்பளப் பணத்தை வீட்டுக்குத் தராம செலவு செய்யுறது. பள்ளம் விழுகும். தகிடி விழுந்து மூஞ்சி முகரையில அடிவிழுமுன்னு நெனச்சேன்.

அவன்தாய்யா முதல்ல ஓடிப்போவான்னு நெனச்சேன். இந்த மூர்த்தி பய மாட்டிக்கிட்டான்.”

“திங்குறதுல மன்னாதி மன்னன். புரோட்டா கடை புதுசா தெறந்ததும் முத ஆளா போய் உட்காந்திருவான்.”

“யாரு இவந்தானே. ஆளு எப்படிப் பெருத்துப்போய் இருக்கான் பாத்தியா.”

சுருளி ஆசாரிக்கு அவர்கள் பேச்சைக் காது கொடுத்துக் கேட்க முடியவில்லை. வீட்டிற்குள் சென்றால் தன்னைத் தேடி வந்துவிடுவார்கள் என்று அவருக்குத் தெரியும். அதனால் வாசலில் உட்கார்ந்து வருகிறவர்களுக்குப் பதில் சொன்னார். முருகன் ஆசாரி வந்து விசாரித்தார். ராத்திரி சினிமாவுக்கு அவன் மட்டும் தனியா போயிருக்க மாட்டான். கூட ரெண்டு மூணு பேரு போயிருப்பாங்க. சினிமாவுக்குப் போயிட்டு பட்டறயில போய் படுத்துருப்பாங்க என்று சுருளியைச் சமாதானம் செய்தார். அவர் சொல்லுவது சரியென்று அவருக்குத் தோன்றியது. பட்டறைவீதிக்குப் போய் பார்த்துவிட்டு வந்துவிடலாமெனச் சென்றார். சில சமயங்களில் பட்டறைக்குள் உறங்குபவர்கள் அசந்து விடிந்ததும் கூட தெரியாமல் உறங்கிக்கொண்டிருப்பார்கள் என்று பட்டறை வீதிக்குச் சென்றார்.

சுருளிக்குத் தன் மகனைப் பற்றி நன்றாகத் தெரியும். வாரந்தவறாமல் சம்பளத்தைக்கொண்டு வந்து அவனது அம்மாவிடம் கொடுத்துவிடுகிறான். அதுவே தான் செய்த பெரிய புண்ணியம் என்று நினைத்தார். இந்த வயதில், இந்தத் தெருவில் யாரும் இப்படி இல்லை. அது அவருக்குப் பெருமையாக இருந்தது. ஒண்ணாவது வீதி, இரண்டாவது வீதி, மூணாவது வீதியிலிருக்கிற மூர்த்தியின் வயதுள்ளவர்கள் வாரந்தோறும் சினிமாவுக்குப் போவதற்கும் ஹோட்டலில் சாப்பிடுவதற்கும் சம்பளத்தைப் பாதியை எடுத்துக்கொண்டு மீதியைத்தான் தருகிறார்கள். ஆனால் சுந்தரமூர்த்தி எந்தச் செலவும் செய்யாமல் சம்பளத்தைத் தந்துவிடுவான். அதிலிருந்தே அவனது குணம் தெரிந்தது. குடும்பத்தையும் அப்பாவின் சம்பாத்தியத்தையும்

வீட்டுச் சூழலையும் புரிந்துவைத்திருக்கிறான் என்று நினைத்தார்.

பட்டறை வீதியிலிருக்கிறவர்கள், பட்டறை வேலை செய்கிறவர்கள் யார் புரோட்டா சாப்பிடாமல் இருக்கிறார்கள். தன் மகன் மட்டும் புதிதாகச் சாப்பிடுவதாகப் பேசுகிறார்கள். அவர்கள் சாப்பிடவில்லையா. அவர்கள் வீட்டுப் பிள்ளைகள் யாரும் சாப்பிடவில்லையா. எத்தனை நாட்கள் வேலை முடிந்து வீட்டிற்கு வரும்போது சாப்பிட்டுவிட்டு வருகிறார்கள். இதெல்லாம் ஒரு பேச்சா. பட்டறையில் வேலை செய்கிறவர்களில் பாதிக்கும் மேல் வாரந்தோறும் குடிக்கிறார்கள். மூன்று மாதத்திற்கு முன்பு கண்ணப்பன் வீட்டு விசேஷத்தில் அவன் யாருடனும் சேர்ந்து குடிக்கவில்லையென்பதை நேராகப் பார்த்துத் தெரிந்து கொண்டார். சுந்தரமூர்த்தி குடிப்பதில்லை என்பது அவருக்குத் தெரிந்ததும் அவருக்கு சந்தோஷம். ஆஹா என் மகன் சொக்கத்தங்கம்டா, பவுனுடா. இது ஒண்ணு எனக்குப் போதும்டா என்று மனதுக்குள் பூரிப்பு வந்தது. அதைவிட, பந்தியில் பரிமாறாமல் தனியாகப் போய் உட்கார்ந்துகொண்டதும், நீ சாப்பிடக் கூப்பிட்டாத்தான் நான் வருவேன். இல்லைன்னா வர மாட்டேன் என்று கடைசி வரைக்கும் சாப்பிடாமல் பட்டினி கிடந்து வீராப்பாக வந்தவனிடம் எந்தக் குற்றத்தைக் கண்டுபிடிப்பது? இன்றுவரை கண்ணப்பனிடம் பேசுவதில்லை. கண்ணப்பன் நேருக்கு நேராக வந்தால் சட்டை செய்யாமல் முகத்தைத் திருப்பிக்கொண்டு சென்றுவிடுவான். அப்படிப்பட்டவனா கடன் வாங்கிக் கட்ட முடியாமல் ஓடிப்போயிருப்பான். எவ்வளவு கடன் என்றாலும் அவனுக்கு நான் கட்டிவிடுவேன். இரவும் பகலுமாக உழைத்து பணத்தைக் கொடுத்துவிடுவேன் என்று நினைத்தார்.

அவருக்குத் தெரியும். முருகனின் மகள் அம்பிகா மேல் அவன் உயிராக இருக்கிறான். யாருக்கும் தெரியாமல் கடலைமிட்டாயும் தேன்மிட்டாயும் காகிதத்தில் பொட்டலம் கட்டி வாங்கித் தருகிறான். ஆரம்பத்தில் கண்டித்து வைக்கத்தான் நினைத்தார். ஆனால் முருகன் ஆசாரி விடுங்க மாமா, அவன் யாரு எங்க அக்கா மகன். நீங்க யாரு எங்க மாமா. இரண்டு பேருக்கும் ஆசையிருந்தா இரண்டு பேரு தலையில இதுதான்னு

எழுதியிருந்தா நடக்கட்டும். நீங்க சத்தம் போட்டீங்கன்னா தெருவுக்குத் தெரிஞ்சு ஊருக்குத் தெரிஞ்சு போடி மந்தை முழுக்க அசிங்கமாயிரும். புள்ள பெரிய மனுஷியாகட்டும். அதுக்குத்தான் நா காத்துட்டு இருக்கேன் என்று சொன்னதற்குப் பிறகு அவர் அமைதியானார். அம்பிகாவை சுந்தரமூர்த்திக்குக் கல்யாணம் செய்து வைத்து அழகு பார்க்க வேண்டுமென்று அவருக்கும் ஆசைதான். யாருக்கு என்ன தேவையென்பதை மேலிருக்கிறவன்தான் முடிவு செய்ய வேண்டும். நினைப்பது எதுவும் நடக்காது என்று அவருக்குத் தெரியும். அவரவர்கள் வாழ்க்கையில் நடப்பதை நினைத்து சந்தோஷப்பட்டுக்கொள்ள வேண்டும் என்று நினைத்தார்.

சுந்தரமூர்த்தி குடிகாரனாக, தினமும் ராத்திரி சினிமாவுக்குப் போய்விட்டு கதவைத் தட்டுகிறவனாக, சம்பளத்தைத் தராமல் ஹோட்டலில் தின்று நடுரோட்டில் விழுந்துகிடப்பவனாக இல்லாமல் இந்தளவில் வீட்டுக்கு உதவுகிற பிள்ளையாக இருப்பது அவருக்கு நிம்மதியாக இருந்தது. அதுவே தனக்கு, கோடி சொத்துக்குச் சமம் என்று சுருளிமலை வேலப்பனை மனதுக்குள் கும்பிட்டுக்கொண்டார். சுருளி ஆசாரிக்கு மூன்று பிள்ளைகள். முதலில் பெண் குழந்தை பிறந்தது. லெட்சுமி என்று பெயர் வைத்தார். அப்போது அவர் ரெங்கநாதபுரத்தில் குடியிருந்தார். மண் மதிலும் கூரையுமாக வீடு இருந்தது. மழையில் நனையாத இடமில்லை. பெரிய மழையில் சுவர் உட்கார்ந்துவிட்டது. ஊர்க்காரர்கள் சேர்ந்து ராத்திரிக்குப் படுப்பதற்கும் சட்டிபொட்டிகளை வைப்பதற்கும் இடம் தந்தார்கள். பிறகு வேறு வீடு பார்த்துப் போகலாமென்று நினைத்தபோதுதான் போடிக்குத் தச்சுவேலை ஆட்கள் அழைத்தார்கள். தினமும் வேலைக்குப் போய் ராத்திரிக்கு வீட்டுக்கு வருவதற்குப் பதிலாக போடியில் வீடு பார்த்துக் குடியிருக்கலாமென்று ஆசாரிமார்கள் அதிகமாகக் குடியிருக்கிற தெருவுக்குக் குடிவந்தார். குடிவந்த புதிதில் ஜகஜோதியாக இருந்தது. ராத்திரிக்கு குழம்பு வைக்க வேண்டியதில்லை. சில நாளில் சோறு கூட பொங்க வேண்டியதில்லை. மாமா அத்தை இந்தாங்க சோறு குழம்பு. அண்ணே மதினி இந்தா

தோச இட்டிலி என்று சட்டி சட்டியாக வந்துவிடும். பக்கத்து வீடு, எதிர்த்த வீடு, பின்னால் இருக்கும் வீடு முன்னால் இருக்கும் வீடு அடுத்ததெரு வீடு என்று சொந்தக்காரர்கள் வந்து கிண்ணம் கிண்ணமாகக் கொடுத்துவிட்டுப் போவார்கள். பலரும் ஒத்தாசையாக இருந்தார்கள். முன்னால் விட்டுப் பின்னால் பேசுகிற குணம் ஆண்களுக்கும் பெண்களுக்கும் இருந்தது. அதைத் தவிர வேறெந்தச் சூதுமில்லை. கம்மாளப்பொச்சுக்காப்பு. சாதிப்பிறவிக்குணம். மாற்ற முடியாது.

இப்போது காலம் மாறிவிட்டது. இந்தப் பத்து வருஷத்தில் கூரை வீடு தகர வீடாகவும், தகர வீடு மச்சுவீடாகவும் மாறியதைப்போல மனிதர்களும் அவர்களின் குணங்களும் மாறிவிட்டன. கைகள் சுருங்கிவிட்டன. கைகளைப்போல மனதும் சுருண்டுவிட்டது. அவர்கள் அளவில் நின்று கொண்டார்கள்.

சுருளி ஆசாரி பட்டறை வீதிக்கு வந்தபோது கூட்டமாக இருந்தது. தந்தி பேப்பர் படித்துக்கொண்டிருந்தார்கள். பீடி புகைத்துக் கொண்டிருந்தார்கள். விஜயா லாட்ஜ் காப்பி குடித்துவிட்டுப் பெருமையாக வெற்றிலை போட்டுக்கொண்டிருந்தார்கள். காய்கறி வாங்கி பையை பட்டறை வாசலில் வைத்துக்கொண்டு, பாரு எவ்வளவு காய்கறி வாங்கியிருக்கேன் என்று தன்னுடைய பெருமையைக் காட்டினார்கள். நான் உனக்குக் குறைஞ்சவனா, உனக்கு மட்டமா என்று ஒவ்வொருவரும் ஒவ்வொரு பெருமைகளை முதுகில் சுமந்துகொண்டு அந்த இடத்தில் நின்றார்கள். சுருளி ஆசாரி பாவமாக தன்னுடைய மகனைத் தேடிக்கொண்டு வந்தார்.

சுருளி ஆசாரி அந்தக் கூட்டத்தில் போய் நின்றார். தச்சு வேலை செய்கிறவர்களைத் தங்கம் பொன் வேலை செய்கிறவர்கள் மதிக்க மாட்டார்கள், கண்ணால் கூட பார்த்துப் பேசமாட்டார்கள். ஈனப்பிறவியாகத்தான் நினைப்பார்கள் என்று அவருக்குத் தெரியும். மூர்த்திக்கு வேலை கேட்டு இந்த வீதிக்கு வந்தார். அவனுக்கு வேலை யாரும் தரவில்லை. தச்சு வேலை செய்யட்டும். அந்த வேலைக்கு இப்ப என்ன என்று

விரட்டாத குறையாகப் பேசினார்கள். கைநிறைய சம்பாதிச்சு மடிநிறைய அள்ளிட்டுப் போகணுமின்னு ஆசையா என்று அவர் காதுபடவே கேலி பேசினார்கள். பொன்ராம் அனுசரணையாக அவரிடம் பேசினார். மூர்த்தியை வேலைக்கு அனுப்பச் சொன்னார். வேலைக்குச் சேர்த்துவிட்ட போது இந்த வீதிக்கு வந்தவர். அதற்குப் பிறகு இப்போதுதான் வருகிறார். தன் மகனுக்கு வேலை இல்லையென்று சொன்னவர்கள் முன்னால் நின்றார். யாரும் அவரை என்னவென்று கேட்கவில்லை. அவரை யாரென்று தெரியாதவர்கள் போலப் பேசிக்கொண்டு நின்றனர். தந்தி பேப்பரில் வந்த செய்தியைப் படித்துவிட்டு பட்டறைக்காரர் ஒருவர் கத்தினார். தன்னுடைய யூகம் சரிதான் என்று தொடையைத் தட்டிப் பேசினார். நா நெனச்சேன் இதான் நடக்குமுன்னு அதே மாதிரி நடந்துருச்சு என்று அவருக்கு எதிராக ஒருவர் கத்தினார். பட்டறை வீதியே சந்தைக்கடை மாதிரி இருந்தது. சுருளி ஆசாரி யாரிடம் தன் மகனைப் பற்றிக் கேட்பது என்று நின்றார். நல்லவேளையாக மூர்த்தி வேலை செய்யும் பட்டறை முதலாளி பொன்ராம் வந்தார். சுருளியைப் பார்த்ததும் வாண்ணே வா என்று டீக்கடைக்கு அழைத்துச் சென்றார். சுருளிக்கு நிம்மதியாக இருந்தது.

அவர்கள் இருவரும் டீ சாப்பிட்டனர். உளுந்தம்வடையும் இனிப்பு சுய்யமும் சூடாக தட்டில் வைத்திருந்தார்கள். சுருளிக்கு அவசரத்தில் வரும்போது பணம் எடுத்துக்கொண்டு வரவில்லையென்பது அப்போதுதான் தெரிந்தது. பிள்ளைகளுக்கு வடை வாங்க முடியாது. இன்னொரு நாள் வந்து வாங்கிக் கொண்டு போக வேண்டுமென்று நினைத்தார்.

“சொல்லுங்கண்ணே என்ன விசயம். என்னைக்கும் காலயில வராத ஆளு வந்திருக்கீங்க” என்று பொன்ராம் கேட்டார்.

“மூர்த்திய காணோம். ராத்திரி சினிமாவுக்குப் போனவன் இன்னமும் வீட்டுக்கு வந்து சேரல” என்று வருத்தமாகச் சொன்னார்.

பொன்ராம் அவர் சொன்னதைப் பெரிய பிரச்சினையாக எடுத்துக்கொள்ளவில்லை. பட்டறையில் வேலை செய்கிற

பையன்கள் ராத்திரி சினிமா பார்த்துவிட்டு ஏதாவது பட்டறையில் இல்லையென்றால் யார் வீட்டிலாவது உறங்கிவிட்டு அலுப்புத்தீர காலையில் பத்து மணிக்கு மேல் வருவார்கள் என்று அவருக்குத் தெரியும்.

“வந்துருவான் வந்துருவான் எங்க போகப்போறன். சினிமாவுக்குப் போயிட்டு தூங்கிட்டு இருப்பான். வேலை இந்த வாரம் ராத்தல். நானும் அவுத்துவிட்டுட்டேன். போங்கடான்னு நேத்து மதிய நேரம் ஒரு குரூப் அணைப்பிள்ளையார் கோயிலுக்குப் போய் தண்டமாடம் போட்டு ராத்திரிக்கு வந்துருக்கு. ஒருத்தனுக்குக் கால்ல அடி. இன்னொருத்தனுக்கு மூக்கு உடைஞ்சு போச்சு. இவங்களைக் கட்டி மாரடிக்கறதுக்குள்ள நெஞ்சு வெடிச்சுரும்ண்ணே” என்றார்.

சுருளிக்குக் கொஞ்சம் தைரியமாக இருந்தது. சரி பொன்ராம் இருக்கிறார். எது என்றாலும் அவர் பார்த்துக்கொள்வார். கவலைப்படத் தேவையில்லை என்று டீக்கடையை விட்டு வெளியே வந்தார். பொன்ராம் டீக்குக் காசு கொடுக்கும் போது அவருக்கு வெட்கமாக இருந்தது. பேச்சுக்குக்கூட காசு தருகிறோம் என்று சொல்ல முடியாத அளவுக்கு தன்னுடைய நிலைமை இருக்கிறதே என்று கவலையாக நின்றார். பொன்ராம் பட்டறை வீதிக்குப் போனார். சுருளி வீட்டுக்குப் போவதற்காக வள்ளுவர் சிலை முக்குக்கு வந்து நின்றார். விஜயா லாட்ஜை திரும்பிப் பார்த்தார். ஹோட்டலின் முன்பு கூட்டமாக ஆட்கள் நின்றிருந்தனர். பூரி மசால் வாசனை அங்கிருந்து அவர் நின்றிருக்கும் இடத்திற்கு வந்தது. ‘ஆஹா மனுஷனா பெறந்தவன் இத தின்னு அனுபவிக்கணும்’ என்று மனதுக்குள் நினைத்துக்கொண்டார். அந்த ஆசையோடு வீட்டுக்கு நடந்தார்.

ஆலமரத்து இந்திரா காந்தி சிலையைக் கடந்து போலீஸ் ஸ்டேஷனைக் கடந்து மீன் மார்க்கெட் தெருவுக்குள் நுழைந்து நடந்தபோது அவருக்குத் திடீரென சோசியர் சுந்தரத்தின் ஞாபகம் வந்தது. சுந்தரமூர்த்தி பிறந்ததும் ஜாதகம் எழுதுவதற்கு அவரிடம் போனார். பிறந்த தேதி கிழமையெல்லாம் கேட்டு குறிப்பு எழுதி பலன் சொன்னார். பதினைந்து வயது முடிந்து

பதினாறு வயசு ஆரம்பித்ததும் சிறிது காலம் அவனால் குடும்பம் அசிங்கப்பட்டு அவமானப்பட வேண்டுமென்று அவர் சொல்லியது ஞாபகத்திற்கு வந்தது. இத்தனை நாட்களும் மறந்திருந்தவருக்கு இந்த நேரத்தில் திடீரென ஞாபகத்திற்கு வந்தது பயமாக இருந்தது. சுருளி மலை வேலப்பரை மனதிற்குள் நினைத்துக்கொண்டார்.

5

“என்னமோ பழமொழி சொன்ன மாதிரி இருக்குது, நீ சொல்றதக் கேட்டா” என்று சுந்தரமூர்த்தியின் அம்மா பாக்கியம் கண்ணீரைத் துடைத்துக்கொண்டு சொன்னாள். சுந்தரமூர்த்தியைச் சுற்றி அவனது அக்கா லெட்சுமியும் தங்கை சுந்தரியும் சுருளியும் அமர்ந்திருந்தனர். லெட்சுமி, “ஆச்சரியமா இருக்குடா, மூணு படமா பார்த்த, இன்னைக்கு” என்று கேட்டாள். சுந்தரமூர்த்தி அப்படித்தான் சொல்லியிருந்தான். யாராவது கேட்டால் தேனிக்குப் போய் மூணு வேளையும் மூணு சினிமாப் படம் பார்த்தேன் என்று பொய் சொல்ல வேண்டுமென்று கம்பத்திலிருந்து பஸ்ஸேறும்போது நினைத்து வைத்திருந்தான். லெட்சுமிக்குச் சந்தேகமாக இருந்தது. “என்னமோ தப்பு செஞ்சுட்டு வந்திருக்க கண்டுபிடிக்கிறேன்” என்று சொன்னாள்.

“ஏதுடா இந்த வேட்டியும் துண்டும். நீ போட்டுட்டுப் போன சட்டையும் கைலி வேட்டியும் எங்கடா” என்று சுந்தரி கேட்டாள். அப்போதுதான் அதை பாக்கியமும் சுருளியும் பார்த்தார்கள். அவர்களும் அதைக் கேட்டார்கள்.

சுந்தரமூர்த்தி அதற்கும் பதில் தயாராக வைத்திருந்தான். “வீரபாண்டி கோயிலுக்குப் போயிருந்தேன். ஆத்தில குளிச்சிட்டு வந்தா, வேட்டி சட்டய காணோம். அப்புறம் கையிலிருந்த காசில இதெல்லாம் வாங்கினேன்” என்று சொன்னான். தாங்கள்

கேட்கிற எல்லாவற்றிற்கும் சரியாக பதில் சொல்கிறான் என்று லெட்சுமி நினைத்தாள்.

"உனக்கு ஏதுடா இவ்வளவு காசு பணம். யாருக்கிட்டயாவது கடன் வாங்கினயா. யாராவது வீட்டு வாசல்ல வந்து நின்னு கேட்டா விளக்கமாறு பிஞ்சுபோகும்" என்று லெட்சுமி பெரிய மனுஷிபோல அவனை அரட்டினாள்.

"சரி விடுங்கடீ. சும்மா பேசிட்டே இருப்ப" என்று பாக்கியம் அவளை அமட்டினாள்.

சுந்தரமூர்த்தி சோறு சாப்பிட்டான். பாக்கியம், அவன் போதும் என்று சொன்னாலும் "இந்தா சாப்புடு காலையில இருந்து என்ன சாப்பிட்டயோ சாப்பிடலயோ. கண்ணு ரெண்டும் உள்ள போய் கிடக்குது" என்று சோறு போட்டாள். சுந்தரமூர்த்தி வயிறாரச் சாப்பிட்டு விட்டு வாசலுக்கு வந்தான். அவன் சாப்பிட்ட தட்டை லெட்சுமி எடுத்து கொல்லைமுற்றத்தில் போட்டாள். அக்காவும் தங்கையும் பாத்திரம் துலக்க அமர்ந்தார்கள்.

சுந்தரமூர்த்தி வாசலில் அமர்ந்தான். நேற்றிரவு இந்நேரம் சாப்பிட்டுவிட்டு பஸ்ஸேறினோம். தன்னால் ஒருநாள் மட்டுந்தான் வீட்டைவிட்டு, ஊரைவிட்டுத் தனியாக இருக்க முடிந்திருக்கிறது. இன்றிரவு வீட்டுக்கு வந்துவிட்டோம். எங்கு போய் ஒளிந்துகொள்வது. ஒளிந்துகொள்ள இடமில்லை. இடமில்லையென்பதை விட தைரியமில்லை. தைரியமிருக்கிறது. கையில் கொஞ்சம் பணமிருந்தால் தாக்குப்பிடித்து ஏதாவது ஊரில் ஒளிந்து வாழலாம் என்று அவனது எண்ணம் ஓடியது. அவனைத் தேடி மூன்று தெருவிலிருந்தும் அவனது நண்பர்கள் வந்தனர்.

பரமேஸ்வரனுக்குச் சிரிப்பாக இருந்தது. "இந்தக் காலத்தில பொம்பளப் பிள்ளைக தனியா சினிமாவுக்குப் போயிட்டு வந்துரு. உங்கப்பா உன்னய காணம தவிச்சுப் போயிட்டாரு" என்று சொன்னான். நல்லவேளையாக பட்டறை வீதியிலிருந்து யாரும் வரவில்லையென்று நினைத்துக்கொண்டான். தெருவிலிருந்த அவனது வயதுக்காரர்கள் அனைவரும் சேர்ந்து வாசலில் அமர்ந்துகொண்டார்கள். மாமா முறை, அத்தை

முறை, அக்கா முறை பிள்ளைகளைக் கள்ளத்தனமாகப் பார்ப்பதும், ஜாடையில் பேசுவதும் பதிலுக்கு அவர்களும் ஏதாவது ஜாடையில் பேசுவதுமாக தெருவில் ரகளையாக இருந்தது.

அவனது நண்பர்கள் கேட்டதற்கு ஒரே மாதிரியாக பதில் சொன்னான். அவனுடன் பட்டறையில் வேலை செய்யும் சின்னமுத்துவிடம், “சர்க்கரை வந்தானா” என்று கேட்டான். அதற்கு அவன், “டேய் அவனுக்கு உடம்புக்கு சுகமில்லையாம். ஆஸ்பத்திரியில சேர்த்திருக்காங்க. அவனப்போய் நம்ம ஓனரு பாத்துட்டு வந்திருக்காருடா” என்று சொன்னான். அவன் சொன்னதைக் கேட்டதும் சுந்தரமூர்த்திக்குப் பயத்தில் கை கால்கள் நடுங்கத் தொடங்கின.

“எந்த ஆஸ்பத்திரியிலடா. அவனுக்கு என்னாடா செய்யுது” என்று கேட்டான்.

சின்னமுத்து, “வவுத்து வலின்னு சொன்னாங்க. சரியா தெரியல...”

“உசுரோட இருக்கானாடா...”

“ஏன்டா உனக்கு அவன் மேல இவ்வளவு கோபம்...”

“இல்லடா சும்மா கேட்டேன்” என்றான் சுந்தரமூர்த்தி. அவனுக்குப் பயத்திலும் சிறிது சந்தோஷமாக இருந்தது. சர்க்கரை இன்னமும் சாகவில்லை. உயிரோடுதான் இருக்கிறான் என்பதைக் கேட்டதும் அங்கிருந்தவர்களிடம் சகஜமாகப் பேசினான். பிறகு அவர்கள் அனைவரும் தெருவைச் சுற்றச் சென்றனர். ஒருவர் மேல் கையைப் போட்டுக் கொள்வதும், கைலி வேட்டியைத் தூக்கிக் கட்டிக்கொள்வதுமாக நடந்தனர்.

“காலு வலிக்க நடந்துட்டு அப்புறம் வீட்டுக்கு வந்துருவாங்க்ய. போகட்டும் போகட்டும்” என்று தெருவில் சாக்கு விரித்துப் படுத்திருந்த கிழவி பேசினாள்.

முச்சந்தியிலிருந்த தெருவிளக்கில் அவர்கள் நின்றுகொண்டனர். சின்னமுத்துவும் சுந்தரமூர்த்தியும் பேசிக்கொண்டு அங்கு

வந்தனர். கூட்டத்திலிருந்த பரமேஸ்வரன், "டேய் சுந்தரமூர்த்தி எங்ககிட்ட உண்மையச் சொல்லு. சினிமாவுக்கா போனே. படவா ராஸ்கல் உண்மையச் சொல்லுறா, இல்லன்னா நாளைக்கு ஏதாவது பிரச்சினைன்னா வாலிபர் சங்கத்திலிருந்து யாரும் வரமாட்டோம்டீ" என்று பயமுறுத்துவது போலப் பேசினான். சுந்தரமூர்த்தி எதுவும் பேசவில்லை. ஆரம்பத்தில் சொன்னதைத்தான் திரும்பவும் சொன்னான்.

"டேய் பரமு என்னா ஆவுன்னா சங்கத்தச் சொல்லி எல்லாரையும் பயமுறுத்திர. நேத்தும் என்னமோ சொல்லிட்டு இருந்த" என்று சின்னமுத்து கேட்டான்.

தன்னைச் சுற்றிக் கூட்டமாக ஆட்கள் நின்றிருக்கிறார்கள். ஏதாவது பேசினால் சண்டை வந்துவிடும் என்று பரமேஸ்வரன் பேச்சை மாற்றினான். "டேய் சுந்தரமூர்த்தி நீ சொல்லுற என்னென்ன படம் பாத்தே?"

"நேத்து ராத்திரி ஒரு சினிமா. இன்னைக்குக் காலையில ஒரு சினிமா மதியம் நேரா வீரபாண்டிக்குக் கோயிலுக்குப் போயிட்டேன். சாயங்காலம் ஒரு சினிமா பாத்துட்டு ஊருக்கு வந்துட்டேன்."

"உங்க ஓனரு கேட்டா என்னாடா சொல்லுவே?"

"என்னா ரெண்டு திட்டு திட்டுவாரு. கேட்டுட்டு செவுடன் காதுல ஊதுற சங்குமாதிரி கிடக்க வேண்டியதுதான்."

"உனக்கு அவருகிட்ட வேல செய்ய இஷ்டமில்லயாடா?"

"அப்படியெல்லாம் இல்ல. அவருகிட்டத்தான் வேல செய்வேன். போடியில யாரும் என்னயை பட்டறயில வேலைக்குச் சேர்க்கல. அவருதான் சேத்துட்டாரு. கடைசிவரைக்கு அவர்கிட்டதான் வேலை செய்வேன்" என்று நிமிர்ந்து நின்று பதில் சொன்னான்.

"அப்புறம் எதுக்குடா இப்படி செஞ்சே?"

மூர்த்தி, "சும்மா கேட்டதவே கேட்டுட்டு இருக்காதிங்கடா. அடுத்த வாரம் எல்லாரும் ஒண்ணா சேர்ந்து தேனிக்கு சினிமாவுக்குப் போவோம். நாகர் புரோட்டா கடையில

சாப்புடுவோம்" என்றான். அதற்குப் பிறகு அவர்கள் அமைதியானார்கள். இரண்டு பேர், மூன்று பேராகத் தனியாகப் பிரிந்து தெருவிளக்கு அடியில் அமர்ந்துகொண்டார்கள். ஏதோ ரகசியம் போல மெதுவாகப் பேசினார்கள்.

சுந்தரமூர்த்திக்கு சர்க்கரையைப் பார்க்க வேண்டுமென்று தோன்றியது. அவனைச் சேர்த்திருக்கும் ஆஸ்பத்திரிக்குப் போனால் அவனைப் பார்க்க முடியுமா. அவன் தன்னுடன் பேசுவானா என்று யோசித்தான். ஆஸ்பத்திரிக்குச் சென்று பார்த்தால் தன்னிடம் பேசுவானா, விரட்டிவிட்டால் என்ன செய்வது. அவனது வீட்டாள்கள் தன்னுடன் சண்டை போட்டால் என்ன செய்வது என்று யோசித்தான். சற்றுத்தொலைவில் பொன்ராம் சைக்கிளில் வருவது தெரிந்தது.

“ஏலேய் உங்க ஓனரு வர்றாருடோய்" என்று பரமேஸ்வரன் சொன்னான். சுந்தரமூர்த்தி எழுந்து நின்றான். அவர்கள் நின்றிருந்த இடத்திற்கு வந்த பொன்ராம் சைக்கிளை விட்டு இறங்கி ஸ்டாண்டு போட்டு நிறுத்தினார். அவரிடம் எந்த அவசரம் இல்லை. பதறாமல் வேட்டியைத் தூக்கிக் கட்டிக்கொண்டு நடந்து வந்தார். சுந்தரமூர்த்தி அவரைப் பார்த்துச் சிரித்தான். பொன்ராம் சப்பென்று அவன் கன்னத்தில் ஓங்கி அறைந்தார். அந்தச் சத்தம் அங்கிருந்த அனைவருக்கும் கேட்டது. அவர்கள் பயந்து போய் எழுந்து நின்று கொண்டனர். சிலர் வீட்டுக்கு ஓடினார்கள். சுந்தரமூர்த்தி அடிபொறுக்காமல் கண் கலங்கி அழுவது போல முகத்தை வைத்துக்கொண்டான். பொன்ராம் அதே கன்னத்தில் இன்னொரு தடவை ஓங்கி அடித்தார். சுந்தரமூர்த்தி அழுதான்.

“அண்ணே விடுங்கண்ணே விடுங்கண்ணே" என்று பரமேஸ்வரன் அவருடைய கையைப் பிடித்தான்.

“நீ யாருடா நீ யாருடா. என்ன நடந்துச்சுன்னு தெரியுமா. எங்கடா அந்த ஆளு சுருளி ஆசாரி. அந்த ஆளைக் கூப்பிட்டு வாடா" என்று சத்தம் போட்டார்.

“நா அவன் காலப்பிடிச்சு கெஞ்சாத குறையா கெஞ்சிட்டு வந்திருக்கேன். சோடா பாட்டில எடுத்துக் குத்தினா நீயென்ன

பெரிய ஆளா" என்று நெஞ்சு சட்டையைப் பிடித்து இழுத்து இன்னொரு தடவை அறைந்தார். சுந்தரமூர்த்தி, "அய்யோ அண்ணே அடிக்காதீங்கண்ணே. தெரியாமே செஞ்சுட்டேன்" என்று காலைப் பிடித்ததும் அவர், "எந்திரிடா போ. போய் சர்க்கரைகிட்ட மன்னிப்புகேளு. இல்லன்னா போலீஸ் ஸ்டேஷனில கேஸ் கொடுத்துருவான்" என்று நாக்கைத் துருத்திக்கொண்டு சொன்னார்.

சுந்தரமூர்த்தி வாய்விட்டு அழுதான். எல்லா விஷயமும் தெரிந்துவிட்டது என்கிற வேதனையும் அடித்த வலியும் ஒன்று சேர்ந்து அவனை அழச்செய்தது. கண்களில் கண்ணீரும் வாயிலிருந்து எச்சிலும் வடிந்தது. பரமேஸ்வரன் கையோடு சுருளி ஆசாரியை அழைத்துக் கொண்டு வந்தான். சுருளி சட்டையில்லாமல் துண்டை எடுத்துப் போர்த்திக்கொண்டு வேகமாக வந்தார்.

"இந்த ராஸ்கல் என்ன காரியம் செஞ்சிருக்கான்னு தெரியுமாய்யா" என்று அரற்றியதும் சுருளி பயந்துவிட்டார். பட்டறையில் ஏதாவது தங்கத்தைத் திருடிக்கொண்டு போய் விற்றுவிட்டானா, பணத்தை எடுத்திருப்பானா என்ற சந்தேகத்தோடு அவனைப் பார்த்து, "சொல்லுற என்னாடா செஞ்சே" என்று கேட்டார்.

"அவஞ்சொல்ல மாட்டான். கந்துவட்டி சர்க்கரைய சோடா பாட்டில வெச்சுக் குத்தியிருக்கான். இன்னைக்கு மதியத்திற்குப் பிறகுதான் எனக்கு விஷயம் காதுக்கு வந்துச்சு."

"அய்யோ கடவுளே உசிருக்கு ஒண்ணும் பாதகமில்லையே" என்று சுருளி கேட்டார். பொன்ராமிற்குப் கோபம் வந்தது. அவர் கேட்டதற்குப் பதில் பேசவில்லை.

"சொல்லுற ஏன்டா இப்படி செஞ்சே" என்று சுருளி, மூர்த்தியின் முதுகில் ஓங்கி அடித்தார். திடும்மென அடி விழுந்ததும் துடித்துவிட்டான். சுருண்டு கீழே விழுந்தான். அய்யோ அம்மா என்று கதறினான். சற்று முன்பாக சுருளியைப் பார்த்ததும் அழுகையை நிறுத்தியிருந்தான். அவர் ஓங்கி முதுகில் அடித்ததும் திரும்பவும் அழ ஆரம்பித்துவிட்டான்.

“இதுக்குத்தாய்யா யாரும் தச்சுவேல செய்யுற ஆளுகள வேலைக்குச் சேர்த்துக்கறதில்ல. அறிவு வேணாம். சோடா பாட்டில எடுத்து உடைக்கிறது, குத்துறதெல்லாம் யாரோட வேல. ஆசாரிமாருங்க செய்யுற வேலையா. தங்கத்தைத் தொட்டதும் சுத்தமானதுதானான்னு பாக்குற சாதிக்காரங்க செய்யுற வேலய இதெல்லாம். போ உனக்குத் தொழிலு ஒட்டாது” என்று பொன்ராம் அவனைப் பார்த்துச் சொன்னதும் ஆத்திரமான சுருளி ரோட்டில் படுத்துக்கிடந்தவனை ஓங்கி ஓங்கி எத்தினார். வயிற்றிலும் இடுப்பிலும் அடி விழுந்தது.

சுந்தரமூர்த்தியின் அழுகைச் சத்தம் கேட்டு தெருக்காரர்கள் கூடிவிட்டனர். பாதி ஆட்களுக்கு விஷயம் தெரிந்துவிட்டது. ரோட்டில் கிடந்தவனைப் பாவமாகப் பார்த்தனர். முருகன் வந்து அவர்களைச் சமாதானப்படுத்தினார். மூர்த்தியைத் தூக்கி நிறுத்தினார். அவனது வேட்டி அவிழ்ந்து தரையில் விழுந்துகிடந்தது. அதை எடுத்துக் கட்டிவிட்டார். மூர்த்தி, இரவு நேரம் என்பதால் உள்ளாடை எதுவும் அணிந்திருக்கவில்லை. முருகன் வேட்டி கட்டிவிடும் போது தான் அவனுக்குத் தெரிந்தது, உடம்பில் எதுவுமில்லாமல் நின்றிருக்கிறோம், எல்லாரும் தன்னைப் பார்த்துவிட்டார்கள் என்று தலையைக் கவிழ்ந்துகொண்டான். முருகன் அவனை அணைத்துப் பிடித்து வீட்டிற்கு அழைத்துச் சென்றார்.

“வாங்க வீட்டில வெச்சுப் பேசுவோம். எதுக்கு ரோட்டில நின்னு பேசிட்டு” என்று பொன்ராமை அழைத்தார். அவர் வர மறுத்தார். சுருளி அவருடைய கையைப் பிடித்து கெஞ்சியதும் அரைமனதாக நடந்தார்.

முருகன், மூர்த்தியின் வீட்டிற்குள் சென்றதும் கதவை அடைத்துவிட்டார். தாங்கள் பேசுவது எதுவும் வெளியே யாருக்கும் கேட்கக் கூடாது என்பதில் அவர் கவனமாக இருந்தார். ஜன்னலையும் மூடினார். பெண்கள் அரண்டு போய் நின்றனர். இவனா சோடா பாட்டிலை எடுத்து வயிற்றில் குத்தியது, இது நிஜந்தானா என்று பாக்கியமும் லெட்சுமியும் சுந்தரியும் அவனைக் கோபமாகப் பார்த்தார்கள்.

“எனக்கே ஆச்சரியமா இருக்கு. சத்தமா பேசுற ஆளில்லை. இவன் எப்படி சோடா பாட்டில எடுத்துக் குத்தியிருப்பான்” என்று முருகன், பொன்ராமிடம் கேட்டார்.

“அப்பா நான் பொய் சொல்றேன்னு சொல்றீங்களா” பொன்ராமிற்கு இன்னமும் கோபம் குறையவில்லை. தொண்டையில் நரம்புகள் பெரியதாகத் தெரிந்தன.

“நா அப்படிச் சொல்லல. இவஞ்செஞ்சது தப்புதான். நீங்க பெரிய மனசு செஞ்சு அவனைக் காப்பாத்தணும்” என்று முருகன் சொன்னதும் அவருடைய கோபம் சற்றுக் குறைந்தது. சுருளியும் அதையேத்தான் சொன்னார். பட்டறை வேலையிலிருந்து விலக்கிவிட்டால் என்ன செய்வது என்கிற கவலை அவருக்கு இருந்தது. சோடா பாட்டிலை உடைத்து குத்தியவனை வேறு எந்தப் பட்டறையில் வேலைக்குச் சேர்த்துக் கொள்வார்கள். பஜாரில் அவனை மதிப்பார்களா. இந்தக் கெட்டபெயர் மாறுவதற்கு எத்தனை காலமாகும். சுருளிமலை வேலப்பா ஏம்பிள்ளய காப்பாத்தப்பா என்று மனதில் உருகினார்.

பொன்ராம், “சர்க்கரய அடிவயித்தில குத்தியிருக்கான். கொஞ்சம் கீழே இறங்கியிருந்தா உயிர்ஸ்தலத்தில குத்து விழுந்திருக்கும்” என்று சொன்னதும் மூர்த்தியின் அம்மா வீட்டிற்குள்ளிருந்து அய்யோ என்று கதறியது அவருக்குக் கேட்டது.

“தையல் போட்டுருக்காங்க. இன்னமும் பட்டற வீதியில யாருக்கும் தெரியாது. தெரிஞ்சா அசிங்கம் யாருக்கு. உசிர காப்பாத்திட்டாங்க. அவன் எந்திரிச்சு வந்ததும் உன்னய குத்துனா தாங்குவீயா. உன்னய ஆஸ்பத்திரியில வெச்சுப் பாக்குறது யாரு. செத்துப்போன வீட்ட காப்பத்துறது யாரு. இதெல்லாம் யோசிச்சியா. சாதியப்பத்தி வெஞ்சானா, போய்த் தொலையட்டும் விட்டுட்டு வர வேண்டியதுதானே. செட்டியார் கடையில கம்மாளப்பயலேன்னு எத்தன தடவ திட்டுறாங்க. மொத்தமா வெச்சு பத்திய அடுக்கி ஊதுறதில்ல. சர்க்கர போலிசில புகார் தரமுன்னு சொல்லுறான். நா அவங்கிட்ட கெஞ்சிக் கூத்தாடி கால்ல விழாத குறையா பேசி வைச்சிருக்கேன்.”

“இப்ப என்ன செய்யுறதுண்ணே?”

“கொஞ்ச நாளைக்குப் பட்டற பக்கம் வராம இருந்தா எல்லாத்துக்கும் நல்லது. நீங்க அவன தச்சு வேலைக்குக் கூட்டிட்டுப் போங்க” என்றதும் உயிரே போனது போல சுருளி கதறிவிட்டார்.

“நீங்க அப்படிச் சொல்லக் கூடாது. ஏம்பிள்ளய உங்கள நம்பித்தான் ஒப்படைச்சிருக்கேன்” என்று சொன்னார்.

“சரி கொஞ்ச நாள் வீட்டில இருக்கட்டும். சர்க்கர எந்திரிச்சு நடமாடி சகஜமாகட்டும். அவங்கிட்ட நைவ்வா பேசி சமாதானப்படுத்திட்டு அப்புறமா பட்டறைக்குக் கூப்பிட்டுக் கிறேன். நாளைக்குப் பின்னாடி பட்டற வேலைக்கு வந்த இடத்தில சர்க்கர இவன குத்திட்டா யாருக்குக் கெட்டபேரு. உசிரு போனா வருமா” என்றார் பொன்ராம். அவர்களுக்கு சரி என்று தோன்றியது. சுந்தரமூர்த்தி யாரையும் பார்க்காமல் தலைகுனிந்து அமர்ந்திருந்தான். பொன்ராமின் முகத்தைப் பார்ப்பதற்கு அவனுக்குக் கூச்சமாக இருந்தது. அவர் வீட்டிற்குச் செல்வதாகச் சொன்னார். சுருளி கதவைத் திறந்துவிட்டார். அவர் வந்த சைக்கிளை யாரோ எடுத்து வந்து வீட்டு வாசலில் நிறுத்தியிருந்தனர். சைக்கிளை உருட்டிக்கொண்டு மெதுவாக நடந்தார். தெரு முக்கு வரை சென்றவர், திரும்பி வந்தார். சைக்கிளை நிறுத்திவிட்டு வீட்டுக்குள் சென்றார். சுருளியின் அப்பாவின் கையில் பணத்தைக் கொடுத்து செலவுக்கு வெச்சுக்குங்க என்றார். சுருளி வேண்டாமென மறுத்தார். பரவாயில்ல இருக்கட்டும் என்று திரும்பிப் பார்க்காமல் நடந்தார். அவரிடமிருந்து வாங்கிய பணத்தை மாடாக்குழியில் வைத்தவர், ரூபாய் நோட்டு பறக்காமல் இருக்க வேண்டுமென்பதற்காக மரச்சக்கையை எடுத்து அதன் மேல் வைத்தார்.

சுந்தரமூர்த்தியுடன் யாரும் பேசவில்லை. ஆளுக்கொரு மூலையில் படுத்துக்கொண்டார்கள். விளக்கை அணைக்கவில்லை. வீட்டு வாசலில் சாக்கை விரித்துப் பாய் போட்டிருந்த சுருளி ஆசாரி அதைச் சுருட்டி எடுத்து வந்து வீட்டுக்குள் படுத்துக்கொண்டார். மூர்த்தி எந்த இடத்தில் படுக்கலாம் என இடத்தைத் தேடினான்.

வழக்கமாக வாசலுக்கு வெளியே சுருளி படுத்துக்கொண்டதும் அதற்கு நேராக உள்ள இடத்தில் முன் கதவுக்குப் பக்கத்தில் படுத்துக்கொள்வான். அவனுக்குப் பாயும் தலையணையும் போர்வையும் தனியாகச் சுருட்டி வைத்திருப்பார்கள். ஆனால் அந்த இடத்தில் சுருளி படுத்துக்கொண்டார்.

நீண்ட நேரமாக படுக்காமல் நின்றிருந்தான். அவனது அம்மா எழுந்து தண்ணீர் குடித்துவிட்டு திரும்பவும் படுத்துக்கொண்டாள். அப்போது கூட அவள் அவனிடம் எதுவும் பேசவில்லை. அவள் உறங்கியதற்குப் பிறகு அக்காவும் தங்கையும் எழுந்து கழிப்பறைக்குச் சென்றார்கள். அவர்களும் அவனுடன் பேசவில்லை. அவன் என்ன செய்கிறான் என்று திரும்பிப் பார்க்காமல் உள்ளறைக்குச் சென்று கதவைப் பூட்டிக்கொண்டனர்.

சுந்தரமூர்த்திக்கு கால்கள் வலியெடுக்க ஆரம்பித்தன. இரண்டு கன்னங்களும் காதும் ஜிவ்வென்றிருந்தது. நடுமுதுகில் வலி இன்னமும் குறையவில்லை. இடுப்பின் குறுக்கே எத்தியது சுருக்சுருக்கென வலித்தது. நிற்க முடியவில்லை. குத்தவைத்து உட்கார்ந்துகொண்டான். முழங்கால்களின் மேல் கையை வைத்து அதன் மேல் தலையைக் கவிழ்த்தி உட்கார்ந்துகொண்டான். விளக்கின் வெளிச்சம் கண்களைக் கூசச்செய்து எரிந்தது. தெருவில் தன்னுடைய வீடு வெளிச்சமாக இருப்பதைப் பார்க்க அவனுக்குப் பயமாக இருந்தது. கண்களை இறுக்கமாக மூடிக்கொண்டான். தேம்பித் தேம்பி அழுதவன் தலையில் அடித்துக்கொண்டான்.

சுந்தரமூர்த்திக்கு முதலில் நம்பிக்கை இல்லை. பொன்ராம் அண்ணன் தன்னை வேலைக்குச் சேர்த்துக் கொள்ளமாட்டார். அதற்குத்தான் வீட்டிலேயே இருக்கச் சொல்லியிருக்கிறார் என்று நினைத்தான். ஆனால் அவர் திரும்பவும் வந்து செலவுக்குப் பணம் கொடுத்த போது அவர் மேல் நம்பிக்கை வந்தது. தன்னை வேலைக்குச் சேர்த்துக்கொள்வார் என்று நினைத்தான். அவரைத் தெய்வமாக நினைத்துக் கும்பிட்டான். அவர் பேச்சை இனிமேற்பட்டு மீறக் கூடாது. அவர் சொல்வதை அப்படியே

செய்ய வேண்டுமென மனதில் நினைத்துக்கொண்டான். அவனுக்கு உறக்கம் வந்தது. குத்தவைத்த வாக்கில் அப்படியே உறங்கினான்.

விடிந்த பிறகும் விளக்கை அணைக்கவில்லை. அவனது அம்மா வாசல் கதவைத் திறந்து வைத்து உறங்கிக்கொண்டிருந்த சுருளியை எழுப்பிவிட்டாள். அவர் உலுக்கி விழுந்து எழுந்தார். சாக்குப் பாயைச் சுருட்டி வைத்துவிட்டு முகங்கழுவிக்கொண்டார். பால்காரன் வந்தான். அவனுக்குக் காப்பிபோட்டுத் தரவில்லை. ஆனால் மற்றவர்கள் ஒன்றாக அமர்ந்து காப்பி குடித்தார்கள். அவனுக்குச் சிறுநீர் முட்டிக்கொண்டு வந்தது. கழிப்பறைக்குச் சென்றான். அவனைப் பார்த்ததும் லெட்சுமியும் சுந்தரியும் முகத்தைத் திருப்பிக்கொண்டு உள்ளறைக்குச் சென்றார்கள். லெட்சுமி, “குடும்பத்தோட பேரக் கெடுக்கிறதுக்கு வந்துருக்கு சனியன் பிடிச்சவன்” என்று திட்டுவது அவனுக்குக் கேட்டது. சிறுநீர் கழித்துவிட்டுக் கால், முகங்கழுவிக்கொண்டான். முகத்தைத் துடைப்பதற்குக் கொடியில் துண்டு இல்லை. வேட்டி முந்தியில் முகத்தைத் துடைத்துக்கொண்டான். அம்மா அவனிடம் காப்பி சாப்பிடுறயாடா என்று கேட்கவில்லை. அவனுக்கு அழுகையாக வந்தது. யாரும் தன்னுடன் பேசாமல் இப்படி அமைதியாக இருக்கிறார்களே என்று கவலையாக வாசலுக்கு வந்தான்.

முருகன், வீட்டின் வாசலில் அமர்ந்திருந்தார். அவனைப் பார்த்ததும் “டேய் மூர்த்தி வாடா இங்க” என்று அழைத்தார். அவரருகே சென்றான். “காப்பி சாப்பிட்டியாடா” என்று கேட்டார். குடிச்சிட்டேன் என்று சொன்னான். அப்போது அவனது தலை கவிழ்ந்திருந்தது. அவர் வீட்டு வாசலில் நிற்கும்போது அம்பிகாவைப் பார்க்க நினைப்பான். ஆனால் இப்போது அவளைப் பார்க்கக் கூச்சமாக இருந்தது. அவமானமாக இருந்தது. லெட்சுமி சொன்ன சொல் அவனுக்குப் பின்னால் கேட்டுக்கொண்டிருந்தது. அம்பிகாவைப் பற்றிய எண்ணமே அவனிடம் இல்லை. சர்க்கரையை சோடா பாட்டிலால் குத்தியதற்குத் தண்டனையாக நேற்றிரவு தன்னை

நடுரோட்டில் நிர்வாணமாக நிற்க வைத்து அடித்ததும் வீட்டில் யாரும் தன்னுடன் பேசாமல் இருக்கிறார்கள் என்று நினைத்தான்.

முருகன் அவனிடம் பேசியது, அவனுக்குப் புதிதாக இருந்தது. பல நாட்கள் பேச்சைக் கேட்காமல் திடீரெனக் கேட்பது போலிருந்தது. அவருடைய கால்களில் விழுந்து அழ வேண்டுமெனத் தோன்றியது. வர்றேன் மாமா என்று சொல்லிவிட்டு நடந்தான். சுந்தரமூர்த்தி திரும்பவும் வீட்டிற்குள் சென்றான். மூலையில் குத்தவைத்து, முழங்காலில் கையை வைத்து உட்கார்ந்துகொண்டான். வீட்டிலிருந்தவர்கள் அவனிருக்கும் பக்கம் கூடப் பார்க்காமல் அவர்களுடைய வேலையில் மும்முரமாக இருந்தார்கள்.

சுந்தரமூர்த்தி எழுந்து அறைக்குள் சென்று கதவைப் பூட்டினான். அந்த அறையில் மின்விசிறியைத் தகரத்தில் வெட்டுக்கை மரத்தில் மாட்டியிருந்தார்கள். ஜன்னலை அடைத்தான். மூலையில் கிடந்த கொச்சைக் கயிற்றை எடுத்து முக்காலியின் மேலேறி விசிறியின் கொண்டையில் கட்டி, கழுத்தை மாட்டித் தொங்கினான். அவன் ஜன்னலை அடைத்ததும் பாக்கியமும் சுந்தரியும் கத்தத் தொடங்கினார்கள். லெட்சுமி கதவை பலமாகத் தட்டினாள். சுந்தரி, உலக்கையை வைத்து இடித்துப் பார்த்தாள். தகரமும் வெட்டுக்கை மரங்களும் அதிர்ந்தது. பெண்களின் சத்தம் கேட்டு வாசலில் அமர்ந்திருந்த முருகனும் பக்கத்து வீட்டுக்காரர்களும் ஓடிவந்தார்கள். முருகன் ஓங்கிக் கதவை எத்தியதும் திறந்துகொண்டது. சுந்தரமூர்த்தியை அவர்கள் கிழே இறக்கிப்போட்டார்கள். கழுத்தில் சுருக்கி மாட்டியிருந்த கொச்சைக்கயிற்றை அறுத்து எடுத்தார்கள். தொண்டையை அறுத்து தடம் பதிந்திருந்தது. கண்கள் மூடி வாய் திறந்து படுத்திருந்தவனைப் பார்த்த பாக்கியம் அழுதாள். அவனைப் பார்த்து பயந்து போய் நின்ற லெட்சுமிக்கும் சுந்தரிக்கும் அழுகை வரவில்லை. அந்தக் காலை வேளையில் தெருக்காரர்கள் முழுக்க சுருளி ஆசாரி வீட்டின் முன்பாகக் கூடி நின்றார்கள்.

6

சர்க்கரை காலையில் பட்டறை வீதிக்கு வந்தபோது ஏழுமணி. இருபது நாட்களுக்குப் பிறகு பஜாருக்கு வந்தான். பத்து நாட்கள் படுக்கையில் இருந்தான். இருமக்கூடாது, முக்கக் கூடாது, தும்மக் கூடாது என்று வயிற்றில் தையல் போட்ட டாக்டர் பயமுறுத்தி அனுப்பியிருந்தார். அறுவை சிகிச்சை செய்த புண் ஆறும்வரையில் அளவாகச் சாப்பிட வேண்டும் என்று சொல்லியிருந்தார். பட்டறை வீதியில் மட்டும் ஆயிரக்கணக்கில் பழைய பாக்கி நின்றது. நெருக்கி வசூலித்தால் சிறிது நாட்கள் தொழிலை நிறுத்திவைக்கலாமென்று யோசித்து வைத்திருந்தான். பதினைந்து வயசுக்காரன் தன்னை சோடா பாட்டிலால் குத்திவிட்டுப் போய்விட்டான். ஏன் என்று கேட்பதற்கு ஆளில்லை. அவனைப் பிடித்து மண்டையை உடைக்கத் தனக்குத் துப்பில்லை என்று வீட்டில் கோபமாக இருந்தான். குடிக்காமல் இருந்திருந்தால் இந்நேரம் அவனை போலீஸ் ஸ்டேஷனில் கட்டி உட்கார வைத்திருக்கலாம் என்று அவனது தாய்மாமா சொன்னார். ஆனால் அவன் நடந்ததெல்லாம் நல்லதற்குத்தான் என்று நினைத்துக்கொண்டான்.

பட்டறை வீதிக்குக் காலையில் ஏழுமணிக்கு வந்தால் அனைவரையும் பார்க்க முடியும். பத்து மணிக்கு மேல் வந்தால் பட்டறையில் பையன்களைத் தவிர வேறு யாரும் இருக்க மாட்டார்கள். ‘முதலாளியைப் பார்க்க கடைக்குப் போயிருக்கிறார், எனாமல் போட தேனிக்குப் போயிருக்கிறார், கல்லெடுக்க மதுரைக்குப் போயிருக்கிறார், மார்க் செய்ய கம்பத்திற்குப் போயிருக்கிறார்’ என்று பட்டறைப் பையன்கள் சொல்வார்கள். எவ்வளவு நேரம் வேலையை விட்டுவிட்டு, வசூலுக்குப் போகாமல் பட்டறை வாசலில் ஒருகுண்டியில் உட்கார முடியும் என்று பட்டறை வீதிக்கும் மட்டும் காலையில் வந்துவிடுவதை பழக்கமாக வைத்திருந்தான்.

ஒவ்வொரு ஆசாரியும் ஒவ்வொரு விதம். ஒரே நேரத்தில் இரண்டு காப்பி குடிக்கிற ஆள், ஒரு காப்பியை பார்சல் வாங்கி இரண்டு

மூன்று பேர் சப்சப்பென்று நக்கிக் குடிக்கிறவர்கள், நேற்று நான் வாங்கிக்கொடுத்தேன் இன்று அவன் வாங்கித் தர வேண்டும் என்று நேற்று வாங்கிக்கொடுத்தவனுக்காகக் காத்திருக்கிற ஆள் என்று பல தினுசுகளில் ஆட்கள் இருக்கிறார்கள் என்பது சர்க்கரைக்குத் தெரியும். அதையெல்லாம் இந்த ஐந்து வருடத்தில் பார்த்துப் பழகியிருக்கிறான். அவர்களிடம் காப்பியும் வாங்கிக் குடித்திருக்கிறான். அவர்களுக்கு வாங்கியும் கொடுத்திருக்கிறான். அறுவை சிகிச்சை செய்த மருத்துவர் காப்பி, டீ எதுவும் குடிக்கக் கூடாது என்று சொல்லியிருந்தார். அதையும் மீறி விஜயாவில் காப்பி சாப்பிட்டுவிட்டு பஜாருக்கு வந்திருந்தான். காப்பியின் ருசி இன்னமும் நாக்கில் ஒட்டியிருந்தது.

பெரிய வீட்டைத் திறந்துவிட்டதும் சின்னச் சின்ன அறைகளாக கண்களுக்குத் தெரிவதுபோல பட்டறை வீதியில் கடைகள் இருந்தது. மடக்குக் கதவு, ஒற்றைக்கதவு, இரட்டைக்கதவு என்று கடைகளின் வாசல் கதவுகள் இருந்தன. இந்த வீதிக்குள்ளாக எத்தனை ஆயிரம் ரூபாய் தினந்தோறும் புழங்குகிறது. எத்தனை கிராம், எத்தனை கிலோ கணக்கில் தங்கமும் வெள்ளியும் வந்து போகிறது. பட்டறை வீதியை நம்பி எத்தனை குடும்பங்கள் என்று நினைத்தாலே சர்க்கரைக்கு ஆச்சரியமாக இருக்கும். பிறந்தால் ஆசாரியா பிறக்க வேண்டும் என்ற நினைப்பும் அவனுக்கும் முன்பிருந்தது. இப்போது அந்த ஆசையெதுவுமில்லை. ஆசாரிமார்களுக்குக் கொடுத்த காசை திரும்பவும் வாங்கினால் போதும் என்று நினைத்துக்கொண்டான். அவர்களுக்குப் பணத்தைக் கொடுத்துவிட்டு, வாங்குவதற்குள் தன் ஜென்மம் முழுக்க முடிந்துவிடுமென்று பயந்தான். அவர்களை விட்டாலும் தனக்கு வாடிக்கையாக யாருமில்லை என்பது அவனுக்குத் தெரியும்.

பட்டறை வீதியில் கடைகள் திறக்கவில்லை. ஒவ்வொரு கடையாகப் பார்த்துப் பார்த்து வந்தான். ஏதாவது கடையில் ஆட்கள் உள்ளே அமர்ந்து கதவைப் பூட்டிவிட்டு வேலை செய்வார்கள். ராத்திரி வேலை முடிந்து வீட்டுக்குப் போகாமல் தூங்கிக்கொண்டிருப்பார்கள். அவர்களை எழுப்பிவிட்டால் பேச்சுத் துணைக்கு ஆகும் என்று பார்த்தான். யாருமில்லை.

அகலமாக இருந்த பட்டறையின் வாசலில் உட்கார்ந்தான். குளுகுளுவென இருந்தது. எட்டு மணிக்கு கனகு வருவார். அவருக்குப் பின்னால் நடராஜன் வருவார். அதற்குப் பிறகு வாத்தியார் காமராஜ் வருவார். கனகு கடையின் பாதிக் கதவைத் திறந்து வைத்துவிட்டு வாசலில் அமர்ந்திருப்பார். அவர் வந்த பிறகுதான் பஜார் கலகலப்பாகும். அவர் கை பெரியது. நடுப்பட்டியிலிருந்து கந்துக்கு வசூலிக்க ஆட்கள் வருவார்கள். இரவே பணத்தைக் கட்டி வைத்திருப்பார். கனகு- ஒருவாரம் மாத்து, இரண்டு நாட்கள் மாத்துக்கு என்று பணத்தை வாங்குபவர். அவர் கேட்கிற பணத்தைத் தன்னால் தரமுடியாது என்று சர்க்கரைக்குத் தெரியும். லட்சம் ஒண்ணு இரண்டு, சமயத்தில் ஐந்து ஆறு என்று போகும்.

சர்க்கரைக்கும் ஆசை இருந்தது. யாராவது ஆசாரியை கூட்டுசேர்த்து தானும் நகை வியாபாரம் செய்யலாமா என்று யோசித்தான். ஆனால் வீட்டில் அவனது அப்பா “அம்பட்ட கிறுக்கு, வண்ணார ஒயிலு, கம்மாளப் பொச்சுகாப்பு” என்று வேண்டாமென்று சொல்லிவிட்டார். “நம்ம சாதிக்கு ஏத்தத் தொழிலா அது. மேலு வணங்காம உட்காந்த இடத்தில நோண்டிக்கிட்டு இருக்குறது நம்ம தொழிலா. கந்துக்குக் கொடுத்து வசூலுக்குப் போடா. நாலு பெரிய மனுஷங்கள பழக்கம் செஞ்சுட்டு வாடா. அப்புறம் பெரிய கடையா வெச்சுத்தர்றோம்” என்று புத்திமதி சொன்னார். சர்க்கரை பத்தாம் வகுப்பு முடிக்கவில்லை. எட்டாம் வகுப்பில் பாதியில் பள்ளிக்கூடத்தை விட்டு வெளியேறியவன். சிறிது நாட்கள் அவனது தாய்மாமாவுடன் மூணாறில் வட்டிக்குக் கொடுத்து வாங்கிக்கொண்டிருந்தான். பிறகு அவனாக கந்துக்குக் கொடுத்து வாங்கினான்.

அவனது அப்பா சோடா பாட்டில்ல குத்துனவன் யார்டா சொல்லுற ஸ்டேஷனில சொல்லுவோம் என்று கேட்டுப் பார்த்தார். அவனது தாய்மாமா வந்து அரட்டியதும் உண்மையைச் சொன்னான். பிறகுதான் பொன்ராமை அழைத்து வந்து பஞ்சாயத்து பேசினார்கள். பொன்ராம் பயந்து போனார். சர்க்கரையின் அப்பாவின் கைகளைப் பிடித்து

கெஞ்சிய பிறகு அவர்கள் சமாதானமானார்கள். அவனது அப்பா, "எம்மகன் குடிச்சிட்டு கலாட்டா செஞ்சாதால விட்டுறோம். ஸ்டேஷனுக்குப் போனா பெரிய விஷயமா போகும். இது ஒரு பாடம் எங்களுக்கு. இனிமேற்பட்டு சில்லற பயலுகளுக்கு எவனுக்குக் கொடுக்காதீங்க. குடும்பஸ்தன், கடை வெச்சிருக்கிறவனுக்கு மட்டும் கந்துக்குக் கொடுங்க" என்று சத்தம் போட்டார்.

பத்து நாட்கள் வெள்ளாட்டம் கறி சூப்பாக குடித்து வயிற்றுப் புண்ணை ஆற்றிக்கொண்டு வசூலுக்கு வந்தான். பாதி வரவு செலவு கணக்கு மறந்துவிட்டது. ஜேப்பிலிருந்த பழைய சிட்டைகளை எடுத்துப் பார்த்து ஞாபகத்திற்குக் கொண்டு வந்தான். ஆளைப் பார்த்ததும் பாக்கி எவ்வளவு தர வேண்டுமென்று ஞாபகத்திற்கு வரவேண்டும். சிட்டையை எடுத்துப் பார்க்கக் கூடாது என்று அவனுக்குப் பாடம் சொல்லிக் கொடுத்திருந்தனர். செதுக்கு ரவியும் பொடி ஐயப்பனும் பெரிய தொகை. மற்றவர்களுக்குத் தொகை குறைவுதான் என்ற போதிலும் அவர்களிடமிருந்து பணத்தை வாங்குவது பெரும்பாடு.

முதலில் பட்டறை வீதிக்குள் நுழைந்தது செதுக்கு ரவிதான். சைக்கிளை விட்டு இறங்கியதும் நேராக சர்க்கரையிடம் வந்தான். அவனது கையில் முருங்கைக்கீரையும் அகத்திக்கீரையும் கலந்த கட்டு இரண்டு இருந்தது. அவன் பக்கத்தில் அமர்ந்து மெதுவாக, "விஷயம் தெரிஞ்சுதான் வந்திருக்கியா சக்கர" என்று கேட்டான். சர்க்கரைக்குப் புரியவில்லை. அவனது முகத்தைப் பார்த்தான். ரவி, "மூர்த்தி நேத்துக் காலயில தூக்கில தொங்கிட்டான் தெரியுமா" என்று சொன்னான். சர்க்கரைக்கு வியர்த்துக்கொட்டியது. எழுந்து ரோட்டில் நின்று கொண்டான். அவனால் நம்ப முடியவில்லை.

"என்னாண்ணே சொல்லிறீங்க" என்று பதறிப்போய் கேட்டான். ரவி பொய் சொல்லக்கூடியவனில்லை. எதற்காக மூர்த்தி தூக்கில் தொங்கினான். வேறு யாரிடமாவது கடன் வாங்கியிருக்கிறானா. பெரிய தொகையாக இருக்குமா. ஆசாரிமார்கள் தெரிந்தாலும் சொல்ல மாட்டார்கள். விட்டுக்கொடுக்க மாட்டார்கள் என்று அவனுக்குத் தெரியும்.

“ஆமா சர்க்கர நிசந்தான். நேத்துக் காலையில ஏழுமணிக்கு. அவங்க வீட்டுல கயித்த மாட்டித் தொங்கிட்டான்” என்று சொன்னான்.

சர்க்கரைக்கு பயம் வந்துவிட்டது. ஏதாவது எழுதி வைத்திருந்தால். அதில் தன்னுடைய பெயர் இருந்தால் என்ன செய்வது? வசூலை விட்டுவிட்டு வீட்டுக்குப் போய்விடலாமென நினைத்தபோதுதான் கனகு வந்தார்.

“வாப்பா சக்கர வா வா. உன்னயத்தான் தேடிட்டு இருந்தேன்” என்று அவனை அழைத்தார். கனகு அழைத்தால் ஏதாவது விஷயமிருக்கும் என்று அவனுக்குத் தெரியும். ஆயிரத்திற்கும் இரண்டாயிரத்துக்கும் கைநீட்ட மாட்டார். அவரருகே சென்றான். கனகு கடையின் பாதிக் கதவைத் திறந்து உள்ளே சென்றார். கடைக்குள் அவனை அழைத்தார்.

“பெரிய லாட்டு ஒண்ணு வந்திருக்கு. ஒரு ரூபா புரட்டித் தர முடியுமா. பத்து நா இல்லையின்னா இரண்டு வாரம் புரட்டி எடுத்துட்டு தந்துர்றேன். எவ்வளவு வட்டின்னு சொல்லு” என்று கேட்டார்.

சர்க்கரையிடம் அவ்வளவு பணமில்லை. வெளியே நிற்பதும் கையிருப்பு என்று மொத்தமாகத் திரட்டி எடுத்தாலும் இருபது ரூபாயிக்கு மேல் உருளாது. மாமாவிடம் கேட்டால் காரியமாகும் என்று அவனுக்குத் தெரியும். ஆனால் தன் பேச்சை அவர் கேட்க மாட்டார். மேற்கொண்டு நகைப்பட்டறைக்காரர்களுக்கு தரவும் மாட்டார். அவர் ஐவுளி வியாபாரத்திற்கும் பாத்திர வியாபாரத்திற்கும் மட்டுந்தான் பணம் தருவார். கம்மாளப்பயக நம்மாள எப்ப என்ன செய்வாங்க்யன்னு தெரியாது மாப்ள. ஜாக்கிரதயா இரு என்று சொல்பவரிடம் போய் லட்சம் ரூபாய் கேட்க முடியுமா. திடீரென மனம் மாறி தந்தாலும் தருவார். கனகுவிடம் சொன்னான்.

“அண்ணே ஏங்கிட்டே பணமில்ல. எங்க மாமாக்கிட்ட கேட்டு வாங்கித்தர்றேன். ஆனா நீங்க நேரடியா வந்து பேசுங்க. கூட நானும் வர்றேன்” என்று தெளிவாகச் சொன்னான். கனகுக்கு அவசரம். சின்னமனூரிலிருந்து லாட்டு வருகிறது

உறுதியாகியிருந்தது. தட்டி உருக்கி சேட்டிடம் கொடுத்தால் சொக்கமாக்கி விற்று விடலாம். இரண்டு நாள் வேலைதான். குறைந்தது அஞ்சிலிருந்து பத்து வரை கூட கிடைக்கும் என்று தவித்தார். அவனிடம் சரி என்றார். அவனும் பத்து மணிக்கு அழைத்துச் செல்வதாகச் சொன்னான்.

“அண்ணே என்னமோ ரவி சொல்லுறாரு. மூர்த்தி தூக்கில தொங்கிட்டான்னு நிசந்தானா அண்ணே”

“நல்லவேளையா காப்பாத்திட்டாங்க” என்று கனகு சொன்னதும் அவனுக்கு நிம்மதியாக இருந்தது. இதற்காகவாவது அவருக்கு மாமாவிடம் சொல்லி பணம் வாங்கித்தர வேண்டுமென நினைத்தான்.

பட்டறை வீதிக்கு ஒவ்வொருவராக வந்து சேர்ந்தார்கள். பட்டறை திறப்பதும் காப்பி குடிக்கப் போவதும் வருவதுமாக இருந்தார்கள். சர்க்கரையிடம் பணத்தை வாங்கியவர்கள் நாளை காலையிலிருந்து பணத்தை எடுத்து வைத்திருப்பதாகச் சொன்னார்கள். அவன் வசூலுக்கு வருவது தங்களுக்கு எப்படித் தெரியுமென சொன்னார்கள். அவர்களிடம் கடுமையாக பேசினால் மூர்த்தியின் பிரச்சினையைத் தன்மேல் போட்டுவிடுவார்கள் என்று அமைதியாக இருந்தான். சிறிது நேரங்கழித்து மீனாட்சி டீக்கடைக்குச் சென்றான். காலையில் வசூலுக்கு வந்தால் மீனாட்சியில் காலை டிபன் சாப்பிடுவது அவனது வழக்கம். ராத்திரியில் சௌந்தரபாண்டியன் கடையில் அயிரை மீன் குழம்பும் இட்டிலியும் சாப்பிடுவான்.

மீனாட்சி ஹோட்டலில் கூட்டமாக இருந்தது. டீக்குடிக்க ஏலக்காய் வியாபாரிகளும் மாங்காய் வியாபாரிகளும் உட்கார்ந்திருந்தனர். பஜ்ஜியும் சட்டினியும் தட்டுத் தட்டாக அவனைக் கடந்து நகர்ந்தது. சப்ளையர்களுக்கு டீ என்று கேட்டால் காது கேட்பதில்லை. பதிலாக பஜ்ஜி என்று கேட்டால்தான் காது கேட்கிறது என்று ஏலக்காய் வியாபாரி ஒருவர் கிண்டல் செய்து கொண்டிருந்தார். அதைக் கேட்டு அங்கிருந்தவர்கள் சிரித்தார்கள்.

சர்க்கரை உட்காருவதற்கு இடம் கிடைத்தது. தோசையை முதலில் வாங்கி பிய்த்து சாப்பிட்டான். இருபது நாட்களுக்குப் பிறகு முறுகலாக தோசையைப் பிய்த்து தின்றான். இப்படி தோசையைத் தின்று கொண்டேயிருக்க வேண்டும் என்று அவனுக்கு ஆசையாக இருந்தது. தோசையைத் தின்று முடிக்கும் போது பரமேஸ்வரன் வந்தான். அவனுடன் திமுக கட்சிக்காரர்கள் இரண்டு மூன்று பேர் வந்திருந்தனர். இவன் எதுக்குக் கட்சிக்காரங்க கூட அலையுறான் என்று சர்க்கரை அவர்களைப் பார்த்தும் பார்க்காதது போலிருந்தான். அவர்கள் டீ குடித்தார்கள். பரமேஸ்வரன் தன்னைப் பார்த்தானா என்று அவனுக்குச் சந்தேகமாக இருந்தது. சர்க்கரை குனிந்த தலையை நிமிரவில்லை. பூரி சாப்பிட்டு டீ குடிக்கலாமென நினைத்திருந்தவன் தோசை மட்டும் போதும் என்று எழுந்து கொண்டான். பில் பணத்தைக் கொடுத்துவிட்டு வேகமாக வெளியே வந்தான். திரும்பவும் பட்டறை வீதிக்குப் போகலாமா வேண்டாமா என்று யோசனையாக நடந்தான்.

கனகு சைக்கிளில் அவனை நோக்கி வருவது தெரிந்தது. “உன்னய எங்கெங்கெல்லாம் தேடுறது. காமாட்சியம்மன் கோயிலுக்குப் போயிட்டியான்னு தேடிட்டு வர்றேன்” என்று அவனிடம் சொன்னார்.

சர்க்கரை “பத்து மணிக்குப் போகலாம்ண்ணே” என்று சொன்னான்.

கனகு, “அவசரம் சக்கர. இல்லன்னா உங்கிட்ட வருவேனா. பார்ட்டி வந்துரும். பார்ட்டி வர்றப்ப பணமில்லைன்னா பஜாரில ரெடியா ஆளு இருக்கு. பணத்தை வாங்கிக்கொடு உனக்கு கமிஷன் தந்துர்றேன்” என்று சொன்னார். சரி வாங்க போவோம் என்று சுகுவை அழைத்துச் சென்றான். லட்ச ரூபாயிக்கு கமிஷன் எவ்வளவு கிடைக்கும். சுகுவிடம் பணத்தை வாங்கிக்கொண்டு எங்கு போகலாம். அந்தப் பணத்தை செலவு செய்யலாமா இல்லை கந்துக்குக் கொடுத்து வசூலிக்கலாமா என்று யோசித்தபடி நடந்தான். சர்க்கரைக்கு தரையில் நிற்க முடியவில்லை. சர்க்கரைக்கு இரு சக்கர

வாகனத்தின் மேல் விருப்பமிருந்தது. அதைப்பற்றி யோசித்தான். புதிதாக இல்லையென்றாலும் பழையதாக ஒன்றை ஓர்க்ஷாப் கடைக்காரனிடம் சொல்லி வாங்கலாம் என்று நினைத்தான். திடீரென அவனது கால்கள் தரையிலிருந்து மேலெழுந்து ஏதோ தண்ணீரில் நடப்பது போல் உணர்ந்தவன் சிரித்துக்கொண்டான்.

7

அனைவரும் பயந்திருந்தனர். தெருக்காரர்களுக்குப் பயம். சுருளி ஆசாரிக்குத் தூக்கம் வரவில்லை. மூர்த்திக்குக் காவலிருந்தார். எதிர் வீட்டு முருகன் இரண்டு நாட்களாக வெளியில் வேலைக்குப் போகாமல் மரப்பலகைகளை வீட்டுக்குக் கொண்டு வாசலில் வைத்து வேலை செய்தார். மூன்றாவது தெருவில் குடியிருந்தவர்கள் வெளியே வேறெங்காவது ஏதாவது சத்தம் கேட்டால் வாசலுக்கு ஓடி வந்து சுந்தரமூர்த்தியின் வீட்டைப் பார்த்தனர். முதல் தெருக்காரர்களும் இரண்டாவது தெருக்காரர்களும் மூன்றாவது தெருவுக்கு வருவதற்குப் பயந்தனர். “செத்திருந்தா என்னாகியிருக்கும். இளந்தாரி முழுசா நாலு ஒண்ணையும் பாக்காமப் போய்ச் சேர்ந்தா தெருவுக்குத் தெருவுக்குக் காத்தா அலைவான். முச்சந்தியில ராத்திரி பேயா உட்காந்திருப்பான்” என்று புலம்பினார்கள். வயதுக்கு வந்த பெண்களை வெளியே அனுப்ப யோசித்தார்கள். நல்ல தண்ணீருக்கு அவர்களை அனுப்பவில்லை. சிறிது நாட்கள் போகட்டும், சுந்தரமூர்த்தி வெளியே நடமாட்டம் வரட்டும் என்று காத்திருந்தனர்.

இரண்டு நாட்களுக்குப் பிறகு மூர்த்திக்குத் தொண்டை வலி குறைந்தது. கழுத்துப் புண்ணுக்கு மஞ்சளும் தேங்காய் எண்ணெயும் தடவிவிட்டிருந்தாள் பாக்கியம். அவள் அவனது கையைப் பிடித்துக்கொண்டு, “ஒத்த மகன வெச்சிருக்கேன். காலமெல்லாம்

நீதான்ட எங்களுக்கு ஒத்தாசய இருக்கணும். வேற யாருடா இருக்கா" என்று அழுதாள். அவன் நிமிர்ந்து பார்க்கவில்லை. அவனும் பயந்துபோயிருந்தான். இந்நேரம் இறந்துபோயிருந்தால் என்னாகியிருக்கும்? கழுத்தில் சுருக்கிட்டுக்கொண்டதற்குப் பிறகு அவனுக்கு எதுவும் தெரியவில்லை. காதில் சத்தமும் தொண்டையை இறுக்கும் வலியும் மட்டுமே தெரிந்தது. பிறகு கறுப்பாக ஏதோ தன் முன் எழுந்து அந்தச் சத்தத்தையும் வலியையும் மூடி மறைத்ததுபோலிருந்தது. அதற்குப் பிறகு எதுவும் தெரியவில்லை. எப்படி அதற்குப் பிறகு தரைக்கு வந்தோம். யார் யாரெல்லாம் தன்னைக் காப்பாற்றினார்கள். எப்படிக் கதவை உடைத்தார்கள் என்று அவனுக்கு எதுவும் தெரியாது. பேச முடியாத அளவுக்கு வலி. தன்னுடைய உடம்பின் எடையைத் தாங்கிய மின்விசிறியின் கம்பியைப் பார்த்தான். அவனால் பார்க்க முடியவில்லை. கண்களை மூடிக்கொண்டான். கழுத்தை உடம்பிலிருந்து பிரிக்கும் அந்த வலியை நினைவுபடுத்திக்கொண்டான். நிஜமாகவே வலி மண்டையிலிருந்து உடம்பு முழுக்கப் பரவி விலகியது.

சுடாகத் தண்ணீர் குடித்தான். கஞ்சியும் பாலும் கொடுத்தாள் பாக்கியம். வேளைக்கு ஏதாவது சாப்பிடுவதற்குத் தந்தாள். அவனால் சாப்பிடவும் முடியவில்லை. விழுங்கவும் முடியவில்லை. நொடிக்கு நொடி பசி கூடியது. ஒவ்வொருவரும் ஒவ்வொரு பக்கமாக நின்று அவனை வேவு பார்த்தார்கள். சுருளி ஆசாரி அவனுக்குப் பாய் விரித்துக் கொடுத்தார். உட்கார முடியாத வேளையில் படுத்துக்கொண்டான். விஷயத்தைக் கேள்விப்பட்டு பட்டறை வீதியிலிருந்து வந்தவர்கள் புத்திமதி சொன்னார்கள். வீட்டுக்குள்ளிருந்தால் பல சிந்தனை வந்து போகும். பட்டறைக்கு வேலைக்கு வரச்சொன்னார் பொன்ராம். மூர்த்திக்கு உடம்பு நேராக இல்லையென்பது போலிருந்தது. உடம்பு இரண்டாக உடைந்திருப்பது போலிருந்தது. நின்றால் மேலிருந்து யாரோ தலையை மட்டும் பிடித்து இழுப்பது போலவும் உட்கார்ந்தால் தலை சுற்றுவது போலவுமாக இருந்தது.

ஐக்கமநாயக்கன்பட்டி கருப்பசாமி கோயில் விபூதி, சங்கராபுரம் கருப்பசாமி கோயில் விபூதி சந்தனம், குப்பிநாயக்கன்பட்டி முனியாண்டி கோயில் விபூதி குங்குமம், முச்சந்தி காளியம்மன் கோயில் விபூதி, சாலைகாளியம்மன் கோயில் விபூதி என்று மூன்று தெருக்காரர்களும் தினத்திற்கு ஒருநாள் ஆட்களை விட்டு பொட்டலம் மடித்து வாங்கிவரச் சொன்னார்கள். அவர்கள் வீட்டுப் பிள்ளைகளுக்கும் சுந்தரமூர்த்திக்கும் நெற்றியில் தடவிவிட்டார்கள். "பிடிச்சது வந்தது பாத்தது பக்கத்தில நின்னது எல்லாம் இத்தோட களிஞ்சுப்போகட்டும்" என்று முதல் வீதியிலிருந்த வயசான கிழவி நெற்றியிலும் உச்சந்தலையிலும் விபூதியைக் கொட்டினாள். மூர்த்திக்கு முகம் முழுக்க விபூதியானது.

ஒரு வாரத்திற்குப் பிறகு தொண்டை வலி குறைந்தது. சாப்பிடுவதற்கு எரிச்சலில்லாமல் இருந்தது. தன் மகன் சாப்பிடுவதைக் கண்ணீருடன் பார்த்த சுருளி ஆசாரிக்கு நிம்மதியாக இருந்தது. மூர்த்தி சாப்பிட்டு முடித்த பிறகு அவர் சாப்பிட்டார். அவருக்கு மூர்த்தியை இறக்கிப்போட்டதும் தகவல் சொன்னார்கள். வேலை செய்கிற இடத்திலிருந்து மேல் சட்டையில்லாமல் அப்படியே ஓடிவந்தவர் கதறி அழுதார். வேறு யாரும் அவ்வளவு சத்தமாக அழவில்லை. சுருளியாண்டவர் அவனைப் பிழைக்க வைத்துவிடுவார் என்று நம்பினார். யாருக்கு எந்தக் கெடுதல் செய்தோம். இரண்டு பெண்களைப் பெற்ற பிறகு சுருளியாண்டவரைப் பார்த்து வந்த பிற்பாடு பிறந்தவன் சுந்தரமூர்த்தி. சுருளி ஆசாரியின் அப்பாவிற்குக் கண் கண்ட கடவுள். மனுஷ ரூபத்தில் தன்னிடம் நேரில் வந்து பேசுபவர். சுருளியாண்டவர் தன்னையும் தன் பிள்ளைகளையும் கைவிட மாட்டார் என்று நம்பினார்.

சுந்தரமூர்த்தி, வெள்ளிக்கிழமை காலையில் பட்டறை வீதிக்குச் செல்ல வேண்டுமென நினைத்தான். வியாழன் இரவிலிருந்து அவனுக்குப் பட்டறைக்குச் செல்லப்போகிறோமென்கிற படபடப்பு உண்டானது. முதலாளியைப் பார்க்கப் போகிறோம், பட்டறை வீதிக்காரர்களைப் பார்க்கப் போகிறோம் என்கிற

ஆசை அவனை உறங்கவிடாமல் செய்தது. புதிதாக வேலைக்குப் போகப்போகிறவன் போலிருந்தான். விடிந்தால் தீபாவளி என்பது போல ஆவலோடு உறக்காமல் விழித்திருந்தான். காலையில் எழுந்ததும் முதல் ஆளாகக் குளித்து முடித்து நல்ல கைலிவேட்டியும் சட்டையும் உடுத்தினான். பாக்கியம் சுடுசோறும் தயிரும் தந்தாள். சாப்பிட்டான். சுருளி ஆசாரி அவனது நெற்றியில் விபூதி பூசிவிட்டார். அப்பாவும் மகனும் ஒருவரையொருவர் பார்த்துக்கொள்ளவில்லை. அவன் கண்களை மூடிக்கொண்டான். அவர் தகரத்தைப் பார்த்து மனதுக்குள் சுருளியாண்டாவ என்று சொல்லிக்கொண்டார். மூர்த்தி தெருவில் இறங்கி நடந்தான்.

தெருவில் வயதுப்பெண்கள் வாசலில் நின்றிருப்பது தெரிந்தது. நிமிர்ந்து யாரையும் பார்க்க மனம் வரவில்லை. நேராகப் பார்க்கவும் முடியவில்லை. தலையைக் குனிந்துகொண்டான். அது அவனுக்கு நல்லதாகத் தெரிந்தது. வேகமாகவுமில்லை. மெதுவாகவுமில்லை. நடந்தான். முன்னால் விட்டுப் பின்னால் சிரிப்பது கேட்கவில்லை. செத்துப்போனவனைப் பார்ப்பதுபோல் பார்த்தார்கள். சிலர் அவனது கழுத்தை மட்டும் பார்த்தபடி இருந்தார்கள். அவனுக்கு இதெல்லாம் தெரிந்தது. தெருவை விட்டுக் கடந்ததும் மெயின் ரோட்டிற்கு வந்தான். அவனைக் கடந்து நிறைய சைக்கிள்கள் சென்றன. அப்போதுதான் அவனுக்கு சைக்கிளை எடுக்காமல் வந்துவிட்டோம் என்கிற நினைவு வந்தது. அவசரப்பட்டு சைக்கிளை வீட்டிலேயே வைத்துவிட்டு வந்துவிட்டோமே என்று வருத்தப்பட்டான். எப்படி மறந்தோம் நாளையிலிருந்து ஞாபகமாக சைக்கிளை எடுத்து வாசலில் வைத்துவிட வேண்டுமென்று நினைத்தான். போலீஸ் ஸ்டேஷன் பக்கமாகச் சென்று பட்டறை வீதிக்குச் சென்றான்.

பதினைந்து நாட்களுக்குப் பிறகு பட்டறை வீதியைப் பார்த்த போது புதிதாகத் தெரிந்தது. இரண்டு பட்டறைகளுக்கு வெள்ளையடித்து, கதவுக்குக் கலர் பெயிண்ட் அடித்திருந்தார்கள். தான் வேலை செய்த பட்டறைக்குச் சென்றான். பொன்ராமின் கடை இன்னமும் திறக்கவில்லை. மூர்த்திக்குப் பட்டறையில்

தனக்குப் பிறகு வேறு யாரும் வேலைக்குச் சேரவில்லையென நினைத்துக் கொண்டான். பட்டறையின் வாசலில் அமர்ந்து கொண்டான். இரண்டு பட்டறை தள்ளி கனகுவின் பட்டறையைப் பார்த்தான். காலையில் முதல் ஆளாகக் கடையைத் திறந்துவிடும் கனகு, வெயில் பட்டறையின் படிக்கட்டுகளில் விழுந்த பிறகும் திறக்கவில்லை. அவனுக்கு ஆச்சரியமாக இருந்தது.

ஐந்து வருடங்களுக்கு முன்பு இதேபோல் வேலைக்குச் சேர்ந்த இரண்டாவது நாளில் பட்டறை வாசலில் தனியாக அமர்ந்திருந்ததை நினைத்துக்கொண்டான். தெருவில் யாருமில்லை. பொன்ராம் பட்டறையைத் திறக்க சைக்கிளில் வந்து இறங்கினார். பட்டறையை எப்படி எடுத்து வைக்க வேண்டும். எந்தப் பொருளை எந்த இடத்தில் வைக்க வேண்டும் என்று அவனுக்குச் சொல்லிக்கொடுத்தார். மேஜையை புருஸ் கட்டையில் கூட்டுவது, பட்டறையைச் சீனிக்கல் வைத்துத் தட்டித் தேய்த்துக் கழுவுவது, உமியோட்டு பழைய உமியை எடுத்துவிட்டுப் புது உமியை வைத்து புதுக்கரியை வைத்துப் பற்றவைப்பது, பட்டறைக் குப்பையைக் கூட்டியள்ளி சாக்கு மூடையில் போட்டுக் கட்டி வைப்பதுவரை காலையில் வந்ததும் முதல் வேலையாகச் செய்ய வேண்டுமெனச் சொல்லிக் கொடுத்தார். அதை அப்படியே இன்றுவரை அச்சுஅசலாகச் செய்து முடிப்பான் சுந்தரமூர்த்தி. அவது அவருக்குப் பிடித்திருந்தது. ஆனால் அதை வெளியே காட்டிக்கொள்ளவில்லை.

பொன்ராம் சொல்லிக்கொடுக்கிற முறை தனியாக இருக்கும். பக்கத்தில் உட்கார்ந்து முதலில் அவர் செய்து காட்டுவார். பிறகு மூர்த்தியை வேலை செய்யச் சொல்லிப் பார்ப்பார். சரியாகச் செய்கிறானா ஏதாவது மாறிச் செய்கிறானா என்று பார்ப்பார். தவறுகளைத் திருத்துவார். நன்றாக வந்ததும், "நீயா தினமும் செஞ்சு பழகு" என்று விட்டுவிடுவார்.

மூர்த்தி வேலைக்குச் சேர்ந்த இந்த ஐந்து வருடத்தில் அவரிடமிருந்து நிறைய விஷயங்களைக் கற்றுக்கொண்டான்.

அவர் பேசுவதுபோல, அவர் அமர்ந்து டீ சாப்பிடுவதுபோல, அவர் சைக்கிள் ஓட்டுவதுபோல என பொன்ராம் முதலாளியைப் போலச் செய்து பார்த்திருக்கிறான். எதுவும் அவரைப் போல சரியாக வரவில்லை. ஏதோ குறைகிறது, அது எதுவென அவனுக்குத் தெரியவில்லை. அவரிடமிருந்து சரியாகக் கற்றுக்கொள்ள வேண்டுமெனத் திரும்பத் திரும்ப ஒவ்வொன்றாகச் செய்வான். அவர் செய்வதைக் கவனமாகப் பார்ப்பான். ஆனால் என்றாவது ஒருநாள் அவரைப் போல ஸ்டைலாக நீர் இடுக்கியைப் பிடித்துத் தண்ணீர் சட்டியிலிருந்து நீரையள்ளி உமியோட்டில் தெளிப்பான். அப்படியே அச்சு அசலாக பொன்ராமைப் போலவே இருக்கும். ஆனால் இன்னொரு முறை அப்படி அமையாது. என்றாவது ஒருதடவை எதேச்சையாக அமைந்துவிடும்.

சிறிது நேரத்திற்குப் பிறகு ஒவ்வொருவர்களாக பட்டறை வீதிக்கு வந்தார்கள். சைக்கிளை நிறுத்திவிட்டுப் பட்டறையைத் திறந்தார்கள். சைக்கிளை ஓட்டி வந்த பொன்ராம் வீதியின் முக்கில் சைக்கிளை நிறுத்தி இறங்கினார். அங்கிருந்து சைக்கிளை உருட்டிக்கொண்டு வந்தார். மூர்த்தி, எதற்காக தெரு முக்கிலேயே சைக்கிளை விட்டு இறங்கி உருட்டிக்கொண்டு வருகிறார் என அவரைப் பார்த்தான். போன வருடம் தீபாவளிக்கு வாங்கிய புது சைக்கிள். பழைய வண்டியை, “இந்தாடா நீ வெச்சுக்கா” என்று மூர்த்திக்குக் கொடுத்தார். அவரிடம் வாங்கிய சைக்கிளை ஆசைஆசையாக தினமும் துடைப்பதும், கழுவி வெயிலில் காய வைப்பதும் தினமும் காலையில் மாலையில் சக்கரத்திற்கும் பெடலுக்கும் எண்ணெய் போடுவதுமாக பத்திரமாக வைத்திருந்தான்.

அவர் சைக்கிளை விட்டு இறங்கியதும் பட்டறையின் வாசலில் அமர்ந்திருப்பது யார் என்பதைத் தெரிந்துகொண்டார். வேறு யாரேனும் தெருவில் இருக்கிறார்களா? அவனுடன் யாரேனும் வந்திருக்கிறார்களா என்று பார்த்தார். யாருமில்லையென்று தெரிந்ததும் அவருக்கு நிம்மதியாக இருந்தது. பட்டறையின் வாசலுக்கு எதிரே சைக்கிளை நிறுத்திவிட்டுக் கதவைத் திறந்தார். அவனிடம் எதுவும் பேசவில்லை.

பட்டறையைத் திறந்ததும் முதலில் பொன்ராம் உள்ளே நுழைந்தார். சுந்தரமூர்த்தி தயங்கித் தயங்கிச் சென்றான். அவனது தயக்கத்தைப் புரிந்துகொண்டவர், “ஏன்டா மந்தமா இருக்க. சீக்கிரமா பட்டறய எடுத்து வை. தண்ணிச்சட்டிய மாத்து, உமியோட்டுக்குப் புது உமிய எடுத்து வைடா” என்று சொன்னதும் மூர்த்திக்குச் சந்தோஷமாக இருந்தது. யாராவது தன்னுடன் பேசமாட்டார்களா என்று ஏங்கிப்போயிருந்தவன், வேலைகளைச் செய்யச் சொன்னதும் மடமடவென ஆரம்பித்தான்.

பட்டறையை எடுத்து வைத்ததும் பந்திப் பாயை விரித்து அமர்ந்து கொண்டான். பொன்ராமுக்கு அகலமான முக்காலி இருந்தது. மேஜையைத் தன் வசத்துக்கு இழுத்துப்போட்டு அமர்ந்தார். மேஜையின் டிராவிலிருந்த பத்திக்குச்சி எடுத்து தண்ணிச் சட்டியில் நனைத்து பொருத்தி டேபிளின் மூலையிலிருந்த மெழுகில் சொருகி வைத்தார். பத்தி நின்று நிதானமாக புகைந்தது.

பொன்ராம் கல் உருப்படி செய்பவர். டிம்மியிலிருந்து கரவடி ரோஸ்வடி வரை அவருடைய பட்டறையில் முடிந்து பினிஸிங் செய்து வேலை கொடுத்த கடை முதலாளியின் கைக்குப்போகும். இடையில் எந்த வேலைக்கும் வேறு பட்டறைக்கும் வேறு ஆசாரியின் கைக்கும் வேலை போகாது. இரண்டொரு நாள் தாமதமானாலும் வேலை சுத்தமாகவும் தெளிவாகவுமிருக்கும் என்று பஜாரில் பேசுவார்கள். ஒரு ஆள் வேலை. பொன்ராம் தன்னைத் தவிர வேறு யாரும் உருப்படிகளைத் தொடக் கூடாது என்று நினைப்பார். எடுபிடிக்கும் மிஷினுக்குப் போய் வரவும், பட்டறையை எடுத்து வைத்துச் சுத்தம் செய்யவும் கைத்தோதுக்கு ஆள் இருந்தால் போதும் என்று சுந்தரமூர்த்தியை வைத்துக்கொண்டார். இதற்கு முன்னால் அவனது வயதுக்காரர்கள் வேலைக்கு வந்து சோர்ந்தார்கள். மிஷினுக்குப் போய் பழகவும் பட்டறையை எடுத்து வைக்கத் தெரிந்து கொண்டதும் வேறு பட்டறைக்கு மாறிவிட்டார்கள். சிறிது நாட்கள் வேறு ஆட்களை வேலைக்கு வைத்துக்கொள்ளவில்லை. சுந்தரமூர்த்தியின் அப்பா அவரிடம் வேலை கேட்டு

வந்த நேரம், ஜதை ஜதையாகக் கம்மலும் ஜிமிக்கியும் குமிந்திருந்தது.

பொன்ராம் மேஜையில் ஒரு கண்ணும் பட்டறை வீதியில் மற்றொரு கண்ணுமாகப் பார்த்துவிட்டு அவனிடம், “டேய் கனகு கடச போட்டு (கடனை வாங்கிக்கொண்டு) ஊர விட்டுப்போயிட்டான்டா. யாராவது வந்து கேட்டா தெரியாதுன்னு சொல்லு. வாய மூடிட்டு இருக்கணும். சக்கரயும் அவன் மாமனும் அவனத் தேடி அலையுறாங்க” என்றார். சுந்தரமூர்த்தி அவருடைய முகத்தைப் பார்த்தவாறு சரிண்ணே என்று சொன்னான். அவனுடைய மனதில் சர்க்கரை வந்து சென்றான். கண்மூடித் திறப்பதற்குள் உச்சந்தலையிலிருந்து பெருவிரல் முடிய வலியொன்று சொடுக்கியெடுப்பது போல உணர்ந்தான். உயிரே போய்விடுவது போலிருந்தது.

8

பரமேஸ்வரன் முச்சந்தியில் நின்றிருந்தான். தெருவிளக்குக் கம்பத்திற்குக் கீழே இரண்டு நாய்கள் படுத்திருந்தன. அங்கு அதைத் தவிர வேறு யாருமில்லை. நேற்று இரவில் இதேபோல வந்து காத்திருந்தான். யாரும் வரவில்லை. சுந்தரமூர்த்தியும் வரவில்லை. காலையில் வீட்டிற்குச் சென்று அழைத்தான். அவன் சுந்தரமூர்த்தியிடம், “டேய் இந்நேரம் இளைஞர் சங்கமுன்னு ஒண்ணு இருந்தா உனக்கு எவ்வளவு ஆதரவா இருக்கும். நீ தைரியமா இருக்கலாம். சோடா பாட்டில எடுத்து அவன குத்தினதுக்கு உன்னய ஸ்டேஷனுக்குக் கூட்டிட்டுப் போனாலும் சங்கத்திலிருந்து ஆளுங்க வந்து வெளிய கொண்டு வந்துருவோம்டா. நீ இதுக்கெல்லாம் பயந்துட்டு தூக்குமாட்டிருக்கமாட்டே” என்று சொன்னான். மூர்த்திக்கும் சங்கம் நடத்த ஆசையாகத்தான் இருந்தது. “அதெல்லாம் நமக்கு

எதுக்கு பரமு” என்று தட்டிக் கழித்தான். ஆனாலும் பரமன் விடவில்லை. “நீ ராத்திரிக்கு வா. எல்லோரும் வருவாங்க” என்று அழைத்தான். ஆனால் அவன் வராமல் மற்றவர்களைப் போல் தன்னை ஏமாற்றிவிட்டான் என்று தெரிந்ததும் பரமேஸ்வரனுக்கு ஏமாற்றமாக இருந்தது.

பரமேஸ்வரனுக்கு அந்தப் பகுதியில் ஆதரவாகப் பேசுவதற்கும் ஒத்தாசையாக இருப்பதற்கும் யாருமில்லை என்பது தெரியும். தன்னை மற்றவர்கள் குச்சிக்கால் என்று திட்டியதால் அவன் யாருடனும் சரியாகப் பேச்சுவார்த்தை வைத்துக்கொள்ளவில்லை. பட்டறை வேலைக்குப் போவது, மதியம் சாப்பாட்டுக்கு வருவது, திரும்பவும் வேலைக்குப் போவது ராத்திரிக்கு வந்து வீட்டோடு அடைந்துகிடப்பது என்று சுருங்கியிருந்தான். தன்னை நம்பி சங்கத்திற்கு யாரும் வரமாட்டார்கள் என்று அவனுக்குத் தெரியும்.

பரமேஸ்வரன், 12ஆவது வார்டு பகுதி, ஆசாரிமார்கள் குடியிருக்கும் தெருவில் 48ஆம் எண் வீட்டில் குடியிருந்தான். அவனது அப்பா ‘நல்லவேளை’ தங்கவேலு சோதிடர். ஊரிலிருக்கும் பிரபலமான முக்கியஸ்தர்கள் பலரும் அவரை வீடு தேடி வந்து தங்களது வீட்டிற்கு அழைத்துச் செல்வார்கள். நல்லநேரம், முகூர்த்த நேரம், ஜாதகப்பலன், பெயர் பொருத்தம், ராசிப்பெருத்தம் என்று சகல விஷயங்களுக்கும் அவர்கள் நல்லவேளையைத் தேடி வந்தார்கள். நல்லவேளை தங்கவேலு, “ரொம்பப் பேச மாட்டேன் நாலே நாலு விஷயத்த மட்டும் சொல்றேன்” என்று காலையில் ஆரம்பித்தால் பகல் உச்சிப்பொழுதுவரை ஜாதகத்தை மூட மாட்டார். பௌர்ணமிக்கும் அமாவாசைக்கும் பரிகாரம் செய்வதற்கு முக்கியஸ்தர்கள் அழைத்துச்செல்வார்கள். தனக்குப் பின்னால் தனது நல்லவேளை சோதிட நிலையத்திற்கு வாரிசு வேண்டுமென்று பரமேஸ்வரனைக் கெஞ்சிக்கூத்தாடி உட்கார வைக்க நினைத்தார். முடியவில்லை.

சொந்த மகனின் ஜாதகத்தைப் பார்க்கக் கூடாது என்பது அவருடைய குருவாக்கு. சோதிடர் தன்னுடைய ஜனன ஜாதகம், பித்ருக்களின் ஜாதகம், மகளின் ருது ஜாதகம், தாயாரின்

ஜாதகம், வீடு, மனை, வாகனயோகாதிபதிகளைக் கணிப்பது கூடாத காரியமாகும். பலன் தராது என்பது குரு வாக்கு. பரமேஸ்வரனின் ஜாதகத்தை எடுத்துக்கொண்டு சுந்தரத்திடம் சென்றார். சோதிடர் சுந்தரம் போடிநாயக்கனூர் டவுன் போலீஸ் ஸ்டேஷனுக்குப் பக்கத்துத் தெருவில் கடை வைத்திருந்தார். மற்றவர்கள் போல காகிதத்தில் கணக்கு எழுதி இந்தத் திசை நடக்கிறது, இந்தப் புத்தி நடக்கிறது, இத்தனை அண்ணன் தம்பி, அக்கா தம்பி. தாய்மாமன் உயிருடன் இருக்கிறார். பாட்டிக்கு இழுத்துக்கொண்டிருக்கிறது என்றெல்லாம் பாட்டுப் பாட மாட்டார். நேராக விஷயத்திற்கு வந்துவிடுவார்.

“பையனுக்கு அஞ்சு, ஏழு, ஒன்பது சுத்தமில்ல. அரசியலுக்குப் போகணும். இல்ல பொருள் வாங்கி மாத்திக் கொடுத்துப் பணம் சம்பாதிக்கணும். அதான் கடைசிவரைக்கு ஒட்டும். பிழைக்க முடியும். இழுத்து வெச்சு உட்கார வைக்க நெனைக்காதீங்க. ஆள எழுப்பிக் குப்புறக் கவித்திடும். உங்களுக்குத் தெரியாததா” என்று ஜாதகத்தை மூடிவிட்டார். அவ்வளவுதான். அதற்கு மேல் ஒன்றுமில்லை. மீறிக் கேட்டாலும் பதில் வராது என்று நல்லவேளைக்குத் தெரியும். இருபது ரூபாய் கொடுத்தார் நல்லவேளை. சுந்தரம் கடையிலிருந்து பையனை விட்டு காப்பி வாங்கிக்கொடுத்து வீட்டுக்கு அனுப்பி வைத்தார். அதன் பிறகு தச்சுவேலைக்குப் போகட்டும் என்று வேலைக்குச் சேர்த்துவிட்டார். ஒரு வாரத்திற்குப் பிறகு மரத்தைத் தூக்கிச் சுமக்கத் தன்னால் முடியாது என்று அவனாகவே தங்கப்பட்டறை வேலையைப் பழகப்போகிறேன் என்று பட்டறையில் சேர்ந்துவிட்டான். இந்த வைகாசி வந்தால் அவன் வேலைக்குப்போய் பத்து வருடங்களுக்கும் மேலாகிவிட்டன.

கல்யாணத்திற்குப் பெண் பார்த்து நல்லவேளையும் அவரது மனைவி ருக்குமணியும் அலைந்தார்கள். சின்னமனூர், பாளையம், கோம்பை, பண்ணைப்புரம், ராசிங்காபுரம், தேவாரம் ஆகிய ஊர்களுக்கு வாரந்தோறும் வெள்ளிக்கிழமை, புதன்கிழமை சென்று உறவுக்காரர்கள் வீட்டில் பெண் தேடினார்கள். அவனுக்கு எந்த ஊரில் எந்த இடத்தில் பிறந்திருக்கிறாளோ

என்று சலித்துக்கொண்டு இருவரும் சிறிது நாட்கள் போகட்டும் என்று விட்டுவிட்டார்கள். பரமேஸ்வரனுக்கு உள்ளூரில் பெண் அமையவில்லை. அவனைப் பார்ப்பவர்கள் அவனைக் கேலி செய்தார்கள். குச்சிக்கால் பரமன் என்று பட்டறை வீதியில் அவனுக்குப் பெயர் இருந்தது. குச்சிக்காலோடு பேண்ட் போட்டு சைக்கிளில் சென்றால், "காத்தடிச்சு தூக்கிட்டுப் போகப்போகுதுடா, பாத்துப் பாத்து" என்று அவனது நண்பர்கள் கேலி செய்வார்கள். அதைக் கேட்டு தெருப் பிள்ளைகள் சிரிப்பார்கள். அவனுக்கு வெட்கமாக இருக்கும். முதலில் அவனுக்கு வெட்கமாகத்தான் இருந்தது. பிறகு நாட்கள் செல்லச் செல்ல அவனுக்குக் கோபம் வந்தது. தன்னைக் கேலி செய்பவர்களைத் திரும்பிப் பார்த்து முறைத்தான். அவனது முறைப்பையெல்லாம் அவர்கள் பொருட்படுத்தவில்லை. எப்போதும் போல் 'பாத்துப் பாத்து' என்றும் 'காத்து காத்து' என்றும் கேலி செய்தார்கள்.

"இருங்கடீ, ஒருநாளைக்கு வந்து நீங்க எங்குச்சிக்காலப் பிடிக்கலன்னா என்னான்னு கேளுங்க" என்று மனதில் சொல்லிக்கொண்டான். அவன் எப்படியாவது 12ஆவது வார்டில் பெரிய மனுஷனாகி ஜெயித்துக்காட்ட வேண்டுமென்கிற வைராக்கியத்தோடு சைக்கிளில் பட்டறை வீதிக்குச் சென்று வந்தான். பரமேஸ்வரனுக்கு அப்போதுதான் கட்சிக்காரர்களின் பழக்கம் ஏற்பட்டது. கோயில் விசேசத்திற்கு வாப்பூடு (காவடி எடுக்கும்போது நாக்கில் குத்து அலகு) செய்வதற்கு வந்தவர்கள் வருஷக்கணக்காகப் பழகியதைப் போல அவனுடன் பழகினார்கள். பரமேஸ்வரன் 12ஆவது பகுதிக்காரன் என்று தெரிந்ததும் அவர்களுக்குக் கொண்டாட்டமானது.

12ஆவது பகுதி முழுக்க திமுக, அதிமுக என இரண்டு கட்சிக்காரர்கள் கலந்து இருந்தார்கள். ஆசாரிமார்களில் பெரும்பாலும் அதிமுக.வினர். திமுகவுக்கு அவர்களை இழுப்பது என்பது முடியாத காரியம். இதனைத் தெரிந்து கொண்ட கட்சிக்காரர்கள் பலரும் அந்தப் பகுதிக்கு வந்து ஓட்டுக் கேட்பதில்லை. எங்கள் ஓட்டு எம்ஜிஆர் என்று

ஆசாரிமார் வீட்டு சுவற்றில் எழுதி வைத்திருந்தார்கள். தச்சு வேலை செய்பவர்கள் வேலை முடிந்து வந்து ராத்திரி நேரத்தில் முருகன் வீட்டு வாசலில் அமர்ந்து தூக்கம் வரும்வரை எம்ஜிஆரைப்* பற்றிப் பேசுவார்கள்.

“தலைவரு மீன்பிடிக்கிறவரா நடிக்கிறாரு. குதிரை வண்டிக்காரனா நடிக்கிறாரு. தச்சுவேலை செய்யுற மாதிரி நடிக்க மாட்டேங்கிறாரு மாப்ளே. எவ்வளவு வருத்தமா இருக்கு” என்று முருகன் பேச்சை ஆரம்பித்து வைப்பார். இப்படி ஆரம்பித்தால்தான் பேச்சு நடுராத்திரிவரை போகும் என்று அவருக்குத் தெரியும்.

சுருளி ஆசாரிக்கு சபையில் பேசத் தெரியாது. ஆனால் மனதிற்குள் எல்லாம் இருக்கும். அதனால் பேசாமல் அமர்ந்து பேசுவதைக் கேட்பார். புதிதாக கைலி வேட்டிக் கட்டிக்கொண்டு வெட்கத்தோடு வாசலில் அமர்ந்திருக்கும் இளந்தாரிப்பயல்கள் அவர்களின் பேச்சு ஆரம்பித்ததும் சேர்ந்துகொள்வார்கள். அவர்களுக்கு உலக விஷயத்தைத் தெரிந்துகொள்ளும் ஆர்வமெல்லாம் ஒன்றுமில்லை. பேச்சுக்கு ஊடே ஏதாவது ஆபாசச் சொல் சபையில் விழும். அதை எடுத்துக்கொள்ள வேண்டுமென்கிற ஆவலில் வந்திருந்தனர்.

“அடேயேய் நம்ம பொன்ராமு மகன், மெட்ராசுக்குப் போய் தலைவரப் பார்த்து தச்சுஆசாரிகளப் பத்திய கதயச் சொல்லிட்டு வந்துருக்கான்டே. நீங்க வேணா பாருங்க தலைவரு சாகுங்குள்ள தச்சுவேல செய்யுற மாதிரி ஒரு படத்தில நடிச்சிருவாரு” என்று முத்து மாமா சத்தமாகச் சொன்னார். அவர்தான் அந்தப் பகுதியில் எம்ஜிஆர் படத்தை முழுக்கப் பார்த்தவர். மதுரைக்குச் சென்று ரிக்ஷாக்காரன் படத்தை முதல் ஷோ பார்த்தவர். எம்ஜிஆரைப் பற்றிய சந்தேகம், அவர் நடித்த படங்களைப் பற்றிய சந்தேகங்களை அவரிடம் கேட்டால் சரியாகச் சொல்வார்.

---

* 1987, டிசம்பர் 24இல் எம்ஜிஆர் மரணம். அதற்கு முன்பாக இந்த உரையாடல் 1987 தொடக்கத்தில் நடைபெறுகிறது.

“மாமா அவருக்கு யாரு மாமா சோடியா நடிப்பாங்க” என்று இளந்தாரியில் ஒருவன் வீம்புக்குக் கேட்டான்.

“அட லூசு செயலதா தான்டா. அவள விட்ட யாரு மாப்ளே இருக்கா” முத்து மாமா சொன்னார்.

“கொஞ்சம் குண்டா இருக்கிற மாதிரி தெரியுது” பரமேஸ்வரன் சிரித்துக்கொண்டே கேட்டான். அவனுக்கு அதிமுக கட்சிக்காரர்களைப் பிடிக்காது என்பது அங்கிருக்கிறவர்களுக்குத் தெரியும்.

“அதெல்லாம் மேக்கப்பில சரிசெஞ்சுருவாங்க.”

“நம்ம தலைவரு காலைல நிலைக்கு மரத்த அறுத்துட்டு இருப்பாரு. அவரோட முதலாளி மகதான் செயலதா. அவருக்குக் காப்பிகொடுக்க வருவாங்க. இதான் மாமா மொத சீனு” முருகன் அந்தப் பேச்சை முடித்து வேறு பேச்சை எடுக்கும் நோக்கத்தில் கேட்டார்.

“போடா போ. படகோட்டி படத்தில வர்றதைவிட டாப்பா இருக்கும் நம்ம படத்தோட மொதசீனு” என்று முத்து மாமா சொன்னார்.

பரமேஸ்வரன் அதற்குப் பிறகு அங்கு உட்காரவில்லை. தூக்கம் வருகிறது என்று எழுந்து வீட்டுக்கு வந்துவிட்டான். ஆனால் அவனது மனமெல்லாம் அங்குதான் இருந்தது. எல்லோரும் ஒரே மாதிரியாக இருக்கிறார்கள். ஒரே மாதிரியாகப் பேசுகிறார்கள். உண்மையா, பொய்யா என்று தெரியவில்லை. யாரை நம்புவது என்று தெரியவில்லை அவனுக்கு. இந்தப் பகுதியில் ஒருத்தர் கூடவா வேறு கட்சிக்காரர்களாக இல்லாமல் இருப்பார்கள் என்று நினைத்துக்கொண்டிருந்த போதுதான் கோயில் விசேசத்திற்கு காவடிக்கு வாப்பூடு செய்வதற்கு அவர்கள் வந்தார்கள். அவர்களிடம் சொன்னதும் அதற்காகத்தான் காத்திருந்த மாதிரி அவர்கள், “பழைய ஆளுங்கள ஒண்ணும் செய்ய முடியாது பரமு. இப்ப ரஜினி படம் பாக்குறவன, விஜயகாந்த் படத்த பாக்குறவன எல்லாம் மொத்த திரட்டுங்க. உங்க ஏரியாவில இளைஞர் முன்னேற்ற சங்கமுன்னு ஒண்ண

ஆரம்பிங்க. பெரியவங்க இளைஞர்கள்ன்னு ரெண்டா பிரிங்க. அப்புறம் பாருங்க எல்லாம் டக்டக்குன்னு மாறும்” என்று சொன்னது அவனுக்குச் சந்தோஷமாக இருந்தது. அவர்களிடம் கூலி வாங்கவில்லை. பின்னாட்களில் அவர்களது உதவி தனக்குத் தேவைப்படும் என்று அவர்களை அனுசரித்தான். ரோட்டில் எங்கு பார்த்தாலும் வணக்கம் சொன்னான். அவர்களும் பதிலுக்கு வணக்கம் சொன்னார்கள். மீனாட்சி டீக்கடையில் அவனைத் தங்களுடன் சரிக்குச் சமமாக உட்கார வைத்து டீயும் பஜ்ஜியும் வாங்கிக் கொடுத்து சங்கம் ஆரம்பிங்க, சங்கம் ஆரம்பிங்க என்று சொன்னார்கள்.

“யாரும் என்னய நம்பி வர மாட்டேங்குறாங்கண்ணே” என்று பரமேஸ்வரன் சொன்னான். அதற்கு அவர்கள், “முதல்ல அப்படித்தான் இருப்பாங்க. சங்ககூட்டத்துக்கு வர்றவங்களுக்கு மசாலா பால் வாங்கித்தர்றேன்னு சொல்லு. இரண்டு பேரு அதுக்கு ஆசப்பட்டு வருவாங்க. இன்னும் ரெண்டு பேத்துக்கு ராத்திரிக்கு புரோட்டா வாங்கிக்கொடு. இப்படியே கொஞ்சம் கொஞ்சமா வளத்துக்கொண்டு வா. ஒரே நாள்ல முடியுமா” என்று அவர்கள் ஏதோ ரகசியம் போலப் பேசினார்கள்.

பரமேஸ்வரனுக்குக் காரியத்தில் இறங்கிப் பார்த்துவிட வேண்டுமென்கிற வெறி இருந்தது. ஆனால் இதெல்லாம் பட்டறையில் வேலை செய்யும் முதலாளியின் காதிற்குத் தெரியும் வரையில்தான். தெரிந்துவிட்டால், பட்டறையைவிட்டு வெளியேற்றிவிடுவார் என்று அவனுக்குத் தெரியும். பிறகு டீக்கும் சோத்துக்கும் அலைய வேண்டியதுதான் என்று அமைதியாக இருந்தான். தன் கையில் கொஞ்சம் காசிருந்தால் ஆட்கள் அனைவரும் தன்னை நம்பி வருவார்கள். காசில்லாததால்தான் தனக்குப் பின்னால் யாரும் வரவில்லையென்று நினைத்தான். காசை முதல்ல சம்பாதி, அப்புறம் ஆளுங்கள சம்பாதி என்று ராத்திரி முருகன் வீட்டு வாசல் கூட்டத்தில் பேசியது ஞாபகத்திற்கு வந்தது. என்ன பேசினார்கள். யார் பேசினார்கள் என்று தெரியவில்லை. ஆனால் அந்தப் பேச்சு மனதில் அப்படியே பதிந்துவிட்டது. திரும்பத் திரும்பச் சொல்லிக்கொண்டான்.

‘காசை முதல்ல சம்பாதி, அப்புறம் ஆளுங்கள சம்பாதி’, ‘காசை முதல்ல சம்பாதி, அப்புறம் ஆளுங்கள சம்பாதி.’

தெரு முச்சந்தியில் நின்றிருந்தவன் வேகமாக முதல் தெருவை நோக்கி நடந்தான். தன்னைப் பார்க்க வேண்டுமென்றால் தன்னைத் தேடி வரட்டும். எதற்காக வீணாக தெருவில் நிற்க வேண்டுமென்று நினைத்தான். வழியில் இரண்டாவது தெருவில் இளந்தாரிகள் யாராவது கண்ணில் தட்டுப்படுகிறார்களா எனத் திரும்பிப் பார்த்தான். வாசலில் அமர்ந்து பேசிக்கொண்டிருப்பது தெரிந்தது. அவனைப் பார்த்ததும் சத்தத்தைக் குறைத்துக்கொண்டார்கள். பரமேஸ்வரன் தனது வீட்டிற்குச் சென்று உட்கார்ந்தான். பிறகு பாயை விரித்துப் படுத்தான்.

9

சர்க்கரையின் கன்னத்தில் ஓங்கி அறைவிழுந்தது. அடி விழுந்த வேகத்தில் தடுமாறியவன் சுருண்டு விழுந்தான். பற்கள் வலித்தன. தாடை வலித்தது. கண்கள் வலித்தன. முகம் முழுக்க வலியால் துடித்தது. குருசாமி மாமா தன்னை அடிப்பார் என்று அவன் நினைக்கவில்லை. இந்நாள் வரை தன்னை அதட்டிப் பேசாதவர் கன்னத்தில் அடித்ததும் அவமானத்தால் நிலைகுலைந்து போனான். அந்த அறையில் தன்னைத் தவிர வேறு யாரேனும் இருக்கிறார்களா என்று அந்த வலியோடு பார்த்தான். அல்லி அத்தை வாசலில் நின்றிருப்பது தெரிந்தது. அத்தை அறைக்குள் வந்து மாமாவிடமிருந்து அடிவிழாதபடி தடுப்பாள் என்று நினைத்தவன், அத்தைக்குப் பின்னால் பூங்கொடி இருக்கிறாளா என்று பார்த்தான். இல்லை. வேறெங்கேனும் இருக்கிறாளா என்று தேடினான். அவள் இல்லாதது அவனுக்கு ஏமாற்றமாக இருந்தது.

குருசாமி தரையில் கிடந்தவனின் நெஞ்சுச்சட்டையைப் பிடித்துத் தூக்கி, "வேண்டாம் வேண்டாமுன்னு சொன்னேன், லட்ச ரூபாய தூக்கிக் கொடுத்து இப்ப ஆளக்காணோமுன்னு வந்து நிக்றேயேடா" என்று கத்தினார். அவரது வாயிலிருந்து எச்சில் தெறித்து அவனது முகத்தில் விழுந்தது. கன்னத்தில் விழுந்த அடியின் தடத்தை, குருசாமியின் பின்னாலிருந்த நிலைக்கண்ணாடியில் பார்க்க முடிந்தது அவனால். தலைகுனிந்து கொண்டான்.

கணகு மூன்று நாட்களாக கடையைத் திறக்கவில்லை. காலையிலும் மதியமும் மாலையும் ராத்திரியும் கனகுவின் கடை வாசலில் காத்திருந்து அவரைப் பார்க்க முடியவில்லையென்றதும் குருசாமி மாமாவிடம் வந்து தகவல் சொன்னான். சர்க்கரைக்குப் பயமாக இருந்தது. இரண்டு நாளில் பணத்தைத் தருகிறேன் என்று சொன்னவர் மூன்று நாட்களாகக் கடையைத் திறக்கவில்லையென்றால் என்ன நினைப்பது.

"பதில் பேசுறா" என்று குருசாமி அவனை அதட்டினார். பூங்கொடி, சத்தம் கேட்டு அறையை எட்டிப் பார்த்தாள். இப்போதுதான் அவளுக்கு விஷயம் தெரிந்திருக்க வேண்டும். அல்லி அத்தை அவளை 'போ போ' என்று சொன்னாள். ஆனால் நகராமல் அந்த இடத்தில்தான் நின்றிருந்தாள். அவளது இரண்டு கைகள் அல்லி அத்தையின் தோளின் மேல் இருப்பதை சர்க்கரை பார்த்தான். பூங்கொடியின் முகமும் உடம்பும் பாதியளவு அல்லியின் உடலுக்குள் மறைந்திருந்தது. அவளுடைய கண்கள் தன்னைப் பார்க்கின்றன என்பதை சர்க்கரை தெரிந்துகொண்டான். மாமா கேட்பதற்கு ஏதாவது பதில் சொல்ல வேண்டுமென்கிற தைரியம் அப்போது அவனுக்கு வந்தது.

குருசாமி அவனை அடிப்பதற்குக் கை ஓங்கியதும் வாசலில் நின்றிருந்த அல்லி, "அய்யோ வேணாம் விடுங்க" என்று சொன்னாள்.

"இங்க என்னா வேல உனக்குப் போடீ" என்று அவர்களை விரட்டினார். பெண்கள் இருவரும் பயந்துபோயிருந்தனர்.

அல்லிக்கு அழுகை வந்தது. கண்ணீர் விட்டபடி உடலைத் திருப்பிக்கொண்டாள். அவளைப் போல பூங்கொடி திரும்பி நின்றாள். இருவரும் மெதுவாக நடந்து செல்வதை சர்க்கரை பார்த்தான்.

“அங்க என்னாடா வேடிக்கை. கேட்டதுக்குப் பதில் சொல்லு” என்று குருசாமி திரும்பவும் அவனை அதட்டியதும் அவன் உலுக்கிவிழுந்தவன் போல, “மாமா ஊர்லதான் இருக்காரு. பட்டறதான் மூணு நா தெறக்கல. வீட்டுக்குப்போய் பணத்தை வாங்கிட்டு வந்துர்றேன்” என்று சொன்னான்.

“உன் பேச்சைக் கேட்டு அவனுக்கு லட்ச ரூபாயத் தூக்கிக் கொடுத்தேன் பாரு. என்னயச் சொல்லணும். பத்துப் பேருகிட்ட கைநீட்டி வாங்கியிருக்கான். அதில நம்மாளுக நாலுபேரு. அவனப்பத்தி கதகதயாச் சொல்லுறாங்க. பணம் எனக்குக் கைக்கு வரல. மாப்பிள்ளன்னு பாக்க மாட்டேன். அக்கா மகன்னு பாக்க மாட்டேன்” என்று சொன்னார். இந்த வார்த்தையைச் சொல்லும்போது அவரது முகம் துடித்து, கை விரல்கள் நடுங்குவதை அவன் பார்த்தான். குருசாமி அந்த அறையை விட்டு வெளியேறியதும், அவனும் அவருக்குப் பின்னால் நடந்து சென்றான். அவனுக்காகக் காத்திருந்த அல்லி மெதுவாக அவனைக் கூப்பிட்டாள். சர்க்கரை அவளருகே சென்றான். அல்லி அவனை சமையலறைக்குள் அழைத்துச் சென்றாள்.

அல்லி அவனது கைகளைப் பிடித்துக்கொண்டாள். “சக்கர, உங்க அம்மாக்கிட்டயும் அப்பாக்கிட்டயும் மாமா அடிச்சத சொல்லிறாதப்பா” என்று பதறி சொன்னாள்.

“நீங்க சொல்லுங்க மாமா. அத்தே சண்டைக்கு வரட்டும். அப்பத்தான் எங்கப்பாவுக்கு உங்க மேல பயம் வரும்” என்று பூங்கொடி சிரித்துக்கொண்டு சொன்னாள்.

அல்லி, “சும்மா இருடீ” என்று அவளைத் திட்டினாள். “வலிக்குதாப்பா. அய்யோ கன்னம் செவந்து போச்சு” என்று சொன்னவள், வாசலை எட்டிப் பார்த்துவிட்டு, “அந்த ஆளு ஊர்லதா இருக்கானா. இல்ல எங்காச்சும் ஓடிப்போயிட்டானா” என்று கேட்டாள்.

சர்க்கரை, “அதெல்லாம் இல்லத்தே. ஊர்லதான் இருக்கான். நா போய் பணத்த வாங்கிட்டு வந்துருவேன்” என்றான்.

அல்லி, “ஊர விட்டு ஓடிப்போயிட்டான்னு யாரோ சொன்னாங்களாம். அதான் உங்க மாமாவுக்குக் கோபம் வந்துருச்சு. இல்லன்னா உன்னய என்னைக்காச்சும் ஏதாவது பேசியிருக்காரா. கேட்டிருக்காரா” என்று சொன்னாள். அவளது குரலில் வருத்தமிருந்தது. அவனும் அதைத்தான் நினைத்தான். அத்தை சொல்வது நியாயந்தான் என்று நினைத்தவன், தேவையில்லாமல் கனகுவிற்குப் பணத்தை வாங்கிக் கொடுத்து மாமாவின் வீட்டில் தனக்கு இருக்கும் மரியாதையையும் நல்ல பெயரையும் கெடுத்துக்கொண்டோம் என்று வருத்தப்பட்டான். பணம் கிடைக்காமல் போனால் என்ன செய்வது. சுந்தரமூர்த்தியைப்போல கனகும் தூக்குமாட்டிக்கொண்டால் லட்ச ரூபாயிக்கு எங்கு போவது. இதற்காக மாமா வீட்டுக்கும் அம்மாவுக்கும் இடையில் சண்டை வந்துவிடுமா, பூங்கொடிக்கும் தனக்கும் கல்யாணம் நடக்காமல் போய்விடுமா என்று நிமிஷ நேரத்தில் அவனது மனதில் எண்ணங்கள் தோன்றி மறைந்தன. இங்கிருந்து உடனே போய், கனகுவைப் பிடித்து மாமாவின் கையில் ஒப்படைத்துவிடவேண்டுமென்று நினைத்தவன் சமையலறையை வெளியே விட்டு நடந்தான்.

அத்தை, “இருப்பா ஏதாச்சு சாப்பிட்டுப் போவ” என்று அழைத்தாள். அவளிடம், “நா பட்டறவீதிக்குப்போய் அந்த ஆள பாத்துட்டு வந்துருறேன்” என்று சொல்லிவிட்டு நடந்தான். அத்தையிடம் பேசும் போது, பூங்கொடியைப் பார்த்தான். அவளும் அவனைப் பார்த்தாள். சர்க்கரை வீட்டை விட்டு வெளியே வந்தான். வாசலில் நிறுத்தி வைத்திருந்த தனது சைக்கிளை ஓட்டிக்கொண்டு மேற்கு வீதியிலிருந்து பட்டறை வீதிக்குச் சென்றான். வீதியின் இருபக்கமும் பார்த்துக்கொண்டு சைக்கிளை ஓட்டினான். ஏதாவது கடையில் கனகு உட்கார்ந்து டீ குடித்துக்கொண்டிருப்பான் என்று தேடினான். கனகு எதற்காக மூன்று நாட்களாக கடையைத் திறக்கவில்லை. இரண்டு வருடங்களுக்கு மேலாக சர்க்கரை பட்டறைவீதியில் கந்துக்குப் பணம் கொடுத்து வருகிறான். ஒருநாள் கூட கனகு அவருடைய

கடையை அடைத்து அவன் பார்த்ததில்லை. அவனுக்கு ஆச்சரியமாக இருந்தது.

கனகு வீட்டில்தான் ஒளிந்திருக்க வேண்டும். இல்லையென்றால் ஆசாரிமார்கள் யாருக்கும் தெரியாமல் சீட்டு விளையாடுவதற்காக ஒரு வீட்டைப் பிடித்து வைத்திருக்கிறார்கள் அந்த வீட்டில் இருக்க வேண்டும். வேறெங்கும் போயிருக்க முடியாது என்று நம்பினான். பணத்தை இரண்டு மூன்று நாளில் தந்துவிடுகிறேன் என்று நயமாகப் பேசி கழுத்தை அறுத்துவிட்டான். அவனெல்லாம் நல்லாவே இருக்க மாட்டான். மாமாவின் காசைத் தின்றவன் நல்லாயிருக்க மாட்டான் என்று திட்டினான். கனகுவை பிடித்து மாமாவின் முன்பாக நிறுத்திவிட்டால் போதும், மாமா பார்த்துக்கொள்வார். எவ்வளவு பெரிய கொம்பனாக இருந்தாலும், 'பணத்தைக் கட்டிட்டுப் போடா' என்று நிற்க வைத்துவிடுவார். கனகுவின் வீட்டிற்குப் போக வேண்டும். வீட்டை எப்படியாவது தேடிக் கண்டுபிடிக்க வேண்டும். பட்டறைவீதியில் யாரிடம் கேட்கலாம். ஆசாரிகள் ஒருவரையொருவர் காட்டிக் கொடுக்க மாட்டார்கள். யாரிடம் கேட்டால் கனகுவின் வீட்டை அடையாளங்காட்டுவார்கள் என்று யோசித்தான். அவனுக்கு பரமேஸ்வரனின் ஞாபகம் வந்தது.

சர்க்கரை பட்டறைவீதிக்குள் நுழைந்ததும் நேராக பரமேஸ்வரன் வேலை செய்யும் பட்டறைக்கு முன்னால் சைக்கிளை நிறுத்தினான். அவனிடம் பரமேஸ்வரன் மட்டுந்தான் கந்துக்குப் பணம் எதுவும் வாங்காதவன். பட்டறைவீதியில் அவனைத் தவிர மற்றவர்கள் அனைவரும் கந்துக்குப் பணத்தை வாங்கியிருக்கிறார்கள். என்றாவது பரமேஸ்வரன் தன்னிடம் கந்துக்குப் பணம் கேட்டு நிற்பான் என்று சர்க்கரை காத்திருந்தான். அவன் கந்துக்குப் பணம் வாங்குவதற்கு வருகிறானோ இல்லையோ அவனிடம் உதவியென்று போய் நிற்கும்படியாகிவிட்டது என்று வெட்கத்துடன் சென்றான்.

பரமேஸ்வரனைப் பற்றி பட்டறைவீதியில் அனைவரும் பெருமையாகப் பேசிக்கொள்வது சர்க்கரைக்குத் தெரியும்.

சிகரெட் புகைக்க மாட்டான். சென்டரல் சினிமாவிற்குப் போய் இங்கிலீஸ் படம் பார்க்க மாட்டான். குடிக்க மாட்டான். வேலையில் கெட்டிக்காரன். பணத்தைச் சேர்த்து வைத்துச் சொந்தமாக கடை வைக்கப்போகிறான் என்று பட்டறைக்காரர்கள் பேசுவதை அவன் கேட்டிருக்கிறான். பணம் சேர்த்து வைத்திருப்பவன் எதற்குத் தன்னிடம் கந்துக்குப் பணம் வாங்க வர வேண்டும். ஆனால் எதற்காகவாவது தன்னிடம் வருவான் என்று நினைத்தான். அவனிடம் கேட்டால் கனகுவைப் பற்றிய தகவல் சொல்வான் என்று பட்டறையின் வாசலில் அமர்ந்தான். படிக்கட்டில் வெயில் சூடு இருந்தது. திராவகமும் தாமிரமும் வெந்து எழுந்த புகையின் வீச்சம் வீதி முழுக்க நிறைந்திருந்தது. சர்க்கரைக்கு இருமலும் தும்மலும் வந்தது. பரமேஸ்வரன் அவனுடன் பேசவில்லை. அவனைப் பார்க்காமல் குனிந்து வேலை செய்து கொண்டிருந்தான். அவனைத் தவிர பட்டறையில் வேறு யாருமில்லையென்பதை சர்க்கரை தெரிந்து கொண்டான்.

“பரமு” என்று மெதுவாக அழைத்தான் சர்க்கரை. முதலில் அழைத்ததற்கு, பரமேஸ்வரன் நிமிர்ந்து பார்க்கவில்லை. இரண்டாவது தடவையாக கொஞ்சம் சத்தமாக அழைத்ததும் நிமிர்ந்து பார்த்தவன், “வாங்கண்ணே, ஓனர் வெளியே போயிருக்காருண்ணே” என்று படபடவெனப் பேசினான்.

“நா உங்க ஓனர பாக்க வரல. ஒரு விஷயமா உன்னய கேக்கணுமின்னு வந்திருக்கேன்” என்றான். வாசற்படியில் உட்கார்ந்திருந்தாலும் அவனது உடல் முழுக்க பட்டறைக்குள் நுழைந்திருந்தது.

“சொல்லுங்கண்ணே...”

“கனகு வீடு எங்கிருக்கு” என்று கேட்டான். பரமேசுவரனுக்கு எதற்காக கனகுவைத் தேடி வந்திருக்கிறான் என்பது தெரியாது. தன்னுடைய பட்டறையில் நடக்கிற விஷயத்தைத் தவிர வேறு விஷயங்கள் எதையும் அவன் காது கொடுத்து வாங்கிக்கொள்ள மாட்டான். அது தனக்குத் தேவையில்லாதது என்று நினைப்பான். கனகுவின் வீடு அவனுக்குத் தெரியும். ஆனால்

சொல்வதற்கு யோசித்தான். கனகுவின் வீட்டைச் சொல்வதால் தனக்கு ஏதாவது பிரச்சினை வந்துவிடுமா, எதற்காக கனகுவின் வீட்டைக் கேட்கிறான் என்று யோசித்தவன், “அண்ணே, மீன் மார்க்கெட்டுக்குப் பின்னாடி இருக்குன்னு சொல்வாங்க. எனக்கு சரியா தெரியாதுண்ணே” என்று பதில் சொன்னான்.

சர்க்கரைக்குத் தெரிந்துவிட்டது. பரமேஸ்வரனுக்குத் தெரியும். ஆனால் அவன் உண்மையைச் சொல்ல மாட்டான். அதேநேரம் பொய்யும் சொல்ல மாட்டான். இந்த இடத்தில்தான் வீடு. தேடிப்பிடிச்சுக்கோ என்று குறிப்பாகச் சொல்லிவிட்டான். போலீஸ் ஸ்டேஷனுக்குப் பின்புறமாக மீன் மார்க்கெட் இருக்கிறது. அங்கு சென்று யாரிடமாவது கேட்டால் சொல்வார்கள் என்று சைக்கிளை எடுத்துக்கொண்டு புறப்பட்டான். மதியம் பனிரெண்டு மணி. உச்சிவெயில். பட்டறைவீதியிலிருந்து சிறிது தூரத்தில் போலீஸ் ஸ்டேஷன் இருந்தது. அதற்குப் பின்னால் மீன் மார்க்கெட் இருந்தது. காலையிலும் மாலையிலும் மட்டும் மீன் விற்பார்கள். கூடையிலும் மண் சட்டிகளிலும் அயிரை மீனும் குரவை மீனும் துள்ளிக்கொண்டிருக்கும். அதற்குப் பக்கத்துச் சந்தில் நிறைய வீடுகள் இருந்தன. எந்தச் சந்தில் கனகு குடியிருக்கிறான் என்று கண்டுபிடிக்க வேண்டும். நிச்சயமாக யாராவது அந்த இடத்தில் தனக்குத் தெரிந்தவர்கள் இருப்பார்கள் அவர்களை வைத்து கனகுவைப் பிடித்துவிடலாம் என்று சைக்கிளை வேகமாக ஓட்டினான். போலீஸ் ஸ்டேஷனைக் கடந்து மீன் மார்க்கெட்டிற்குச் சென்றான்.

மீன் மார்க்கெட்டில் கடைகள் எதுவுமில்லை. குரவை மீன்களின் மண்டைகள் ரோட்டில் சிதறிக்கிடந்தன. பூனைகள் ஓடுவதும் ஒளிவதுமாக அலைந்தன. சாக்கடைக்குள்ளிருந்து எலிகள் வெளியேறி வருவதும் ஆட்களின் அரவம் கேட்டதும் ஓடி ஒளிவதுமாக இருந்தது. தெரு முழுக்கக் கவுச்சி வாடை. மீன் விற்று முடிந்ததும் சட்டியைக் கழுவியூற்றியிருந்த இடத்தில் ஈக்கள் அடைபோல் மொய்த்துக்கொண்டிருந்தன. அந்த

இடத்தைக் கடந்ததும் 'நொய்' என்று ஈக்கள் பறந்தன. அவனது கன்னத்திலும் கண்களிலும் மோதி விழுந்து பறந்தன. பச்சையான மணம். தேங்கியிருக்கும் ஆற்றுநீரிலிருந்து எழும் கவுச்சியின் வீச்சம். அந்த இடத்தைக் கடந்து தெருவுக்குள் நுழைந்தான். நூலகத்திலிருந்து ஆட்கள் வெளியேறி வருவது தெரிந்தது. அலுவலகத்தின் கதவை அடைத்து, கடைசியாக நூலகர் நடந்து வருவதைப் பார்த்தான். அவரிடம் கேட்கலாமா என்று சைக்கிளை நிறுத்தினான். அவர் அலுவலகத்தின் பின் சுவரில் சாய்த்து நிறுத்தி வைத்திருந்த சைக்கிளை எடுத்துக் கொண்டு நடந்தார். சீட்டில் கோழிப்பீ ஒட்டியிருந்தது. அதைப் பார்த்தவர் முனங்கினார். அவருடைய முகத்தில் கோபம் தெரிந்தது.

நூலகத்தில் கூட்டம் குறைந்ததும், கோழிகள் நுழைய ஆரம்பித்தன. அதன் சத்தம் பெரிதாகக் கேட்கத் தொடங்கியது. அவனைக் கடந்து சென்ற நூலகரை 'ஸார்' என்று அழைத்ததும் அவர் திரும்பிப் பார்த்தார். "கனகு வீடு எங்க இருக்கு" என்று கேட்டான். அவர் அவனது முகத்தைப் பார்த்துவிட்டு, "எந்த கனகு" என்று முறைத்துப் பார்த்தார். . அவர் குரல் தடியாக இருந்தது. யார் மேலிருக்கும் கோபத்தையோ தன் மேல் காட்டுகிறார் என்று சர்க்கரை நினைத்தான்.

"பட்டறவீதியில கடை வெச்சிருக்கிறாருலில்ல அந்த கனகு" என்றதும் அவர், "நெத்தியில சந்தனமும் கையில விபூதியெல்லாம் பூசிட்டுத் திரிவாரே அவரா" என்று கேட்டார். சர்க்கரை ஆமாம் என்று தலையாட்டினான். அவனுக்குச் சந்தோஷம். ஆளைச் சரியாகச் சொல்கிறார். வீடு அவருக்கு நிச்சயமாகத் தெரியும் என்று நம்பினான்.

நூலகர் சைக்கிளை கெட்டியாகப் பிடித்துக்கொண்டு முகத்தை மட்டும் திருப்பி கையைக் காட்டினார். "இந்தச் சந்துக்குள்ள போ, அதுல முட்டுச் சந்து வரும். அதுலதான் பாத்த ஞாபகம்" என்று சந்தேகத்துடன் சொன்னார். சர்க்கரைக்கு ஏமாற்றமாக இருந்தது. அவன் அந்தத் தெருவைப் பார்த்தான். அவனைக் கடந்து நூலகர் சென்றார். தெருவுக்குள் சென்று கேட்கலாமா

வேண்டாமா என்று யோசித்தான். சரி போய் விசாரித்துப் பார்ப்போம் என்று நடந்தான்.

தெருவிற்குள் நுழைந்ததும் முதலில் பெட்டிக்கடை இருந்தது. கடைக்குள் கிழவி அமர்ந்திருந்தாள். கடைக்கு மேல் கூரை போட்டிருந்தார்கள். கூரையின் மூங்கில் கம்புகளில் கயிறு கட்டி வாழைதாரும் முட்டைக்கூடையும் தொங்கிக் கொண்டிருந்தது. சிகரெட் புகைக்கலாமா என்று யோசித்தான். தன்னுடைய கெட்ட நேரத்திற்கு யாராவது தெரிந்தவர்கள் பார்த்துவிடுவார்கள் என்று நினைத்தான். தைரியமாக கடைக்குள் அமர்ந்து சிகரெட் புகைக்க தனக்குத் தோதான கடை சாமி தோட்டத்திலிருக்கிற மயில்சாமியின் பெட்டிக்கடைதான். அவனும் தனக்கு சோடா பாட்டிலில் குத்து விழுந்த பிறகு கடையை மூடிவிட்டு, கொத்தனார் வேலைக்குப் போய்விட்டான் என்பதை நினைத்து வருந்தினான் சர்க்கரை. பெட்டிக்கடையில் அமர்ந்திருந்த கிழவியிடம் கனகுவின் வீட்டை விசாரித்தான். அவள் வெற்றிலை சாறைத் துப்பிவிட்டு, “ஆசாரியா” என்று கேட்டாள். அவன் ஆமாம் என்று சொன்னான். “இடது பக்கமா முட்டுச்சந்து ஒண்ணு வரும். கடைசி வீடு” என்று சொன்னாள். அவன் முட்டுச்சந்தைத் தேடிச் சென்றான்.

சர்க்கரை தெருவின் இரண்டுபுறமும் பார்த்துக்கொண்டு நடந்தான். அவனுக்கு இடதுபுறம் எது வலதுபுறம் எது என்கிற குழப்பம் பள்ளிக்கூடத்தில் படிக்கும் காலத்திலிருந்து இருந்து வந்தது. பெட்டிக்கடையை விட்டுச் சிறிது தூரம் நடந்து சென்றதும் சந்து தெரிந்தது. சமசதுரத்தில் பெரிய சிமிண்ட் கற்கள் பதிக்கப்பட்ட சந்து அது. கூரைவீடுகளும் தகரவீடுகளுமாக வரிசையாக எதிரெதிரே இருந்தன. தெரு அமைதியாக இருந்தது. நடந்து செல்லச் செல்ல தெரு நீண்டு சென்றதோடு வீடுகள் வரிசையாக வந்துகொண்டிருந்தன. முட்டுச் சந்து எந்த இடத்தில் முட்டி நிற்கப்போகிறதென ஆவலோடு நடந்தான். கடைசியாகத் தனியாக இருந்த வீட்டின் வாசல் சற்றுப் பெரியதாக இருந்தது. ஒரே நேரத்தில் ஐந்தாறு நபர்கள் வீட்டுக்குள் சென்றுவருவதுபோல் கட்டியிருந்தார்கள்.

வழக்கமான வாசல் போல் நீள் சதுரத்தில் இல்லாமல் வளைவாகக் கட்டியிருந்தார்கள். சைக்கிளை நிறுத்திவிட்டு வீட்டுக்குள் சென்றான்.

சர்க்கரை வாசலுக்குள் நுழைந்ததும் அதிர்ந்து நின்றான். தென்னைமரங்களும் மாமரங்களுமாக இருந்தன. அதோடு இருபது முப்பது வீடுகள் வரிசையாக இருந்தன. ஒவ்வொரு வீட்டின் வாசலில் தண்ணீர்த் தொட்டி இருந்தது. அதன் மேல் தகரத்தை வைத்து மூடியிருந்தார்கள். துலக்கிய பாத்திரத்தைக் கவிழ்த்து வைத்திருந்தார்கள். நடந்து செல்லச் செல்ல ரயில் பெட்டிகள் போல் வீடுகள் நீண்டு வந்தன. சில வீடுகள் திறந்திருந்தன. சில வீடுகள் பூட்டியிருந்தன. திறந்திருந்த வீட்டின் வாசலில் வயதானவர்கள் அமர்ந்து சாப்பிட்டுக்கொண்டிருந்தார்கள். பூட்டியிருந்த வீட்டின் வாசலில் ஈரச்சாக்கும் கிழிந்த துணிகளும் விரிந்த நிலையில் கிடந்தன. பாதை வளைந்து திரும்பியது. அந்த இடத்தில், பெண்ணொருத்தி துணி துவைத்துக் கொண்டிருந்தாள். அவளைச் சுற்றி சிறுமிகள் விளையாடிக்கொண்டிருந்தார்கள். வீட்டுக்குள் பெரிய வாசல் வழியாக நுழைந்தபோது, குழந்தைகளின் சத்தம் எதுவும் கேட்கவில்லை. இப்போது கேட்பது ஆச்சரியமாக இருக்கிறது என்று நினைத்துக் கொண்டவன், அப்பெண்ணிடம் கனகுவின் வீட்டைக் கேட்டான். அவள் வாய் திறந்து பதில் பேசாமல் ஜாடையில் கையை நீட்டிச் சொன்னாள். அவன் புரிந்துகொண்டு நடந்தான்.

அங்கிருந்து இரண்டு வீடுகள் தள்ளி இருந்த இடத்தில் முக்காலியில் அமர்ந்திருந்தவரின் தலையிலும் உடம்பிலும் முகத்திலும் சோப்பு நுரை அப்பியிருந்தது. அந்தத் தரை முழுக்க சோப்பு நீர் வடிந்து ஓடியிருந்தது. வீட்டுக்குள்ளிருந்து வந்த பெண் சேலையைத் தூக்கிச் சொருகிக்கொண்டு தண்ணீர்த் தொட்டியிலிருந்த நீரை அள்ளி அவருடைய உடலில் ஊற்றினாள். அவன் தன் மேல் நீர் தெறித்துவிழக் கூடாது என்பதற்காகச் சற்றுத் தள்ளி நின்று அவர்களைத் தாண்டி நடந்தான். அப்படியிருந்தும் அவனது காலில் தண்ணீர் தெறித்து விழுந்தது.

சர்க்கரை, துணி துவைத்துக் கொண்டிருந்த பெண் காட்டிய வீட்டின் வாசலில் நின்றான். அந்த வீடு சாத்தியிருந்தது. தட்டினான். திறந்திருந்த ஜன்னலின் வழியாக எட்டிப் பார்த்தான். உள்ளே இருட்டாகத் தெரிந்தது. இன்னொரு தடவை தட்டினான். "கனகு அண்ணே கனகு அண்ணே" என்று சத்தம் கொடுத்தான். குளித்துக்கொண்டிருந்தவருக்கு நீர் ஊற்றிய பெண் அவனருகே வந்தாள்.

"யாரு வேணும்" என்று கேட்டாள். அவள் குண்டாக இருந்தாள். அவளது முகம் பூரி போன்று உப்பலாக இருந்ததும், அவளது வயிறும் இடுப்பும் கால்களும் பெரிது பெரிதாக இருந்ததும் அவனுக்குச் சிரிப்பை வரவழைத்தது. ஆனால் சிரிக்கவில்லை. அவளது முகத்தைப் பார்த்துப் பேசாமல் வேறொரு பக்கமாக முகத்தைத் திருப்பிக்கொண்டவன், "கனகு அண்ணனைப் பாக்கணும்" என்றான்.

அவள், "அவங்க எல்லா கோயிலுக்குப் போயிருக்காங்க" என்றாள்.

"எப்ப வருவாங்க?"

"தெரியாது!"

"வீட்டுல ஒருத்தருகூட இல்லயாக்கா" என்று சர்க்கரை பரிதாபமாகக் கேட்டான். அவனுக்கு அழுகை வந்துவிடுவதுபோலிருந்தது. வீட்டுக்குப் போனால் மாமா என்ன சொல்வார். திரும்பவும் அத்தையின் முன் பூங்கொடியின் முன் தன்னை அடித்தால் எவ்வளவு அசிங்கம். கனகு அயோக்கியன் பணத்தை வாங்கிக்கொண்டு எங்குபோய் ஒளிந்துகொண்டான். கையில் சிக்கினால் செருப்பைக் கழற்றி நாலுசாத்து சாத்த வேண்டுமென நினைத்தான். அந்தப் பெண் அவன் கேட்டதைக் காதில் வாங்கிக்கொள்ளாதவளாகக் குளித்துக் கொண்டிருந்தவரை நோக்கி நடந்தாள். சர்க்கரைக்கு வருத்தமாக இருந்தது. கூடவே பயம் வந்தது. தலையைக் குனிந்தபடி நடந்தான்.

10

அந்த வீட்டின் முன்பாக சுந்தரமூர்த்தி சைக்கிளை நிறுத்தினான். வீட்டைப் பார்த்ததும் அவனுக்குப் பாழடைந்த பேய் பங்களா மாதிரித் தெரிந்தது. 'இந்த வீட்டில் உட்கார்ந்து சீட்டு விளையாடுவதில் இவர்களுக்கு என்ன கிடைக்கிறது' என்று நினைத்தான். மஞ்சள் பையில் செளந்தர விலாஸ் ஹோட்டலில் வாங்கிய மீன் குழம்பு தூக்குவாளியிலும் சுக்கா வறுவல் பொட்டலமும் இருந்தது. தூக்குவாளியிலிருக்கும் குழம்பு அலம்பிக் கொட்டிவிடக் கூடாது என்று சைக்கிளை மெதுவாக ஓட்டி வந்தான். நாடார் மெஸ்ஸில் மட்டன் குழம்பு இல்லை. அதனால் செளந்தர விலாஸில் மீன் குழம்பு வாங்கிக்கொண்டான்.

கனகுவிற்கு நாடார் மெஸ் மட்டன் குழம்பு பிடிக்கும். முழு சாப்பாட்டிற்கும் மட்டன் குழம்பை ஊற்றித் தின்று முடித்துவிடுவார். சீட்டு விளையாடுகிற இடத்திலிருந்து சின்ன காமராஜ் ஆசாரி மதியம் வீட்டுக்குச் சாப்பிட வரும் பொழுது, சுந்தரமூர்த்தியை, கனகு அழைப்பதாகச் சொன்னார். பொன்ராம் அவனது முகத்தைப் பார்த்தார். மூர்த்தி பொன்ராமின் முகத்தைப் பார்த்தான். சின்ன காமராஜ், "அப்படியே சாப்பிடப் போறப்ப ஒரு எட்டு என்னான்னு கேட்டுட்டுப் போடா" என்றதும் பொன்ராம் சரி என்றார்.

சுந்தரமூர்த்திக்கும் சீட்டு விளையாடும் வீட்டைப் பார்க்க வேண்டுமென்கிற ஆசை இருந்தது. இதற்கு முன்பு ஒரு தடவை சென்றிருக்கிறான். ஏலக்காய் கடையிலிருந்து பெண்கள் மதியம் சாப்பாட்டுக்கு வீட்டுக்குப் போகும் நேரத்தில் பொன்ராம் அவனைச் சாப்பிடுவதற்குப் போகச் சொன்னார். சைக்கிளை எடுத்துக்கொண்டு நேராக சீட்டு விளையாடும் இடத்திற்குச் சென்றான். கதவுக்கு உள்தாழ்ப்பாள் போட்டிருப்பது அவனுக்குத் தெரியும். கையை உள்ளே விட்டுத் திறக்க வேண்டும். திறந்தான். கீழ் வீட்டில் யாரும் இருக்க மாட்டார்கள். சமையலறையும் கக்கூசும் இருந்தது. மரப்படி கொண்ட மாடி.

மெதுவாக ஏறினான். தம்டம்மென்கிற சத்தம் அவனுக்குப் பின்னாலிருந்து கேட்டது. தனக்குப் பின்னால் யாரோ நடந்து வருகிறார்களெனத் திரும்பிப் பார்த்தால் யாருமில்லை. மாடியேறியதும் நீண்ட வராண்டா. வெளிச்சம் தெரிந்தது. தரை முழுக்க தூசி படிந்திருந்தது. வெறுங்காலில் நடந்து சென்றவர்களின் தடம் விழுந்திருந்தது. சிகரெட்டும் பீடியுமாகக் கிடந்தது. வடை தின்ற காகிதங்கள் சுருண்டு எண்ணெய்ப் பசையோடு சிதறியிருந்தன. மூத்திர வாடை குப்பென்று முகத்திற்கு வந்தது. பெரிய கதவு, அதைத் திறந்து உள்ளே செல்ல வேண்டும். அவனால் திறக்க முடியவில்லை. இதற்கு முன்பு வந்தபோது கதவைத் தள்ளியதும் திறந்துவிட்டது, இப்போது ஏன் திறக்கவில்லையென மீண்டும் தள்ளினான். அவனால் முடியவில்லை. தட்டினான். யாரும் வந்து திறக்கவில்லை. கதவில் காது வைத்துக்கேட்டான். பலமாகத் தட்டினான். கதவு வேகமாகத் திறந்தது. கதவு திறந்த சத்தம் பலமாக அந்த வீடு முழுக்கக் கேட்டது. உண்மையிலே பேய் பங்களாவுக்குள்தான் இருக்கிறோம் என்று மூர்த்தி நினைத்துக்கொண்டான்.

கதவைத் திறந்தவன், "கீரைமுண்ட மெதுவா தட்டுனா என்னாடா" என்று மூர்த்தியைப் பார்த்துக் கத்தினான். அவன் உயரமாக இருந்தான். மூர்த்திக்கு அவன் யாரென்று தெரியவில்லை. அவன் வெறும் உடம்புடன் இருந்தான். பஜாரில் கூட அவனைப் பார்த்ததில்லை.

உள்ளேயிருந்து குரல் வந்தது, "யாரு".

"பட்டறவீதியில இருந்து ஒருத்தன் வந்திருக்கான்" என்று சொன்னான். கனகு வருவதை மூர்த்தி பார்த்தான். கனகு அவனிடம் வந்து நூறு ரூபாய் நோட்டைக் கொடுத்தார். "நாடார் மெஸ்ஸில போய் மட்டன் கொழம்பு வாங்கிக்க. கோலா உருண்ட ஒண்ணு வாங்கிக்க" என்று மஞ்சள் பையும் தூக்குவாளியும் தந்தார். சுந்தரமூர்த்தி அதை வாங்கிக்கொண்டான். ரூபாயை உள் பாக்கெட்டில் வைத்துக்கொண்டான். திரும்பவும் படியில் மெதுவாக நடந்தான். தம்டம்மென்று சத்தம் கேட்டது. கனகு அவனை அழைத்தார். அவன் திரும்பிப் பார்த்தான்.

“நாடார் மெஸ்சுல மட்டன் கொழம்பு இல்லன்னா என்னாடா செய்வே” என்று அவனைப் பார்த்துக் கேட்டார்.

சுந்தரமூர்த்திக்கு என்ன செய்வது என்று தெரியாது. ஆனால் ஊரில் மட்டன் குழம்பு விற்கிற கடைகளின் பெயர்கள் அவனுக்குத் தெரியும். எந்தக் கடையை அவர் சொல்லப்போகிறார் என்று காத்திருந்தான்.

“சௌந்தர விலாஸ் கடையில மீன் குழம்பு வாங்கிக்க. கூடவே சுக்கா வறுவல் வாங்கிக்க. நாடார் மெஸ்சில இல்லைன்னாத்தான் அங்க போகணும் தெரியுதா” என்று அரட்டுவது போல சொன்னார். அவனும் சரி என்று படியிறங்கினான். மாடியிலிருந்து கீழே வந்ததும் சைக்கிளை ஓட்டிக்கொண்டு நேராக நாடார் மெஸ்சுக்குச் சென்றான்.

கனகு சொன்னது போல நாடார் மெஸ்ஸில் மட்டன் குழம்பு இல்லை. சைக்கிளை எடுத்துக் கொண்டு நேராக சௌந்தர விலாஸிற்குச் சென்றான். ‘மீன் குழம்பு ரெடி’ என்று அறிவிப்புப் பலகை கடையின் வாசலில் இருந்தது. பார்சலுக்குப் பில் எழுதி வாங்கினான். கடையில் ஆண்களும் பெண்களும் ஜோடி ஜோடியாக அமர்ந்து சாப்பிடுவதை மூர்த்தி பார்த்தான். தலை நிறையப் பூக்களும் பளீச்சென்று சேலையும் முகத்திற்கு பவுடர் பூசி அமர்ந்திருப்பவர்களைப் பார்க்கும் போது அவனுக்கு ஆசையாக இருந்தது. அம்பிகாவைத் திருமணம் செய்துகொண்டதும் ஒருநாள் இந்தக் கடைக்குச் சாப்பிடுவதற்கு அழைத்துக்கொண்டு வர வேண்டுமென நினைத்தான். முதலில் தூக்குவாளியில் பார்சல் வாங்கிக்கொண்டு போக வேண்டும். அவள் சாப்பிட்டுப் பார்த்துப் பிடித்திருக்கிறது என்று சொன்னதும் சினிமாவுக்கு அழைத்துக்கொண்டுபோய் படம் பார்த்துவிட்டு ராத்திரி வீட்டுக்குப் போவதற்கு முன்பு கடைக்கு வந்து சாப்பிட வேண்டுமென நினைத்துக் கொண்டான்.

பில் பணத்தைக் கொடுத்ததும் சப்ளையர் வந்து தூக்குவாளியை வாங்கிக்கொண்டு போனான். அப்போதுதான் பார்த்தான், இடது பக்கமாக இருந்த சாப்பிடும் மேஜையில் சர்க்கரையும்

அவனுடன் இரண்டு பேரும் அமர்ந்து சாப்பாடு சாப்பிட்டுக் கொண்டிருந்தார்கள். அவனுக்கு உயிர் போய் உயிர் வந்தது. முகம் குப்பென்று வியர்த்தது. அப்படியே திரும்பி நின்று கொண்டான். சர்க்கரை தன்னைப் பார்த்தானா பார்க்கவில்லையா. பார்த்திருந்தால் எழுந்து வந்து சண்டை போட்டிருப்பான். பார்க்கவில்லைபோல. அதான் வரவில்லை என்று நினைத்துக்கொண்டான். தூக்குவாளியில் மீன்குழம்பு ஊற்றிக்கொண்டு சப்ளையர் வந்தான். சுக்கா வறுவல் பொட்டலம் இருந்தது. வாங்கிக்கொண்டான். திரும்பிப் பார்க்காமல் வேகமாக வந்து சைக்கிளை எடுத்துக் கொண்டு சீட்டு விளையாடும் வீட்டிற்குச் சென்றான்.

மூர்த்தி சைக்கிளில் வரும்போது சர்க்கரை தனக்குப் பின்னால் வருகிறானா என்று திரும்பிப் பார்த்துக்கொண்டான். கனகுவிற்குக் கடன் கொடுத்தவர்கள் அவனைத் தேடி அலைந்து கொண்டிருக்கிறார்கள் என்பது மூர்த்திக்குத் தெரியும். இந்த இடத்தை ஒருவரால் கூட கண்டுபிடிக்க முடியவில்லையா, இல்லை தேடி வரும்போது அவர் வேறெங்காவது ஒளிந்து கொள்கிறாரா என்று அவனுக்குச் சந்தேகமாக இருந்தது. இந்த இடத்தை சர்க்கரையிடம் சொன்னால் அவன் தன்னுடன் திரும்பவும் பழக ஆரம்பித்துவிடுவான். அவனைப் பார்த்துப் பயப்படத் தேவையில்லை என்று நினைத்தான். அதே நேரம் பட்டறை வீதியில் தன்னுடன் யாரும் பேச மாட்டார்கள். சண்டை போடுவார்கள் என்ற பயமும் அவனுக்கு இருந்தது. சர்க்கரையிடமிருந்தும் பட்டறைவீதிக்காரர்களிடமிருந்தும் தன்னைக் காப்பாற்றிக் கொள்ள வேண்டுமென்று வேகமாக சைக்கிளை ஓட்டிக்கொண்டு வீட்டிற்கு வந்தான்.

வீடு பூட்டியிருந்தது. தூக்குவாளியையும் பணத்தையும் வாங்கிக்கொண்டு வரும் வீடு திறந்துதானே இருந்தது. யார் வந்து பூட்டியிருப்பார்கள். எதற்காக வீட்டைப் பூட்டிப் பூட்டி வைக்கிறார்கள் என்று யோசித்தவன், கையை உள்ளே விட்டு உள் தாழ்ப்பாளை விலக்கினான். கதவைத் திறந்து உள்ளே சென்றான். தம்டம் என்று சத்தம் கேட்டது. அவன் படியேறிச் செல்வதற்குள் கனகு கீழே இறங்கி வந்தார்.

அவரிடம் சர்க்கரையைப் பார்த்ததைச் சொல்லலாமா என்று யோசித்தான். அவன் யோசித்து முடிப்பதற்குள் தூக்குவாளியையும் மீதிப்பணத்தையும் வாங்கிக்கொண்டவர், தன்னுடைய சட்டைப் பையிலிருந்த ஒரு ரூபாய்த் தாளை எடுத்து அவனிடம் கொடுத்தார். அவன் வேண்டாமென மறுத்தான். அவர் அவனது சட்டைப் பையில் திணித்தார். "நீ வீட்டுக்குப் போடா" என்று சொன்னார். மூர்த்தி சைக்கிளை எடுத்துக் கொண்டு அங்கிருந்து கிளம்பினான்.

கனகு அவரது காம்பவுண்ட் வீட்டிற்குப் புறப்பட்டார். அவர் குடியிருக்கிற இடத்திற்கு சாவித்திரி காம்பவுண்ட் என்று பெயர். சிலர் அதனை தென்னைமரம் காம்பவுண்ட் என்று சொல்வார்கள். தென்னைமரத்தை வெட்டிய பிறகும் அந்தப் பெயர் இருந்தது. சாவித்திரி இறந்த பிறகும் அந்தப் பெயர் இருந்தது. சாவித்திரியின் மகனும் மருமகளும் வாடகை வசூலிக்க முப்பது நாளும் அங்கு வருவார்கள். வருவார்கள் என்று சொல்வதை விட அலைவார்கள் என்று சொல்வது சரியாக இருக்கும். அந்த காம்பவுண்டில் மொத்தம் பதினெட்டு வீடுகள் இருந்தன. மூன்று வீடுகளுக்கு ஒரு குளிப்பறையும் கழிப்பறையும் வரிசையாக இருந்தன.

கனகுவும் அவரது மனைவியும் மூன்று குழந்தைகளும் சாவித்திரி காம்பவுண்ட்டிற்குக் குடி வந்து ஐந்து மாதங்களாகின்றன. அதற்கு முன்பு காமாட்சியம்மன் கோயில் சந்திலிருக்கிற சதாசிவம் செட்டியார் வீட்டில் குடியிருந்தார்கள். செட்டியாருக்கு ஒரு வருடம் வாடகை பாக்கி. வீட்டிற்குக் கொடுத்த முன்பணத்தில் வாடகைப் பணத்தைக் கழித்துவிட்டு வீட்டைக் காலி செய்யச் சொல்லிவிட்டார். அதன் பிறகு இந்த வீட்டிற்கு வந்தார்கள். கனகு, முதல் இரண்டு மாதங்கள் மூன்றாம் தேதி வந்ததும் கந்துக்குப் பணத்தை வாங்கி வாடகைப் பணத்தை கொடுத்து வந்தார். அடுத்த மாதமும் அதற்கு அடுத்த மாதமும் வேலையில்லை, வியாபாரம் இல்லை என்று சமாளித்துவிட்டார். வீட்டுக்காரர்களும் குடி வந்த புதிதில் கடுமையாக இருக்கக் கூடாது என்று விட்டு வைத்தார்கள். இரண்டு மாதம் வாடகைப் பாக்கி என்று

நோட்டில் எழுதி வைத்திருந்தனர். மூன்றாவது மாதம் வாடகை தரவில்லையென்றதும் சாவித்திரியின் மருமகளுக்குக் கோபம் வந்துவிட்டது. மொத்தமாகத் தர வேண்டும் இல்லையென்றால் வீட்டை காலி செய்ய வேண்டுமென்று கத்திவிட்டுச் சென்றாள். அவள் லம்பாடி. வாயைத் திறந்தால் மூடுவது சிரமம். கனகு அவளுக்குப் பயந்து கொண்டு மூன்றாம் தேதி குடும்பத்துடன் கோயிலுக்குப் போகிறோம் என்று பக்கத்து வீட்டுக்காரர்களிடம் சொல்லிவிட்டு வெளியூரிலிருக்கும் சொந்தக்காரர்களது வீட்டிற்கு விருந்தாடிகளாகச் சென்றுவிட்டார். அவர்கள் மறுநாள் வந்தார்கள். கனகு வீட்டில் இல்லாத நேரத்தில் சர்க்கரை வந்து தேடி விட்டுச் சென்றான். ஆனால் வீட்டுக்காரர் மறுநாள் வீட்டுக்கு வந்து, வாடகைப் பணம் இப்போதே வேண்டுமெனப் பிடிவாதமாக வாசலில் அமர்ந்திருந்தார். கனகு கந்துக்கு வாங்கிய பணத்தை எடுத்துக் கொடுத்தார். வீட்டுக்காரர் பணத்தை வாங்கிக்கொண்டு சென்றார். கனகுவிற்குக் கந்துக்கு மேல் கந்து சேர்ந்தது அவரது மனைவி பூரணிக்குப் பிடிக்கவில்லை.

கனகுவிற்கும் கடையைத் திறந்தால் கந்துக்கு வாங்கிய பணத்தை வசூலிக்க ஆட்கள் வந்துவிடுவார்கள் என்கிற பயம் இருந்தது. சர்க்கரையும் அவனது மாமாவும் தன்னை ஆள் விட்டுத் தேடிவருகிற விஷயமும் அவருக்குத் தெரியும். ஒரு இடத்தில் தங்காமல் மாறிமாறிச் சுற்றிக்கொண்டிருந்தார். இரண்டு மூன்று நாட்கள் கடையை அடைத்திருந்தால் ஆட்களின் நெருக்கடியிலிருந்து சிறிது தப்பித்து, பணத்திற்கு வேறு ஏதாவது ஏற்பாடு செய்யலாமென பணத்திற்கு அலைந்தார். சர்க்கரையின் மூலமாக குருசாமியிடம் வாங்கிய லட்ச ரூபாய் பணத்தைக் கொண்டு சில்லறை வட்டிகளை எல்லாம் கொடுத்து முடித்திருந்தார். அந்த சந்தோஷத்தில்தான் சீட்டு விளையாடுவதற்கு வந்திருந்தார்.

காலையில் சீட்டு விளையாடுகிற இடத்தில் இருப்பார். மதியம் ஏதாவது சினிமா தியேட்டரில் படம் பார்ப்பார். சாயங்காலம் பரமசிவன் கோயில் அடிவாரத்தில் ஊர் பெரியவர்களுடன் பேசிக்கொண்டிருப்பார். ராத்திரி இருட்டாகி

ஊர் அடங்கியதற்குப் பிறகு வீட்டுக்கு வருவார். இப்படி ஒருநாள் என்றால் மறுநாள் காலையில் சினிமாவுக்குப் போய் அமர்ந்துவிடுவார். பிறகு மதியம் சாப்பாட்டு நேரத்திற்கு வீட்டிற்கு வந்து கதவைப் பூட்டிவிட்டு உறங்கிவிடுவார். சாயங்காலம் சீட்டு விளையாடுகிற இடத்திற்குச் செல்வார். கடன் கொடுத்தவர்களால் அவரை கண்டுபிடிக்க முடியவில்லை. ஒரு இடத்தில் ஒருநாள் தன்னைப் பார்ப்பவர்கள் மறுநாள் அந்த இடத்தில் பார்க்கக் கூடாது என்பதற்கு இப்படி மாறி மாறிச் செய்தார்.

கனகு வீட்டிற்குள் நுழைந்த போது அவரது மனைவி பூரணியும் பிள்ளைகளும் உறங்கிக்கொண்டிருந்தனர். சோறு பொங்கியிருக்கவில்லை. பிள்ளைகள் அவரது சத்தம் கேட்டதும் விழித்துக்கொண்டன. அவர்கள் உறக்கமில்லையென்பதை அவர்களது முகத்தைப் பார்த்ததும் தெரிந்துகொண்டார். பூரணியை அழைத்தார். அவள் எழுந்துகொண்டாள். மீன் குழம்பும் சுக்கா வறுவலும் வாங்கிக்கொண்டு வந்திருப்பதாகச் சொன்னார். அவளுக்குச் சலிப்பும் கோபமும் வந்தது. வேகமாக எழுந்தவள், சேலையைத் தூக்கிக் கட்டிக்கொண்டாள். “மீன் கொழம்ப ஏந்தலயில கொட்டு. சோறாக்க எந்தப் புருஷன் வந்து அரிசி வாங்கித் தருவான்” என்றதும் கனகுவிற்கு அதிர்ச்சியாக இருந்தது. அய்யோ தப்பு செய்துவிட்டோம், அரிசி இருக்கும் சோறாக்கி வைத்திருப்பாள். பிள்ளைகளுக்கு கறிபுளி எடுத்துக்கொடுத்து நீண்ட நாட்களாகிவிட்டது என்று கையிலிருக்கிற பணத்தில் குழம்பு வாங்கினோம். அரிசியில்லை என்று தெரிந்திருந்தால் அந்தப் பணத்தில் அரிசி வாங்கியிருக்கலாம். இன்னும் ரெண்டு மூன்று நாட்கள் சோறாக்குவாள் என்று தூக்குவாளியையும் பொட்டலத்தையும் அடுப்பு மேட்டில் வைத்துவிட்டு வேகமாக வெளியே சென்றார்.

காம்பவுண்டை விட்டு வெளியே வந்தவர், யாரிடம் பணம் வாங்கலாம் என்று யோசித்தார். கடனுக்குப் பணமாக வாங்கி அதன் பிறகு அரிசி வாங்குவதைவிட, நேராக அரிசியைக் கடனாக வாங்கலாம் என்று அந்தத் தெருவுக்கு அடுத்த தெருவிலிருக்கும் கடைக்குச் சென்றார். அந்தக்

கடை கருவாடு விற்கும் கடை. அந்தக் கடையில் இதற்கு முன்பு அரிசி வாங்கியதில்லை. ஆனால் கருவாடும் உப்பும் வாங்கியிருக்கிறார். அந்த ஞாபகத்தில் கடைக்குச் சென்றார். கடையில் கடைக்காரரும் அவரது மனைவியும் எதிரெதிரே அமர்ந்து மதிய உணவு சாப்பிட்டுக் கொண்டிருந்தனர். கடைக்காரர் சட்டை வேட்டி எதுவுமில்லாமல் டவுசர் மட்டும் உடுத்தியிருந்ததை கனகு ஆச்சரியமாகப் பார்த்தார். கடைக்காரரின் மனைவி அவரை அடையாளம் தெரிந்தவளாக எழுந்து, "அண்ணாச்சி சொல்லுங்க என்ன வேணும்" என்று கேட்டாள்.

"சாப்பாட்டு அரிசி இருக்காம்மா."

"இருக்கு அண்ணாச்சி."

"ரெண்டு கிலோ தாங்க. பணம் கடையில இருக்கு. ராத்திரி வர்றப்ப தர்றேன்" என்றார்.

அவள் தனது கணவனின் முகத்தைப் பார்த்தாள். அவர் சரி என்பது போல கண் அசைத்ததும் "வாங்கிட்டுப் போங்க அண்ணாச்சி. பை இருக்கா" என்று கேட்டதும் சுகுவிற்கு அடடா பை எடுத்துக்கொண்டு வர மறந்துவிட்டோம் என்பது ஞாபகத்திற்கு வந்தது. அந்தப் பெண் அவரிடம் பை இல்லையென்பதைத் தெரிந்து கொண்டதும், "முட்டை கட்டுற பேப்பர் பையில போட்டுத்தர்றேன் பத்திரமா கொண்டு போங்க கீழ போட்டுறாதீங்க" என்றாள். அவரும் சரி என்றார்.

அவள் அரிசியைக் கட்டித் தந்தாள். கனகு வாங்கிக்கொண்டு திரும்பிப் பார்க்காமல் வீட்டுக்கு நடந்தார். இதற்குப் பிறகு சோறாக்கி பிள்ளைகள் எந்நேரம் சாப்பிடும் என்ற கவலையோடு வேகமாக வீட்டுக்கு நடந்தார். அவருக்குப் பூரணி மேல் கோபம். அரிசி தீர்ந்துபோனால் முன்கூட்டி சொல்லாமல் இருந்துவிட்டாளே, சமயத்தில் அவளும் முதுகில் குத்துகிறாள் என்று வேகமாக நடந்தார்.

காம்பவுண்ட் வீட்டு முன் வாசலுக்கு நுழைந்து நடந்தார். அவருக்கு உடம்பு வியர்த்தது. பிள்ளைகள் ஆசையாகக்

காத்திருப்பார்கள் என்று வீட்டுக்குச் சென்றார். வீட்டின் வாசலில் சர்க்கரையும் அவனுடன் மூன்று நபர்களும் நின்றிருந்தனர். கனகு அவர்களைப் பார்த்ததும் அப்படியே நின்றார். அவருக்கு என்ன செய்வது என்று தெரிவில்லை.

பூரணி வீட்டை விட்டு வெளியே வந்து, அவரது கையிலிருந்த அரிசியை வாங்கினாள். அவள் கோபமாக இருப்பதை கனகு பார்த்தார். அவருக்கு என்ன செய்வது என்று தெரியவில்லை. அரிசியை வாங்கியவள், “கருவாட்டுக் கடையிலையா அரிசிய வாங்குன. இன்னைக்கு நா சோறாக்குன மாதிரிதான். பொழுதெல்லாம் அரிசி வேகும். புளுத்த அரிசி வாங்குறதுக்குப் பேசாம பட்டினியா படுக்கலாம்” என்று முனங்கியபடி நடந்தாள்.

கனகு அவளுக்குப் பின்னால் நடந்தார். சர்க்கரை அவரைப் பார்த்து, “அண்ணே வாங்க போவோம். மாமா உங்கள கையோட கூட்டிட்டு வரச்சொன்னாரு” என்றான்.

கனகு, “சர்க்கர நீ முன்னாடி போ. சாப்பிட்டு வந்துர்றேன்” என்று சொன்னார். அதை அவன் கேட்டுக்கொள்ளவில்லை. அவருடைய தோள்பட்டையைப் பிடித்துத் தள்ளாத குறையாக, “நடங்கண்ணே. நடங்க, எல்லாத்தயும் வீட்டுல போய் பேசிக்குவோம்” என்று மெதுவாகச் சொன்னதும் அவர் தலையைக் கவிழ்த்திக் கொண்டார். அவருக்கு வேறு வழி தெரியவில்லை. அவர்களுடன் நடந்தார்.

பிள்ளைகளில் மூத்தவள் அமுதா வாசலுக்கு வந்து, “நைனா சீக்கிரமா வாங்க எல்லாரும் ஒன்னா சாப்பிடுவோம்” என்று சொன்னாள். கனகு திரும்பிப் பார்க்கவில்லை. சரி வர்றேன் என்று அவரால் சொல்ல முடியவில்லை. வேகமாக நடந்தார். பிள்ளைகள் மூவரும் ஒன்றுகூடி, “நைனா டாட்டா நைனா டாட்டா” என்று கத்துவது அவருக்குக் கேட்டது.

11

அவர்கள் வீட்டிற்குள் நுழைந்தபோது குருசாமி, எங்கிருந்து வந்தார் என்று தெரியவில்லை. எப்படி அடித்தார் என்றும் புரியவில்லை, ஆனால் கனகுவின் கன்னத்தில் அடிவிழுந்தது மட்டும் உண்மை. இரண்டு கன்னத்திலும் மாறிமாறி அடி விழுந்தது. கன்னத்தில் விழுந்த அடியின் சத்தம் அங்கிருந்தவர்களின் காதுகளுக்குச் சத்தமாகக் கேட்டது. சத்தத்தைக் கேட்ட சர்க்கரை அதிர்ச்சியில் அப்படியே நின்றான். கனகுவிற்கு மயக்கம் வருவது போலிருந்தது. அடுத்த நொடியில் தடுமாறிக் கீழே விழுந்தார். கண்களை மூடித் திறப்பதற்குள்ளாக தன்னுடைய வீட்டின் சமையலறையில் பூரணி, இரண்டாவது மகள் காயத்திரியை அடிப்பது அவரின் மனதில் வந்து சென்றது. 'நைனா நைனா வாங்க வாங்க என்னைக் காப்பாத்துங்க. அம்மா அடிக்கிறாங்க' என்று காயத்திரியின் சத்தம் மெதுவாகக் கேட்டது. அவளுடைய அழுகையும் பூரணியின் அதட்டலும் தனக்குப் பின்னாலிருந்து கேட்பதுபோல் உணர்ந்தவர் திரும்பிப் பார்த்தார். அவர்கள் அங்கு இல்லை. உண்மையில் கனகுவிற்குத் தன்னை யார் அடிக்கிறார்கள் என்கிற பதற்றத்தைவிட, தன் மகள் பூரணியிடம் அடிவாங்குவதை நினைத்துக் கலங்கினார். அவருக்கு வேதனையாக இருந்தது. வீட்டில் பிள்ளைகள் பூரணியிடம் அடிவாங்குவது, எங்கிருந்தாலும் அவரின் மனதிற்குத் தெரிந்துவிடும். பலமுறை அப்படி நடந்திருக்கின்றன.

பூரணி சொல்லவில்லையென்றாலும் பிள்ளைகள் அவரிடம் சொல்லிவிடுவார்கள். "நைனா அம்மா இன்னைக்கு என்னைய அடிச்சிருச்சு."

கீழே விழுந்துகிடந்தவரை பாண்டியும் ராமனும் தூக்கி நிறுத்தினார்கள். கனகு, அவர்களது வேட்டியின் கட்சிக் கரையைப் பார்த்தார். பிறகு முகத்தைப் பார்த்தார். யாராவது ஏதாவது ஒருவகையில் தனக்குத் தெரிந்தவர்களாக இருப்பார்களென எழுந்து நின்றார். குருசாமி அடிப்பதற்குக் கையை ஓங்கிக்கொண்டு வந்ததும் அவர்களில் ஒல்லியாக

இருந்தவன், "விடுங்கண்ணே, அதான் ஆளப்பிடிச்சிட்டமில்ல. பணத்தை வாங்கிருவோம்" என்று அவரைத் தடுத்தான்.

குருசாமிக்கு அதான் சரியெனத் தோன்றியது. கந்துக்கும் வட்டிக்கும் கொடுத்து வாங்கியதிலிருந்து தன்னை யாரும் ஏமாற்றியதில்லை, கம்மாளப்பயல் தன்னை ஏமாற்றி மூன்று நாட்களாக அலைய விட்டுவிட்டான் என்கிற ஆத்திரம். அடிப்பதால் என்னாகப் போகிறது என்று பொறுமையாக இருந்தவர், கனகுவைப் பார்த்ததும் என்ன நினைத்தாரோ, ஆத்திரத்தில் கையை ஓங்கிவிட்டார். அவரால் தன்னை ஏமாற்றிவிட்டதைப் பொறுத்துக்கொள்ள முடியவில்லை.

அவர்கள் அவரை அழைத்துச் சென்று நாற்காலியில் அமர வைத்தார்கள். உள் வீட்டு வாசலுக்கு முன்னிருந்த நிழலுக்காகப் போடப்பட்டிருந்த கூரைக்கடியில் அவர் அமர்ந்தார். அவருக்குப் பக்கத்தில் செருப்பு கழற்றிப்போட்டிருந்தார்கள். குருசாமி அந்த இடத்திற்குப் பக்கத்தில் நாற்காலியில் அமர்ந்து காலையில் செய்தித்தாள் பார்க்கும் இடம் அது. அவரறியாமல் கைகள் மேஜையில் இருந்த செய்தித்தாளை எடுத்து விரித்தன.

கனகுவினால் நிற்க முடியவில்லையென்பதை அவர்களுக்குத் தெரிந்ததும் ஸ்டூல் ஒன்றை எடுத்துக் கொண்டு வந்து அதில் அவரை உட்காரச் சொன்னார்கள். குடிப்பதற்குத் தண்ணீர் தந்தார்கள். தண்ணீர் குடித்த பிறகு அவருக்குச் சிறிது தெம்பாக இருந்தது. காலையிலிருந்து எதுவும் அவர் சாப்பிட்டிருக்கவில்லை. வெறும் வயிற்றோடுதான் சீட்டு விளையாடுகிற வீட்டிற்குச் சென்றார். கடனுக்கு இரண்டு ரூபாய் வாங்கி ஆடினார். ஆட்டத்தில் நூறு ரூபாய் ஜெயித்தார். அந்தப் பணத்தில் கறிக்குழம்பு வாங்கிப் பிள்ளைகளுக்குத் தர வேண்டுமென ஆசைப்பட்டார். தான் சாப்பிடவில்லையென்றாலும் பரவாயில்லை, பிள்ளைகள் சாப்பிடுவதைக் கண்ணால் அழகு பார்ப்பதற்குள்ளாகத் தன்னை இழுத்துக் கொண்டு வந்துவிட்டார்களே என்று சங்கடப்பட்டார்.

"டேய் சக்கர என்னா ஏதுன்னு கேட்டியாடா. ஆள கூட்டிட்டு வந்துட்டு நீபாட்டுக்கப் போய் உட்காந்திருக்க" என்று குருசாமி

சத்தம் போட்டதும், தடாபுடாவென்று சர்க்கரை எழுந்து வந்து அவர் முன் நின்றான். பிறகு வேட்டியைத் தூக்கிக் கட்டிக்கொண்டு கனகுவிடம் சென்றான். கனகு அவனைப் பார்த்ததும், "பணம் எங்கேயும் போகாது சக்கர. என்னய நம்பு. சின்னமனூர்ல கடைக்காரங்கிட்ட கொடுத்திருக்கேன். லாட்டு வர்றதுக்கு இரண்டு நா மூணு நா ஆகுங்கிறாங்க. கொஞ்சம் பொறுமயா இருந்தா எனக்கும் கொஞ்சம் காசு கிடைக்கும். உங்களுக்கும் செட்டில்மெண்ட் செஞ்சுருவேன்" என்று சொன்னார்.

குருசாமி நாற்காலியைப் பின்னால் இழுத்துவிட்டு எழுந்து நின்றவர், "எனக்கு இப்ப பணம் வேணும். லட்ச ரூபாய எடுத்து வெச்சிட்டு நவுரு" என்றார்.

"இப்ப எப்படிண்ணே தர முடியும். பாதி வியாபாரம் படிஞ்சு விலை பேசி முடிச்சிட்டேன். உருப்படி கைமாறணும் அதான் பாக்கி. என்னய நம்புங்க. இல்லன்னா நீங்களும் ஏங்கூட சின்னமனூருக்கு வாங்க போவோம். பணத்த வாங்குனவருக்கிட்ட நீங்களே பேசுங்க" என்றார்.

குருசாமி தயங்கி நின்றார். அனைவரும் தன்னுடைய முகத்தைப் பார்ப்பதைக் கவனித்தார். இப்போது முடிவு எடுக்கும் பொறுப்பு தன்னிடமிருப்பதாக அவருக்குத் தோன்றியது. தன்னுடைய முடிவைப் பொறுத்தே அவர்கள் நடந்து கொள்வார்கள் என்பதை நினைத்த போது அவருடைய மனமும் உடம்பும் பூரித்தது. அதில் உற்சாகமடைந்தார். அவர்கள் தன் முடிவுக்காகக் காத்திருக்கிறார்கள். இந்தப் பிரச்சினை வெளியில் செல்லும் போது தான் எடுக்கும் முடிவையும் சேர்த்து வைத்துப் பேசுவார்கள் என்பது அவருக்குத் தெரியும். இப்போது என்ன செய்யலாம் என்று தன்னைத் தானே கேட்டுக்கொண்டார்.

குருசாமி வீட்டிற்குள் சென்றார். அல்லியை அழைத்தார். "சின்னமனூரு முடிய போயிட்டு வரலாமுன்னு நெனைக்கிறேன்" என்று மனைவியின் முகத்தைப் பார்த்தார். இப்போது அவர் தன்னுடைய பேச்சைக் கேட்பார் என்பது அவளுக்குத் தெரியும். இந்த மாதிரியான சூழலில்தான் தன்னிடம் வருவார்,

யோசனை கேட்பார். ஆனால் அது யோசனையாக இருக்காது. யோசனை கேட்டால் கௌரவம் போய்விடுமென்பதால் “வீட்டுல பொம்பளயாளுங்ககிட்ட கலந்துட்டு வர்றேன்” என்று பக்குவமாகச் சொல்லிவிடுவார் என்பது அவளுக்குத் தெரியும். எந்தப் பழியையும் ‘வீட்டுப் பொம்பளயாளுங்க’ மேல் போட்டு விட்டுத் தப்பித்துவிடலாம் என்பதற்குத்தான் இந்த ஏற்பாடு. அவங்க பேச்ச கேட்டுத்தாப்பா இப்படி ஆகிப்போச்சு என்று தப்பித்துக்கொள்ளலாம். துப்புக்கெட்ட மனுஷன். சொந்தப் புத்தியில்லை. அரைடவுசர் போட்டுட்டு இருந்தவன், இப்ப வேட்டிகட்டிக்கிட்டதும் பெரிய மனுஷனாகிட்டானா. அவன் பேச்சக் கேட்டு லட்ச ரூபாயத் தூக்கிக் கொடுத்தே. அலைய்யா நாயா அலஞ்சாத்தான் தெரியும். அப்பத்தான் உனக்குப் புத்தி வரும். ஏம்தம்பி வட்டி தர்றேன் லட்ச ரூபாய் கொடுங்க மாமான்னு கால்ல விழாத குறையா கெஞ்சினது ஓம்புளுத்த காதில கேட்கல. நல்ல முறையா போய்ட்டு வா சாமி சின்னமனூருக்குப் போவயோ, கருமாத்தூருக்குப் போவயோ. போப்பா என்று அல்லி மனதிற்குள் நினைத்துக் கொண்டாள். அவள் அமைதியாக இருந்தால் சரி என்று அர்த்தம் என்பது குருசாமிக்குத் தெரியும். இருந்தாலும் தன் கம்பீரத்தைக் காட்ட வேண்டுமென்பதற்காக, “என்னாடீ, ஒண்ணு சரின்னு சொல்லு. இல்ல வேணாமுன்னு சொல்லு. நிக்க வெச்ச கம்பு கெனக்கட்டா இருக்க” என்று மிரட்டினார். பிறகு அல்லி ம்ம் என்று உதட்டைப் பிரிக்காமல் சொன்னதும் அவர் வெளியே வந்தார்.

கனகுவிற்குச் சற்று நிம்மதியாக இருந்தது. சரியான நேரத்தில் சொன்னதால் தப்பித்தோம் என்று தைரியமாக இருந்தார். சின்னமனூருக்குச் சென்றால் யாரை அடையாளம் காட்டுவது என்று யோசித்தார். மாரியப்பனின் ஞாபகம் வந்தது. மாரியப்பன் எந்த இடத்தில் கடை வைத்திருக்கிறான், கடையா பட்டறையா என்று யோசித்தார். எதுவாக இருந்தாலும் பரவாயில்லை. அவன் முன் நின்றால் தனக்கு வேண்டிய உதவிகளைச் செய்வான். தன்னைப் பற்றி மாரியப்பனுக்குத் தெரியும் என்று நினைத்துக் கொண்டார்.

“சரி வாங்க போவோம்” என்று குருசாமி சொன்னதும் அங்கிருந்தவர்கள் தயங்கி நின்றார்கள். ஒருவரையொருவர் பார்த்துக் கொண்டார்கள். சர்க்கரை அவர்களுக்கு முன்னால் வந்து நின்றான்.

“மாமா சின்னமனூருக்குக் காருல போவம். பஸ்செல்லாம் வேணாம்” என்று சர்க்கரை சொன்னான். குருசாமிக்கும் அதுதான் சரியென்று தோன்றியது. பஸ்ஸில் போய் அலைவதற்கு காரில் போனால் நேரம் மிச்சம் என்று நினைத்தார். வாடகைக்குக் கார் பிடித்து வரச் சொன்னார். சர்க்கரைக்குச் சந்தோஷம். மாமா தன்னுடைய பேச்சைத் தட்டாமல் கேட்கிறார். உடனே சம்மதித்துவிட்டார் என்று நினைத்தவன், வீட்டிற்குள் சென்று தம்ளர் தண்ணீரை பூங்கொடியிடமிருந்து கேட்டு வாங்கிக் குடித்தான். அவள் சற்று முன்பாகத்தான் குளித்து முடித்து மாற்று உடை உடுத்தியிருந்தாள். அவள் சிரித்தாள். அவள் சிரித்து முடிப்பதற்குள் அல்லி வந்து நின்றாள்.

அல்லி, “சின்னமனூருக்குப் போறீங்களா சக்கர” என்று கேட்டாள்.

“ஆமாத்தே” என்று சிரித்தபடி சொன்னான். அதற்கு அவள் பதில் எதுவும் சொல்லவில்லை. பூங்கொடியின் அருகில் வந்து நின்று கொண்டாள். அவன் தண்ணீரைக் குடித்து விட்டு வெளியே வந்தான்.

குருசாமிக்கு கையில் பணம் கிடைத்துவிட்டது போன்ற உணர்வு மனதில் பொங்கியது. இரண்டு கோழி அடித்து குழம்பு வைத்துச் சாப்பிட வேண்டுமென்கிற பரபரப்பில் கையில் முதுகுக்குப் பின்னால் கட்டிக்கொண்டு குறுக்கும் மறுக்குமாக நடந்தார். சர்க்கரையைப் பார்த்ததும், “செவலப்பாண்டி வாடகைக்கு கார் பிடிக்கப் போயிருக்கான் வரட்டும். மதிய சாப்பாடு இங்க சாப்பிடுவோம்மா இல்ல சின்னமனூருக்குப் போயிருவோம்மா” என்று அவனிடம் கேட்டார். சர்க்கரைக்குக் கால்கள் இரண்டும் தரையில் நிற்கவில்லை. மாமா தன்னிடம் இவ்வளவு தூரத்திற்கு யோசனை கேட்கிறார். இந்த மரியாதையைக் கடைசிவரை காப்பாற்றிக்கொள்ள வேண்டுமென நினைத்தான்.

“மாமா உங்க தோதுக்குச் செய்யுங்க” என்று சொன்னான்.

“அவன கேளு ஏதும் சாப்பிட்டானா இல்லயான்னு” என்று மெதுவாக கனகைப் பார்த்துச் சொன்னார்.

கனகு தனியாக அமர்ந்திருந்தார். அவருடைய மனதில் பிள்ளைகளைப் பற்றிய நினைவுகள் ஓடின. இந்நேரம் பூரணி சோறு பொங்கியிருப்பாளா, பிள்ளைகளுக்குச் சோறு போட்டிருப்பாளா, பிள்ளைகள் சண்டை போடாமல் அவலாதிப்படாமல் வயிற்றுக்குச் சோறு சாப்பிட்டார்களா என்கிற யோசனையில் இருந்தார். அவரால் அந்த இடத்தில் நிம்மதியாக அமர்ந்திருக்க முடியவில்லை.

சர்க்கரை, கனகுவின் அருகில் சென்றான். கனகு அவனைப் பார்த்தார். “அண்ணே ஏதும் சாப்புடுறீங்களா. நீங்க சாப்புடுறதுக்குள்ள கூட்டியாந்துட்டேன்” என்று சொன்னான்.

அவர் “வேண்டாம் சக்கர இருக்கட்டும்” என்றார்.

குருசாமி, “இந்தாப்பா மனசுல எதுவும் வெச்சுக்காதப்பா. கொடுக்கல் வாங்கல் இடத்தில அப்படித்தான் முன்னபின்ன இருக்கும். ஏ இடத்தில நீ இருந்தா என்ன செஞ்சிருப்ப. நீயே சொல்லு” என்று சத்தமாகப் பேசினார். அவர் கோபமாகப் பேசுகிறாரா இல்லை சந்தோஷமாகப் பேசுகிறாரா என்று கண்டுபிடிக்க முடியவில்லை.

சர்க்கரை, “அவரு இன்னமும் சாப்புடல மாமா” என்று சொன்னான்.

“சரி நம்ம வீட்டுல சோறு சாப்பிடட்டும்” என்று சொன்னவர் வீட்டுக்குள் கேட்கும்படியாக, “பொம்பளகளா இங்க வாங்கத்தா செத்த” என்று அழைத்தார்.

அல்லி வேகமாக வந்து நின்றாள். அவளுக்குப் பின்னால் பூங்கொடியும் வந்து நின்றாள். பூங்கொடி வந்து நின்றதும் நேராக சர்க்கரையைத்தான் பார்த்தாள். சர்க்கரையும் அவளைப் பார்த்தான். அவள் இரண்டு புருவங்களையும் சுருக்கி நெற்றியின் மையத்திற்குக் கொண்டு வந்து நிறுத்தி அவனைக் கேலி

செய்வதுபோல உதட்டைக் குவித்து முகத்தைச் சொடுக்கினாள். அவள், இப்படிச் செய்வாளென எதிர்பார்க்கவில்லை. பதிலுக்கு மாமா அத்தையின் முன்பாக எதுவும் செய்யக் கூடாது என்று அமைதியாக இருந்தான்.

குருசாமி, “ஆசாரி அண்ணனை வீட்டுக்குள்ள கூட்டிட்டுப் போயீ சோறு போடும்மா” என்று அல்லியைப் பார்த்துச் சொன்னார். அல்லியும் புரிந்து கொண்டவள் போல, “வாங்கண்ணே” என்று உரிமையுடன் கனகைப் பார்த்து அழைத்தாள். பூங்கொடியும் “வாங்கண்ணே வந்து சாப்புடுங்க” என்று அழைத்தாள். சர்க்கரைக்குச் சந்தோஷமாக இருந்தது.

கனகு, “இருக்கட்டும்ப்பா இன்னொரு நாளைக்குச் சாப்புடுவோம். சாப்பாடு எங்க போகப்போகுது” என்றார்.

குருசாமி, “நீங்க எதையும் மனசுல வெச்சுக்காம இருங்க. முதல்ல சாப்புடுங்க” என்று எழுந்து நின்று சொன்னார். கனகுவிற்கு சங்கட்டமாக இருந்தது. இப்படியே அவர்களும் தானும் பேசிக்கொண்டிருந்தால் யாராவது ஒருதரப்பு விட்டுக்கொடுத்துப் போக வேண்டும். விட்டுக்கொடுத்து விடலாமா என்று யோசித்தார். ச்சீ அங்கே பிள்ளைகள் சாப்பிட்டார்களா சாப்பிடவில்லையா என்று தெரியவில்லை. பூரணிக்குக் கோபம் குறைந்து சோறாக்கிப் போட்டாளா, அவள் சாப்பிட்டாளா, என்ன செய்துகொண்டிருக்கிறாள் என்று தெரியவில்லை. சாப்பிடுகிறேன் என்று சொன்னால் தட்டு நிறைய சோற்றைப் போட்டு வைத்துவிடுவார்கள். அதுதான் நமக்குப் பெருமையா, அதுதான் நமக்குக் குறிக்கோளா, ஒருவேளை பட்டினியாக இருந்தால் ஒன்றும் குறைந்துவிடப்போவதில்லை. குடிப்பதற்குத் தண்ணீர் மட்டும் வாங்கிக் குடித்துவிட்டு இத்தோடு இதை முடித்துக்கொள்வோம் என்று நினைத்தவர், “கொஞ்சம் தண்ணி கொடுங்க” என்று கேட்டார். அவர் கேட்டதற்கும் வீட்டின் வாசலில் கறுப்பு கலரில் கார் சத்தமாக வந்து நிற்பதற்கும் சரியாக இருந்தது. குடிப்பதற்குத் தண்ணீர் கேட்டது அவர்களின் காதுகளுக்குக் கேட்டதா இல்லையா என்று தெரியவில்லை. குருசாமி காரை பார்த்ததும் உற்சாகமானார். “சக்கர காருல

ஏறு. டேய் காருல ஏறுங்கடா” என்று வாசலுக்குச் சென்றார். சர்க்கரைக்கு பெரிய மனுஷனின் தோரனை வந்ததுவிட்டது. காரில் ஏறி அமர்ந்ததும் சீட்டின் பின்னால் கையை வைத்து உட்கார வேண்டுமென நினைத்தான்.

கனகுவிற்கு காரை பார்த்ததும் பயம் வந்தது. சின்னமனூரில் யாரிடம் அழைத்துச் செல்வது என்பதை நினைக்க நினைக்க உயிர் போவது போலிருந்தது. சர்க்கரை, கனகுவைப் பார்த்து, “வாங்கண்ணே போவோம்” என்று கையைப் பிடித்து அழைத்தான். கனகுவும் அவனுக்குப் பின்னால் நடந்தார்.

12

பூரணி சோற்றை வடித்து நிமிர்த்தினாள். அவளுக்கு கருவாட்டுக் கடையில் வாங்கிய அரிசி பிடிக்கவில்லை. குமட்டிக்கொண்டு வருவதாகச் சொன்னாள். வடிந்த கஞ்சி சட்டியை எடுத்து நுகர்ந்து பார்த்தாள். அவளுக்கு அந்த வாடை பிடிக்கவில்லை. வீடு முழுக்க கருவாடு வாடை வீசுவது போல ‘உவ்வே உவ்வே’ என்று குமட்டினாள். வடிகஞ்சி சட்டியைத் தூக்கி மூத்த பிள்ளை அமுதாவிடம் கொடுத்து, “போயீ பெரிய சாக்கடையில கொட்டு” என்று சொன்னாள். கனகு வாங்கிக்கொண்டு வந்திருந்த அரிசி முழுவதையும் சோறாக்கிவிட்டாள். அடுத்த வேளைக்கென அரிசியை எடுத்து வைக்கவில்லை.

“காச பொம்பள கையில கொடுத்தா, நாலு இடத்தில விசாரிச்சு நல்லது எது கெட்டது எதுன்னு தேடி வாங்கிட்டு வரலாம். புளுத்த அரிசிய வாங்கிட்டு வந்து வீடெல்லாம் மணக்குது” என்று கனகைத் திட்டினாள்.

இரண்டாவது பிள்ளை பாண்டீஸ்வரியும் கடைசிப் பிள்ளை ரத்தினமுத்துவும் அமைதியாக வாசலில் அமர்ந்திருந்தனர். அவர்களுக்குப் பசி கண்களைக் கட்டியது. எப்போது தங்களை

அம்மா சாப்பிட அழைப்பாள் என்று காத்திருந்தார்கள். ஒருவர் முகத்தை ஒருவர் பார்த்துக் கொண்டார்கள். அவர்களுக்கு பசியிலும் குழப்பமாகயிருந்தது. ரத்தினமுத்து, “ஏங்க்கா நைனா வந்த பெறகுதானே சாப்பிடணும்” என்று கேட்டாள். பாண்டீஸ்வரி, “நைனா வந்துருவாரு. அவரு வந்த பெறகு சாப்புடுவோம். அப்பத்தான் அம்மா அடிக்காம இருப்பா” என்று மெதுவாகச் சொன்னாள். மூத்தவள் அமுதா கஞ்சி சட்டியை ஆட்டிக்கொண்டு வந்தாள். அவளது பாவாடையில் கஞ்சி ஒட்டியிருந்தது. அதை இருவரும் பார்த்துச் சிரித்தனர். வாயைப் பொத்திக்கொண்டுதான் சிரித்தார்கள். ஆனால் அந்தச் சத்தம் வீட்டு சமையலறை வரை கேட்டது.

“அங்க என்னாடீ சிரிப்பு மயிரு சத்தம் ஒழுங்க இருக்க முடியலயா” என்று பூரணி சத்தம் கொடுத்தாள். பிள்ளைகள் மூவரும் அமைதியானார்கள்.

வீட்டிற்குள்ளிருந்து பாத்திரங்கள் உருளும் சத்தம் கேட்கத் தொடங்கியது. அமுதா தன்னுடைய பாவாடையில் கஞ்சி வடிந்திருந்ததைப் பார்த்தாள். அதை வெளியே தெரியாமல் இருக்க பாவாடையைச் சுருட்டி வைத்து உட்கார்ந்தாள்.

பாண்டீஸ்வரி, “சோறாக்கியாச்சு. ரசம் வெக்கிதா” என்று மெதுவாகக் கேட்டாள்.

அமுதா உள்ளே எட்டிப் பார்த்து விட்டு, “ம்ம்ம்” என்று முனங்கினாள்.

ரத்தினமுத்துவிற்குச் சந்தேகம் வந்தது. “மீன் கொழம்பு நம்ம எல்லாத்துக்கும் போதுமா. வேற ஏதாச்சும் கொழம்பு வைக்குதா” என்று கேட்டாள்.

அவர்களுக்கும் அந்தச் சந்தேகந்தான். பெரியவளுக்கு பெருமூச்சு வந்தது. மற்றவர்களைப் பார்த்து, “பாட்டி வீட்டுக்குப் போனா நல்லா வயிறு நிறைய சாப்புடலாம். அம்மா போக விட மாட்டேங்குது” என்றாள்.

பாண்டீஸ்வரி, “ரெண்டு மூணு நா இருந்து எல்லாத்தையும் தின்னுட்டு வரணும்க்கா.”

“எனக்கு எள்ளுருண்டையும் நீள அப்பளமும் வேணும்” என்று ரத்தினமுத்து சொன்னாள். மற்றவர்களும் ஞாபகம் வந்தது போல, “ஆமா ஆமா நானும் வாங்குவேன். எனக்கு மாமா வாங்கித் தருவாரு” என்று சொன்னார்கள்.

பூரணிக்குச் சொந்த ஊர் திம்மநாயக்கன்பட்டி. அவளது அப்பாவும் அண்ணனும் தச்சு வேலை செய்து வந்தனர். பூரணியும் பிள்ளைகள் மூவரும் ஊருக்கு வந்ததும் அவர்களது வீட்டில் வளர்த்து வரும் கோழியைப் பிடித்து அடித்துக் குழம்பு வைத்துவிடுவார்கள். பிள்ளைகள் மூவரும் காணாத பண்டத்தைக் கண்டது போல இரண்டு முறை மூன்று முறை சோறாக வாங்கி குழம்பு ஊற்றிச் சாப்பிடுவார்கள். பூரணியின் அம்மாவும் சளைக்காமல் சோறு பொங்கி வைப்பாள். பாட்டி சோறு. பாட்டி குழம்பு என்று பொழுதெல்லாம் அவர்கள் சமையலறையில் பாட்டியிடம் சோறு வாங்கிச் சாப்பிடுவார்கள்.

பூரணியின் அம்மா, “போதும்டீ நாளைக்குக் கொஞ்சம் சாப்பிடுங்கடீ” என்றாலும் கேட்க மாட்டார்கள். பாண்டீஸ்வரி குனிந்த தலை நிமிராமல் தட்டில் முகம் ஒட்டிக்கொள்வது மாதிரி குனிந்து சாப்பிடுவாள். நிமிர்ந்து சாப்பிடுகிற அந்தப் பழக்கம் அவளுக்கு இன்னமும் வரவில்லையென்று பூரணி தலையில் அடிப்பாள். சாப்பிடும்போது தலையில் அடிக்கக் கூடாது என்று அவளது அம்மா சொல்வாள். பூரணிக்குத் தன்னை உள்ளூரில் தச்சுவேலை செய்கிற மாப்பிள்ளைக்குக் கல்யாணம் செய்து கொடுக்கவில்லை என்கிற கவலை இருந்தது. போடியில் தங்கம் பொன் வேலை செய்கிற மாப்பிள்ளைக்குக் கழுத்தை நீட்டி அஞ்சுக்கும் பத்துக்கும் தொன்னாந்து நிற்க வேண்டியதாக இருக்கிறது என்று அம்மாவிடம் புலம்பினாள். அவளது அம்மாவும் எல்லாம் சரியா போகும் என்று ஊருக்குப் போகும் போது கேப்பையும் அரிசியும் புளியும் பருப்பும் பணமும் கொடுத்துவிடுவாள். பிள்ளைகளுக்கு அந்த ஊரின் ஞாபகம் நாக்கில் குழம்பு ருசி ஒட்டியிருந்தது போல உடம்புக்குள்ளும் மனதிற்குள் ஒட்டியிருந்தது. அப்படியே பழகிவிட்டார்கள். பாட்டியின் ஊருக்கு எப்போது போவோம் என்கிற ஏக்கத்தில் போடியில் வளர்ந்தார்கள்.

சமையலறையில் வடைச் சட்டியில் கருவேப்பிலை படபடவென பொறிவதும் கடுகும் உளுந்தும் வெடிக்கும் சத்தமும் கேட்டது. ரசத்தின் வாசம் வந்தது. பிள்ளைகள் மூவரும் 'ரசம் வெச்சிருச்சு அம்மா' என்று சொல்லிக்கொண்டனர்.

பூரணி வெளியே வந்தாள். "எல்லாரும் வாங்கடீ, வந்து சாப்புடுங்க. ஏய் அமுதா தட்டு எடுத்துட்டு வாடீ" என்று சொன்னதும் பிள்ளைகள் மூவரும் சமையலறைக்குள் சென்றனர். அமுதா தட்டை எடுத்துக் கொண்டு வந்தாள். வரிசையாக தட்டுகளை தரையில் வைத்து பூரணி சோறு போட்டாள். சுடுசோற்றின் ஆவி முகத்திலடித்தது. சோற்றின் மேல் ரசத்தை ஊற்றியதும் பிள்ளைகள் மூவரும் ஏமாற்றத்துடன் ஒருவரையொருவர் முகத்தைப் பார்த்துக் கொண்டனர். யாரும் சோற்றில் கை வைக்கவில்லை.

"ஏன்ட்டீ சாப்புடுங்கடீ. அதான் தட்டு நிறைய சோறு இருக்குதுல்ல" என்று கடுகடுவெனச் சொன்னாள் பூரணி.

பிள்ளைகளுக்கு சுக்கா வறுவலின் மீதும் மீன் குழம்பின் மீதும் நினைவாக இருந்தது. குழம்பு ஊற்றி வறுவலை வைக்காமல் வெறும் ரசத்தை ஊற்றி வைத்திருக்கிறாள் என்று பூரணியின் முகத்தைப் பார்த்தார்கள். கடைசிப் பிள்ளை ரத்தினமுத்து வாய் விட்டுக் கேட்டுவிட்டாள். "மீன் கொழம்பும் சுக்காவறுவலும் வேணும்."

பூரணிக்கு அப்போதுதான் கனகு வாங்கிக்கொண்டு வந்திருந்த சுக்காவறுவலும் மீன் குழம்பும் ஞாபகத்திற்கு வந்தது. அவள் தூக்குவாளியும் பொட்டலமும் இருந்த மஞ்சள் பையை எடுத்துக் கொண்டு வந்தாள். பிள்ளைகள் மூவரும் ஆவலுடன் அவளது முகத்தைப் பார்த்தார்கள். ரத்தினமுத்து மூச்சை இழுத்து இழுத்துப் பார்த்தாள். அவளுக்கு எந்த வாசமும் வரவில்லை. சிறிது தலையைத் தூக்கி எட்டிப்பார்த்தாள். ஒன்றும் தெரியவில்லை.

பூரணி தூக்குவாளியைத் திறந்தாள். பிள்ளைகள் எச்சிலை விழுங்கிக்கொண்டனர். மூத்தவள் அமுதா, "கொழம்பு வாசமே இல்ல" என்று முனங்கினாள்.

பூரணி அவள் சொல்லியதைக் கேட்டு, “ஆமா உங்க நைனா சட்டி சட்டியா மீன் கொழம்பு வாங்கிட்டு வந்து கொடுத்துருக்காரு. காத்தூக்கு கொழம்புக்கு இந்தப் பாடா இருக்கு. நாலு மீனு ரெண்டு கரண்டி கொழம்பு தண்ணி” என்று சொன்னவள் வேகமாக சுக்காவறுவல் பொட்டலத்தைப் பிரித்தாள். எண்ணி வைத்தது போல பத்து துண்டு கறி இருந்தது. வெங்காயமும் மசாலும் நிறைந்திருந்ததை கரண்டியில் எடுத்து பிள்ளைகளுக்கு வைத்தாள்.

“தொட்டுத் தின்னுங்க ரசஞ்சோத்துக்கு நல்லாயிருக்கும். ராத்திரிக்கு இட்டிலி சுட்டுதர்றேன் கொழம்பு ஊத்தி சாப்புடுங்க. இட்டிலிக்குத்தான் மீன் கொழம்பு நல்லா இருக்கும். இந்த அரிசி சோத்துக்கு வெளங்காது” என்று சொன்னாள். வெஞ்சனத்தை அமுதாவிற்குத் தனியாக வைக்க வேண்டும். இல்லையென்றால் அவளுக்கு மூக்கில் கோபம் வந்துவிடும். வறுவலை ரசஞ்சோற்றில் வைத்த வேகத்தில் ரசத்தண்ணியில் வறுவல் கரைந்து சோற்றுடன் கலந்தது. அதைப் பார்த்தவளுக்கு இன்னமும் கோபம் வந்தது. “ஏன் சோத்தில வெச்ச. தனியா தட்டில வை” என்றதும் பூரணி, அந்த தட்டை இழுத்து தன் பக்கத்தில் வைத்துக்கொண்டாள். வேறொரு தட்டில் சோறு போட்டு ரசம் ஊற்றினாள். சின்ன தட்டில் வறுவலை வைத்து அவளுக்குக் கொடுத்தாள். பிள்ளைகள் மூவரும் சோற்றைத் தின்றனர்.

“கறி நல்ல வெந்திருக்கா” என்று பூரணி கேட்டாள். பிள்ளைகள் மூவரும் தலையாட்டிக் கொண்டனர். பூரணி தன் முன்னிருந்த தட்டுச் சோற்றை எடுத்து அடுப்பு மேட்டில் வைத்து இட்டிலிச் சட்டி மூடியில் மூடினாள். “இந்த மனுஷன் யாருக்கிட்ட கடன வாங்கி, எங்க போய் எத குடிச்சுட்டு வர்றாரோ. முண்டப்பய எப்ப வர, நானு எப்ப சாப்பிட” என்று புலம்பினாள். அவளுக்கும் பசித்தது. தண்ணீரைக் குடித்தாள். பிள்ளைகளுக்கு மறுசோறு போட்டு அவர்கள் சாப்பிடுவதை ஆவலாகப் பார்த்தாள். வாசலைப் பார்த்தாள். பக்கத்து வீட்டு ரேடியோவில் நேரம் என்ன சொல்கிறார்கள் என்று கேட்டாள். பக்கத்து வீட்டில் ரேடியோ வைக்கவில்லை.

பிள்ளைகள் மூவரும் சாப்பிட்டு முடித்து எழுந்தனர். வீட்டுக்கு முன்பிருந்த தண்ணீர் தொட்டிக்கு அருகில் அமுதா தட்டை வைத்தாள். வறுவல் பொட்டலத்தில் சிறிது கறியும் வெங்காயமும் இருந்தது. பூரணி அந்தப் பொட்டலத்தை மடக்கி கிண்ணத்திற்கு வைத்து மூடினாள். வாசலுக்கு வந்து பாத்திரங்களைத் தேய்த்தாள்.

“யாராச்சும் என்ன சாப்பிட்டீங்கன்னு கேட்டா ரசஞ்சோறுன்னு மட்டும் சொல்லணும். மீன் கொழம்பு சுக்காவறுவல்லுன்னு சொல்லக் கூடாது” என்றாள். பிள்ளைகளும் சரி என்று சொன்னார்கள். அவர்கள் விளையாடப்போகவில்லை. பூரணியின் பக்கத்தில் அமர்ந்து அவள் பாத்திரம் துலக்குவதை வேடிக்கை பார்த்தனர்.

“அம்மா எப்ப இட்டிலி சுடுவே” என்று பாண்டீஸ்வரி கேட்டாள். பூரணி பதில் பேசவில்லை. தண்ணீர்த் தொட்டியின் அடியிலிருந்து பூராண் நெளிந்து வெளியே வந்தது. பூரணி, “அந்த வெளக்குமாத்த எடுங்கடீ” என்று சொன்னாள். அமுதா பூராணுக்குப் பயந்து வீட்டுக்குள் ஓடினாள். பாண்டீஸ்வரி விளக்குமாற்றை எடுத்துக் கொடுத்தாள். பூரணி நெளிந்து ஓடிய பூரானை அடித்து சாக்கடையில் தள்ளினாள்.

பூரணி, “இத்தூண்டு பூராணுக்குப் பயந்து ஓடுறா” என்று அமுதாவை கேலி செய்ததும் பிள்ளைகள் சிரித்தார்கள். அமுதா வெட்கத்துடன் வீட்டின் வாசலில் அமர்ந்துகொண்டாள். பூரணி பாத்திரங்களைத் துலக்கி வெயில் விழுந்த இடத்தில் கவிழ்த்தி வைத்து, அந்த இடத்தைத் தண்ணீர் ஊற்றிக் கழுவிவிட்டாள். வெயில் பாத்திரத்தின் மேல் விழுந்து வந்த வெளிச்சம் பிள்ளைகளின் முகத்திலும் வீட்டின் வாசலிலும் கதவிலும் ஜன்னலிலும் விழுந்தது.

“இந்த ஆளு எப்ப வர நா எப்ப சாப்பிட” என்று சலித்துக் கொண்டவள், அடுப்பறைக்குச் சென்றாள். தகர டின்னை எடுத்து அதிலிருந்த அரிசியைத் தம்ளரில் அளந்து குத்துச்சட்டியில் போட்டாள். தண்ணீர் ஊற்றி ஊற வைத்தாள். அம்மா இட்லிக்கு மாவாட்டுவதற்கு அரிசியை ஊற வைக்கிறாள்

என்பது தெரிந்ததும் பிள்ளைகளுக்குச் சந்தோஷம் பொறுக்க முடியவில்லை. ரத்தினமுத்து சந்தோஷத்தில் குதித்துக் கைதட்டிக்கொண்டாள். “ஹேய் இட்டிலி இட்டிலி” என்று கத்தியதும் பூரணி திரும்பிப் பார்த்து சத்தம் போடாதீங்க என்று திட்டினாள். சாவித்திரி காம்பவுண்டில் ஆட்டுரல் பொதுவில் இருந்தது. அவரவர்கள் வீட்டிற்கு முன் மசால் அரைக்க மட்டும் அம்மி இருந்தது. வீட்டிற்கு குடிவரும் போது ஆட்டுரல் கொண்டு வரக் கூடாது காம்பவுண்டில் வைப்பதற்கு இடமில்லை. பொதுவில் இருக்கிற ஆட்டுரலில் மாவாட்டிக் கொள்ள வேண்டும். கிரைண்டர் இருந்தால் வீட்டுக்குள் வைத்துக் கொள்ள வேண்டுமென்று சொல்லித்தான் அட்வான்சு பணம் வாங்கியிருந்தார்கள். பூரணியிடம் கிரைண்டர் மிஷின் இல்லை. அதன் சத்தத்திற்கு தனக்கு மண்டை வலி வந்துவிடுமென்று சொல்வாள். பிள்ளைகளை முன்கூட்டியே ஆட்டுரல் இருக்கும் இடத்திற்குப் போய் காத்திருக்கச் சொன்னாள். யாராவது கேட்டால் நாங்க மாவாட்டப் போறோமுன்னு சொல்லுங்க என்று சொல்லி அனுப்பினாள்.

பூரணி அரிசி ஊறுகிற வரையில் ஆட்டுரலைக் கழுவிக் காய வைக்க இரண்டு வாளியில் தண்ணீரை முகர்ந்து கொண்டு சென்றாள். பாண்டீஸ்வரி ஆட்டுரலின் மேல் அமர்ந்திருந்ததைப் பார்த்ததும் அவளுக்குச் சிரிப்பு வந்தது. “இன்னைக்கு வியாழக்கெழம யாரும் இட்டிலிக்கு மாவாட்ட மாட்டாங்கடீ” என்று சொன்னவள், சேலையைத் தூக்கி இடுப்பில் செருகிக் கொண்டாள். பூரணி அமர்ந்து மாவாட்டுவதற்கு வசதியாக இருக்கும் என்று அமுதா இரண்டு செங்கற்களை எடுத்து வைத்திருந்தாள். மற்ற வீட்டுக்காரர்கள் மாவாட்டுவதற்கு என்று முக்காலி செய்து வைத்திருந்தனர். திம்மநாயக்கன்பட்டிக்குப் பாட்டி வீட்டிற்குப் போகும்போது தாத்தாவிடம் சொல்லி முக்காலி ஒன்று செய்து வாங்க வேண்டுமென அமுதா நினைத்தாள்.

கால்பரீட்சை, அரைப்பரீட்சை, முழுப்பரீட்சை விடுமுறைக்கு திம்மநாயக்கன்பட்டிக்குப் போகும்போது உட்காருவதற்கு முக்காலி வேணும் தாத்தா என்று கேட்பாள். அவளது

தாத்தாவும் ஊருக்குப் போகும் போது செய்து தர்றேன் என்று சொல்வார். ஆனால் விடுமுறை முடிந்து ஊருக்குப் புறப்படும்போது தாத்தாவும் மறந்துவிடுவார், அமுதாவும் மறந்துவிடுவாள். ஊருக்கு வருகிற அவசரத்தில் அவளுக்கு எதை அங்கிருந்து எடுத்து வருவது, எதை வைத்துவிட்டு வருவது என்று குழப்பமாக இருக்கும். பள்ளிக்கூடம் பைக்கட்டு, நோட்டு, சீருடையை மறந்து வைத்துவிட்டு வந்திருக்கிறாள். அவளது மாமா போடிநாயக்கனூருக்கு வரும்போது அவற்றை எடுத்துக் கொண்டு வருவார்.

செங்கல்லின் மீது அமர்ந்தால் சேலையில் மண் ஒட்டிக்கொள்ளுமென பழைய காகிதங்களை மடித்துத் தயாராக வைத்திருந்தாள் பாண்டீஸ்வரி. பூரணி மாவாட்டும் போது தண்ணீர் ஊற்றுவது அமுதா. கூடவே அவள் மாவைத் தள்ளிவிட வேண்டும். மாவைத் தள்ளி விடும்போது அவளுக்குப் பயமாக இருக்கும். மாவுக்குள் தன்னுடைய கை சிக்கிக்கொள்ளுமென்ற பயம் அவளுக்கு இருந்தது. மாவை வேகமாகத் தள்ளிவிட்டாலும், மெதுவாகத் தள்ளிவிட்டாலும் பூரணிக்குக் கோபம் வந்துவிடும். பூரணி வேகவேகமாக ஆட்டுரலை ஆட்டுவாள். அவளது நெஞ்சும் உடம்பும் தலையும் கையும் ஏதோ சாமி வந்து ஆடுவது போலிருக்கும். ரத்தினமுத்து கண்களை மூடிக்கொள்வாள். அவளுக்குப் பார்க்கப் பயமாக இருக்கும். பாண்டீஸ்வரி ஒரு கண்ணால் பார்ப்பாள். அமுதாவுக்கு மாவு தள்ளி விடுகிற வேலை இருந்ததால் அவள் மட்டுந்தான் பூரணியைப் பார்ப்பாள். பூரணி மாவு ஆட்டும்போது சில சமயத்தில் சேலை முந்தி சரிந்து விழுந்துவிடும். அப்பொழுதுதான் உஸ்அப்பாடா என்று சிறிது நேரம் மாவு ஆட்டுவதை நிறுத்தி சேலைமுந்தியைச் சரி செய்வாள்.

பூரணி வாளியிலிருந்த தண்ணீரை ஆட்டுக்கல்லில் ஊற்றி காக்காய் எச்சத்தையும் கோழி எச்சத்தையும் தேய்த்துக் கழுவினாள். கழுவிவிட்டதும் ஆட்டுக்கல்லும் ஆட்டுரலும் பளிச்சென்றானது. பிள்ளைகள் மூவரும் ஆட்டுக்கல்லைச் சுற்றி அமர்ந்தனர்.

பூரணி வீட்டிற்குச் சென்று ஊற வைத்திருந்த அரிசியை எடுத்துக் கொண்டு வந்தாள். மெதுவாக நடந்து வந்தவள், அமுதாவை நோக்கி வேகமாக ஓடிவந்தாள். அவள் அமர்ந்திருந்த இடத்தில், அவளுடைய குதிங்காலுக்குப் பக்கத்தில் இரண்டு தேள் கொடுக்கைத் தூக்கிக்கொண்டு ஊர்ந்து வந்தது. அமுதாவை அப்படியே தூக்கி ஆட்டுக்கல்லை விட்டு நகர்ந்து நின்றாள். மற்றவர்கள் எழுந்து நின்று தேளைப் பார்த்ததும் கத்தினார்கள். சத்தம் கேட்டு பக்கத்து வீட்டுக்காரர்கள் கதவைத் திறந்து எட்டிப் பார்த்தார்கள். பூரணியைப் பார்த்ததும் கதவை அடைத்துக்கொண்டார்கள்.

“கொஞ்சம் அசந்திருந்தேன் ஏம்பிள்ளய தேளு கொட்டிருக்கும்” என்று பூரணி சொன்னது அமுதாவிற்கு சந்தோஷமாக இருந்தது. அவள் தன்னை ஏம்பிள்ளை என்று சொன்னது புதிதாக இருந்தது. இதுநாள் வரை அப்படிச் சொன்னதில்லையே என்று நினைத்தாள். இன்னொரு தடவை சொன்னால் நன்றாக இருக்குமென நினைத்தாள். அந்த வார்த்தையைக் கேட்பதற்கு ஆசையாகவுமிருந்தது.

பிறகு ஆட்டுக்கல்லிற்குப் பக்கத்தில் சென்று செங்கல்லை எடுத்துப் போட்டு உட்கார்ந்தாள். “வீட்டுக்காரம்மாக்கிட்டச் சொல்லி இந்த இடத்தையெல்லாம் இரண்டு ஆள விட்டுக் கூட்டிப் பெருக்கிச் சுத்தம் செய்யணும். வீட்டுல குடியிருக்கிறவங்க எல்லாம் ஒண்ணா சேர்ந்து சொன்னாத்தான் வசத்துக்கு அந்தம்மா வரும்” என்று சொன்னாள்.

பிள்ளைகள் மூவரும் பயந்துகொண்டுதான் அவளுக்குப் பின் நின்றார்கள். பாவாடையைத் தூக்கிச் செருகிக் கொண்டார்கள். பூரணி சேலையைத் தூக்கிச் செருகிக்கொண்டு, செங்கல் மீது அமர்ந்ததும் அதற்காகக் காத்திருந்தது போல ஆட்டுக்கல்லின் அடியிலிருந்து நகர்ந்து வந்த தேள் அவளது பெருவிரலில் கொட்டியது. அவள் வலி தாங்க முடியாமல் கத்தினாள். அம்மா கத்தியதைக் கண்ட பிள்ளைகள் மூவரும் அழத்தொடங்கினார்கள். தேள் திரும்பவும் கல்லின் அடியில் நகர்ந்து மறைந்தது.

“போங்கடி தள்ளி போங்கடி உங்களையும் கொட்டப் போகுது” என்று பிள்ளைகளைத் தள்ளிவிட்டாள் பூரணி. ஆனால் பிள்ளைகள் அவளை விட்டு நகராமல் நின்றனர். பூரணிக்கு வலியால் கண்களிலிருந்து கண்ணீர் வடிந்தது. பெருவிரல் சிவந்திருந்ததைப் பார்த்த பூரணி, “மொத வீட்டுக் கிழவிக்கிட்ட சுண்ணாம்பு வாங்கிட்டு வாங்க யாராச்சும்” என்று கத்தினாள். மூன்று பிள்ளைகளும் ஓடினார்கள். அவர்களுக்காகக் காத்திருந்தாள் பூரணி. குத்துச்சட்டியிலும் ஈயப்பாத்திரத்திலும் அரிசியும் உளுந்தும் ஊறிக்கிடந்ததைப் பார்த்தவளுக்கு எரிச்சலாக இருந்தது.

13

அவர்கள் காரில் இறங்கியபோது மதியம் மூன்று மணி. எந்தக் கடையிலும் சாப்பாடு இல்லை. டீக்கடையில் பொட்டலம் எதுவுமில்லை. டீக்குப் பால் இல்லையென்று கடைக்காரர் சொன்னார். என்ன இந்த ஊரில் இப்படி இருக்கிறது என்று குருசாமிக்குக் கோபம். நல்ல பசியில் இருந்த மனுஷனுக்கு ஏதாவது சாப்பிட வேண்டுமென்று தோன்றியது. சாப்பிட்டுவிட்டுப் பிறகு வந்த விஷயத்தைப் பார்த்துக் கொள்ளலாமென கடையைத் தேடினார். தன்னுடன் வந்த பாண்டியையும் ராமனையும் எதாவது சாப்பிடுவதற்குக் கடை இருக்கா என்று தேடச் சொன்னார். டிரைவரிடம் இந்த ஊரில உனக்கு ஏதும் கடை தெரியாதா தம்பி என்று கேட்டார். டிரைவர் சுற்றுமுற்றும் பார்த்துவிட்டு, “கடையெல்லாம் இருக்குண்ணே நாம வந்த நேரந்தான் ரெண்டு கெட்டானா போச்சு” என்று சலித்துக்கொண்டான். அவனும் சாப்பிட்டிருக்கவில்லை. மதிய சாப்பாட்டை முடித்துக்கொண்டு ஊரிலிருந்து கிளம்பியிருக்க வேண்டும். இல்லையென்றால்

வழியில் மார்க்கயன்கோட்டையில் புரோட்டா கடையில் காரை நிறுத்தி வேண்டியதைச் சாப்பிட்டிருக்க வேண்டுமென்ற யோசனை அவனுக்குத் தோன்றியது. மார்க்கயன்கோட்டை ஊரில் கறிக்குழம்பும் புரோட்டாவும் ருசியாக இருக்கும். மண் சட்டியில் குழம்பை வைத்து ஊற்றுவார்கள். டிரைவர் ஒருமுறை அந்தக் கடையில் சாப்பிட்டிருக்கிறார். ஆனால் காரில் ஏறியதும் அவர்கள் அனைவரும் உறங்கிவிட்டார்கள்.

காரில் அனைவரும் நன்றாக உறங்கிக்கொண்டு வந்தார்கள். சாராயம் ஏதும் குடித்திருக்கிறார்களா என்று டிரைவர் மெதுவாக நுகர்ந்து பார்த்தான். அப்படியெதுவும் இல்லை. அசந்து உறங்குகிறார்கள் என்று விட்டுவிட்டான். சின்னமனூர் வந்ததும் மெதுவாக உசுப்பிவிட்டான். உறக்கத்திலிருந்து முதலில் விழித்து எழுந்தது கனகு. அவருக்குப் பிறகு குருசாமி கண் விழித்தார். சர்க்கரை இன்னமும் உறக்கத்தில் இருந்தான். டிரைவர் காரை மெதுவாக ஓட்டிச் சென்றான். காருக்குள் ஏறி அமர்ந்து போடியை விட்டுத் தாண்டியது மட்டுந்தான் குருசாமிக்குத் தெரியும். சிலமலை ராசிங்காபுரத்தைக் கடப்பதற்கு முன்பாகவே உறங்கிவிட்டார். கார் இப்போது எந்த இடத்தில் போய்க் கொண்டிருக்கிறது என்பதை எட்டிப் பார்த்தார். சின்னமனூருக்குள் நுழைந்து பஜாரில் நகர்ந்து கொண்டிருந்தது. காரை நிறுத்தச் சொன்னார்.

குருசாமி சுகுவைப் பார்த்து, “கடைக்கு எந்தப் பக்கம் போகணும்” என்று கேட்டார். கனகு தூக்கக் கலக்கத்திலிருந்தார். நகைப்பட்டறை வீதிக்குப் போக வேண்டுமென்பது மட்டும் மனதில் இருந்தது. ஆனால் அங்கு போய் என்ன செய்வது. மாரியப்பனைப் பார்த்து என்ன பேசுவது. அவன் தனக்கு உதவி செய்வானா. இவர்களிடமிருந்து தன்னைத் தப்பிக்க உதவுவானா. மாரியப்பன் ஊரில் இல்லையென்றால் என்ன செய்வது என்கிற சிந்தனை மனதில் ஓடியது. அவனில்லையென்றால் வேறு யாரைப் பிடிக்கலாம், சின்னமனூரில் வேறு யார் தனக்குத் தெரிந்தவர்கள் என்று யோசித்தார். யாரும் நினைவுக்கு வரவில்லை.

“நகைக்கட பஜாருக்குப் போங்க.”

குருசாமி காரில் ஏறி அமர்ந்துகொண்டார். கூடவே டிரைவரும் அமர்ந்தார். கனகு ஏறியதும் ராமனும் பாண்டியும் வேகமாக வந்து ஏறிக்கொண்டார்கள். பாண்டி, “டீக்கடை இருக்கு ஆனா பாலு இல்லன்னு சொல்லுறாங்கண்ணே” என்று சலிப்போடு சொன்னான்.

கார் மெதுவாகத் திரும்பி காந்தி சிலையைக் கடந்து ஆலமரத்தை நோக்கி நகர்ந்தது. வழியில் கடலையும் பலாப்பழமும் குமிந்திருந்தன. ஒருபடி கடலை வாங்கி சாப்பிடலாமா என்று குருசாமி காரை நிறுத்தச்சொன்னார். பச்சைக்கடலை வயிற்றுக்குச் சேராமல் போய்விடுமென்கிற பயம் அவருக்கு இருந்தது. பசிக்கு வேறு வழியில்லை. ராமன் அவருடைய எண்ண ஓட்டத்தைப் புரிந்துகொண்டவன்போல காரை விட்டு இறங்கினான்.

கடலை விற்றுக்கொண்டிருந்த கிழவி, காகிதத்தில் கடலை மடித்துத் தந்தாள். “இன்னும் ஒருபடி கடலை வாங்கிட்டுப்போப்பே அம்புட்டு ருசியா இருக்கும்” என்று மடியிலிருந்த சுருக்குப்பையில் பணத்தை வைத்துக்கொண்டாள். ராமன் காரில் ஏறிக்கொண்டான். பச்சைக் கடலையை உரித்து அவர்கள் தின்றார்கள்.

கார் நகைக்கடை பஜாருக்குள் நுழைந்தது. மற்றவர்களுக்கு இடஞ்சலில்லாத வகையில் காரை தெருவிலிருந்து விலகி நிறுத்தினான். பஜாரில் பெரும்பாலான கடைகள் சாத்தியிருந்தது. சில கடைகளில் ஆட்கள் பாதிக் கதவை அடைத்து வைத்து உறங்கிக்கொண்டிருந்தார்கள். காரைவிட்டு முதலில் இறங்கியது குருசாமிதான். அவருக்குச் சின்னமனூர் நகைக்கடை பஜாரைப் பார்க்க வேண்டுமென்கிற ஆசை. இந்த ஊரில் கொடுக்கல் வாங்கல் ராசியாகிவிட்டால் வரவு செலவு வைத்துக்கொள்ளலாமென்கிற ஆசை இருந்தது. ஒவ்வொரு கடையாகப் பார்த்தபடி நடந்தார். தெரு முக்கு வரை சென்று கடைகளை வேடிக்கை பார்த்துவிட்டுத் திரும்பினார். குருசாமியையும் காரையும் காரிலிருந்து இறங்கிய ஆட்களையும்

பார்த்த பெரியவர் அவர்களிடம் வந்தார்.

“உருப்படி எதுவும் பாக்கணுமா நல்ல மச்சம் நல்ல வேலை கேரண்டியான சரக்குண்ணே. நம்ம கடைக்கு வாங்க” என்று திறந்திருந்த நகைக்கடை ஒன்றைக் கைகாட்டினார். அவர்கள் எதுவும் பதில் பேசவில்லை. பெரியவர் திரும்பவும், “என்ன உருப்படி வேணும். பழசு எதுவும் பாக்கணுமா” என்று கேட்டார். அதற்கும் அவர்கள் எந்தப் பதில் பேசவில்லை. பிறகு பெரியவர் குருசாமியை நெருங்கி வந்து நின்று, “விக்க வந்திருக்கீங்களா. வாங்குறதுக்கு ஆளு ரெடியா இருக்கு. ரொக்கப் பணம். வாங்க” என்று அழைத்தார்.

குருசாமி, தான் பதில் பேசாமல் இத்தனை பேச்சு பேசுகிறாரே என்று அவரைத் திகைப்புடன் பார்த்தார். பிறகு அவர், “மாரியப்பன் நகைப்பட்டறை எதுங்கய்யா” என்று கேட்டார்.

பெரியவர் வந்தவர்களை ஒருமுறை பார்த்துக்கொண்டார். கனகைத் தனியாகப் பார்த்தார். அவரும் பெரியவரைப் பார்த்தார். கனகு, கார் நிற்கும் இடத்திலிருந்து மாரியப்பனின் பட்டறையைப் பார்த்துவிட்டார். பட்டறை பூட்டியிருந்தது. மதிய நேரம். சாப்பாட்டிற்குச் சென்றிருப்பார் என்று நினைத்துக் கொண்டார்.

பெரியவர், “மாரியப்பன் நேத்து ராத்திரி திருப்பதிக்குக் குடும்பத்தோட போயிட்டாரு. வர்றதுக்கு பத்து நா ஆகும் தம்பி” என்று கனகைப் பார்த்துச் சொன்னார். குருசாமிக்கு அதிர்ச்சியாக இருந்தது. பெரியவரையும் கனகையும் மாறி மாறிப் பார்த்தார்.

“மாரியப்பன் வீடு தெரியாதா உனக்கு” என்று கோபத்தில் கேட்டார் குருசாமி.

கனகு, “வீடு தெரியாதுண்ணே” என்று சொன்னார்.

“தெரிஞ்சாலும் சொல்லமாட்டாங்க்ய” என்று அடிப்பதற்குக் கையை ஓங்கிக்கொண்டு வந்தான் பாண்டி. அவனைச் சமாதானப்படுத்தினார் குருசாமி. இப்போது என்ன செய்ய

வேண்டுமென்பதை விட, தன்னுடைய செயலை பாண்டியும் ராமனும் பாராட்ட வேண்டுமென்பதில் அவர் கவனமாக இருந்தார்.

'அண்ணே அந்த நேரத்தில கரெக்ட்டா பேசுனாருல்ல', 'அண்ணே அந்த நேரத்தில கரெக்ட்டா யோசிச்சு செஞ்சுருக்காருப்பா' என்கிற வார்த்தைகளை பாண்டியும் ராமனும் தனக்குப் பின்னால் பேசுவது போல அவர் உணர்ந்தார். சிறிது தூரம் நடந்தார். வேட்டியைத் தூக்கிக் கட்டிக்கொண்டார். பெரியவர் நகர்ந்து சென்று விட்டார். நகைக்கடையின் வாசலில் இருந்த முக்காலியில் அமர்ந்துகொண்டார்.

குருசாமி கார் டிரைவரிடம் பஸ்ஸ்டாண்டு பக்கம் போவோம். முதல்ல எதாவது சாப்புடுவோம் கிறக்கமாயிடுச்சி என்று காருக்குள் ஏறிக்கொண்டார். அப்போது குருசாமி என்று யாரோ அவரை அழைக்கிற சத்தம் கேட்டுத் திரும்பிப் பார்த்தார். தன்னைத்தான் அழைக்கிறார்களா என ஒருமுறை உறுதி செய்து கொண்டார். காரை விட்டு இறங்கினார். பெரியகுளம் சின்னக்காளை மாப்பிள்ளையும் அவர் வீட்டிலிருந்து பெண்களும் நடந்து வருவது தெரிந்தது.

குருசாமி காரைவிட்டுக் கீழே இறங்கினார். "மாமா என்ன இந்தப் பக்கம் போடிய விட்டு இந்த ஊரில என்ன சோலி உங்களுக்கு" என்று சின்னக்காளை அவரிடம் வந்தார். அவருக்கு மூச்சு வாங்கியது. நடந்து வந்த வேகத்தில் அவருடைய தொந்தியும் உடம்பும் குலுங்கின. இடுப்பில் கைவைத்துப் பேசினார். அவருக்குப் பின்னால் அவருடைய மனைவியும் இரண்டு குழந்தைகளும் வந்து நின்றனர்.

"இங்க ஒரு சோலியா வந்தோம் மாப்ளே. நீங்க என்ன இம்புட்டுத் தொலவு. தங்கச்சிய பிள்ளைகள கூட்டிட்டு" குருசாமி சிரித்துக்கொண்டு கேட்டார்.

"வீரவாண்டியில காதுகுத்து விசேஷத்துக்கு வந்தோம்ண்ணே. அப்படியே இங்கிட்டு வந்து இந்தப் பிள்ளைகளுக்குக் காதில எதுவுமில்லா இருக்கேன்னு தட்டுப்பொட்டுன்னு எதாச்சும்

வாங்கிப்போடுவோம்முன்னு வந்தோம்ண்ணே” என்று சின்னக்காளையின் மனைவி மூச்சுவிடாமல் பேசினாள். பேசிவிட்டு சின்னக்காளையின் முகத்தைப் பார்த்தாள். சின்னக்காளையும் ஆமாம் என்பது போலத் தலையாட்டினார். பிள்ளைகள் இருவரும் சின்னக்காளைக்குப் பின்னால் மறைந்து நின்று கொண்டனர். குருசாமிக்கு அவர்களைப் பார்த்ததும் சற்றுக் கோபமும் எரிச்சலும் குறைந்தது. அவர்களுடன் சிரித்துப் பேசினார்.

சின்னக்காளை, சர்க்கரையைப் பார்த்ததும், “டேய் பங்காளி. ரைஸ்மில்லுக்காரா. வாடா வா. ரைஸ்மில்லு தொழில விட்டுட்டு வட்டிக்குக் கொடுத்து வாங்குறயமே. என்னாடா விசயம். ஆளு ஆளாக்கு எங்க பொழப்புக்கு வர்றீங்க” என்று அவனது தோளைத் தட்டிக் கேட்டார். சர்க்கரை எதுவும் பேசவில்லை. குருசாமியைப் போல கைகளைப் பின்னால் கட்டிக்கொண்டு நின்றான்.

“டேய் பதில் பேசுடா உம்முன்னு இருக்கே” என்று சின்னக்காளை அவனைச் சத்தமாக அரட்டினார். ரோட்டில் நடந்து சென்றவர்கள் அவருடைய சத்தம் கேட்டுத் திரும்பிப் பார்த்துவிட்டுச் சென்றனர். அவரது மனைவி, “சும்மா சத்தம் போடாதிங்க. தம்பி பயந்திர போகுது” என்று சிரித்துக்கொண்டு சொன்னாள். அவளுக்கு ரோட்டில் நிற்பதற்கு வெட்கமாக இருந்தது. அவளது முகத்தைப் பார்த்தான் சர்க்கரை. இதற்கு முன்பு அப்பெண்ணை போடியில் விசேஷ வீட்டில் பார்த்த ஞாபகம். சரியாகத் தெரியவில்லை. பேசியிருக்கிறோம் என்ற ஞாபகம் இருந்தது. குருசாமி மாமாவைப் போல தலையைச் சொறிந்து கொண்டவன் அப்பெண்ணைப் பார்த்து சிரித்துக் கொண்டான்.

குருசாமி, “கொஞ்சம் பணம் வர வேண்டியிருக்கு மாப்ளே ஆளப் பாக்க வந்தோம்” என்று சொன்னார். மாமா நேராக விசயத்தைச் சொல்லிவிடுவார் என்று சர்க்கரை நினைக்கவில்லை. சும்மா வந்தோம் என்று பதில் சொல்லிவிட்டு அவர்களிடமிருந்து வந்துவிடுவார் என்று நினைத்தான்.

பாண்டியும் ராமனும் அர்த்தமாகப் பார்த்துக் கொண்டனர். அவர்கள் பார்த்துக்கொண்டதை குருசாமியும் பார்த்தார். சரி நாம் சின்னக்காளையிடம் விசயத்தைச் சொன்னது நல்லதுதான் என்று அவரின் மனதுக்குத் தோன்றியது.

சின்னக்காளை அவருடன் இருந்த ஆட்களைப் பார்த்துவிட்டு, "வேறெதுவும் பிரச்சினையா மாமா. சும்மா சொல்லுங்க. இவங்க பெரியப்பா மவன் இங்கதான் போலீஸா இருக்கான்" என்று சொன்னதும் கனகுவிற்கு அடிவயிற்றில் கலக்கம் வந்தது.

குருசாமிக்கு அதைக் கேட்டவுடன் தெம்பு வந்தது. "வாங்க ரொம்ப நாளு கழிச்சு உங்களப் பாக்றேன். முதல்ல காப்பி தண்ணி எதாச்சும் சாப்பிடுவோம்" என்றார். சின்னக்காளை பதில் எதுவும் பேசவில்லை. பிள்ளைகள் அவருக்குப் பின்னாலிருந்து இப்போது எட்டிப் பார்த்தன.

சின்னக்காளை, "இந்தப் பக்கம் எந்தக் கடையும் இல்ல. தெற்குவீதிக்குப் போகணும். கோம்பைக்குப் போற பாதையில் ஒரு கடை இருக்கு. வாங்க நடந்து போவோம்" என்றார். அவர்கள் நடந்து சென்றார்கள்.

குருசாமி, "இந்த ஊரில எல்லாத்தையும் தெரிஞ்சு வெச்சிருக்க மாப்ளே" என்று அவரை கேலி செய்வது போல பேசினார். சின்னக்காளையும் குருசாமியும் முன்னால் நடந்தார்கள். அவர்களுக்குப் பின்னால் சின்னக்காளையின் மனைவியின் பிள்ளைகளும் அவர்களுக்குப் பின்னால் ராமனும் சர்க்கரையும் கடைசியாக டிரைவரும் கனகுவும் செவலைப்பாண்டியும் நடந்து வந்தார்கள்.

சின்னக்காளை, "அடிக்கடி வந்துட்டு போறேன் மாமா. அதான்" என்று மெதுவாக அவருக்கு மட்டும் கேட்கும்படியாகச் சொன்னார். குருசாமி அவருடைய தோளின் மேல் கைபோட்டு ஜோடியாக நடந்தார்.

மாப்ளே ஒரு விசயம் என்று ஆரம்பித்த குருசாமி, கனகுவிடம் லட்சம் ரூபாயைக் கொடுத்ததிலிருந்து வாங்க முடியாமல் அலைந்து இப்போது சின்னமனூர் மாரியப்பனைத் தேடி

வந்திருப்பதுவரை சொன்னார். சின்னக்காளைக்குத் தெரிந்துவிட்டது. இது இழுவை சங்கதி. ஆனால் அவரிடம் சொல்வது எப்படி என்று யோசித்தார். கோம்பைக்குப் போகும் பாதையில் டீக்கடை இருந்தது. மண் சுவரில் சுண்ணாம்பு பூசியிருந்தார்கள். கடைக்குள் பெஞ்சு இருந்தது. பால் பன், தவளை வடை, கீரை வடை, வெங்காய பக்கோடா தினமும் மாலை 4 மணிக்கு சுடச்சுட இவ்விடம் கிடைக்கும் என்று எழுதிய அறிவிப்புப் பலகை இருந்தது. இன்னொரு அறிவிப்புப் பலகையில் மாலை 6 மணிக்கு மிட்டாசு கிடைக்கும் என்று எழுதியிருந்தது தெரிந்தது.

அவர்கள் பெஞ்சில் அமர்ந்துகொண்டார்கள். பெஞ்சும் மேஜையும் எண்ணெய் பிசுபிசுப்பாக இருந்தது. கைவைக்க முடியவில்லை. இவர்கள் அமர்ந்திருந்த இடத்திற்குப் பக்கத்திலிருந்த சிறிய அறையில் இதேபோல பெஞ்சும் மேஜையும் போட்டிருந்தார்கள். அதில் ஆட்கள் அமர்ந்து பால்பன்னும் மிக்சரும் சாப்பிட்டுக் கொண்டிருந்தனர். குருசாமி எதுவும் பேசவில்லை. சின்னக்காளை, “பால்பன்னும் தூள் பக்கோடாவும் கொண்டாங்க” என்றார். சப்ளையர் ஆட்களை எண்ணிக்கொண்டு சென்றான்.

சப்ளையர் சதுரம் சதுரமான காகிதத்தில் பால்பன்னையும் மிக்சரையும் வைத்து, கொண்டு வந்தான். குருசாமி தனக்குத்தான் என்று ஆவலோடு பார்த்தார். ஆனால் அவன் அவர்களைக் கடந்து நேராகச் சென்றான். சிறிது நேரத்தில் திரும்பி வந்தவன், பால்பன்னும் பக்கோடாவும் காகிதத்தில் வைத்து அவர்களைக் கடந்து சென்றான். குருசாமிக்கு எரிச்சலும் கோபமும் வந்தது. அவனுக்குப் பின் சென்றார். அங்கு சின்னச் சின்ன அறைகளாக இருந்தது. ஆட்கள் பெஞ்சில் அமர்ந்திருந்தனர். டீ தம்ளர் எடுத்துக்கொண்டிருந்த பையன் இவரைப் பார்த்ததும் வெளியே உட்காருங்கண்ணே என்றான். அவர் சப்ளையரைப் பார்த்து, “ஏம்ப்பா எவ்வளவு நேரமா காத்துட்டு இருக்குறது. இத்தூண்டு பன்னை கொண்டு வந்து தர்றதுக்கு இம்புட்டு நேரமா. கொண்டாப்பா” என்று கத்தினார். சப்ளையர் அவர் பேசியதைக் காதில் வாங்கிக்கொள்ளவில்லை. குருசாமிக்கு

ஆத்திரம் வந்தது. மனதிற்கு சப்ளையரைத் திட்டியபடி அவனை அடிப்பதற்கு கை ஓங்கினார். அவர் கையைப் பிடித்து நிறுத்தினான் சின்னக்காளை.

“வந்த இடத்தில பேசாம இருங்க மாமா. இப்ப என்னா கழுதைய கொஞ்ச நேரம் சென்டு தின்னா போச்சு” என்று அவரை இழுத்துக்கொண்டு வரும்போது எதிரே இருந்த மேஜையைப் பார்த்தார். நான்கு பேர் அமர்ந்து பால் பன்னும் மிக்சரும் சாப்பிட்டுக்கொண்டிருந்தனர்.

சின்னக்காளை, “என்னாண்ணே எப்ப வந்தீங்க. கூட்டத்தில உங்க கூட பேசவே முடியல” என்று நான்கு பேரில் ஒருவரைப் பார்த்துக் கேட்டார்.

அவர், “காதுகுத்து முடிஞ்சதும் கட்டிங் சரக்கு கிடைச்சுச்சு. குடிச்சேன். வயித்துக்குச் சோத்தப் போட்டாங்க. தட்டு நிறைய அரிசியும் காதுகுத்துக்குக் காணிக்கையும் கொடுத்தாங்க. வாங்கிட்டு வந்துட்டேன். பஸ்ஸ விட்டு இறங்கினதும் நாவறட்சியா இருந்துச்சு. அதான் இங்க டீ குடிக்க வந்தேன்” என்றார்.

சின்னக்காளை தன் அருகில் நின்றிருந்த குருசாமியைக் கைகாட்டி, “இவரு எங்க மாமா இவருக்கு ஒரு காரியமாகணும்” என்றதும் அவர் சாப்பிட்டுக்கொண்டிருந்த பால்பன்னையும் மிக்சரையும் அப்படியே சுருட்டி எடுத்துக்கொண்டு பெஞ்சைத் தாண்டி வந்தார்.

அங்கிருந்து வெளியே வந்தவர் ரகசியமாக, “ஏதும் பழைய உருப்படி வேணுமா, இல்ல விக்கணுமா” என்று உரிமையோடு குருசாமியைப் பார்த்துக் கேட்டார்.

குருசாமியே நேரடியாகக் கேட்டுவிட்டார். “மாரியப்பங்கிறது யாரு. அவரு திருப்பதிக்குப் போயிருக்காரா” என்று கேட்டார். பால்பன்னையும் மிக்சரைச் சுருட்டி வைத்திருந்தவர், இருவரின் முகத்தையும் ஒருமாதிரியாகப் பார்த்துவிட்டு டீக்கடையை விட்டு வெளியே வந்தார். வரும்போது அவர் கனகுவைப் பார்த்துவிட்டார்.

“டேய் தம்பி கனகு எங்கடா இந்தப் பக்கம்” என்று அவரது தோளைத் தட்டிக் கேட்டார். கனகு அவருக்குப் பின்னால் வந்த குருசாமியையும் சின்னக்காளையையும் பார்த்துவிட்டு கண்களைச் சுழற்றிவிட்டு, “ஒரு விசேஷத்திற்கு வந்தேன்” என்று சொன்னார். அவரும் சரி சரி என்று கடையை விட்டு வெளியே வந்து நின்றார்.

குருசாமிக்கு இப்போது நெருக்கடியாக இருந்தது. ரெண்டு ஆசாரிப்பயல்களும் கண்ணுல பேசி காரியத்த கெடுத்துருவாங்கள் என்று மனதில் நினைத்துக்கொண்டார்.

ரோட்டில் நின்றவர் இப்போ சொல்லுங்க என்று குருசாமியைப் பார்த்துச் சொன்னார்.

“கடைக்குள்ளே பாத்துப் பேசுன ஆளு உங்களுக்குத் தெரிஞ்சவரா” என்று குருசாமி கேட்டார்.

“என்ன விசயமுன்னு சொல்லுங்க மொட்டையா தெரியுமா தெரியாதான்னா எப்படிப் பதில் சொல்லுறது” என்று பால்பன்னை பிய்த்துத் தின்றபடி அவர் கேட்டார்.

குருசாமி விசயத்தைச் சொன்னதும், “அதான் கண்ண அந்தச் சுழட்டு சுழட்டுனானா. போடிக்காரன், பொல்லாத பயல். நம்மாளுகதான். பங்காளி பகை ஆகாதுன்னு சொல்லுவாங்க. சீக்கிரமா சட்டுப்புட்டு பணத்தை வாங்கிட்டு தொலைஞ்சுப்போன்னு விட்டுட்டுப்போங்க. திரும்பவும் பணத்தைத் தராதீங்க. அவ்வளவு பணத்துக்கு உறுத்தான ஆளான்னு பாத்துப் பணத்தைக் கொடுங்கப்பா. உங்களுக்குச் சொல்லியா தரணும். வட்டிக்கு ஆசப்பட்டு நோட்டை எண்ணிக் கொடுத்துட்டு ஆட்ட அறுக்குறது கெணக்கா கழுத்தைப் பிடிச்சா எப்படி” என்றதும் சின்னக்காளைக்குக் கோபம் வந்தது.

“நீ விசயத்தைச் சொல்லு பழம பேசாத...”

“மாரியப்பன் திருப்பதிக்கெல்லாம் போகல. போடிக்காரனுக்கு இந்த ஊர்ல வரவு செலவெல்லாம் கெடையாது. வாய்தா கொடுத்துப் பணத்தை வசூல் செய்யுங்க...”

“அப்ப அவன் சொல்லுறதெல்லாம் பொய்யா” என்று சர்க்கரை வாயைப் பிளந்துகொண்டு கேட்டான்.

“தம்பி யாரு...?”

“நம்ம வூட்டுப்பயதான்.”

“மெதுவா பேசு தம்பி. இந்த இடத்தில டீ தம்ளருக்கும் காது இருக்கு. நீங்க போன பின்னாடி என்னைய நோண்டி நொங்க எடுத்துப்பூடுவாங்க்ய” என்று டீக்கடையின் முன்பாக நிறுத்தி வைத்திருந்த சைக்கிளை எடுத்துக்கொண்டு சென்றார்.

குருசாமியைப் பார்த்து சின்னக்காளை, “இப்ப என்னா செய்வோம் மாமா” என்று கேட்டார். வார்த்தைதான் அவரிடமிருந்து வந்தது. கண்ணும் உடம்பும் டீக்கடைக்குள்ளிருந்த பால்பன்னையும் பக்கோடாவையும் மாறி மாறிப் பார்த்தது.

குருசாமி எதுவும் பேசாமல் கடைக்குள் சென்று அமர்ந்து கொண்டார். சப்ளையர் அனைவருக்கும் பால் பன்னும் பக்கோடாவும் வைத்தான். பக்கோடா சூடாக இருந்தது. கனகு தன் முன் வைத்த பண்டத்தை வேண்டாமென்று மறுத்தார். டீ மட்டும் போதும் என்று சொன்னார். பாண்டியும் ராமனும் சாப்பிடச் சொன்னார்கள். குருசாமி எதுவும் பேசவில்லை. மாமா எதுவும் பேசாதிருக்கும் போது தான் மட்டும் பேசக்கூடாது என்று சர்க்கரையும் அமைதியாக இருந்தான். கனகு டீகுடித்து முடித்து விட்டு எழுந்து கையைக் கழுவிக்கொண்டார். அவருக்குப் பக்கோடாவின் வாசமும் பால் பன்னின் தித்திப்பும் சாப்பிடாமல் நாவில் படிந்தது. கைகழுவுகிற இடத்திலிருந்து மணத்தை நுகர்ந்துகொண்டார். சாப்பிடவில்லையென்றாலும் தன் பிள்ளைகளுக்காவது இங்கு வந்து ஒருநாள் வாங்கிக்கொண்டு போகவேண்டுமென விரும்பினார். டீக்கடையை விட்டு வெளியே வந்து நின்றார். காற்று முகத்தில் படிந்து தலைமுடியை கலைத்தது. தலைமுடியைக் கோதிவிட மனமில்லாமல் காற்று எதிர்வாக்கி முகத்திற்கும் உடம்பிற்குமாக வாங்கிக்கொண்டு நின்றார். அது அவருக்கு அப்போதைக்குச் சந்தோஷமாக இருந்தது.

14

வியாழக்கிழமையிலிருந்து பொன்னு தியேட்டரில் 'நாடோடி மன்னன்' படம். டிக்கெட் தந்தார்கள். ஆனால் இடம் கிடைக்கவில்லை. பொன்னு தியேட்டருக்குப் போட்டியாக சென்ட்ரல் தியேட்டரில் மறுநாள் வெள்ளிக்கிழமையிலிருந்து உத்தமபுத்திரன் படம். ஊரில் சாயங்காலமானதும் தியேட்டரின் முன் கூட்டம் கூடியது. வேலை முடிந்து வரும் தச்சு ஆசாரிகளும் தோட்டத்து வேலைக்குப் போய் வரும் ஆண்களும் பெண்களுமாகக் கூட்டம் கூடியது. வீரபாண்டி திருவிழாவுக்கு வந்த ஜனங்களில் பாதியளவுக்குத் தியேட்டர் வாசலில் கூடியிருந்தார்கள்.

முருகனும் சுருளி ஆசாரியும் வியாழக்கிழமை இரவுக் காட்சிக்குச் சென்று நாடோடி மன்னன் படத்தை முதல் ஆட்களாகப் பார்த்துவிட்டு வந்துவிட்டார்கள். மறுநாள் காலையில் சுருளியையும் முருகனையும் பார்க்கிறவர்கள் படத்தைப் பற்றிக் கேட்டார்கள். எதாவது காட்சி இல்லையா? பாட்டு முழுதாக ஓடுகிறதா? முதல் பாட்டு செந்தமிழே வணக்கம் ஓடும் போது ஜனங்கள் கைதட்டினார்களா? படத்தை முழுசாகப் பார்த்தீர்களா, இல்லை பாதியிலே தூக்கம் வருகிறது என்று வந்துவிட்டீர்களா? கடைசிக் காட்சியை வெட்டிவிட்டார்களா என்று ஒவ்வொருவர்களாக அவர்களது சந்தேகங்களைக் கேட்டனர். ஆனால் அனைவருக்கும் பொதுவான சந்தேகம் டிக்கெட் எவ்வளவு என்பதுதான். அதனை ரகசியமாக யாருமில்லாத வேளையில் கேட்டார்கள்.

தோட்டத்திலிருக்கும் தச்சு வேலை செய்யும் ஆசாரிமார்களில் பாதி பேர் சாயங்கால வேலை முடிந்து வந்ததும் அவசரமாக குளித்து, சுடுசோற்றைத் தின்று முடித்து ராத்திரி ஷோவுக்குக் கிளம்பினார்கள். அவர்களுக்கு கனகு சைனட் குடித்து இறந்துபோனது பற்றி எதுவும் தெரியாது. கனகு சாகாமலிருந்தால் வியாழக்கிழமை இரவுக்காட்சிக்கு பட்டறைவீதியிலிருந்த ஆசாரிமார்களும் சென்றிருப்பார்கள்.

அவர் புதன்கிழமை இரவு சைனட்டை வாங்கி சாப்பிட்டுவிட்டு இறந்துபோனார். அவருக்கு சைனட் கொடுத்தது சுந்தரமூர்த்தி. எனாமல் மோதிரத்திலிருந்த கலரை எடுத்துவிட்டு உருக்க வேண்டுமென்பதற்காக அவனிடம் கேட்டார். அவனது முதலாளி பொன்ராம் யாருக்கும் தெரியாமல் சைனட்டை ஒளித்து வைத்திருந்தார். அவருக்குச் சில நேரங்களில் ஒளித்து வைத்த இடம் மறந்துபோகும். அதை தின்ற எலி செத்து தகரத்தில் கிடக்கும். வீச்சம் வந்த பிறகு தகரத்தில் ஏறி தூக்கி சாக்கடையில் வீசுவார்கள். கடந்த வாரம் வாங்கியதில் பாதிக்கு மேல் மிச்சமிருந்தது. அந்தப் பொட்டலம் இருக்கும் இடம் அவனுக்குத் தெரியும். பரமார்த்தமாக எடுத்துக்கொடுத்தான்.

வியாழக்கிழமை காலையில் பட்டறைவீதிக்குத் தகவல் வந்து சேர்ந்தது. பால்காரன் வந்து பால் ஊற்றிச் சென்றதற்குப் பிறகு வீட்டை விட்டு வெளியே வந்தவர்களுக்கு முதலில் தெரிந்தது. யாருக்கும் நம்பிக்கையில்லை. பொய்யென்று காப்பி குடித்தனர். செய்தித்தாள் பிரித்து ஆளுக்கொன்றாக வைத்து ஊர்க் கதை உலகக் கதை பேசி அமர்ந்திருந்தனர். ஆனால் வெயில் ஏறும் பொழுதில் பஜாரில் அமர்ந்திருந்தவர்களும் மீனாட்சி டீக்கடையில் டீ குடித்துச் சென்றவர்களும் கனகு இறந்ததைப் பற்றிப் பேசியதற்குப் பிறகு அவர்களால் நம்பாமல் இருக்க முடியவில்லை. முதலில் ஒருவரை விட்டு விசாரித்து வருவதற்கு ஏற்பாடு செய்தனர். சைக்கிளில் சென்று வந்தவன் கனகு வாயில் நுரையோடு இறந்துகிடப்பதைப் பற்றிச் சொன்னான். உமியோட்டில் இருக்கும் பட்டைக்கரியில் மண்ணெண்ணெய் ஊற்றியதும் பற்றிக்கொள்ளும் நெருப்பைப் போல கனகு இறந்துபோன விசயம் ஊர் முழுக்கப் பற்றிக்கொண்டது. நான்கு பக்கமும் எரிந்தது. சைனட்டை சோற்றில் வைத்துத் தின்றதாகவும் அவர் சாப்பிட்ட தட்டைக் கழுவும்போது மருந்து வாசனை வந்தது என்றும் ஆனால் தான் சரியாகக் கவனிக்கவில்லையென்றும் தலையில் அடித்துக்கொண்டு பூரணி அழுதாள். நாள் முழுக்கவும் பட்டறைவீதியிலிருந்த கடைகளை அடைத்து வைத்தார்கள். கனகுவின் பட்டறை வாசலில் யாரும் உட்காரவில்லை. ஒன்றுக்கு இரண்டு பூட்டு தொங்கியது.

சுந்தரமூர்த்திக்குக் கை கால்கள் நடுக்கமெடுத்தன. நல்லவேளையாக போலீஸ் கேஸ் எதுவும் ஆகவில்லை. திம்மநாயக்கன்பட்டியிலிருந்து வந்த பூரணியின் தாய்பிள்ளைகள் சமாதானமாகப் பேசி முடித்தார்கள். சைனட்டை வாங்கிக் கொடுத்தது யார் என்று மயானக்கரைவரை பேசிக்கொண்டு வந்ததுதான் மூர்த்திக்குப் பயம். 'அவங்கிட்ட இல்லாததா' என்று அடக்கம் செய்யும்போது ஒருவர் சொன்னதற்குப் பிற்பாடு பேசியவர்கள் அமைதியானார்கள். ஆனாலும் மூர்த்திக்குப் பயந்தான். அந்தப் பயத்தில்தான் தினமும் நாடோடி மன்னன் படத்தை ராத்திரி ஷோ பார்த்தான். பட்டறையை எடுத்து வைத்ததும் நேராக வீட்டுக்கு வந்து சோறு சாப்பிடுவான். துண்டை எடுத்துக்கொண்டு பொன்னு தியேட்டருக்குப் போய்விடுவான். தினமும் தனக்குத் தருகிற 'பேட்டா துட்டை' சினிமாவுக்குச் செலவு செய்தான். முருகன் மாமாவுடன் சனிக்கிழமையும் பரமேஸ்வரனுடன் ஞாயிற்றுக்கிழமையும் படம் பார்த்தான். இதுவரை மூன்று தடவை பார்த்துவிட்டான். படம் பார்த்துக்கொண்டிருக்கும் போது கனகு, பட்டறை வாசலில் வந்து நின்று, "சுந்தரா கொஞ்சம் சைனட் இருந்தா தாப்பா. எனாமல் மோதிரத்த உருக்குறதுக்கு வேணும்" என்று கேட்பது போலிருந்தது. வீரப்பன், ரத்னா ரத்னா என்று கத்தும் போதும் கூட கனகு பேசியது அவனுக்குக் கேட்டது. தூக்கமும் வரவில்லை. வேலை செய்யவும் முடியவில்லை. கனகு இறந்து போனதற்கு, தான்தான் காரணம், தன்னால் அவர் இறந்து போனார். சைனட்டை இல்லையென்று சொல்லியிருந்தால் இரண்டு நாட்களுக்குப் பிறகாவது இறந்திருப்பார். இல்லை சாகாமல்கூட இருந்திருப்பார் என்று தனியாக இருக்கும்போது நினைத்தான். அவனால் நிம்மதியாக இருக்க முடியவில்லை. பட்டறைவீதியிலிருந்து மாலை வாங்கிக்கொண்டு ஊர்வலமாகச் சென்றார்கள். மூர்த்தி ஊர்வலத்தில் கூட்டத்தோடு கூட்டமாக நடந்து சென்றான். ஆனால் வீட்டிற்குள் போகவில்லை. கனகுவின் மூன்று குழந்தைகள் அழுகிற சத்தம் காம்பவுண்ட் வீட்டு வாசலைக் கடந்து கருவாடு விற்கும் கடை வரை கேட்டதாகச் சொன்னார்கள்.

ஒருவாரத்திற்குப் பிறகு நாடோடி மன்னன் படத்திற்குக் கூட்டமில்லை. பட்டறைவீதியிலிருந்து படம் பார்த்துவிட்டு வந்தவர்கள், “கால நீட்டிப் படுத்துட்டே படம் பாத்தோம்” என்று சொன்னார்கள். அவர்கள் கனகை மறந்துவிட்டார்கள். ஆனால் சுந்தரமூர்த்தியினால் மறக்க முடியவில்லை. மதியம் சாப்பிடுவதற்கு வீட்டிற்குப் போகும்போது, கனகுவின் வீட்டுப் பக்கமாகப் போவதற்குப் பயமாக இருந்தது. யாருக்காவது தெரிந்து தன்னிடம் வந்து கேட்டால் என்ன பதில் சொல்வது என்று தினமும் மதியம் சாப்பிடும்போது சோற்றைக் கிண்டிக்கொண்டு யோசிப்பான். அவனால் சாப்பிட முடியவில்லை. தூங்க முடியவில்லை. எங்காவது ஓடிப்போய்விடலாம் என்று யோசித்தான். அதேநேரம் அவனை அவனே சமாதானமும் செய்துகொண்டான். யாருக்குப் பயப்படணும். யாருக்காகவும் பயப்படத் தேவையில்லை. சர்க்கரை மாமா குருசாமியிடம் வாங்கிய பணத்தைத் திருப்பித்தர முடியவில்லை. அவர்கள் கனகை காரில் அழைத்துக்கொண்டு போய் அடித்திருக்கிறார்கள். அந்த அவமானம் தாங்காமல் சைனட் குடித்துச் செத்துப்போய்விட்டார் என்று பட்டறைவீதியில் பேசிக்கொள்வது உண்மைதானே. அப்படியிருக்கும்போது தன்னை எப்படி வந்து கேட்பார்கள் என்று நினைத்துக் கொண்டான். வாள்பிடி ரம்பத்தில் அடிதகட்டை ராவும்போது முக்கட்டையில் சிக்கிக்கொண்டு ரம்பம் திரும்பவும் முடியாமல் அறுக்கவும் முடியாமல் திணறுவது போலிருந்து அவனது மனம். ரம்பம் உடைந்தால்தான் அடுத்த ரம்பம் மாட்டி முக்கட்டையை ராவியெடுக்க முடியும். எது தன்னில் உடைய வேண்டும். எதாவது உடைந்து விழுந்தால் தான் இதிலிருந்து தப்பிக்க முடியும் என்று நினைத்தான். எது என்று தெரியவில்லை.

இங்கிருந்து கோயம்புத்தூருக்கு வேலைக்குப் போய்விடலாமா? அந்த ஊருக்குப் போனால் போடியை மறந்திருக்கலாம். சர்க்கரையை சோடா பாட்டிலால் குத்தியதை, தூக்கில் தொங்கிய தன்னைக் காப்பாற்றியதை, கனகுவிற்கு சைனட் கொடுத்ததை எல்லாம் மறந்திருக்கலாம். ஆனால் பொன்ராம் முதலாளியை விட்டு எப்படிப் போவது? எட்டு வருடங்கள்

முடிந்துவிட்டன. ஒருநாள் கூட தன்னை விட்டு டீயைத் தனியாகக் குடித்ததில்லை. ஒரு வடையை வாங்கி ஆளுக்குப் பாதியாகப் பிய்த்துத் தின்று டீ குடிப்பதை அவன் நினைத்துப் பார்த்தான். அவரை விட்டு வேறு பட்டறைக்குப் போவதை நினைத்துக்கூடப் பார்க்க முடியாது என்பது அவனுக்குத் தெரியும். இந்தப் பட்டறைவீதியை விட்டு வேறெங்காவது போனால் எல்லாவற்றையும் மறந்திருக்கலாமா? இந்தத் தொழிலே வேண்டாம். இந்தத் தொழிலைவிட்டு வேறு தொழில் செய்யலாம். எந்தத் தொழில் செய்யலாம். வேறு வேலைக்குப் போனால் தன்னைச் சேர்த்துக்கொள்வார்களா என்றெல்லாம் அவனுக்குச் சிந்தனைச் சென்றது.

சினிமா தியேட்டரிலும் வீட்டிலும் பட்டறையிலும் டீ வாங்கப்போகும்போதும், மெருகுக்கடைக்குப் போய்த் திரும்பும் போதும் சிவலிங்கம் கடைக்குப் பின்னாலிருக்கிற மூத்திர சந்தில் சிறுநீர் கழிக்கும் போதும் இதே சிந்தனைதான். இந்த வீதியை விட்டு முதலில் போனால் போதும்.

பட்டறைவீதிக்குப் பதினாறாவது நாள் மாலையில் கனகுவின் மூத்த மகள் அமுதாவுடன் அவளது மாமாவும் இரண்டு பெரியவர்களும் கடைக்காரர்களும் வந்தார்கள். அமுதா இரட்டை ஜடை போட்டு பள்ளிக்கூடத்துச் சீருடையில் இருந்தாள். பச்சை ரிப்பன் வெளுத்திருந்தது. ஃபிரில் வைத்த சட்டையும் குதிங்காலுக்கு மேல் ஏறியிருந்த பச்சைப் பாவாடையும் அவளைப் பார்ப்பவர்களுக்குக் கண்ணீர் வரவழைத்தது. கனகு வைத்திருந்த பட்டறையை அவருக்கு வாடகைக்குக் கொடுத்திருந்தவர், சாவியோடு வந்திருந்தார். பட்டறையைத் திறந்து கனகுவின் அப்பாவின் போட்டோவையும் தராசையும் உரைகல் தட்டுமுட்டுச் சாமான்களை மட்டும் திம்மநாயக்கன்பட்டியிலிருந்து வந்திருந்த பூரணியின் அண்ணன் எடுத்துக்கொண்டார். மேஜையும் நாற்காலியும் தங்களுக்கு வேண்டாமென்று சொல்லியதற்குப் பிறகு கடைக்காரர், அட்வான்ஸ் பணத்திலிருந்து இதுவரை தர வேண்டிய வாடகையைக் கழித்துக்கொண்டு, கடையிலிருக்கும் பொருட்களுக்குக் கொஞ்சம் பணத்தைச் சேர்த்துக்கொடுத்தார்.

திம்மநாயக்கன்பட்டிக்காரர் பணத்தை வாங்கிக் கொண்டார். அமுதா ஒரு தடவை கடையைச் சுற்றிப் பார்த்தாள். கனகு அமர்ந்திருந்த நாற்காலியில் கீழே எதாவது இருக்கிறதா, மேஜைக்குள் காகிதச்சிட்டை எதாவது இருக்கிறதா என்று தேடினாள். அவளது மாமா, “எத தேடுற” என்று சிடுசிடுத்தார். அவள் கடையை விட்டு வெளியே வந்தாள்.

பட்டறையில் வேலை செய்து கொண்டிருந்தவர்கள் வேலையை அப்படி அப்படியே போட்டுவிட்டு எழுந்து வாசலுக்கு வந்து நின்றார்கள். அமுதாவையும் அவளது மாமா கணேசனையும் வேடிக்கை பார்த்தார்கள். கணேசன் யாராவது ஒருத்தர் வந்து தன்னிடம் எதாவது பேசுவார் என்று காத்திருந்தார். பொறுத்திருந்தார். ஒரு பயலும் வரவில்லையென்றதும் அமுதாவை அழைத்துக்கொண்டு வீட்டுக்கு நடந்தார்.

சுந்தரமூர்த்தி அமுதாவையும் கணேசனையும் பார்த்துக்கொண்டு நின்றான். அவனது கண்களிலிருந்து அவனறியாமல் கண்ணீர் வடிந்தது. பொன்ராம் தூக்குவாளியில் டீ வாங்கிக்கொண்டு வரச்சொன்னது நல்லதாகப் போனது. உமியோட்டுப் புகைச்சலுக்குக் கண்கலங்குவதுபோல பாவ்லா செய்தவன், தூக்குவாளியை எடுத்துக்கொண்டு பட்டறையை விட்டு வெளியேறினான். சந்தைத் தாண்டி திரும்பிப் பார்த்தான். கணேசனும் அமுதாவும் முக்கைக் கடந்து சென்றிருந்தது தெரிந்தது. அவனுக்குத் தொண்டை வலித்தது. கழுத்தை இறுக்குவது போலிருந்தது. அந்த வலியோடுதான் மீனாட்சி டீக்கடைக்குச் சென்றான். இரண்டு பஜ்ஜியைச் சட்டினி இல்லாமலும், பார்சல் டீயும் வாங்கினான். பொன்ராம் முதலாளிக்கு பஜ்ஜியை சட்டினி தொட்டுச் சாப்பிடுவதற்குப் பிடிக்காது. வெறும் பஜ்ஜி சாப்பிட்டுப் பழகியவர். சட்டினியோட பஜ்ஜி வாங்குனா உடனே சாப்புடணும். இல்லன்னா சொத சொதன்னு பஜ்ஜி ஒண்ணுமில்லாம போகும். அதான் வெறும் பஜ்ஜி வாங்குறது. வெறும் பஜ்ஜின்னா எப்ப வேணுமின்னாலும் சாப்பிடலாமில்ல என்று அதற்கு விளக்கம் சொல்வார். அவரைப்போல சுந்தரமூர்த்தியும் வெறும் பஜ்ஜி சாப்பிடப் பழகிவிட்டான்.

பார்சல் டீ வாங்கிக்கொண்டு திரும்பும்போது கடையின் மூலையில் சர்க்கரையைப் பார்த்தான். அவனும் சுந்தரமூர்த்தியைப் பார்த்தான். கண் மூடித் திறப்பதற்குள் ஒருவரையொருவர் பார்த்துக்கொண்டவர்கள், பிறகு முகத்தை வேறு பக்கமாகத் திருப்பிக்கொண்டனர்.

சுந்தரமூர்த்தி பட்டறை வீதிக்குள் தூக்குவாளியை ஆட்டாமல் வந்தான். பொன்ராம் சொல்லிக்கொடுத்த முதல் பாடம் இதுதான். டீ காப்பி பட்டறைக்கு வாங்கிக்கொண்டு வந்தால் தூக்குவாளியை ஆட்டக் கூடாது. தூக்கோட காதப்பிடிச்சு அசைக்காம அப்படியே பிடிச்சிட்டு வரணும் என்று சொல்லிக்கொடுத்தார். அன்றிலிருந்து இன்றுவரை அப்படியேதான் பிடித்துக்கொண்டு வருகிறான். பட்டறைக்குள் நுழைந்து ஏற்கனவே கழுவி வைத்திருந்த தம்ளர்களில் டீயை ஊற்றப் போனவன், அப்படியே நிறுத்திக்கொண்டான். முதலாளி பஜ்ஜி சாப்பிட்டு முடிக்கட்டும். பிறகு டீயை ஊற்றிக் கொடுக்கலாம் என்று காத்திருந்தான். அவனுக்கு வேலை இல்லை. இரண்டு நாட்கள் ஓய்வு. புதிய வேலை நகைக்கடையிலிருந்து வந்த பிறகு ராத்திரியும் பகலுமாக வேலை மும்முரமாக இருக்கும். டீ குடிக்கக்கூட நேரமிருக்காது என்பது அவனுக்குத் தெரியும். பொன்ராம், நெல்லிக்காய் தாலிகுண்டுக்குத் தோது பார்த்தவர் தலையை நிமிர்ந்து பார்த்து பஜ்ஜியை எடுத்துக் கொண்டார். காகிதத்தோடு எடுத்துக்கொண்டவர் தன்னருகே இருந்த மற்றொரு காகிதத்தில் பஜ்ஜியை வைத்து இந்தாடா என்று மூர்த்திக்குக் கொடுத்தார். அவனும் வாங்கிக்கொண்டான். இருவரும் சாப்பிட்டார்கள். பஜ்ஜியைச் சாப்பிட்டு முடித்து டீ சாப்பிட்டார்கள்.

பொன்ராம் டீ சாப்பிட்டுக்கொண்டு, “ஆசதான் இந்தத் தொழிலுக்கு அஸ்திவாரம். பலம் எல்லாம். ஆசை மேல ஆசையா வெச்சு சுவத்தைக் கட்டி எழுப்பணும். ஆசையில்லயின்னா ஒண்ணுமில்லாம போயிடும். பன்னெண்டு வயசுல இந்த வீதிக்கு வந்தவன் கனகு. அவ்வளவு ஆசைய வெச்சிட்டு வந்தான். வண்டி வாங்கணும். வீடு வாங்கணும். டி.வி. வாங்கணும் அதுஇதுன்னு காசைச் சேர்த்துட்டே இருப்பான்.

கண்ணை மூடி தெறக்குறதுக்குள்ள இருந்த இடம் காணாம போயிட்டான். வந்த துட்டு எங்க. போன துட்டு எங்க. ஒண்ணும் தெரியல. தின்னது வாங்குனது கொடுத்தது பேசுனது எல்லாம் ஒண்ணுமில்லாமப் போச்சு. கடைசியில மூணு பொம்பளப்புள்ளயும் அவன் பொண்டாட்டியும் அநாதையா நிக்குறாங்க. இந்த வீதியிலதான் பிசாசா சுத்துவான். அவ்வளவு லேசுப்பட்டவனா அவன். கொஞ்ச நாளைக்குச் சீக்கிரமா கடைய எடுத்து வெச்சிட்டுப்போயிடுவோம் வீட்டுக்கு" என்று பொன்ராம் அவனிடம் சொன்னதும் மூர்த்திக்குப் பயம் உண்டானது.

15

பரமேஸ்வரன் மதிய உணவுக்குப் பின் பட்டறையைத் திறந்து அமர்ந்திருந்தான். அப்போது அவள் வந்தாள். அவள் பங்கஜம் மேல்நிலைப் பள்ளியின் சீருடையணிந்திருந்தாள். ஒற்றை ஜடைபோட்டிருந்தாள். சிறிது நேரத்திற்கு முன்பாக ரசஞ்சோறு சாப்பிட்டிருக்க வேண்டும். பட்டறை வாசலில் நின்றதும் வெள்ளைப்பூண்டின் வாசமும் கொத்துமல்லியின் வாசமும் அவனது மூக்குக்குப் பக்கத்தில் குப்பென்று வந்தன. அந்த வாசனையை நுகர்ந்தவன் நிமிர்ந்து பார்த்து யாரென்று தெரிந்துகொண்டான். சாகலை[1] வீட்டுப் பெண். அடுத்த வீதியில் அவளது வீடு இருக்கிறது. இதற்கு முன்பு பொன்ராம் பட்டறையில் மூக்குக்குத்தி, குத்திவிட்டுச் சென்றதைப் பார்த்திருக்கிறான். அவள் அன்று அழுததைத் தெருவில் போகிறவர்களும் வருகிறவர்களும் நின்று வேடிக்கை பார்த்தனர்.

வழக்கமாக பொன்ராம் பட்டறைக்குப் போகிறவள், எதற்காக இங்கு வந்திருக்கிறாள் என்று அவளைப் பார்த்தான்.

---

1 சாகலை = வண்ணார்

அவளுடன் யாராவது வந்திருக்கிறார்களா என பட்டறை வாசலைப் பார்த்தான். யாருமில்லை. மதிய வெயில் அவளுக்குப் பின்னால் தீ எரிவது போல் தெரிந்தது. அனலும் வெளிச்சமும் அப்பெண்ணுடன் கலந்து உருண்டு திரண்டு நிற்பதாக அவனுக்குத் தோன்றியது. சல்பரில் (கந்தகம்) ஊறிய தாமிரத்தகடுபோல சிவந்திருந்தது அவளது உடம்பு. விரல்களின் நுனி ஒவ்வொன்றும் முல்லைப் பூவைப்போல நீளநீளமாக நீண்டிருந்ததோடு மொட்டாகக் குவிந்து சிவந்திருந்தன. அவளது மூக்கு கண்கள் காதுகள் உதடுகள் என்று தனித்தனியாகப் பார்த்தவன் வெட்கத்தோடு முகத்தைத் திருப்பிக்கொண்டான். எதற்காக அவளை இப்படிப் பார்க்கிறோம், அவளுக்கும் தனக்கும் என்ன சம்பந்தம் என்று சிறிது நேரம் வேலை செய்பவன் போல போக்குக்காட்டித் தலை கவிழ்ந்திருந்தவன், அவளை இன்னொரு முறை பார்க்க வேண்டுமென்ற ஆசையில் நிமிர்ந்தான். அவள் நெடுநெடுவென பட்டறைக்குள் வந்தாள். அவளது பாவாடை, பட்டறையில் படர்ந்து தரையிலிருந்த பொருட்களை மறைத்தன. தண்ணிச் சட்டியில் விழுந்து மூங்கி நனைந்து தரையைத் தொட்டு உமிக்கருக்கையும் அடுப்புக்கரியையும் கூட்டிச் சேர்ப்பது போல இழுத்து வந்தன. அவனருகே வந்ததும் பாவாடையைத் தூக்கி இடுப்பில் செருகிக்கொண்டாள். இடது காலைக் காட்டினாள்.

“இரும்புத் தடய அவித்துவிடணும்ண்ணே”[2] என்று சொன்னாள். அவனுக்கு, அவள் தன்னை அண்ணே என்று சொல்லியதும் உமிஅடுப்பில் தகதகத்த நெருப்பில் தண்ணீரை ஊற்றி அணைத்தது போலானது. முகம் கருத்தது. சற்று முன்னிருந்த உற்சாகமும் அவளைப் பற்றிய பரபரப்பும் வடிந்தது. அவளது கால் விரல்களைப் பார்த்தான். இரும்புத் தடை போட்டிருந்த விரலில் புண் விழுந்திருந்தது. இரண்டு சிறு கொரடுகளை எடுத்துத் தடையை விலக்கி விட்டான். தடையின் அடிபாகம் தேய்ந்திருந்ததால் விலக்கியதும் நொடுக்கென ஒடிந்தது. தடை

---

2 இரும்புத் தடை - பெண் பிள்ளைகள் சடங்கானதும் கால் விரல்களில் போட்டுக்கொள்ளும் இரும்பு வளையம்

ஒடிந்ததும் அவளது முகத்தைப் பார்த்தான். அவள், "புதுசு ஒண்ணு கொடுங்கண்ணே. நல்லத கெட்டியா. புண்ணு ஆறுனதும் போட்டுக்கிறேன்" என்றாள். அதற்கு அவன், "புண்ணு ஆறட்டும். அப்புறம் வந்து போட்டுக்க" என்றான். அவன் சொல்லியதைக் கேட்டதும் அவளுக்கு வெட்கமாக இருந்தது. சரி என்பது போல தலையை ஆட்டிவிட்டு அவனைத் தொட்டுக் கும்பிட்டாள்.

பரமேஸ்வரன் பதறியவனாக, "எதுக்குத் தொட்டுக் கும்புடுற" என்று கேட்டான்.

"ஏங்கால தொட்டுத் தடையை அவித்துவிட்டீங்க அதுக்குத்தான். எங்கம்மா சொல்லிவிட்டுச்சு. அப்புச்சிமார்[3] கால தொட்டு கும்புட்டு வான்னு"

"சரி போய்ட்டு வா" என்று சொன்னான்.

அவளும் சரி என்றாள். இப்போது வெறும் சரிதான். அண்ணன் என்பதை அவள் சொல்லவில்லை. பட்டறை வாசலில் நின்று செருப்பைப் போட்டுக்கொள்ளும் போதும் படியிறங்கும் போதும், தெருவில் இறங்கி நடக்கும்போதும் அவனைப் பார்த்தாள். சிரித்துக்கொண்டாள். வெட்கத்துடன் தலையை ஆட்டினாள். தலையை ஆட்டியது அழகாக இருந்தது. பரமேஸ்வரன் அவள் சென்ற பிறகு பட்டறையிலிருந்து எழுந்து வாசலுக்கு வந்து எட்டிப் பார்த்தான். பட்டறை வாசலில் ஆட்கள் இல்லையென்பது தெரிந்ததும் தெருவில் இறங்கி நின்றவன் அவள் முக்குவரை நடந்து செல்வதை வேடிக்கை பார்த்தான். அவள் நடந்து செல்வது அவனுக்குப் பிடித்திருந்தது. இரும்புத்தடையைக் கழற்றிவிடும்போது அவளது பெருவிரலைத் தன்னுடைய சுண்டு விரலால் வெறுமனே தேய்த்தான். அதனை அவள் உணர்ந்தாளா என்று தெரியவில்லை. பிறகு குதிங்காலைப் பிடித்துத் தனக்குத் தோதாக வைத்துக்கொள்வதுபோல அமுக்கியதையும் அவள் உணர்ந்தாளா என்று தெரியவில்லை.

---

3 அப்புச்சி - வண்ணார் சாதியினர் ஆசாரிமார்களைக் குறிப்பிடும் வார்த்தை. (தேனி மாவட்டம்.)

அவளது கால்களைப் பிடித்திருந்த போது அவனது உள்ளங்கை ஜில்லென்றிருந்தது. விரல்களுக்கு மருதாணி வைத்திருந்தாள். புண் ஆறியதும் திரும்பவும் இரும்புத் தடை போட்டுக்கொள்ள வரட்டும் என்று பட்டறைக்குள் சென்றான்.

பரமேஸ்வரனுக்கு வேலை செய்ய மனம் ஒன்றவில்லை. அவளது சிவப்பு நிறமும் நீண்ட விரல்களும் ஜில்லென்றிருந்த பாதங்களும் அவனுக்கு மயக்கத்தைக் கொடுத்தன. அதனைத் திரும்பத் திரும்ப நினைத்துக்கொண்டான். அவளிடம் பெயரைக் கேட்காமலிருந்து விட்டோமே என்று வருந்தினான். அவளிடம் பெயரைக் கேட்க வேண்டும். தினமும் காலையில் பள்ளிக்கூடத்திற்குப் போவதற்கு முன்பு வந்து பட்டறையைத் திறந்து வைத்து அவளைப் பார்க்க வேண்டும். பள்ளியிலிருந்து திரும்பும் போது அவளைப் பார்க்க வேண்டும். சினிமாவுக்குச் சென்றால் எந்த தியேட்டருக்குப் போகிறாள் என்று தெரிந்து கொண்டு போகவேண்டுமென கற்பனை செய்து கொண்டான்.

கால் விரலில் புண் ஆறுவதற்கு எத்தனை நாட்களாகும் என்று தெரியவில்லை. சீக்கிரமாக ஆற வேண்டும். புண்ணில் தண்ணீர் விழாமலிருக்க வேண்டும். சிறுநீரைப் பிடித்து புண்ணின் மேல் தெளித்தால் புண் சீக்கிரம் குணமாகிவிடும். ஆனால் இதனை எப்படிச் சொல்வது அவளிடம்? புண் குணமாகிவிட்டால் இரும்புத் தடை போட்டுக்கொள்வதற்குத் தன்னிடம் வருவாள். அப்போது அவளிடம் பெயர் என்னவெனக் கேட்கலாம். அவளுடன் பேசலாம். அவள் என்ன வகுப்பு படிக்கிறாள் என்று கேட்கலாம் என்று நினைத்தான்.

சாயங்காலம் டீக்கடைக்குப் போய் டீ வாங்கிக்கொண்டு வந்தான். அவனது முதலாளிக்கு டீயை ஊற்றிக் கொடுத்துவிட்டு அவனும் தம்ளரில் ஊற்றிக் குடித்தான். அப்போது அவள் வந்தாள். அவனுக்குத் திக்கென்றிருந்தது. முதலாளியிடம் தன்னைப் பற்றி எதாவது சொல்வாளா? இரும்புத்தடையை கழற்றும்போது அவளது கால்களைப் பிடித்து அமுக்கியதைச் சொன்னால் என்னாவது என்று பயந்து தலையைக் குனிந்து

கொண்டான். அவள் அவனது முதலாளியிடம் மூக்குத்தியைக் கொடுத்துத் திருகாணி போட வேண்டுமெனச் சொன்னாள். அவரும் மூக்குத்தியை வாங்கி “பொப்பட முரிகி”[4] என்று திட்டிக்கொண்டு வெள்ளித் திருகாணியை எடுத்துப் போட்டார். அதற்கு அவள் இரண்டு ரூபாய் கொடுத்தாள். ரூபாயை வாங்கிக் கொண்டவர், “உங்க அம்மா ஆத்துக்குப் போய்ட்டு வந்துருச்சா” என்று கேட்டார். அவள் ஆமாம் என்று தலையாட்டினாள். வாசல் படியில் கழற்றி வைத்திருந்த செருப்பைப் போட்டுக்கொண்டாள். பரமேஸ்வரன் அவள் படியிறங்கும் போது அவளைப் பார்க்க வேண்டுமென நினைத்து தலைநிமிர்ந்தான். அவன் தன்னைப் பார்க்கிறான் என்பதைத் தெரிந்து கொண்டவள் குனிந்த தலை நிமிராமல் கண்ணை மட்டும் நிமிர்த்தி அவனைப் பார்த்தாள். பிறகு சடக்கென கண்ணைத் திருப்பிக்கொண்டாள். வேகமாக நடந்தாள்.

பரமேஸ்வரனின் பட்டறை முதலாளி, “தாயம்மாபுள்ள தாயம்மாபுள்ள” என்று அழைத்தார். அவள் திரும்பவும் வந்து, “கூப்பிட்டீங்களா அப்புச்சி” என்று முந்தானை சரிசெய்துகொண்டு நின்றாள். அவள் எது செய்தாலும் பரமேஸ்வரனுக்கு அழகாக இருந்தது. தாவணி முந்தியை விசிறிபோல விசிறிக்கொண்டு எப்படி இடுப்பில் செருகுகிறாள் என்று நினைத்துக்கொண்டான்.

“உங்கம்மாக்கிட்ட சொல்லு வேட்டி சட்டை அவசரம். காய்ஞ்சிருச்சுன்னா தேய்ச்சுக் கொண்டு வரச்சொல்லு ஊருக்குப் போகணும்” என்றார்.

அவள் சரி அப்புச்சி என்று நடந்துகொண்டே சொன்னாள்.

பட்டறை முதலாளி, “நின்னு முழுசா கேட்டுட்டு போறாளான்னு பாரு. அரைகுறை கழுத” என்று அவளைத் திட்டினார்.

பரமேஸ்வரன், “கூப்புடுவாண்ணே” என்றதும் அவர் ஜாடையில் வேண்டாமென மறுத்தார். அவனுக்கு அவளது பெயர் தெரிந்துவிட்டது. தாயம்மாபுள்ள. இப்படி பெயர்

4 ரொம்ப அழுக்கு ‘ஊர்ப்பட்ட அழுக்கு’ என்கிற அர்த்தம்

வைப்பார்களா. வைத்திருக்கிறார்களே. அவளை எப்படி அழைப்பது. தாயம்மா, புள்ள. இதில் எது அழகாக இருக்குமென யோசித்தான். அவனுக்கு இரண்டு பெயர்களும் பிடிக்கவில்லை. வேறு என்ன பெயர் வைக்கலாமென யோசித்தான். ராதா அம்பிகா என்கிற இரண்டு பெயர்களில் ஏதேனும் ஒரு பெயரை வைத்துக்கொள்ளலாமென முடிவு செய்தான்.

அவனுக்கு அன்றிரவு உறக்கமில்லை. நாள் முழுக்க பட்டறையில் அமர்ந்திருக்கலாமென்கிற சிந்தனைதான் அவனிடம் இருந்தது. அவள் பட்டறை வீதியில் போவதும் வருவதுமாக இருப்பது போலக் கற்பனை செய்து கொண்டு ஆயிரம் முறை பட்டறை வாசலில் நின்று தன்னைப் பார்த்துவிட்டுச் செல்வது போல் நினைத்துக்கொண்டான். தாயம்மாபுள்ளையைத் திருமணம் செய்து கொள்ள வேண்டுமென்கிற ஆசை வந்தது அவனுக்கு. அதற்கு அவள் சம்மதிப்பாளா. சம்மதிக்கவில்லையென்றால் எப்படியாவது சம்மதிக்க வைத்து அவளைத் திருமணம் செய்து கொள்ள வேண்டுமென நினைத்தான். அந்த இரவில் அவனுக்கு என்னென்னமோ நினைவுகள். சௌந்தரவிலாஸ் ஹோட்டலில் அயிரை மீன் குழம்பு வாங்கிக்கொண்டு வீட்டுக்குப் போவது போலவும் நடுரோட்டில் அப்பாவும் அம்மாவும் தன்னுடன் சண்டை போடுவது போலவும் தாயம்மாபுள்ளையும் அவனும் ரிக்ஷாவில் கைப்பிள்ளையைத் தூக்கிக்கொண்டு மோகன்ராஜ் ஆஸ்பத்திரிக்குப் போவதுபோலவும் சடசடவென மனதில் ஓடியது. திரும்பவும் நினைத்துப் பார்க்க முடியாத அளவுக்கு வேகமான ஓட்டம்.

காலையில் குளித்து முடித்துப் பட்டறை வீதிக்குப் புறப்பட்டான் பரமேஸ்வரன். சைக்கிளைப் பட்டறையின் முன்பாக நிறுத்திவிட்டு பூட்டைத் திறப்பதற்கும் தாயம்மப்புள்ள சலவை செய்த வேட்டி சட்டையைக் கொண்டு வருவதற்கும் சரியாக இருந்தது. தினத்தந்தி செய்தித்தாளில் சுருட்டி சலவை செய்து இஸ்திரி போட்ட துணிகள். இப்போது அவளிடமிருந்து வெள்ளைப்பூண்டின் வாசமும் கொத்துமல்லியின் வாடையும் வரவில்லை. இஸ்திரி போட்ட துணியின் மணம். ஜம்மென்றிருந்தது. அவளது தலையில் எண்ணெய் இல்லாமல் இரட்டை ஜடை போடாமல்

கொண்டையிட்டிருந்தாள். பங்கஜம் பள்ளியின் சீருடையில்லை. ஜ.கா.நி.பள்ளியின் சீருடையான வெள்ளைச் சட்டையையும் பச்சை பாவாடையையும் உடுத்தியிருந்தாள். சட்டையின் முதல் இரண்டு பித்தான்களை அவள் போட்டிருக்கவில்லை. பித்தான் மாட்டுவதற்கு மறந்துவிட்டாளா இல்லை வேண்டுமென்றே திறந்திருக்கட்டுமென விட்டிருக்கிறாளா எனத் தெரியவில்லை. அவள் தான் கொண்டு வந்த துணிகளைப் படியில் வைத்தாள்.

“இந்தாங்க உங்க ஓனரு துணி. வெளுத்தாச்சு. தேச்சாச்சு. பதினொரு மணிக்கு வர்றேன் காசு வாங்கி வையுங்க” என்று முகத்தைக் கூடப் பார்க்காமல் திரும்பி நடந்தாள்.

“தாயம்மாபுள்ள நில்லு. துணிய உள்ள எடுத்து வெச்சிட்டுப்போ” என்று சொன்னான். அவளும் நின்றாள். பரமேஸ்வரன் பட்டறையின் இரண்டு கதவுகளைத் திறந்துவிட்டான். காலை வெளிச்சம் கடைக்குள் நிறைந்தது. வெளிச்சத்தோடு வெளிச்சமாக அவள் நுழைந்தாள். தரையில் விரிந்து கிடந்த பந்திப் பாயினை அவன் காட்டினான். அதன் மேல் அவள் துணிகளை வைத்தாள். அவள் பட்டறையை விட்டு வெளியேறும் போது அவன், “இந்தா ஐம்பது காசு. காலயில மொத மொதல்ல வெறுங்கையோட போகக் கூடாது. இந்தா வெச்சுக்க” என்று காசைத் தந்தான். அவள் வாங்கிக்கொண்டாள்.

“அப்புச்சி நீங்க ரொம்ப நல்லவரு. மத்தவங்க மாதிரி நீங்க இல்ல” என்று சொன்னாள்.

“எதுக்கு அப்படிச் சொல்லுறே...”

“இந்தா அந்த ஏலக்கா கடைக்கு நேத்துக் காலயில வெளுத்த துணிய கொடுக்கப் போயிருந்தேன். காலையில மொத துணி அவங்க கையில எதுவும் தரல. அதுகூட ஒண்ணுமில்ல. கடையில யாருமில்லான்னதும் துணிய வெளுக்கப் போட்ட அந்த ஆளு சடைய பிடிச்சு இழுத்தாரு. கன்னத்த தடவுனாரு. சட்டைய இழுத்தாரு. ஆனா நீங்க மொத சலவன்னு கையில காசு கொடுத்து அனுப்புறீங்க. தள்ளி நின்னு பேசுனீங்க. அதான் சொன்னே” என்றாள். அவள் அப்படி சொன்ன போது அவளது

தலை குனிந்திருந்ததைப் பார்த்தான் பரமேஸ்வரன். அவளது முகத்தில் வெட்கம் இல்லை. கோபமும் இல்லை.

"சரி போய்ட்டு வர்றேன் அப்புச்சி" என்று சொன்னவள் தெருவில் நின்று அவனைப் பார்த்து சிரித்துக்கொண்டாள். கண்கள் இரண்டும் தீ கங்கு போல ஜிவ்வென்று இருந்தது பார்ப்பதற்குப் பயமாக இருந்தது அவனுக்கு. தலையைத் திருப்பிக்கொண்டான்.

16

சர்க்கரை, கனகு இறந்ததிலிருந்து வீட்டை விட்டு வெளியே எங்கும் போகவில்லை. பதினாறாவது நாளில் கனகு வீட்டிற்குச் சென்று வர வேண்டும் என்று நினைத்தான். குருசாமி மாமாவிடம் கேட்பதற்கு அவர் வீட்டிற்குப் புறப்பட்டான். குருசாமியும் கனகு இறந்து பதினைந்து நாட்களும் வீட்டுக்குள் அடைந்து கிடந்தார். தன்னை யாரும் ஒன்றும் செய்ய மாட்டார்கள், இருந்தாலும் யாராவது எதாவது பஜாரில் பேசிவிட்டால் என்ன செய்வது என்று வீட்டில் இருந்தார். கொடுத்த பணத்தை வரவு வைக்க பாண்டியும் ராமனும் வசூலுக்குப் போகவில்லை. ஆனால் ஊருக்குள், நகைக்கடை பஜாருக்குள், பட்டறைவீதியில் என்னென்ன பேசுகிறார்கள் என்று ஆள் வைத்துக் கேட்டு வந்தார்கள். தங்களைப் பற்றிப் பெரியதாக எதுவும் பேசிக்கொள்ளவில்லையென்றதும் அவர்களுடைய பயம் பாதி குறைந்திருந்தன. ஆனால் மனதில் பயமும் பீதியும் இருந்தது. அதை அவர்கள் வெளிக்காட்டிக்கொள்ளவில்லை.

சர்க்கரைக்கு முகம் வெளுத்துவிட்டது. கனகை தன் முன்னால் அடித்த போது காப்பாற்ற முடியாமல் வேடிக்கை பார்த்துக் கொண்டிருந்துவிட்டு, இப்போது இறந்துபோனதற்குக் கவலைப்பட்டு என்ன செய்ய என்று நினைத்தான். கடைசியாக

கனகு சின்னமனூர் கடையில் டீ குடித்தது ஞாபகத்திற்கு வந்தது. ஏன் இவ்வளவு அவதியெடுத்துப் போய் குடிக்கிறார் என்று அவனுக்குத் தோன்றியது. ஏதோ அவசரம். பதட்டம். எப்படியாவது தப்பித்துவிட வேண்டுமென்கிற வேகந்தான் அவதிஅவதியாக டீயைக் குடிக்கச் செய்திருக்கிறது என்பதை இப்போது சர்க்கரை நினைத்துக்கொண்டான். லட்ச ரூபாய் போனாலும் பரவாயில்லையென கனகுவைத் தப்பிக்க வைக்கத் தன்னாலான காரியத்தைச் செய்திருக்க வேண்டும். லட்ச ரூபாய் போனால் மாமாவினால் சரிசெய்ய முடியாதா? அடுத்த தென்னங்காய் வெட்டுக்கு எல்லாம் சரியாகிவிடும். அவரிடம் இல்லாத பணமா?

சின்னமனூரிலிருந்து காரில் போடிக்கு வந்தபோது எதற்காக மாமா அவரை அடித்தார் என்று இப்போதும் சிந்தித்தான். அடிக்காமல் இருந்திருந்தால் ஒருவேளை உயிருடன் இருந்திருப்பார் என்ற எண்ணம் அவனிடமிருந்தது. குருசாமி ஓடிக்கொண்டிருந்த காரை நிறுத்தச் சொன்னபோது சர்க்கரைக்கும் சிறுநீர் கழிக்க வேண்டுமென்பது போலிருந்தது. காரிலிருந்து இறங்கிக்கொண்டான். காரை விட்டுச் சற்று ஒதுங்கி நின்று சிறுநீர் கழித்தான். அப்போதுதான் குருசாமி கனகை ஓங்கி அடித்தார். அந்தச் சத்தம் அவனுக்குக் கேட்டது. நெஞ்சு சட்டையைப் பிடித்துக்கொண்டு கன்னத்தில் அறைந்தபோது கனகு பதில் எதுவும் பேசாமல் அமைதியாக இருந்தார். அதைத் தூரத்திலிருந்து பார்த்த சர்க்கரை வேகமாக ஓடி வந்தான். கனகுவிற்கும் மாமாவிற்கும் இடையில் நின்றவன் குருசாமியின் முகத்தைப் பார்த்தான். அவர் நாக்கைத் துருத்திக்கொண்டு நின்றிருந்தார். “விடிஞ்சதும் பணம் கைக்கு வரல ஸ்டேஷனில போய் உட்கார வெச்சிருவேண்டா” என்று மூக்கிலும் உதட்டிலும் அடித்தார். ரத்தம் கசிந்தது. சர்க்கரை அய்யோ என்று அவரது கையைப் பிடித்துக்கொண்டான். அவனது கையை உதறிவிட்ட குருசாமி, “உன்னால தாண்ட இவ்வளவு பிரச்சனையும். பணத்த அவந்தரல, நீதான்டி ஏத்துக்கிறணும். அக்கா மகனுன்னு பாக்க மாட்டேன். வீட்டு வாசல்ல வந்து நின்னு அசிங்கப்படுத்திடுவேன்” அவனைப் பிடித்துத்

தள்ளினார். அதே கோபத்தோடு காரில் ஏறிக்கொண்டார். கனகு வேட்டியில் முகத்தைத் துடைத்துக்கொண்டு நின்றிருந்தார். அவன், “காருல ஏறுங்கண்ணே” என்று சொன்னதைக் கூட அவர் பொருட்படுத்தவில்லை. அப்போதும், “நீங்க முன்னால போங்க. நா இருந்து மாரியப்பனைப் பாத்துட்டு வர்றேன்” என்று சொன்னார்.

குருசாமிக்கு ஆத்திரம் வந்தது. “உன்னய கொல்லாம விட மாட்டேன்டா. எந்த மாரியப்பனைப் பாக்கப்போற” என்று காரின் கதவைத் திறந்து வந்தார். பாண்டியும் ராமனும் அவரை சமாதானப்படுத்த வந்தார்கள். ஆனால் அதற்குள் குருசாமியின் கால் கனகுவின் முகத்திலோ நெஞ்சிலோ வேகமாக விழுந்தது. கனகு கீழே விழுந்தார். அவரைத் தூக்கி நிறுத்த சர்க்கரை சிரமப்பட்டான். அவனால் தனியாக முடியவில்லை. துணைக்கும் யாரும் வரவில்லை. அவனாகத் தூக்கி நிறுத்தினான். இடுப்பில் அடி விழுந்திருக்க வேண்டும். அவரால் நிற்க முடியவில்லை. கனகு மெதுவாக முனங்குவது அவனுக்குக் கேட்டது. காரின் கதவைத் திறந்து அவரை உட்காரச் செய்தான். காரில் யாரும் கனகுவுடன் பேசவில்லை. சர்க்கரையுடனும் பேசவில்லை. போடிக்கு வந்ததும் கனகையும் சர்க்கரையையும் இறக்கிவிட்டார்கள். அதற்குப் பிறகு கனகை அவன் பார்க்கவில்லை. காலையில் இறந்துபோனதாகத் தகவல் வந்தது. சர்க்கரைக்கு அழுகை வந்தது.

அவனது அப்பா தாளைமுத்துவும் அம்மா கருப்பாயியும் அவனை வெளியே அனுப்பவில்லை. தாளைமுத்துவுக்குச் சொந்தமான ரைஸ்மில்லில் அவனை உட்காரச் சொன்னார். ‘கந்து வட்டிக்குக் கொடுத்து நீ சம்பாதிச்சது போதும்’ என்று அவனை இரண்டு கன்னத்திலும் மாறி மாறி அறைந்தார். அசிங்கமாகப் பேசினார். அவமானத்தோடு ரைஸ்மில்லில் வேலை பார்த்தான். காலையில் விடிவதற்கு முன்னால் ரைஸ்மில்லைத் திறக்க வேண்டும். மாலை ஆறு மணிக்கு ரைஸ்மில்லைப் பூட்டும் வரை இருக்க வேண்டும். மதியச் சாப்பாடு மில்லுக்கு வந்துவிடும். காப்பி டீ மூத்திரம் இருக்க

என்று எதுக்கும் வெளியே போகக் கூடாது என்று உத்தரவு போட்டிருந்தார் தாளைமுத்து. அவனுக்குத் துணையாகவும் காவலாகவும் சொக்கி இருந்தாள். சொக்கியை மீறி அவனால் வெளியே எங்கும் போக முடியவில்லை. மில்லை விட்டால் வீடு, வீட்டை விட்டால் மில் என்று பதினைந்து நாட்கள் உடம்பு முழுக்க மாவும் தவிடும் அரிசியுமாக அப்பிக்கிடந்தன. மாலை ரைஸ்மில் அடைத்ததும் நன்றாகக் குளித்துவிட்டு குருசாமி மாமா வீட்டிற்குச் சென்றான்.

ரைஸ்மில்லில் வேலை செய்யத் தொடங்கியதிலிருந்து அவனது தலைமுடி பிசுபிசுப்பானது. இரும்பு வாளியில் நிறைந்திருக்கும் அரிசி ராகி கோதுமையைத் தூக்கி மிஷின் மேல் கொட்டிக் கொட்டி இரண்டு கையும் தோள்ப்பட்டையும் வலித்தது. குடிக்க வேண்டுமென்று உடம்பும் மனமும் அவனை நச்சரித்தது. எதாவது வழி, எதாவது இடம் கிடைத்தால் குடித்துவிடலாமென நினைத்தான். ஆனால் எதுவும் அமையவில்லை. குருசாமி மாமா வீட்டுக்குப் போகும் வழியில் யாராவது தனது நண்பர்கள் தென்படுகிறார்களா என தேடிப் பார்த்தான். யாருமில்லை. மயில்சாமி பெட்டிக்கடைக்குப் போய் அமர்ந்தால் அவனே எல்லாம் வாங்கிக்கொண்டு வந்துவிடுவான். அவன் கடையை மூடிவிட்டான். இப்போது எங்கிருக்கிறான் என்று தெரியவில்லை. மயில்சாமியைப் பற்றி நினைத்ததும் அவனது கை தானாக அடிவயிற்றைத் தொட்டுத் தடவிக்கொண்டது. சோடா பாட்டில் குத்திய இடத்தில் தையல்போட்ட தடத்தைத் தடவிக்கொண்டான். சுந்தரமூர்த்தியை இப்படியே விட்டுவிடுவதா. தன்னைப் பார்த்துவிட்டு எவ்வளவு தைரியமாகப் போகிறான். ஆசாரிப்பயலுக்கு இது ஒரு சாக்காகப் போய்விட்டது. தூக்குமாட்டிக் கொண்டு சாவதுபோல நடித்து ஏமாற்றிவிட்டான்.

கனகுவிற்குத் தான் பணத்தை வாங்கிக் கொடுக்காமலிருந்தால் இவ்வளவு பிரச்சினை வந்திருக்காது என்று அவனுக்குத் தோன்றியது. ஏன் அவரை அழைத்துக் கொண்டு மாமாவின் வீட்டிற்குச் சென்றோம். கனகு உண்மையிலே தங்களை

ஏமாற்றிவிட்டாரா. கண் மூடி கண் திறப்பதற்குள் இப்படி நடந்து முடிந்துவிட்டதே, மாமா அடித்ததற்குப் பயந்துகொண்டுதான் சுகு இறந்துபோனாரா? அவர் இறந்ததற்குத் தான்தான் காரணமா? சுகுவைப் பார்த்திருக்கக் கூடாது. அவனுடன் பேசியிருக்கக் கூடாது. தன்னால் கனகு இறந்துபோனார். அவர் இறந்துபோனதற்கு தானும் ஒரு காரணம் என நினைக்கும் போது அவனுக்கு நெஞ்சு பதறியது. அப்பா சொல்லியது போல் இந்தத் தொழிலை விட்டுவிட வேண்டும். இந்தப் பட்டறைவீதிக்கு நகைக்கடை பஜாருக்கு தனக்கும் எந்தச் சம்பந்தமில்லையென ஒதுங்கிவிட வேண்டும். அப்படி ஒதுங்கிவிட்டால் ரைஸ்மில்லில்தான் வேலை செய்ய வேண்டுமா. வாழ்நாளெல்லாம் அங்குதான் கிடக்க வேண்டுமா என்று அவனது மனம் பதற்றத்துடன் எண்ணங்களை இறைத்தபடி ஓடியது.

சர்க்கரை மெதுவாகத்தான் நடந்தான். ஆனால் உடம்பு வியர்த்தது. நெஞ்சு படபடத்துக்கொண்டது. குருசாமி மாமா வீட்டிற்குப் போனதும் தண்ணீர் வாங்கிக் குடிக்க வேண்டுமென நினைத்தான். மாமாவைப் பார்த்துப் பேசினால் சிறிது தைரியமாக இருக்கும். பாண்டியுடனும் ராமனுடனும் பேசிக்கொண்டிருந்தால் நன்றாக இருக்குமென நினைத்தான். தெருவில் நடந்து போகும்போது தன்னை யாராவது பார்க்கிறார்களா. தன்னை முன்னால் விட்டுப் பின்னால் எதாவது பேசுகிறார்களா என்று கவனித்தான். யாருக்கு என்ன தெரிந்திருக்கப்போகிறது என்கிற தைரியம் அவனுக்குச் சிறிது இருந்தது.

சர்க்கரை, குருசாமியின் வீட்டிற்கு முன்னால் நின்றான். முகத்தைத் துடைத்துக் கொண்டான். பூங்கொடியைப் பார்க்கப் போகிறோம் என்கிற பரபரப்பு அவனிடமிருந்தது. குருசாமியின் வீட்டின் வாசலிலிருந்து உள்வீட்டுக்குள் செல்லும் இடம் வரை திறந்த வெளியாக இருக்கும். அதில் பூந்தொட்டிகளும் கீரைப் பாத்திகளும் சைக்கிள் மற்றும் தோட்டத்துக்குத் தேவையான சாமான்களை வைத்திருப்பார்கள். திறந்தவெளியில் சிறிது இடத்தில் வீட்டுக்கு வருபவர்கள் அமர்ந்துகொள்வதற்கு பந்தல்

போட்டு வைத்திருந்தனர். பந்தல் நிழலில் இரண்டு மூன்று நாற்காலிகள் எப்போதும் இருக்கும்.

உள் வீடு சாத்தியிருந்தது. குருசாமியின் செருப்பு வாசலில் தனித்தனியாக கிடப்பதைப் பார்த்தான். பூங்கொடியின் செருப்பு இல்லை. அல்லி அத்தையின் செருப்பு இருந்தது. பூங்கொடி இன்னமும் பள்ளியிலிருந்து வந்திருக்க மாட்டாள் என்று நினைத்துக்கொண்டவன் கதவை சிறிது தள்ளினான். இரட்டைக் கதவில் ஒன்று விலகியது. கதவைத் திறந்துபோட்டு மாமாவும் அத்தையும் வெளியே எங்கும் போக மாட்டார்களே. தெருவில் வேறு வீட்டிற்குப் போயிருக்கிறார்களா என்று திரும்பவும் வாசலுக்கு வந்து தெருவையும் தெருவிலிருந்த வீடுகளையும் ஒருமுறை பார்த்துக்கொண்டான். மாமாவும் அத்தையும் செருப்புப் போடாமல் வாசற்படியைத் தாண்ட மாட்டார்களே என்று உள்ளறையின் கதவைத் திறந்துவிட்டுச் சென்றான்.

வீட்டுக்குள் சமையலறையில் யாருமில்லை. விளக்கு எரிந்து கொண்டிருந்தது. சாப்பிட்ட தட்டுகள் கழுவாமல் அப்படியே இருந்தன. வீட்டில் யாருமில்லையென்பது தெரிந்தது. வெளியே வந்துவிடலாம் என நினைத்தவன் எதற்கும் உள்ளே சென்று படுக்கையறைக்குச் சென்று உறங்கிக்கொண்டிருக்கிறார்களா என்று பார்த்துவிட்டுச் செல்லலாமென நினைத்தான். படுக்கையறைக்குச் சென்றான். அந்த அறையின் கதவு திறந்திருந்தது. அத்தையின் முகத்தைப் பார்க்க முடியவில்லை. ஆனால் அத்தைதான். அவளது முனங்கலும் கட்டில் கால்களின் ஆட்டமும் கேட்டது. மாமாவின் முதுகைப் பார்த்தான் அவரது கால்களை, அவரது இடுப்பைப் பார்த்தான். அத்தையின் கால்களைத் தேடினான். அந்த அறை இருட்டாகவுமில்லை. அதேநேரம் வெளிச்சமாகவுமில்லை. வெளிச்சத்தில் தெரிந்த அவர்களின் உடலையும் இருளில் தெரியாத இடங்களையும் பார்க்கப் பார்க்க அவனுக்குக் கொதிப்பேறியது. குருசாமி அல்லியின் உடம்பிலிருந்து விலகியதும் அவளது முழு உடலையும் பார்த்தான் சர்க்கரை. அவனுக்குக் கால்களும் கைகளும் நடுங்கின. வேகமாக வீட்டை விட்டு வெளியே

வந்தான். வாசலிலிருந்து பூங்கொடி நடந்து வருவது தெரிந்தது. அவள், “என்ன மாமா பத்து நாளா இந்தப் பக்கமா காணோம்” என்று சிரித்துக் கொண்டு அவனை நோக்கி வந்தாள். அவனுக்கு மேலும் உடம்பு நடுங்கியது. “ஒண்ணுமில்ல. சும்மாதான் வந்தேன்” என்று அவள் கேட்டதற்குச் சம்பந்தமில்லாமல் பதில் சொல்லிவிட்டு நடந்தான். அவனால் நடக்க முடியவில்லை. பூங்கொடி வீட்டுக்குள் சென்றால் அவளும் தான் பார்த்ததைப் போலதானே பார்க்க நேரிடும். அவளிடம் சிறிது நேரம் பேசியிருந்து விட்டு வீட்டுக்குள்ளிருந்து மாமா இல்லை அத்தை யாராவது ஒருவர் வரும்வரை காத்திருந்திருக்கலாம் என்று எண்ணினான். அவனால் அதற்கு மேல் அங்கு நிற்க முடியவில்லை. அந்த நேரத்தில் அந்த இடத்தில் அங்கிருந்து வந்து விட வேண்டுமென்ற சிந்தனை மட்டுமே இருந்தது. பூங்கொடியைப் பற்றிய எண்ணம் எதுவுமில்லை. வேகமாக நடந்து பஜாருக்கு வந்தான். மீனாட்சி டீக்கடைக்குச் சென்று அமர்ந்துகொண்டான்.

கண்களை எவ்வளவு இறுக்கமாக மூடினாலும் அந்தக் காட்சி திரும்பத் திரும்ப வந்தது. முன்னால் இருக்கும் டீ தம்ளர், ஜனங்கள் கடையிலிருக்கும் கூட்டம் என யாரையும் கவனிக்க முடியவில்லை அவனால். அவனுக்கு அந்தக் காட்சி இன்னமும் நெஞ்சிலிருந்தது என்பதை விட அந்தக் காட்சிக்கும், அதனைத் தான் பார்த்துவிட்டோம் என்பதற்கு சாட்சியாக பூங்கொடி நின்றிருந்தது அவனுக்கு அருவருப்பாக இருந்தது. யார் மீது என்று தெரியவில்லை. தன் மீதா இல்லை மாமாவின் மீதா இல்லை அத்தையின் மீதா என்று திரும்பத் திரும்பக் கேட்டுக்கொண்டான். அவர்களைப் பார்த்ததும் கண்களை மூட முடியவில்லை. பார்க்காமலும் இருக்க முடியவில்லை. வீட்டுக்குள் நுழைந்திருக்கக் கூடாது என்கிற எண்ணம் அவனுக்குத் தாமதமாக வந்தது. இனிமேல் அவர்கள் வீட்டிற்குப் போகக் கூடாது என்ற வைராக்கியம் அவனுக்கு வந்தது. செத்தாலும் வீட்டிற்குள் நுழையக் கூடாது என்று நினைத்துக்கொண்டான். பூங்கொடி தன்னைப் பார்க்கும் போது என்ன நினைப்பாள். தன்னைப் பற்றித் தவறாக நினைத்துக்

கொண்டால் என்ன செய்வது? அவளைச் சமாதானம் செய்ய முடியாதா? அவனுக்குக் கவலையாக இருந்தது.

17

சுந்தரமூர்த்தி சைக்கிளை மெதுவாக ஓட்டிச் சென்றான். தன்னால் எவ்வளவு மெதுவாக ஓட்ட முடியுமோ அவ்வளவு மெதுவாக ஓட்டினான். ஆனால் சைக்கிள் வேகமாக ஓடியது. பிரேக் பிடித்து நிறுத்தி நிறுத்தி ஓட்டினான். 'இப்ப என்ன அவசரம் மெதுவாகப் போவோம்' என்று அவனாகச் சொல்லிக்கொண்டான்.

பொன்ராம் குடும்பத்துடன் மதுரைக்குச் சென்றிருந்தார். தன்னைத் தேடி வருகிறவர்களிடம் வெளியில் சென்றிருக்கிறார், வந்துவிடுவார் என்று சொல்ல வேண்டும். மதுரைக்குச் சென்றிருப்பதைச் சொல்லக் கூடாது என்று சொல்லியிருந்தார். ஊருக்குப் போகும்போது அவனிடம் அழகர்சாமியிடம் சென்று தாயத்தைக் கொடுத்துவிட்டுப் பணத்தை வாங்கி வரச்சொல்லியிருந்தார். அந்தப் பணத்தில் காலையும் மாலையும் அவனுக்கு டீச்செலவுக்கும் 'பேட்டா' துட்டும் எடுத்துக்கொண்டு மீதிப் பணத்தைப் பட்டறையில் வைத்துவிட்டுச் சென்றுவிட வேண்டுமென்று சொல்லியிருந்தார்.

மூர்த்தியினால் பட்டறையில் உட்கார முடியாது. சன்ன கம்பி சட்டத்தில் பத்துப் பதினைந்து பிடி செம்புக் கம்பியை அறுந்து போகாமல் இழுத்துப் பார்க்க வேண்டுமென விரும்பினான். முடியவில்லை. வெளி வேலைகளுக்கு நேரம் சரியாக இருந்தது. சத்திரத்துப் பிள்ளையார் கோயில் அருகிலிருக்கிற அழகர்சாமி சோதிட நிலையத்திற்குச் செல்ல வேண்டும். ஏற்கனவே அங்கு சென்றிருக்கிறான். அவருக்குக் கொடுக்க வேண்டிய அரை டஜன் வெள்ளித் தாயத்துகளை மடித்து உள்பாக்கெட்டில் பத்திரமாக வைத்திருந்தான். ஒரு மணி நேரம் தன்னுடன்

ஊர்க் கதை, உலகக்கதையெல்லாம் பேசிவிட்டுப் பிறகுதான் பணத்தை எடுத்துக் கொடுப்பார் என்று அவனுக்குத் தெரியும். அதனால்தான் சைக்கிளில் மெதுவாகச் சென்றான்.

அழகர்சாமி ஜோசியர் பட்டறை வீதிக்கு வந்தால் ஒவ்வோர் பட்டறையாகப் போய் உட்கார்ந்து பேசுவார். முதலில் செல்கிற பட்டறையில் வடையும் காப்பியும் வாங்கிக் குடித்துவிடுவார். இரண்டாவதாகப் போகும் கடையில் மிக்சர் பொட்டலம் மட்டும் போதும் என்று வாங்கி பஞ்சாங்கம், வெள்ளைக் காகிதம், பழைய நோட்டு வைத்திருக்கிற மஞ்சள் பையில் வைத்துக்கொள்வார். இரண்டு கடையிலும் பேசி முடித்து தவித்து மூன்றாவதாக நுழையும் கடைக்கு வரும்பொழுது சிறிது பசியெடுக்க ஆரம்பிக்கும். வடை டீ வாங்கி வரச்சொல்வார்.

காப்பி, டீ, வடை, மிக்சர் வாங்கித் தருகிற பட்டறைக்காரர்கள் இலவசத்திற்கு வாங்கித் தருவதில்லை. தங்களது ஜாதகத்தில் நடக்கிற திசையைச் சொல்லி அதற்குண்டான பலனையும் கேட்பார்கள். ஆசாரிமார்கள் அனைவருக்கும் ஊர்க்காரர்களுக்கு பலன் சொல்லத் தெரியவில்லையென்றாலும் தங்களது ஜாதகத்தில் நடக்கிற திசை, நடப்புக் கணக்குகளைத் தெரிந்து வைத்திருப்பார்கள்.

அழகர்சாமி காப்பியைக் குடித்துவிட்டு கண்களை மூடியபடி பலன் சொல்வதில் கெட்டிக்காரர். அந்தப் பலனைக் கேட்க ஆர்வமாக பலரும் பட்டறையின் முன் கூடுவார்கள். பட்டறைக்காரர்களிடம் யாரிடமும் அவர் கைநீட்டிப் பணம் வாங்குவதில்லை. 'இது வேண்டும் வாங்கித் தா' என்று உரிமையோடு கேட்பார். அவர்களும் வாங்கிக்கொடுத்துவிடுவார்கள்.

பொன்ராம் கடைக்கு, கடந்த வாரம் வந்திருந்தார். இரண்டாவது ரவுண்ட் என்பதால் மிக்சர் மட்டும் போதும். காரச்சேவு வேண்டாம். பல் வலிக்கிறது என்று சொன்னார். வெல்கம் கடை பக்காவடை இருந்தால் பரவாயில்லை என்றார். சுந்தரமூர்த்தி ஓடிப்போய் வெல்கம் கடையில் மிக்சர் வாங்கிக்கொண்டு வந்தான். அவனுக்கும் பலன் கேட்கும் ஆசை இருந்தது.

"நீ வாங்கிட்டு வர்ற மிக்சருக்குத் தனியா ருசி" என்று

பொட்டலத்தை முகர்ந்து பார்த்துக்கொண்டவர், மஞ்சள் பையில் வைத்துக்கொண்டார். 'ம்ம் சொல்லுப்பா' என்று பொன்ராம் முகத்தைப் பார்த்தார். அவர் ஏற்கனவே ஜாதகத்தில் என்ன பிரச்சினை, இந்தத் திசை வந்தால் என்ன செய்ய வேண்டும், நட்டம் வருமா, கஷ்டம் வருமா, பிள்ளைகளுக்கு எப்படி, வீட்டில் எப்படி என்று கேட்டிருந்தார். அதையெல்லாம் மிக்சரை முகர்ந்து பார்த்ததும் மறந்துவிட்டார். அவருக்கு இன்னொரு தடவை சொல்ல வேண்டும். பொன்ராம் சொன்னார்.

அழகர்சாமி வெள்ளைக் காகிதத்தை எடுத்துக் கணக்குப் போட்டார். பிறகு, "குடும்பத்தோட மதுரை மீனாட்சியம்மன் கோயிலுக்குப் போய் விளக்குப் போட்டு வாங்க. எல்லாம் தன்னால விலகிரும். வர்ற வெள்ளிக்கெழம கரெக்ட்டா காலையில பத்துமணிக்கு மேல, பத்தரை மணிக்குள்ள கோயில்ல இருக்கணும்" என்று காகிதத்தில் எழுதி அவரிடம் கொடுத்தார். பொன்ராமும் வாங்கி பாக்கெட்டில் வைத்துக் கொண்டார்.

"இனிமேற்பட்டு எந்தக் கஷ்டமும் வராதில்ல..."

அழகர்சாமி தலையாட்டினார்.

"தொழில்ல நட்டம் வராதில்ல..."

அவர் அதற்கும் தலையாட்டினார்.

பொன்ராம் இதற்கு மேல் கேட்பதற்கு ஒன்றுமில்லையென நினைத்தார். பிறகு பொதுவான பேச்சு நடந்தது. நீசபங்க ராஜயோகம், கெட்டவன் கெட்டிடில் கிட்டிடும் ராஜயோகம், எட்டாம் இடம் அதிபதி பத்தில் மறைந்தால் வரும் ராஜயோகம், சந்திரமங்கள யோகம் என்று யோகக்கூறுகளைப் பற்றிப் பேசினார்கள்.

"ராஜயோகங்கிறது என்னா, கக்கூசில போய் ஒக்காந்ததும் கஷ்டமில்லாம வர்றதுக்குப் பேருதான் ராஜயோகங்கிறது" என்று அழகர்சாமி ஜோசியர் சொன்னார்.

சுந்தரமூர்த்தி சிரித்துவிட்டான். பொன்ராம் அவனைப் பார்த்தார். அவன் முகத்தைக் கவிழ்த்திக்கொண்டான்.

“கடையில ஒக்காந்ததும் நோட்டு நோட்டா பணம் வர்றதுக்கு மட்டும் ராஜயோகம் வேணுமுன்னு நெனச்சா எப்படி. வெளிக்கியிருக்கிறதுக்கும் ஒண்ணுக்குப்போறதுக்கும் யோகம் வேணுமில்ல.”

“எல்லாத்துக்கும் யோகமுன்னு ஒண்ணு இருக்கா நைனா!”

“உச்சந்தல முடியில இருந்து கால் பெருவிரல் நகம் வரைக்கும் நமக்கு இருக்குறது நாம வாங்கிட்டு வர்ற யோகம்டா மகனே” என்று அழகர்சாமி சொன்னதும் சுந்தரமூர்த்தி தனது தலையைத் தொட்டுப் பார்த்தான். கால் பெருவிரல் நகத்தைப் பார்த்தான்.

அழகர்சாமி இதுக்கு மேல் பேசுவதற்கு ஒன்றுமில்லை என்பது போல் எழுந்துகொண்டார். வேட்டியை உதறிக் கட்டினார். மஞ்சள் பையில் மிக்சர் பொட்டலம் இருக்கிறதா என்று பார்த்துக்கொண்டார்.

“என்னா நைனா அதுக்குள்ள கிளம்பிட்டீங்க. ஒக்காருங்க, போகலாம்” என்றார் பொன்ராம்.

“மதியம் சாப்பாட்டுக்குச் சொக்கலிங்கம் வீட்டுக்குப் போகணும். வெள்ளப்பூடு கொழம்பு வெக்கச் சொல்லி, கத்திரிக்கா வதக்கச் சொல்லிட்டு வந்திருக்கேன். முழங்காலெல்லாம் வலி. முருங்க கீர கிடச்சா வேக வெச்சு வதக்குன்னு சொன்னேன். இப்படியிருக்குப்பா ஏ யோகப்பூலு” என்று பட்டறையின் வாசலில் கழற்றி வைத்திருந்த செருப்பை மாட்டிக்கொண்டார்.

அழகர்சாமி போகும் போது ஞாபகம் வந்தவராக, “சொல்ல மறந்துட்டேன் பொன்னுராமு அரை டசன் தாயத்து செஞ்சுக்கொடு. தாயத்து அடைக்கிறதுக்கு வேல வந்துருக்கு. வர்ற வெள்ளிக்கிழம வேணும். சரின்னு சொல்லிட்டு டேக்கா கொடுத்துறாத” என்று சொன்னார்.

பொன்ராமும் சரி என்றார். அவர் சொல்லியதுபோல வெள்ளிக்கிழமை மதுரைக்குப் புறப்பட்டுப் போகும்போது அரைடஜன் தாயத்தை சுந்தரமூர்த்தியிடம் தந்து மறக்காமல் பணத்தை வாங்கிட்டு வாடா என்று சொன்னார்.

அழகர்சாமியின் ஜோதிட நிலையத்திற்கு முன்பாக சைக்கிளை நிறுத்திவிட்டு கடைக்குள் சென்றான் மூர்த்தி. அவன் கடைக்குள் நுழைவதற்கும் அழகர்சாமி கடையிலிருந்தவரை திட்டுவதற்கும் சரியாக இருந்தது. “படுத்தா உறக்கம் வராது. ஒக்காந்தா உறக்கம் வரும். புதந்தெச செய்யுற வேல இதெல்லாம். ஏன்னா அவன் கூட இருக்குறது அப்படிப்பட்ட ஆளுங்க. ஒண்ணா இரண்டா மூணு பேரு ஒண்ணா உட்காந்திருக்காங்க. இடிச்சப்புளி மாதிரி திம்முன்னு ஒக்காந்த இடத்தில ஒக்கார வெக்கிறதுதான் அவங்களோட வேல. பாதி நா நல்லதும் மீதி நா கெட்டதுமா போகும். தெச கழியட்டும். சரியாகும்” என்றார்.

கடையில் தரை முழுக்கப் பாய் விரித்து கன்னி மூலையில் மேஜை போட்டு அமர்ந்திருந்தார். அழகர்சாமி, கால் மேல் கால் போட்டு நெற்றியில் விபூதியும் அதன் நடுவே சந்தனமும் தீற்றியிருந்தார். பத்திக்குச்சியின் மணமும் கதம்பப்பூவின் மணமும் நிறைந்திருந்தது. அழகர்சாமி சைகையில் அவனை உட்காரச் சொன்னார். தனது பாக்கெட்டிலிருந்த தாயத்துப் பொட்டலத்தை எடுத்து அவரிடம் கொடுத்துவிட்டுச் சிறிது தள்ளி அமர்ந்துகொண்டான்.

அழகர்சாமி ஜாதக நோட்டை மூடி வைத்துவிட்டார். ஜாதகம் பார்க்க வந்தவர் ஏமாற்றத்துடன் அவர் முகத்தைப் பார்த்தார். அவருக்குத் திருப்தியில்லையென்பது முகத்தில் தெரிந்தது. பாக்கெட்டிலிருந்த பணத்தை எடுத்துக் கொடுத்தார். அழகர்சாமி வாங்கிக்கொண்டார். அவர் பணத்தை வாங்கிய போது ஓரக்கண்ணால் சுந்தரமூர்த்தியைப் பார்த்தார். அவனும் அவரைப் பார்த்தான்.

“தம்பி வந்து ஒக்காந்ததும் பணம் வருதுன்னா யாருக்கு யோகம். எனக்கா அவனுக்குத் தாய்யா” என்றவர் வாங்கிய பணத்தை அப்படியே சுந்தரமூர்த்தியிடம் கொடுத்தார். அவன் வாங்கி தனது பாக்கெட்டுக்குள் வைத்துக்கொண்டான். ஜாதகம் பார்க்க வந்தவர் கடையை விட்டு வெளியேறினார். அழகர்சாமி தாயத்துப் பொட்டலத்தைப் பிரித்தார். தாயத்தை எடுத்து அமுக்கிப் பார்த்தார். நெளியவில்லை. அவருக்குத் திருப்தியாக இருந்தது. “நல்லா கெட்டியா செஞ்சிருக்கான்” என்றவர்,

“இந்தாப்பா ராமசாமி இங்க வா” என்றார். ஜாதகம் பார்க்க வந்தவர் திரும்பி கடைக்குள் வந்தார்.

அழகர்சாமி, மேஜையின் அடியிலிருந்த பெட்டியிலிருந்து கருப்பு மையை எடுத்து தாயத்துக்குள் வைத்தார். சிறிது விபூதியையும் மெலிதாக நரம்பு போலிருந்த வேரை, பகுதியாக உடைத்து அதற்குள் திணித்தார். பிறகு குப்பியை வைத்து அடைத்தார். சாமனத்தை எடுத்து அடைத்த குப்பியைச் சுற்றிலுமாகத் தட்டி நெருக்கிவிட்டார். குப்பி கெட்டியாக இறுகியது. அவர் வேலை செய்வதைக் கவனமாகப் பார்த்தான் மூர்த்தி.

“இன்னைக்கு நல்ல நா ராமசாமி. நல்லவேளை உனக்கு வந்துருக்குன்னு நெனச்சுக்க. தம்பி தாயத்து செஞ்சு கொண்டாந்திருக்காரு. அவனும் அவங்க மொதலாளியும் மூணு மாசம் விரதமிருந்து செஞ்சதுய்யா. இடுப்பில கட்டாத. பூசை ரூம்புல வெய்யி. அப்புறம் பாரு. ராஜயோகத்த” என்று கண்களை மூடி மந்திரம் சொல்வது போல, ‘காமாட்சியம்மா நக்கு மச்சி தெருகுத்த காம்சம்மா’[5] என்று முனங்கினார். பிறகு தாயத்தை அவரிடம் கொடுத்தார். அவரும் வாங்கிக் கொண்டார். அவருக்கு இப்போது திருப்தியாக இருந்தது.

“சும்மா வாங்குனா எப்படி, பெட்டப்பா”[6] என்று அழகர்சாமி சிரித்துக் கொண்டு மூர்த்தியைப் பார்த்துச் சொன்னார். மூர்த்திக்கும் அந்த ஆளை பெட்டப்பா என்று திட்டியதைக் கேட்டு சிரிப்பு வந்தது. ராமசாமி, தன்னிடமிருந்த பச்சைத் தாளை எடுத்து அவரிடம் கொடுத்தார். அழகர்சாமி வாங்கிக்கொண்டார்.

“ஏன்டா நக்கிலிபுக்கிலின்னு சிரிக்கிற. பாக்குறவங்க என்னான்னு நெனப்பாங்க. நாம பேசுறது நமக்குத்தான் தெரியணும். மத்தவங்களுக்குத் தெரியக் கூடாதுடா” என்று அழகர்சாமி மூர்த்தியைத் திட்டினார்.

---

5. காமாட்சியம்மா எனக்கு நல்ல வழியை காட்டம்மா

6. பெட்டப்பா = அசிங்கமான சொல்

சுந்தரமூர்த்தி சைக்கிளை எடுத்துக் கொண்டு புறப்பட்டான். கண் முன்பாக அழகர்சாமி ஒத்தை தாயத்தை விற்றுத் தன்னிடம் தந்த பணத்தை விட இருமடங்கு பணத்தை சம்பாதித்துவிட்டதை நினைத்துக்கொண்டான். அழகர்சாமி ஜோசியர் பேசிப் பேசியே சம்பாதித்துவிடுவார் என்று தன்னுடைய முதலாளி சொல்லியது அவனுக்கு ஞாபகத்திற்கு வந்தது. சிறிது நேரத்தில் கால் மேல் கால் போட்டுக்கொண்டு பணத்தைச் சம்பாதித்து விட்டாரே என்று நினைத்தவனுக்கு சைக்கிளை ஓட்டுவதற்கு மனமில்லை. சைக்கிளை விட்டு இறங்கி உருட்டிக்கொண்டு நடந்தான்.

பஜாரில் இருந்த ஒவ்வோர் கடையாக வேடிக்கை பார்த்தான். கடையில் அமர்ந்திருந்தவர்களையும் அங்கு வேலை செய்பவர்களையும் பார்த்தான். மீனாட்சி டீக்கடைக்குச் சென்று சைக்கிளை நிறுத்தினான். அவனுக்குக் கடையில் அமர்ந்து சாப்பிடுவதற்குக் கூச்சமாக இருந்தது. கடைக்குள் தயங்கித் தயங்கி நடந்தான். தன்னுடைய முதலாளிக்குத் தெரிந்தவர்கள் யாரேனும் இருக்கிறார்களா எனப் பார்த்தான். யாருமில்லை. காலியாக இருந்த நாற்காலியில் அமர்ந்தான். மேஜை பிசுபிசுப்பாக இருந்தது. சப்ளையர் வந்து தண்ணி வைத்து, துணியை வைத்துத் துடைத்துவிட்டார்.

மூர்த்தி, ‘டீ கொண்டாங்க’ என்று தோரணையாகச் சொன்னான். சப்ளையர் டீ கொண்டு வருவதற்காகச் சென்றார்.

சப்ளையர் சென்றதும் அவனுக்குப் பஜ்ஜி சாப்பிட வேண்டுமென்கிற ஆசை வந்தது. பஜ்ஜி சாப்பிடலாமா என்று நினைத்தான். சப்ளையரை அழைத்தால், தன்னை என்ன நினைப்பான் என்று விட்டுவிட்டான். சுந்தரமூர்த்திக்குக் கடைக்குள் நுழைந்ததிலிருந்து உட்காருகின்ற வரை நினைத்துப் பார்த்தான். வேட்டியை இறக்கிவிடாமல் உட்கார்ந்துவிட்டோம் என்று நினைத்தவன் எழுந்து வேட்டியைக் கீழே இறக்கிவிட்டான். சுற்றிலும் பார்த்துவிட்டு அமர்ந்துகொண்டான். அவனுக்குக் கூச்சமாக இருந்தது. கடைக்குள் நுழையும் போதிருந்த நடுக்கம் இப்போது குறைந்திருந்தது. இனிமேல் தினமும் கடையில்

அமர்ந்து டீ சாப்பிட வேண்டுமென்று நினைத்துக் கொண்டான்.

சப்ளையர் டீ கொடுத்துவிட்டு கையோடு அதற்கான பில்லையும் கொடுத்துவிட்டுச் சென்றார். சுந்தரமூர்த்தி டீ சாப்பிட்டுவிட்டு பிசுபிசுவென்றிருந்த விரல்களையும் உதட்டையும் கழுவிக்கொண்டான். ஈரத்தை கைலியில் ஒற்றிக்கொண்டான். பில்லையும் பணத்தையும் கொடுத்துவிட்டு மீதி சில்லறைக்காகக் காத்திருந்தான். தற்செயலாகத் திரும்பிப் பார்த்தான். தான் அமர்ந்து டீ குடித்த இடத்திற்குப் பக்கத்தில் கனகு அமர்ந்து டீ சாப்பிட்டுக்கொண்டிருப்பது போலத் தெரிந்தது. பயந்துபோனான். திரும்பிப் பார்க்கவில்லை. கடைக்காரர் தந்த சில்லறையை எண்ணிக் கூடப் பார்க்காமல் வேகமாக நடந்து பட்டறைவீதிக்கு வந்தான்.

‘பட்டறையைத் திறந்து அமர்ந்துகொண்டான். வியர்த்து ஒழுகியது. காலண்டர் அட்டையை எடுத்து விசிறினான். கனகுவை மறக்க வேண்டுமென்பதற்காக உமியோட்டை முன்னால் இழுத்து வைத்து ஊதினான். புகை போட்டான். பக்கத்துப் பட்டறையில் கடிகாரத்தைப் பார்த்தான். ஏலக்காய் கடையிலிருந்து மதியச்சாப்பாட்டிற்குப் பெண்கள் வரும் நேரத்தில் பட்டறையை அடைத்து விட்டு வீட்டுக்குப் போக வேண்டும். அவர்களுக்காகக் காத்திருந்தான். ஆனால் கனகுவின் உருவம் ஞாபகத்திற்கு வந்தது. தன்னருகில் நின்று “கொஞ்சம் சயனைட் இருந்தா கொடுறா” என்று கேட்பது போலிருந்தது. கனகு இறந்ததை நினைத்து அவனுக்கு அழுகை வந்தது.

18

சர்க்கரை அதிகாலையில் எழுந்தான். குளித்து வேட்டியுடுத்தி வாசலில் அமர்ந்துகொண்டான். இன்னமும் விடியவில்லை. தாளைமுத்துவுக்கு அவனது செயல் சந்தேகத்தை வரவழைத்தது.

அரவைமில்லுக்குப் போகாமல் தன்னை ஏமாற்றிவிட்டு, வேறெங்காவது சென்றுவிடுவான் என்று பயந்தார். நேற்றிரவு அவனிடம் இனிமேல் கந்துக்கு யாருக்கும் பணம் கொடுக்கக் கூடாது, ரைஸ்மில்லுக்குப் போகணும், வேலை செய்யணும், வேறெதுக்கும் வீட்டை விட்டு வெளியே போகக் கூடாது என்று சொல்லிவிட்டார். 'வட்டிக்குக் கொடுத்து வாங்குறதுக்கெல்லாம் ஒரு இது வேணும்டா. எல்லாரும் கொடுத்து வாங்க முடியுமா' என்று அவனைத் திட்டினார். அவனுக்கும் அதுதான் சரி என்று தெரிந்தது. அப்பாவின் தொழிலைப் பழகிச் சம்பாதிப்போம் என்று அரைமனதாக முடிவு செய்தான்.

தாளைமுத்து அதிகாலையில் குளிக்க மாட்டார். காலையில் எழுந்தவுடன் முதலில் அவருக்கு காப்பி குடிக்க வேண்டும். செய்தித்தாள் படிக்க வேண்டும். கட்சிக்காரர்களுடன் பேச வேண்டும். பிறகுதான் அரவைமில்லுக்கு வருவார். அவருக்கு முன்பு சொக்கு வந்துவிடுவாள். சொக்கு வந்த பிறகுதான் அவருக்கு ரைஸ்மில் உலகமே ஆரம்பமாகும்.

சொக்கு வருவதற்கு முன்னால் சர்க்கரை குளித்து முடித்து ரைஸ்மில்லுக்குப் புறப்படத் தயாராகயிருந்தது அவருக்கு ஆச்சரியமாக இருந்தது. சொக்கு ஒரு ஆள் போதும் இவனை வசத்திற்குக் கொண்டு வருவதற்கு என்று நினைத்துக்கொண்டவர் வாசலைப் பார்த்தார். இன்னமும் சொக்கு வரவில்லை. கடிகாரத்தைப் பார்த்தார். "சொக்கு எந்திரிச்சு முகங்கழுவுற சத்தத்தக் கேட்டுதா பளபளன்னு விடியும்" என்று தெருக்காரர்கள் சொல்வது அவருக்கு ஞாபகத்திற்கு வந்தது.

தாளைமுத்து அரவைமில்லின் சாவியை எடுத்து மாடாக்குழியில் வைத்தார். நேற்றிரவு மில்லை அடைத்துவிட்டுக் கிளம்பும் போது, சொக்குவிடம் விஷயத்தைச் சொன்னார். "அவன நல்லா வேல செய்யப் பழக்கு சொக்கு. ரைஸ்மில்ல கூட்டப்பழக்கு மொதல்ல. உமிய அளக்குறதுக்குப் பழக்கு. மிஷினப் போடுறது, அமத்துறதுன்னு ஒவ்வொண்ணா கத்துக் கொடுத்து உருப்படியாக்கணும். ஊரச் சுத்திட்டு காப்பிக்கடையில் வடையும் டீயும் தின்னுட்டு திரியணுமின்னு நெனைக்கிறான் தொர."

"விடுங்க மொதலாளி ஆடி ஓடி பாடி திரிஞ்சுட்டு வரட்டும்" என்று சொன்னவளை முறைத்தார் தாளைமுத்து.

"நா சொன்னத செய்யீ. அவங்கிட்ட செல்லம் கொஞ்சிட்டு இருக்காத. மொதல்ல நீ ஒழுங்க வா. நாளக்கிருந்து கிழியாத பாவாடய கட்டிக்கிட்டு வா" என்று குரலை உயர்த்திப் பேசினார். அவள் பதில் பேசவில்லை. வீட்டிற்குச் சென்றுவிட்டாள்.

கிழக்கில் வானம் வெளுத்துத் தெரிய ஆரம்பித்தது. தெருக்குழாயில் குடிநீர் பிடிக்கச் செல்லும் பெண்கள் குடத்தையும் பானையையும் தூக்கிக் கொண்டு செல்வதைப் பார்த்தான். காகங்கள் கரைகிற சத்தம் கேட்டது. எதிர்த்த வீட்டு வாசல் கதவு திறந்தது. எதிர் வீட்டுப்பெண் கதவைத் திறந்தாள். வீட்டு தகரத்தின் மேல் தோசையைப் பிய்த்து எறிந்தாள். காகங்கள் பறந்து வரத் தொடங்கின. இன்னும் சொக்கு வராமலிருப்பது அவனுக்கு எரிச்சலாக இருந்தது. ஏன் இவ்வளவு தாமதமாக வருகிறாள். நாளையிலிருந்து சீக்கிரமாக வரச்சொல்ல வேண்டும். இனிமேல் ரைஸ்மில்லுக்கு சரியா நேரத்துக்கு வந்துரு என்று அவளைத் திட்ட வேண்டுமென நினைத்தான். அப்படி நினைத்ததும் அவனது உடம்பும் மனமும் பூரிப்பானது.

சொக்கு தெரு முக்கில் வேகுவேகுவென்று நடந்து வருவதைப் பார்த்தான். அவள் நடந்து வரும்போது அவளது உடம்பு முழுக்க ஆடியது. யாரையோ அடித்து மிதித்துத் தூக்கியெறிந்துவிடுவது போன்ற நடை. எதிரே வருகிற ஆண்கள் விலகி நடக்க வேண்டும். தெரு முக்கில் நடந்து வந்தவள் கண் மூடி கண் திறப்பதற்குள் தாளைமுத்துவின் வீட்டு வாசலில் நின்றாள்.

சொக்கி, சர்க்கரையைப் பார்த்து, "சும்மாதா உங்கய்யா சொன்னாருன்னு நெனச்சேன். நிசத்துக்குமா நீங்க ரைஸ்சுமில்லுக்கு வர்றீங்க" என்று கையைக் கன்னத்தில் வைத்துக் கேட்டாள். அந்த நேரத்தில் குளித்து முடித்து வெளுத்த சேலையைக் கட்டியிருப்பது தெரிந்தது. தலையைப் படிய சீவி முடித்து கொண்டையிட்டிருந்தாள். நெற்றியில் அகலமான குங்குமப்பொட்டும் அதற்குக் கீழே விபூதியும் வைத்திருந்தாள். சேலையைக் குதிங்காலுக்கு மேல் கட்டியிருந்தது தெரிந்தது.

சேலைக் கட்டை மீறி வெளியே தெரிந்த அவளது உடம்பு இருளில் மினுக்கமாக இருந்தது. காலையில் இப்படியாகத் தெரிகிற சொக்கு, சாயங்காலமானதும் பங்கரையாகத் தலையெல்லாம் மாவாகவும் உடம்பெல்லாம் மண்ணும் குப்பையுமாகச் செல்கிறாள் என்பதை நினைத்த சர்க்கரைக்கு அவள் மீது பிரியம் உண்டானது.

தாளைமுத்து அவளது சத்தம் கேட்டு வாசலுக்கு வந்தார். அவளிடம் சாவியைக் கொடுத்து கண் சாடையில் பேசினார். அவளும் சரி என்பது போல கண்களை அசைத்துக் கொண்டாள். சொக்கு முன்னால் நடக்க அவளுக்குப் பின்னால் சர்க்கரை நடந்தான். அவர்கள் இருவரும் அரவைமில்லுக்கு நடந்தார்கள். சர்க்கரை அவளுடன் பேசாமல் நடந்து வந்தான். அவளிடம் பேச ஆரம்பித்தால் பேசிக்கொண்டிருப்பாள், நிறுத்த மாட்டாள் என்று அவனுக்குத் தெரியும்.

வீட்டிலிருந்து நேராகச் சென்றால் தெரு முடிகிற இடத்தில் அரவை மில் இருந்தது. தாளைமுத்துவின் அரவைமில்லை தூரத்திலிருந்து பார்க்கும் போது தகரக் கொட்டகையாகத் தெரியும். உயரமான மண்சுவர். இருபுறமும் சாய்ந்திருக்கும் பழங்காலத்துத் தகரம். சுவரும் தகரமும் முட்டிக்கொள்ளும் இடங்களில் கூடடைந்து கிடக்கும் புறாக்கள் தலைமுறை தலைமுறையாக கூடடைந்து பாதுகாப்பாகக் குஞ்சிட்டு வாழ்கின்றன. நான்கு பூனை. செவலை நாய் ஒன்று. துருப்பிடித்ததை வெளியே காட்டிக்கொள்ளாமல், மாவுக்கும் மசாலுக்கும் நெல்லுக்கும் தனித்தனியாக ஓடிக்கொண்டிருக்கும் ஜெர்மனி நாட்டிலிருந்து வந்த அரவை இயந்திரம். அது ஓடுகிற சத்தம் இல்லையென்றால் ரைஸ்மில் என்று யாரும் ஒத்துக்கொள்ள மாட்டார்கள். அந்த இடம் தாளைமுத்துவின் பூர்வீகச் சொத்து. ஊரிலிருக்கிற சம்சாரிகள் நெல்லை அரைத்து அரிசியாக்க தெருத் தெருவாகவும் ஊர் ஊராகவும் அலைவதைப் பார்த்த தாளைமுத்துவின் அப்பா, மதுரைக்குச் சென்று ஜெர்மனி நாட்டு மிஷினைக் கொண்டு வந்து தகரக் கொட்டகை போட்டு அரைத்துக் கொடுத்தார். ஒரு வருடம்

இல்லை, இரண்டு வருடம் இல்லை. அவருடைய அப்பா இறந்துபோகிறவரை இலவசமாக நெல்லை அரைத்துக் கொடுத்தார் என்று சொன்னால் யாராவது நம்புவார்களா. தாளைமுத்து தலையெடுத்து வந்ததும் கட்டணம் வசூலிக்க ஆரம்பித்தார். முதலில் உண்டியல் வைத்தார். அதில் அரவைக்கு வருகிறவர்கள் தங்களது கையிலிருக்கிற பணத்தைக் கட்டணமாகப் போடச் சொன்னார். பாதி ஆட்கள் உண்டியலில் பணத்தைப் போட்டார்கள். மீதி ஆட்கள் வெறுங்கையோடு சென்றார்கள். நாளடைவில் உண்டியலை எடுத்துவிட்டு அரவைக்கூலி விவரம் என்று அறிவிப்புப் பலகை வைத்தார். இந்த விசயமெல்லாம் சொக்குவிற்குத் தெரியும்.

சொக்குவும் சர்க்கரையும் அரவைமில் வாசலுக்கு முன் நின்றார்கள். சொக்கு வானத்தைப் பார்த்துக் கைகூப்பி வணங்கினாள். மில்லின் கதவைத் தொட்டுக் கும்பிட்டாள். வாசல்படியைத் தொட்டுக்கொண்டாள். சர்க்கரையைப் பார்த்து, “நீயும் தொட்டு கும்பிட்டுக்க” என்று சொன்னாள்.

அவன், அவள் சொல்லியதுபோலத் தொட்டுக் கும்பிட்டுக் கொண்டான். ரைஸ்மில் கதவைத் திறந்துவிட்டாள். ரைஸ்மில்லுக்குள் கூடடைந்திருந்த புறாக்கள் சிறகடித்துக் கொண்டு பறந்தன. சர்க்கரை ரைஸ்மில்லுக்கு நுழைந்ததும் நேராகச் சென்று கல்லாப்பெட்டி நாற்காலியில் உட்கார்ந்து கொண்டான். சொக்கு சிரித்தபடி, “பொறுங்க பொறுங்க அவசரப்படாதீங்க” என்று சொல்லி ரைஸ்மில்லைக் கூட்டிப் பெருக்கிச் சுத்தம் செய்ய ஆரம்பித்தாள்.

சர்க்கரை கல்லாப்பெட்டியிலிருந்து எழுந்து நின்றான். ரைஸ்மில்லை சுற்றிப் பார்த்தான். கைகளைப் பின்னால் கட்டிக்கொண்டான். வேட்டியைத் தூக்கிக் கட்டினான். ஒவ்வொரு மிஷினையும் சுற்றிச்சுற்றிப் பார்த்தான். பிறகு சொக்கு குனிந்து கூட்டுவதை வேடிக்கை பார்த்தான். அவளுடைய மார்பகத்தையும் புட்டத்தையும் ஏதோ அதிசயம் போல பார்த்தான். அவள் குனிந்து கூட்டுவதைப் பார்ப்பதற்குப் பயமாக இருந்தது. குட்டி யானை ஒன்று நடந்து செல்வது

போன்று தெரிந்தது அவனுக்கு. சொக்கு நிமிரும் போது அவசரமாக முகத்தை வேறு பக்கமாகத் திருப்பிக் கொண்டான். அப்படி திருப்பிக் கொண்டாலும் மனம் பார்க்கச் சொன்னது. திரும்பவும் சொக்கியைப் பார்த்தான். சொக்கு அவன் பார்ப்பதைத் தெரிந்துகொண்டாள். அவனும் ஆசையாகப் பார்த்தான். அவள் சிரித்துக்கொண்டாள்.

சர்க்கரையின் கன்னத்தில் இடித்து, “என்னையைப் பார்த்தது போதும். தெனமும் மில்லுக்கு வந்ததும் காலையில மொத சோலியா பத்திப் பொருத்தி சூடம் காட்டி சாமி கும்புடுங்க. அதுக்கு அப்புறந்தான் மத்த சோலியெல்லாம். என்னயப் பார்த்துச் சாமி கும்புடாதீங்க” என்று அவனைக் கேலி செய்தாள்.

அவள் பேசியது சர்க்கரைக்குச் சந்தோஷமாக இருந்தது. அவள் சொன்னதுபோல செய்தான். சொக்கு என்னென்ன செய்யச் சொல்கிறாளோ அதையெல்லாம் செய்ய வேண்டுமென்கிற மும்முரத்தில் அவளையே பார்த்துக்கொண்டிருந்தான். அவனது உடலில் புதுவேகம் பிறந்திருந்தது. அது என்னவென்று தெரியவில்லை. அவளைப் பின்தொடர்ந்து சென்றான்.

ரைஸ்மில்லுக்கு வந்த சிறிது நேரத்தில் அவன் சொக்குவுடன் சகஜமாகிவிட்டான். வீட்டை விட்டு ரைஸ்மில்லுக்குப் புறப்படும் போது, ‘ஏன்டா இங்க போறோம்’ என்று சலிப்புடன் இருந்தவன், இனிமேல் ரைஸ்மில்லை விட்டு வேறு எங்கும் போகக் கூடாது என்ற முடிவிற்கு வந்திருந்தான். சொக்கு ஒரு நொடியில் தலைகீழாக மாற்றிவிட்டாள். அவளிடம் அந்த சக்தி இருந்தது. அவள் சிரிப்பும் ரைஸ்மில்லில் புறாக்கள் பறக்கிற சத்தமும் ஒன்றாக இருந்தது சர்க்கரைக்கு. அவள் சிரிக்கும் பொழுது அவளது முகத்தையும் மார்பகத்தையும் மாறி மாறிப் பார்த்தான்.

சொக்கு கூட்டி முடித்து மாவு தூசியை, ரைஸ்மில்லுக்குப் பின்பாக இருக்கும் தொட்டியில் கொட்டினாள். சர்க்கரையும் அவளுக்குப் பின்னால் சென்றான். அந்த இடத்தில் செடிகளும் பூசணிக்கொடியும் படர்ந்திருந்தன. பெரிய இலைகள் தரை

முழுவதும் அடர்ந்திருந்தன. இலைகளின் மேல் கம்பளிப்பூச்சிகள் ஊர்ந்துகொண்டிருந்தன. அந்த இடத்தில் சிறிய அறை, சற்றுத் தள்ளி ஒதுங்கியிருந்தது. அதன் தகரக்கதவு சாத்தியிருந்தது. அதற்கு அருகில் தண்ணீர் தொட்டியிருந்தது.

சொக்குக் கூடையைத் தொட்டியின் மேல் வைத்துவிட்டு சேலையைத் தூக்கிக் கொண்டு அந்த அறைக்குச் சென்றாள். கால்களை அகட்டியபடி நின்றவாறு மூத்திரமிருந்தாள். தண்ணீர் தொட்டியிலிருந்த நீரை முகர்ந்து கால் இடுக்கில் ஊற்றிக்கொண்டாள். கக்கூசுக்குள் ஊற்றிவிட்டாள். சர்க்கரையைப் பார்த்து, "ஒண்ணுக்கு வந்தா இருந்துட்டு வா. இங்கதான் ஒண்ணுக்கு இருக்கணும்" என்று சொல்லி சேலையை உதறிக் கீழே இறக்கி விட்டாள். அவன் வெட்கத்துடன் முகத்தைத் திருப்பிக்கொண்டான். அவள் தண்ணீரை முகர்ந்து முகம் கழுவினாள். சேலை முந்தியில் முகம் துடைத்துக் கொண்டாள்.

அவள் சர்க்கரையின் அருகில் வந்து, "நீ பெறந்ததும் நாந்தான் மொத ஆளா உனக்குச் சீனித்தண்ணித் தொட்டு நாக்குல வெச்சேன். ஆசுபத்திரியில யாருமில்ல. நர்சம்மா தூக்கிட்டு வந்து ஏங்கையில கொடுத்துட்டுப் போயிருச்சு. உன்னய கால் கழுவிவிட்டு பள்ளிக்கூடத்துக்குப் போய் ஒக்காரவெச்சிட்டு வந்திருக்கேன். என்னய எத்தன மிதிமிதிச்சிருக்க, திட்டியிருக்க, அடிச்சிருக்க இதெல்லாம் ஞாபகத்தில வெச்சிருக்கியா சக்கர" என்று சொன்னவள், "என்னய உங்கம்மாவா நெனச்சுக்க சக்கர. நீயும் எனக்குப் புள்ளதான்" அவனது தலையைத் தடவினாள்.

சர்க்கரையின் கண்கள் அச்சொல்லைக் கேட்டுக் கலங்கின. கண்ணீர் வடிந்தது. எதற்கு என்று தெரியவில்லை. கதறி அழ வேண்டுமெனத் தோன்றியது. அவள் பேசியது தொண்டைக்குழியை இறுக்கியது போலிருந்தது. சொக்கு கூடையைத் தூக்கிக்கொண்டு மில்லுக்குச் சென்றாள். அவனால் அவள் பின்னால் செல்ல முடியவில்லை. புறாக்களின் சத்தம் ரைஸ்மில் முழுக்கக் கேட்டது. சொக்கு சிரிக்கவில்லை. அவளும் கண்ணீர் வடித்தாள். எதற்கெனத் தெரியவில்லை.

19

பொன்ராம் பட்டறை வீதிக்கு நுழைந்த போது காலை ஒன்பது மணி முனிசிபாலிட்டி சங்கு ஒலித்தது. அந்தச் சத்தத்திலும் பட்டறைக் கதவுகளைத் திறக்கும் சத்தமும் கடையைக் கூட்டி மேஜையைப் புருஸ் கட்டையால் தட்டி சுத்தம் செய்கிற சத்தத்தையும் கேட்க முடிந்தது. ஒன்பது மணிக்கு முன்னதாக பஜாருக்கு வர வேண்டுமென நினைத்தார். முடியவில்லை. அவருக்கு முன்னதாக சுந்தரமூர்த்தி பட்டறையின் வாசலில் அமர்ந்திருந்தான். அவரைப் பார்த்ததும் எழுந்தவன் கைலி வேட்டியை இறக்கிவிட்டான். கடை சாவியை அவனிடம் தந்தார். பட்டறையைத் திறந்தும் உமியோட்டின் வெப்பல் குப்பென்று முகத்திலடித்தது. உமியோட்டினுள் சூடாக இருக்கும் கருக்கு உமியின் புகைவாடை அது. இரவில் பட்டறையை அடைக்கும்போது சரியாக சுற்றுத்தண்ணீர் ஊற்றாததால் புகைந்து தானாக அமர்ந்திருந்தது.

சுந்தரமூர்த்தி ஜன்னலையும் கதவையும் திறந்து வைத்தான். கடை வெளிச்சத்தில் நிறைந்தது. பொன்ராம், கடைக்குள்ளிருந்த பழைய நியூஸ் பேப்பரை எடுத்து வாசலில் விரித்து அமர்ந்தார். சுந்தரமூர்த்தி பட்டறை சாமான்களை ஒவ்வொன்றாக எடுத்து வைத்தான். ஒண்ணாம் நம்பர் கொரடு, இரண்டாம் நம்பர் சுத்தியல், சன்ன வரிசை சட்டம், வளையம் கொரடு, பாயிண்ட் சாமணம் என்று முதலாளியின் மேஜையிலிருந்ததை எடுத்து சுவரில் கட்டியிருந்த கம்பியில் தொங்கவிட்டான். பட்டறையைக் கூட்டி குப்பையைப் பழைய குப்பையிருந்த தகர டின்னில் தட்டினான். உமியோட்டு கருக்கு உமியை எடுத்துவிட்டுப் புது உமியை வைத்தான். தண்ணிச் சட்டியை மாற்றுவதற்கு முன் பட்டறை கட்டைகளைச் சீனிக்கல் வைத்து விளக்கி சுத்தம் செய்தான். மேஜையைத் தட்டிச் சுத்தம் செய்ததும் பொன்ராம் உள்ளே வந்தார். முதலாளி வந்ததும் வாசலைக் கூட்டினான் சுந்தரமூர்த்தி.

பொன்ராம் மேஜையையும் உமியோட்டையும் தொட்டு

வணங்கினார். பத்திக்குச்சிப் பொருத்தி மேஜையிலிருந்த மெழுகு உருண்டையில் செருகி வைத்தார். புகை கமகமவெனக் கசிந்தது. சுந்தரமூர்த்தி வேலைகளை முடித்துவிட்டு, தன்னுடைய சீட்டில் அமர்ந்துகொண்டான். அவனுக்கு முக்காலி எதுவும் இல்லை. பந்திப்பாயின் மேல் உட்கார்ந்தான்.

ஆயுதபூஜையன்று பொன்ராம் பந்திப்பாய் வாங்குவார். வேலை தருவதற்காக கிராக்கிகள் (வாடிக்கையாளர்கள்) வந்தால் உட்காருவதற்கு ஒன்றும் கடையில் மூர்த்தி அமர்ந்து கொள்வதற்கு ஒன்றுமாக இரண்டு பந்திப்பாய். கிராக்கிகள் கடைக்கு வருகிறார்களோ இல்லையோ தினமும் பாயை உதறி தட்டி முதலாளிக்கு முன்பாக விரித்துப் போட வேண்டும். திடீரென யாராவது வருவார்கள். கிராக்கி வரும் போது பாயைத் தட்டி உதறிக்கொண்டிருந்தால் பொன்ராமுக்குப் பிடிக்காது.

பொன்ராம் கல்லாப்பெட்டியைத் திறந்து கறுப்பு மெழுகில் ஒட்டியிருந்த லெட்சுமி காசைத் தொட்டுக் கும்பிட்டார். தன்னுடைய குருநாதர் சேனைமுத்து ஆசாரியிடமிருந்து வாங்கிய பழைய வெள்ளைக் கற்களையும் இரண்டாக உடைந்த உரைகல்லையும் பார்த்துக்கொண்டார். இவையெல்லாம் தினமும் நடக்கும் காரியங்கள். வரிசையாக ஒன்றுக்குப் பின் ஒன்றாக மெதுவாக நடக்கும். சினிமாவில் சாமி படம், கம்பெனி பெயர், நன்றி என்று வரிசையாக வருவதுபோல அவருடைய காரியங்கள் நடக்கும் என்று சுந்தரமூர்த்தி நினைத்துக்கொண்டான். இந்த வேலைகள் முடிந்த பிறகு உமியோட்டை ஊதுகுழலால் மெதுவாக ஊத்துமானம் விட்டு நெருப்பு கங்காக விலக்கி வைத்து சாம்பிராணிப் புகை போடுவார். பட்டறை முழுக்க புகை நிறையும். ‘காமாட்சியம்மா’ ‘காமாட்சியம்மா’ என்று முனங்குவார். சில நேரம் முனங்கல் உக்கிரமாகும். அப்போது அவருடைய கண்கள் சிவந்துவிடும். அவர் இல்லாத நேரத்தில் இதுபோல தானும் செய்து பழக வேண்டும் என்கிற ஆசை மூர்த்திக்கு இருந்தது.

பொன்ராம் குடும்பத்துடன் மதுரை மீனாட்சியம்மன்

கோயிலுக்குச் சென்று போடிநாயக்கனூருக்கு பஸ் ஏறும் போது மூன்று லாட்டரிச் சீட்டுகள் வாங்கி வந்திருந்தார். அவருடைய மனைவி வனஜாவும் இரண்டு பிள்ளைகளும் லாட்டரிச் சீட்டு வாங்க வேண்டுமென்று சொன்னார்கள். அவருக்கு லாட்டரிச் சீட்டு வாங்குவதில் விருப்பமில்லை. லாட்டரிக் கடைக்கு முன் நின்று காற்றுக்குப் பறக்கும் சீட்டுக்களைத் தொட்டுப் பார்த்து எடுப்பது அவருக்குப் புதிதாக இருந்தது. மூன்று சீட்டுக்களுக்கு மேல் வேண்டாமென்று கடைக்காரனிடம் சொல்லிவிட்டார்.

கடைக்காரன் அவர் வாங்கிய சீட்டுகளுக்குப் பின்னால் கடையின் பெயரை ரப்பர் ஸ்டாம்பு வைத்துக் கொடுத்தான். “பரிசு விழுந்துச்சுன்னா நேரா நம்ம கடைக்கு வந்துருங்கண்ணே. வேறெங்கயும் போகதீங்க” என்று சொன்னான். பரிசு சீட்டு குலுக்கலுக்கு இன்னமும் ஏழு நாட்கள் இருந்தன.

ஊருக்கு வந்ததும் லாட்டரி சீட்டை மறந்துவிட்டார். மூன்று நாட்களுக்குப் பிறகு ஞாபகம் வந்து, எங்கு வைத்தோம் என்று பிள்ளைகளுடன் வனஜாவும் தேடினாள். மீனாட்சி அம்மன் கோயில் குங்குமம் பொட்டலத்திற்குப் பக்கத்திலேயே மடிந்து கிடந்தது. வனஜாவுக்கு அது நல்ல சகுனமாகத் தெரிந்தது. பரிசு விழுந்துவிடுமென்று நம்பினாள். மரபீரோவில் சேலைக்கு ஊடே வைத்தாள். எந்தச் சேலை என்பதை அடையாளத்திற்கு காலண்டரில் எழுதி வைத்தாள். இன்று குலுக்கல் நாள். காலையில் எழுந்ததும் முதல் வேலையாக லாட்டரிச் சீட்டை எடுத்து அவரிடம் கொடுத்து என்ன ஏது என்று பார்க்கச் சொன்னாள். யாரிடம் கேட்பது என்று பொன்ராமிற்குத் தெரியவில்லை. பட்டறை வீதிக்குப் போனால் உலக விஷயம் முழுக்கத் தெரிந்துவிடுமென்று, குளித்து முடித்து பட்டறைக்கு வந்தார்.

லாட்டரிச் சீட்டு வாங்குவதிலும் பரிசு விழுந்திருப்பதைப் பார்த்துச் சொல்வதிலும் கெட்டிக்காரன் என்று பட்டறை வீதியில் பேரும் புகழும் பெற்ற ஜவ்வை சரவணனை அழைத்தால் உடனே வந்துவிடுவான். அவனுக்குக் காப்பியும் வடையும்

வாங்கித் தர வேண்டும். காரியம் உடனே முடிந்துவிடும். ஆனால் ஊர் முழுக்க, நிற்பதை ஓடுவதாகவும், ஓடுவதைப் பறப்பதாகவும் கோடாங்கி அடித்துவிடுவான். ஐவ்வை சரவணன் என்கிற பெயருக்குப் பதிலாக கோடாங்கி சரவணன் என்று பெயர் வைத்திருக்கலாம். லாட்டரிச் சீட்டில் பரிசு விழுகவில்லையென்றாலும் லட்ச ரூபாய் பொன்னுராமுக்கு விழுந்திருச்சு என்று ஊரெல்லாம் சொல்லிவிடுவான் என்று பயந்தார் பொன்ராம். தானே நேராக கடைக்குச் செல்வது பயமாகவும் வெட்கமாகவும் இருந்தது. சுந்தரமூர்த்தியைப் பார்த்தார். காலையில் கடைக்கு வந்ததும் டீ வாங்கிக் கொண்டு வரச் சொல்லும் வழக்கம் அவரிடமில்லை. அவசரத்திற்கு வேறு வழியில்லையென அவனிடம் டீ வாங்கிக்கொண்டு வரச்சொன்னார். கூடவே லாட்டரிச் சீட்டுக் கடையில் பரிசு விழுந்திருக்கிறதா என்று தன்னிடமிருந்த சீட்டுக்களைக் கொடுத்துப் பார்த்துவிட்டு வரச்சொன்னார். அவனும் சந்தோஷமாக சீட்டுகளை வாங்கிக்கொண்டு தூக்குவாளியை எடுத்துக் கொண்டு சென்றான்.

பொன்ராமுக்கு நிம்மதி இல்லை. அவனை அனுப்பிவிட்டு பரிசு விழுந்திருக்குமா, விழுந்திருக்காதா என்று தவித்தார். அவருடைய எண்ணங்கள் வரிசையாக சுவரில் நகரும் எறும்புகளைப் போல ஒன்றுக்குப் பின் ஒன்றாக நகர்ந்தன. லாட்டரியில் எவ்வளவு தொகை கிடைக்கும். கிடைக்கும் தொகைக்குத் தோதாக ஒவ்வோர் வேலையாக நினைத்துப் பார்த்தார்.

குலசாமிக் கோயிலுக்கு முதலில் காணிக்கை எடுத்து வைக்க வேண்டும். பெரிய பிள்ளைக்குப் பாவாடை சட்டை எடுக்க வேண்டும். இரண்டாவது பிள்ளைக்குப் பள்ளிச்சீருடை துணி வாங்கித் தைக்கப் போட வேண்டும். இதெல்லாம் போக தனக்கு வேட்டியும் வனஜாவுக்கும் நல்ல சேலையும் வாங்க வேண்டுமென்று நினைத்தார். யோசனையை நிறுத்தி வாசலைப் பார்த்தார்.

இன்னமும் மூர்த்தி வரவில்லை. நீண்ட நேரமானது போலிருந்தது. திரும்பவும் தன்னுடைய யோசனையை விட்ட இடத்திலிருந்து

தொடர்ந்தார். லாட்டரிச் சீட்டில் பரிசு விழுந்த நேரத்தில், தன்னுடைய அம்மாவுக்கும் தங்கைக்கும் ஏதாவது செய்ய வேண்டும். சிறிது சடவாக இருக்கும் தங்கையின் கணவரையும் தங்கையையும் சரிகட்டிவிடலாமென்று நம்பினார். பத்தாயிரம் ரூபாயிக்கு மேல் பரிசு விழுந்தால், வேறு வீடு ஒத்திக்குப் பார்க்கலாம். பணத்தை வீட்டில் போட்டால் அப்படியே இருக்கும். கரையாது. வீணாகாது. எவ்வளவோ விசயங்கள் இருக்கின்றன. பணமிருந்தால் எல்லாவற்றையும் இழுத்துப் போட்டுச் செய்யலாம். பணமில்லையென்றால் எதையும் செய்யாமல் அமைதியாக இருக்கலாம் என்று தன்னை சமாதானம் செய்து கொண்டார்.

வீதியில் திடுதிடுவென ஆட்கள் ஓடுகின்ற சத்தம் கேட்டது. பட்டறை கதவுகளை வரிசையாக அடைக்கும் சத்தமும் அதைத் தொடர்ந்து கேட்டன. பொன்ராம் எழுந்து எட்டிப் பார்த்தார். பட்டறைகள் முழுக்க அடைத்துக் கிடந்தன. சற்றுமுன்பாக திறந்து வேலை செய்துகொண்டிருந்தவர்கள் திடீரென அடைத்திருக்கிறார்கள் என்றால் என்னமோ நடந்திருக்கிறது. என்ன விசயம் என்று தெரிந்து வாசலிலிருந்து ரோட்டிற்கு இறங்கி நின்றார். பக்கத்துப் பட்டறைக்காரர்கள் கதவைப் பூட்டிக்கொண்டிருந்தார்கள்.

“என்னாண்ணே என்ன விசயம் எதுக்குப் பூட்டுறீங்க” என்று பொன்ராம் கேட்டார்.

“கர்நாடகாவிலயிருந்து போலீஸ் வந்துருக்கு. யார கை நீட்டப்போறான்னு தெரியல. கடைக்காரங்க பயந்து போயிருக்காங்க. பஜாரு முழுக்கப் பூட்டிட்டாங்க” என்று பட்டறைக்காரர் சொன்னதும் அவருக்குப் பயத்தில் உடல் வியர்த்தது. வேகமாக பட்டறைக்குச் சென்றார். உமியோட்டில் தண்ணீரை ஊற்றி அணைத்தார். ஜன்னலை அடைத்தார். சுற்றிமுற்றியும் பார்த்தவருக்கு என்ன செய்வதென்று தெரியவில்லை. மேஜை டிராவைத் திறந்து உருப்படிகள் இருந்த டப்பாவை எடுத்து டவுசர் பாக்கெட்டில் வைத்துக்கொண்டார். தன்னுடைய உயிரே அந்த டவுசர் பாக்கெட்டுக்குள் இருக்கிறது என்று பாதுகாப்பாக வேட்டியை மடித்துக் கட்டினார். கதவை

அடைத்துப் பூட்டுப் போட்டுப் பூட்டினார். தெருவில் இறங்கி நடந்தார்.

தெரு முக்கில் சைக்கிளில் மூர்த்தி வருவது தெரிந்தது. ஒருகையில் தூக்குவாளியைப் பிடித்து மற்றொரு கையில் ஹேண்பாரைப் பிடித்து சைக்கிளை ஓட்டி வந்தான். அவனால் வேகமாக ஓட்ட முடியவில்லை. ஆனால் சைக்கிளை உழட்டாமல் ஓட்டினான். முதலாளியைப் பார்த்தவன் சைக்கிளை விட்டு கீழே இறங்கி நடந்தான். பொன்ராம் அவனை நோக்கி வேகமாக நடந்தார். வர வேண்டாம் என்பது போல கையை அசைத்தார். அவனுக்குப் புரியவில்லை. அவனும் வேகமாக சைக்கிளை உருட்டி அவரை நோக்கி வந்தான்.

பொன்ராம் கத்தினார். “அங்கேயே நில்லுறா வராதடா” என்றார். சுந்தரமூர்த்தி நின்றான். அவர் கோபத்தில் “சைக்கிளைத் திருப்பி நட” என்று மறுபடியும் கத்தினார். சர்க்கரைதான் ஏதோ தகராறு செய்ய வந்திருக்கிறான், தன்னை சோடா பாட்டிலில் குத்த வந்திருக்கிறான் என்று நினைத்தவன் சுற்றிமுற்றிப் பார்த்தான். ரோட்டில் ஏதாவது கற்கள் கிடைக்கிறதா கட்டை இருக்கிறதா என்று தேடினான்.

மூர்த்தியின் அருகில் வந்த பொன்ராம், “என்னத்த வேடிக்க பாக்குற வாடா” என்று அவனுக்கு முன்னால் வேகமாக நடந்தார். அவனும் அவருக்குப் பின்னால் நடந்தான். இருவரும் பட்டறை வீதியை விட்டு நடந்து மெயின் ரோட்டிற்கு வந்து நின்றார்கள். முதலாளி கோபமாகவும் பரபரப்பாகவும் இருப்பதைப் பார்க்க அவனுக்குப் பயமாக இருந்தது. என்னமோ பெரிய விசயம் நடந்திருக்கிறது என்பது மட்டும் அவனுக்குத் தெரிந்தது.

பொன்ராமிற்கு எங்கு போவது என்று தெரியவில்லை. சைக்கிளை ஒரு கையிலும் தூக்குவாளியை மற்றொரு கையிலும் வைத்து நின்ற மூர்த்தியைப் பார்த்தார். பஜாரில் ஆசாரிமார்களின் நடமாட்டத்தைப் பார்க்க முடியவில்லை. நகைக்கடை முழுவதும் அடைத்திருந்ததைப் பார்த்ததும் அவருக்குப் பயம் மேலும் கூடியது. பஜாரையும் மூர்த்தியையும்

மாறி மாறிப் பார்த்தார். பிறகு வேகமாக நடந்தார். அவருக்குப் பின்னால் அவனும் சைக்கிளை உருட்டியபடி சென்றான். அவனுக்குக் கைலி வேட்டி அவிழ்ந்துவிடுவது போலிருந்தது. தடுக்கித் தடுக்கிவிட்டது.

பொன்ராமுக்கு எங்கு செல்வதென்று தெரியவில்லை. முதலில் டீ குடிக்க வேண்டும். பிறகு யோசிப்போம் என்று நினைத்தார். மூர்த்தியிடம் சைக்கிளை வாங்கி ஊடுகால் போட்டு சீட்டின் மேலேறி உட்கார்ந்தார். “ம்ம் ஏர்றா போவோம்” என்றதும் தூக்குவாளியைக் கையில் பிடித்து பின் கேரியரில் ஏறி மெதுவாக அமர்ந்தான். பொன்ராம் மெதுவாக சைக்கிளை அழுத்தினார். சீட்டு விளையாடுகிற இடத்திற்குப் போகலாமா, அங்கு ஆசாரிமார்கள் நிறையப் பேர் இருப்பார்கள் அவர்களுடன் நாள் முழுக்கப் பேசிக்கொண்டிருக்கலாம் என்று யோசித்தார். வீட்டிற்குச் சென்றுவிடலாம் என்ற யோசனையும் வந்தது, அவருக்குக் குழப்பமாக இருந்தது. வீட்டிற்குச் சென்றுவிடுவோம் என்று முடிவெடுத்தவர் வேகமாக ஓட்டினார்.

பொன்ராமின் வீடு ரயில்வே ஸ்டேஷன் பக்கமிருந்தது. பட்டறை வீதியிலிருந்து ரொம்ப தூரம் போகவேண்டும். வீட்டிற்குப் போவதற்குள் டீ சூடாறிவிடுமென்று நினைத்தவர் இடையில் எங்காவது நிறுத்தி டீ குடிக்கலாம். ஆனால் டம்ளர் இல்லை. சைக்கிளை வேகமாக ஓட்டினார். பஜாரிலிருந்து பரமசிவன் கோயில் வீதிக்குள் சைக்கிளை விட்டு நேராக சுப்புராஜ் நகரை நோக்கி அழுத்தினார். பாலத்திற்குப் பக்கத்தில் மரத்தின் நிழலில் நிறுத்தி, தூக்குவாளியிலிருந்த டீயை மூடியில் ஊற்றிக் குடித்தார். பிறகு தூக்குவாளியை அவனிடம் கொடுத்து குடிடா என்று சொன்னார். மூர்த்தி தூக்குவாளியை இரண்டு கையிலும் பிடித்துக் குடித்தான்.

பொன்ராம் டீ குடித்த பிறகு அவனிடம், “எலே மூர்த்தி, கர்நாடகாவிலயிருந்து போலீசு வந்திருக்குடா. அவங்க கூட்டிட்டு வந்திருக்கிற திருட்டுப்பய யார கைய நீட்டப்போறான்னு தெரியல. அவங்க ஊருக்குப் போற வரைக்கு பட்டறப் பக்கம் வராதடா” என்றவர் தன்னுடைய பாக்கெட்டிலிருந்த ஐந்து

ரூபாய்த் தாளை எடுத்து அவனுக்குக் கொடுத்தார். அவனும் ரூபாயை வாங்கிக் கொண்டான். ரூபாயைப் பாக்கெட்டில் வைக்கும் போது ஞாபகம் வந்தவனாக உள்ளேயிருந்த லாட்டரிச் சீட்டை எடுத்து அவரிடம் கொடுத்தான்.

பொன்ராம் அவனது கையிலிருந்த லாட்டரிச் சீட்டைப் பார்த்ததும் நின்றார். அவனது முகத்தைப் பார்த்தார். அவனும் அவருடைய முகத்தைப் பார்த்தான். அவர் எதுவும் அவனிடம் கேட்கவில்லை. அவனும் எதுவும் சொல்லவில்லை. லாட்டரிச் சீட்டை வாங்கிக்கொண்டு அவருடைய வீட்டை நோக்கி நடந்தார். பரிசு விழுந்திருக்கிறதா கடைக்காரன் எதாவது சொன்னானா என்று அவனிடம் கேட்க விரும்பினார். அதற்கெல்லாம் நேரமில்லையென்பது போல் நடந்தார். சுந்தரமூர்த்தி அவர் நடந்து செல்வதைப் பார்த்தபடி நின்றான்.

20

தாளைமுத்துவின் ரைஸ்மில்லில் பத்து நாட்களுக்கும் மேலாக நெல் உமி விற்காமல் அம்பாரமாகக் குமிந்திருந்தது. உமியைக் காசாக்க வேண்டும். இல்லையென்றால் கெட்டித்துப்போய் வறட்டி தட்டக்கூட பிரயோசனமில்லாமல் போய்விடும். வண்டு விழும். பூச்சி படுத்துவிடும். உமியின் நிறம் மாறிவிடும். புதுநிறம் மாறிவிட்டால் உமியை விற்றுக் காசாக்க முடியாது என்று அவருக்குத் தெரியும்.

தாளைமுத்து உமியைக்கூட்டி குமித்து வைப்பதில் மும்முரமாக இருந்தார். சர்க்கரை ரைஸ்மில் வேலைக்கு வந்த பிறகு சொக்கி வேலை செய்யாமல் சோம்பேறியாகிவிட்டாள் என்று அவளைத் திட்டினார். அவர்கள் இருவரும் பேசிக்கொண்டிருக்கிறார்கள், வேலை செய்வதில்லையென்று அவருக்குத் தோன்றியது. யார் உடம்பு வணங்கி வேலை செய்கிறார். உடம்பு வணங்காமல்

வேலை செய்வது யார் என்பதை தாளைமுத்துவால் கண்டுபிடித்துவிட முடியும்.

சர்க்கரை வேலைக்கு வந்து பத்து நாட்களாகிறது. அவன் ரைஸ்மில்லில் சிகரெட் பிடிக்கிறான் என்கிற 'நியூஸ்' அவருடைய காதுக்குக் கிடைத்தது. அவருக்கு ரைஸ்மில் தெருவில் ஆட்கள் இருக்கிறார்கள். ரைஸ்மில் பின்பாகப் போய் நின்று சிகரெட் புகைக்கிறான், அதை சொக்கியும் பார்த்தும் பார்க்காமல் இருக்கிறாள் என்கிற கோபம் அவருக்கு. அந்தக் கோபத்தில் இருவரையும் கையும் களவுமாகப் பிடித்து விட வேண்டுமென்று மதிய சாப்பிட்டதும் வீட்டில் உறங்காமல் ரைஸ்மில்லுக்கு வந்துவிட்டார்.

மேலத்தெருவிலிருந்து பத்து மரக்கால் உமி வேண்டுமென்று கேட்டு ரைஸ்மில்லுக்கு வந்தவர்கள், உமியைப் பார்த்தார்கள். குருணையைச் சலித்து வைத்தால், காலையில் வந்து வாங்கிக் கொள்வதாகச் சொன்னார்கள். பக்கத்து கிராமங்களிலிருந்து உழவு மாடுகளுக்குத் தீவனம் வைப்பதற்கு வாங்கிக்கொண்டு போகிறவர்கள் இன்னமும் வரவில்லை. எருவு தட்டி விற்பவர்கள் முன் போல உமியை வாங்குவதில்லை. உமி சேர்ந்து அம்பாரமாக குமிந்துகிடப்பதைப் பார்க்கப் பார்க்க அவருடைய மனம் பதறியது. சீக்கிரமாக விற்றுக் காசாக்க வேண்டுமென்று நினைத்தார். சொக்கு சாப்பிட்டு முடியட்டும் என்று தாளைமுத்து காத்திருந்தார்.

சர்க்கரை மதியம் வீட்டிற்குச் சென்று சாப்பிட்டுவிட்டு வந்தான். ரைஸ்மில்லுக்கு வரும்போது பெட்டிக்கடையில் இரண்டு கடலைமிட்டாயும் கோல்ட்ஃபிளாக் பில்டர் சிகரெட்டும் வாங்கிக் கொண்டு வந்திருந்தான். மதியம் உறங்குவதற்கு அப்பா வீட்டிற்குச் சென்றுவிடுவார், அந்நேரம் சிகரெட் புகைக்கலாமென்று நினைத்தான். அவன் சாப்பிட்டுவிட்டு வந்ததும் சொக்கி தூக்குவாளியை எடுத்துக் கொண்டு தாளைமுத்துவின் வீட்டிற்குச் சென்றாள். அவளுக்குத் தினமும் அவருடைய வீட்டிலிருந்து மதியச் சாப்பாடு கொடுத்து விடுவார்கள்.

மதியச் சாப்பாட்டு நேரத்திற்குப் பிறகு ரைஸ்மில்லுக்கு யாரும் வருவதில்லை. தப்பியது போல் சிலர் அவசரமென வருவார்கள். நான்கு மணிக்குப் பிறகு ஒரு ஓட்டம் ஓடும். ரைஸ்மில்லை அடைக்கும் நேரத்திற்குக் கூட்டம் கூடி விளக்குப் பொருத்துகிற நேரத்தில் ஓயும். இரவு ஏழு மணிக்குப் பிறகு தாளைமுத்துவைத் தேடி அவரது நண்பர்கள் வருவார்கள். தாளைமுத்து குளித்து முடித்துத் தயாராக இருப்பார். நடுராத்திரி வரை ரைஸ்மில்லில் அவர்கள் பேசிக்கொண்டிருப்பார்கள்.

சொக்கு முதலாளியின் வீட்டிலிருந்து தூக்குவாளியில் சோறும் தம்ளரில் குழம்பும் வாங்கிக்கொண்டு வந்தாள். 'இந்த மனுஷன் வீட்டுக்குப் போகாம ஏன் உட்காந்திருக்காரு' என்று மனதிற்குள் நினைத்துக் கொண்டாள். அவளுக்கு மதியம் உணவு முடிந்ததும் சிறிது நேரம் காலை நீட்டிப் படுக்க வேண்டும். இல்லையென்றால் மண்டை வலி வந்துவிடும். ரைஸ்மில்லில் அவள் சாப்பிடுவதற்குத் தட்டு இருந்தது. தட்டைக் கழுவி மாவரைக்கும் மிஷினுக்குப் பக்கத்தில் அமர்ந்தாள். அவள் அமர்ந்ததும் புறாக்களும் செவலை நாயும் நான்கு பூனைகளும் அவளருகே வந்தன. அதைப் பார்த்த சர்க்கரைக்கு, இவைகளெல்லாம் எங்கிருந்தன. இந்நேரம் வரை எந்த இடத்தில் ஒளிந்திருந்தன என்று ஆச்சரியமாக இருந்தது.

சொக்கு பூனைகளுக்கும் நாயிக்கும் புறாக்களுக்குமாக உணவை பிரித்துப் பிரித்து வைத்தாள். எந்தெந்த இடத்தில் எவையெவை வந்து அமர்ந்து சாப்பிடும் என்பது அவளுக்குத் தெரியும். தன்னைச் சுற்றி ஆட்கள் அமர்ந்திருப்பதாக நினைத்துப் பேசியபடி சாப்பிட்டாள். சோற்றைக் குழம்பில் பிசைந்து புறாக்களுக்குத் தூவிவிட்டாள். பூனைகளுக்கு வைத்தாள். நாயிக்கு வைத்தாள். மிச்சத்தைச் சாப்பிட்டாள். அந்தத் தூக்குவாளியிலிருந்து சோற்றை எடுக்க எடுக்க வந்து கொண்டிருந்தது. தம்ளர் குழம்பில் அந்தச் சோற்றை முழுவதும் பிசைந்து பிசைந்து அழகாகச் சாப்பிட்டு முடித்தாள். அவள் எழுந்ததும் புறாக்கள் பறந்தன. செவலை அங்கிருந்து நடந்தது. பூனைகளும் ஓடின. இவைகளெல்லாம் எங்கு போனது என்று சர்க்கரையால் கண்டுபிடிக்க முடியவில்லை.

சொக்கு மதிய உணவு முடிந்ததும் ரைஸ்மில் மூலையில் முக்காலியில் அமர்ந்து கால் மேல் கால் போட்டு பேப்பர் படிப்பாள். அவளுக்குப் படிக்கத் தெரியாது. ஆனால் நியூஸ் பேப்பரை சரியாகப் பிடித்து பக்கம் பக்கமாகப் புரட்டுவாள். அவள் கையில் விரித்து வைத்துப் படிப்பதைப் பார்க்க அழகாக இருக்கும். கலையாமல் மடித்து வைப்பாள். அவள் மடித்து வைக்கும் அழகையும் பேப்பரைக் கையில் பிடித்துப் படிக்கும் அழகையும் பார்த்தால் பேப்பர்காரன் கையெடுத்துக் கும்புடுவான் என்று தாளைமுத்து தன் நண்பர்களிடம் சொல்வார். சொக்கு பேப்பரை மடித்து வைத்துவிட்டாளென்றால் தூக்கம் அப்படி வரும் அவளுக்கு. யாராலும் அவளை எழுப்பிவிட முடியாது. மிஷின் ஓட வேண்டும். தடதடவென ஓடும் சத்தத்தில் பதறி எழுந்துவிடுவாள். அவள் உறங்குவதற்கு முன்னால் உமியை எடுத்து உரமூடை வைத்திருக்கும் அறையில் கொட்டிவிட வேண்டுமென நினைத்தார் தாளைமுத்து. அவள் தட்டையும் கையையும் கழுவிவிட்டு வருவதற்குள் அவருக்குப் பொறுமையில்லை.

சர்க்கரை முக்காலியில் அமர்ந்திருப்பதைப் பார்த்தவர், “அந்த இரும்பு வாளிய எடுத்துட்டு வாடா” என்றார். அவன் எடுத்துத் தந்தான்.

“உமிய அள்ளி உரமூட அடுக்கி வைச்சிருக்கோம்மில்ல, அந்த இடத்தில கொட்டு. சுறுசுறுப்பா வேலை செய்யு” என்று சொன்னார். சர்க்கரையும் குனிந்து உமியை முறத்தால் அள்ளி வாளியில் நிரப்பினான்.

சொக்கு, சர்க்கரை உமி அள்ளுவதைப் பார்த்துப் பதறிப்போய் ஓடி வந்தாள். “அய்யோ ஏஞ்சாமி நீங்க எதுக்கு உமிய அள்ளுறீங்க. இந்த வேல உங்களுக்கு எதுக்கு. நானெதுக்கு இருக்கேன். நான் இருக்கும் போது உங்கள அள்ளவிடுவேன்னா” என்று அவனிடமிருந்து உமி நிறைந்த கூடையைப் பிடுங்கினாள். தாளைமுத்துவுக்குக் கோபம் வந்தது. அவளைத் திட்டினார். “இந்த வயசுல இதெல்லாம் செய்யாம பெறகு எப்ப செய்யுறது. எல்லா வேலையும் செஞ்சு பழக வேணாமா” என்று திட்டினார்.

சொக்கு அவருக்குப் பயப்படவில்லை.

“நா எங்க போறேன். செத்தா போனேன்” என்று வெடுக்கென்று அவரைப் பார்த்துச் சொன்னதும் தாளைமுத்து அமைதியானார். சொக்கு சேலையைத் தூக்கி இடுப்பில் சொருவிக்கொண்டாள். வேலையில் அவளிடம் ஆண்கள் தோற்றுப்போவார்கள் என்று தாளைமுத்துவுக்குத் தெரியும். சர்க்கரை உமியை அள்ளிவிட அள்ளிவிட தூக்கித் தலையில் வைத்துக் கொண்டு உர மூடை அடுக்கி வைத்திருக்கும் அறையின் மூலையில் கொட்டிவிட்டு வந்தாள். அவள் வேகத்திற்குச் சர்க்கரையினால் அள்ளிவிட இயலவில்லை. அவனுக்கு மூச்சுவாங்கியது. நெற்றியிலிருந்தும் முகத்திலிருந்தும் வடிந்த வியர்வை தரையில் உதிர்ந்தது. இடுப்பும் காலும் வலிக்கத் தொடங்கின.

சர்க்கரைக்கு அப்போது கனகுவின் ஞாபகம் வந்தது. கனகிற்கு வட்டிக்குப் பணத்தை வாங்கித் தராமலிருந்திருந்தால் இந்நேரம் இந்த இடத்திலா இருப்போம். சினிமா தியேட்டரில் படம் பார்த்துக் கொண்டிருப்போம். குவாட்டர் வாங்கிக் குடிப்போம். கையில் பணம் இருக்கும். கனகுவிற்குப் பணத்தை வாங்கித் தந்ததால் தனக்கு வீட்டிலும் வெளியிடத்திலும் மதிப்பும் மரியாதை இல்லாமல் போய்விட்டது. குருசாமி மாமாவிற்கும் அப்பாவிற்கும் வாய்த் தகராறு பெரியதாகி, சண்டையில் முடிந்தது. பூங்கொடியைப் பார்க்க முடியவில்லை. அன்று மாலை அவளுடன் பேசாமல் மாமாவின் வீட்டிலிருந்து வந்ததிலிருந்து அவள் பார்த்தும் பார்க்காமல் செல்கிறாள் என்பதை நினைத்தபோது அவனுக்கு வேதனை கூடியது.

அந்த வேதனை அவனைச் சலிப்படையச் செய்தது. தன்னுடைய அப்பா ரைஸ்மில்லில் இருக்கிறார் என்பதை மறந்தவனாக சிகரெட் புகைக்கலாமென ரைஸ்மில்லுக்குப் பின்பக்கமாகச் சென்றான். சர்க்கரை ரைஸ்மில்லுக்குப் பின்பக்கத்தில் எந்த இடத்தில் நின்று சிகரெட் குடித்தால் மற்றவர்களால் பார்க்க முடியாது என்று அவனுக்குத் தெரியும். அவன் கழிப்பறைக்குப் பின்னால் இருந்த குத்துச் சுவர் மீது ஏறி குதித்தான். ரைஸ்மில்லுக்கும் பக்கத்து வீட்டுக்காரர்களுக்கும்

பொதுவான இடம். தாளைமுத்து முதலில் பெரிய மண் சுவர் எழுப்பி நிறுத்தியிருந்தார். மழைக்கும் காற்றுக்கும் அழிமானமாகி குட்டைச் சுவராகிவிட்டது.

அந்தக் குட்டைச் சுவருக்கடியில் அமர்ந்து சிகரெட்டை எடுத்துப் பற்ற வைத்தான். சர்க்கரைக்கு சிகரெட் புகைக்கும் போது, கடலைமிட்டாயைத் தின்றபடி புகைப்பான். சிகரெட் புகைத்த பிறகு வாசம் வராது என்பதற்காக ஆரம்பித்த பழக்கம் அப்படியே தொடர்ந்தது. பாக்கெட்டிலிருந்த மிட்டாயை எடுத்துக் கடித்துத் தின்றான். இரண்டாவது தடவையாக உதட்டில் வைத்து சிகரெட்டை இழுத்தபோது, அவனது பின்னந்தலையில் அடி விழுந்தது. விழுந்த அடியில் குப்புறவாக்கில் விழுந்தான். வாயிலிருந்த சிகரெட் எங்கு விழுந்தது, கையிலிருந்த கடலைமிட்டாய் எங்கு விழுந்தது என்று தெரியவில்லை. இரண்டாவது அடி அவனது முதுகிலும் மூன்றாவது அடி அவனது இடுப்பிலும் விழுந்ததும் சுதாரித்து எழுந்து நின்றான்.

சர்க்கரை எதிரே நின்றிருந்த அவனது அப்பாவைப் பார்த்ததும் தடுமாறினான். ஓடுவதற்கு வழி தேடினான். குட்டை மதிலின் மேலேறிவிடலாமா என்று பார்த்தான். ஆனால் தாளைமுத்து விடவில்லை. அவனுடைய நெஞ்சு சட்டையைப் பிடித்துக் கொண்டார். கன்னத்தில் ஓங்கி அறைந்தார். அவனது கண்கள் கலங்கின. உச்சந்தலை முடியைப் பிடித்து ஆட்டி, “சிகரெட் குடிக்கிறயா சிகரெட்டு” என்றார். அதற்குள் சொக்கு வந்து விலக்கிவிட்டாள்.

“போங்க போங்க. தலைக்கு மேல வளந்த புள்ளய இப்படியா அடிப்பாங்க. ஊரு உலகத்தில சிகரெட்டு குடிக்காத ஆளு யாரு. இவன் மட்டுமா குடிக்கிறான்” என்று கோபமாகப் பேசியவள், சர்க்கரையின் கையைப் பிடித்து இழுத்து வந்தாள். அங்கிருந்து ரைஸ்மில்லுக்குப் போவதற்கு மற்றொரு பாதை இருந்தது. அதன் வழியாக அவனை ரைஸ்மில்லுக்கு அழைத்து வந்தாள். நாற்காலியில் உட்காரச் செய்தாள். குடிப்பதற்குத் தண்ணீர் கொடுத்தாள். தாளைமுத்துவும் ரைஸ்மில்லுக்குள்

வேகமாக வந்தார்.

“இனிமேற்பட்டு சிகரெட் குடிக்கிறத பாத்தேன். பாத்த இடத்தில கைய வெட்டிருவேன் சொல்லிட்டேன்” என்றார்.

“சரி சரி பாக்குறன்னிக்கு வெச்சுக்கலாம் இப்ப பேசாம உட்காருங்க” என்றாள். அவள் சொல்லியதும் அவர் கல்லாப்பெட்டிக்குச் சென்று அமர்ந்து கொண்டார். அவருக்கு கோபமாகத்தான் இருந்தது. இன்னமும் இரண்டு அடி அடித்திருக்கலாமென்று நினைத்தார். அவருடைய கை வலித்தது. தனக்கே இவ்வளவு வலிக்கிறது என்றால் அவனுக்கு எவ்வளவு வலிக்குமோ என்று எண்ணியவர் அவனைப் பார்த்தார். சர்க்கரை தலைகுனிந்து அமர்ந்திருந்தான். சொக்கு அவனுக்கு குடிப்பதற்குத் தண்ணீர் கொடுப்பதும் தலையைக் கோதி விடுவதும் சட்டையைச் சரிசெய்வதுமாக அருகில் நின்றிருந்தாள்.

தாளைமுத்து நியூஸ் பேப்பரை எடுத்துப் படித்தார். அவருக்கு ஆச்சரியமாக இருந்தது. எதற்காகச் சொக்குவின் பேச்சைக் கேட்கிறோம். அவள் பேச்சுக்கு மறுபேச்சு எதுவும் பேசாமல் இருக்கிறோம். அவளை ஏன் கோவித்துக் கொள்வதில்லை என்று நினைத்தார். அவருக்குச் சொக்குவை பற்றி யோசிக்கும் போது சிரிப்பு வரும். சமயத்தில் அவளிருக்கும் போது, சிரித்துவிடுவார். அவளும் என்னா சிரிப்பு என்று அவளுடைய கதைகளைச் சொல்லிப் புலம்புவாள். தனது குடும்ப விசயத்தைப் பற்றிப் பேசுவாள். அவளுக்கு மனதிலிருக்கிறதை முழுக்க அப்படியே பேசிவிட வேண்டும். மிஷின் ஓடுவதுமாதிரி படபடவென பேசுவாள். மிஷின் நின்றதும் ரைஸ்மில் அமைதியாகிவிடுவதை போல, பேசி முடித்துவிட்டு அமைதியாகிவிடுவாள் என்று அவருக்குத் தெரியும். அவரும் பேசட்டும் என்று விட்டுவிடுவார்.

ஒருவகையில் அவள் வந்து சண்டையை விலக்கிவிட்டது நல்லதற்குத்தான் என்று எண்ணிக்கொண்டார். மூன்று மணிக்குப் பால்காரன் வருகிற வரை யாரும் பேசிக்கொள்ளவில்லை. அமைதியாக இருந்தனர். பால்காரன் தெருவுக்குள் வந்து சென்றதற்குப் பிறகு ரைஸ்மில்லுக்கு வரிசையாக ஒருவர்

பின் ஒருவராக மாவரைக்கவும் மசால்பொடி அரைக்கவும் வந்தார்கள். சொக்குவும் சர்க்கரையும் முகத்தைத் துடைத்துக் கொண்டு வேலை செய்தனர். தாளைமுத்து அவர்களைப் பார்த்தார். தன்னைப் போல தனது மகனும் அவள் பேச்சுக்குக் கட்டுப்பட்டு நடப்பதைப் பார்க்க அவருக்கு ஆச்சரியமாக இருந்தது.

21

சர்க்கரையின் காதுகளுக்குச் சடசடவென சத்தம் கேட்டது. புறாக்கள் பறக்கின்றன என்று கண்விழித்துப் பார்த்தான். ரைஸ்மில்லுக்குள் குளிர்ந்த காற்றும் தரையின் ஜில்லிப்பும் கூடவே உலர்ந்துகொண்டிருந்த அரிசியின் மணமும் சூடும் அவனது உடலையும் மனதையும் பரவசப்படுத்துவது போலிருந்தது. உற்சாகமாக எழுந்து ரைஸ்மில்லைச் சுற்றும் முற்றும் பார்த்தான். புறாக்கள் எதுவுமில்லை. மழை சிறு தூறலாக விழுந்ததைப் பார்த்தான். மண்ணின் மணம் அவனைக் குதூகலப்படுத்தியது. எதோ ஒன்றை அடைந்துவிட்ட மகிழ்ச்சியில் அங்கும் இங்குமாகச் சென்றான். சொக்கு காப்பியும் வடையும் வாங்கி வரச் சென்றிருந்தாள்.

சர்க்கரை ரைஸ்மில் வாசலில் வந்து நின்றான். தெருவும் வாசலும் சிறிது நனைந்திருந்தன. தற்செயலாகத் திரும்பிப் பார்த்தான். மாவரைக்கும் இயந்திரத்தின் அருகில் யாரோ நின்றிருப்பதுபோல் தெரிந்தது. இருட்டில் சரியாகத் தெரியவில்லை. நன்றாகப் பார்த்தான். வெளிச்சம் போலவும் இருளும் போலவுமிருந்த இடத்தில் கோடுபோல நிழல் அசைந்ததைப் பார்த்தபடி நின்றான்.

தினந்தோறும் ரைஸ்மில்லுக்குள் மாவரைக்க நின்றிருக்கும் ஆட்களின் கூட்டத்தை இருட்டுக்குள் பார்த்துப் பார்த்து, தனக்கு அப்படித் தெரிகிறது என்று தன்னைத் தானே சமாதானப்படுத்திக் கொண்டான். அப்போதைக்கு

அவனுக்கு அந்தச் சமாதானம் போதுமானதாக இருந்தது. பிறகு முக்காலியின் மேல் அமர்ந்தான். காற்று ஜில்லென்று முகத்திலடித்தது. திரும்பவும் சடசடவென சத்தம் கேட்டது. மழை, கண் மூடித் திறக்கிற நேரத்தில் விழுந்து நின்றது. அதன் சத்தம் பலமாகக் கேட்டது, அவனுக்கு ஆச்சரியமாக இருந்தது. பனிக்கட்டி மழையாக இருக்குமென்ற ஆர்வத்தில் வெளியே சென்று தெருவைப் பார்த்தான். அப்படி எதுவுமில்லை.

தெருவை வேடிக்கை பார்த்துவிட்டுத் திரும்பும்போது, யாரோ தன்னை ரைஸ்மில்லுக்குள் நின்று பார்ப்பதுபோல அவனுக்குத் தோன்றியது. எங்காவது ஒளிந்திருக்கிறார்களா என்று தேடினான். மாவரைக்கும் இயந்திரத்திற்குப் பின்னால், மசால் பொடி அரைக்கும் இயந்திரத்திற்குப் பின்னால் மாவு சலிக்கும் சல்லடை வைத்திருக்கும் இடத்தில் மூடைகளுக்குப் பின்னால் இரும்பு வாளிகளை அடுக்கி வைத்திருக்கும் இடத்தில் தேடினான். யாருமில்லை. ரைஸ்மில்லில் இதற்கு முன்பு இப்படி நடந்ததில்லை.

சர்க்கரை ரைஸ்மில்லுக்குள் வந்ததும் அவனறியாமல் அவனது கண்கள் மிஷினுக்குப் பின்னால் சென்றன. தன்னைப் பார்த்துக் கொண்டிருந்த உருவத்தை அவனால் பார்க்க முடிந்தது. இருட்டில் விழுந்து நகரும் வெளிச்சத்தைப் போல் அந்த உருவம் அங்கிருந்து நகர்ந்தது. தலை தெரிந்தது. அவனால் முகத்தைப் பார்க்க முடிந்தது. சட்டையின் நிறத்தைப் பார்க்க முடிந்தது. உருவத்தின் கைகளில் ஒன்று மிஷினைப் பிடித்துக் கொண்டு நின்றிருந்தது. அந்த முகத்தை இதற்கு முன்பு பார்த்த ஞாபகமிருந்தது. மூக்கு, உதடு, சற்று எத்தித் தெரியும் மேலுதடும் பல்லும். யாராக இருக்கும். எந்த இடத்தில் எந்தக் கடையில் பார்த்திருக்கிறோம் என்று அவனுக்கு ஞாபகத்திற்கு வரவில்லை. சொக்கு வரட்டும் என்று பயத்தோடு காத்திருந்தான்.

சொக்கு டீயும் வடையும் வாங்கிக்கொண்டு வந்தாள். அவள் வாசலில் நுழையும் போது வடையின் மணம் வந்தது. மாவு வடை வாங்கிக்கொண்டு வந்திருந்தாள். அவளைப் பார்த்ததும்

இருட்டுக்குள் பார்த்ததைச் சொல்ல வேண்டும் என்று சென்றான். திரும்பித் திரும்பி இருட்டைப் பார்த்துக் கொண்டு சென்றான். சொக்கு அவனுக்கு வடையைத் தந்து தின்னச் சொன்னாள்.

சர்க்கரை அவளிடம், "சொக்கு ரைஸ்மில்லுக்குள்ள யாரோ ஒளிஞ்சிருக்கிற மாதிரி தெரியுது" என்று சொன்னதும் சொக்கு பத்ரகாளியைப் போல இரண்டு கைகளையும் ஆட்டிக்கொண்டு நாக்கைத் துருத்திக் கொண்டு சென்றாள். அது எவன்டா என்று கத்தியபடி அவள் சென்ற வேகத்தில் ஆளைப் பிடித்துவிடுவாள் என்று நினைத்தான் சர்க்கரை.

சொக்கு ரைஸ்மில்லுக்குள் தேடாத இடமில்லை. கழிப்பறைக் கதவு திறந்திருந்தது. குட்டை மண் சுவர் பக்கம் சென்று தேடினாள். வாசலின் மடக்குக் கதவுக்குப் பின்னாலிருக்கிறானா என்று தேடினாள். மூடையைப் புரட்டிப் போட்டாள்.

"என்னாடா இது ஆச்சரியமா இருக்கு. ஓங்கண்ணுக்குத் தெரிஞ்சவன் ஏங்கண்ணுக்குத் தெரியல" என்றாள்.

சர்க்கரை வடையைத் தின்று முடித்தான். தம்ளரில் அவனுக்கு டீயை ஊற்றித் தந்தாள். சொக்கு தனக்கும் அவனுக்குமாக இரண்டு வடை வாங்கியிருந்தாள். அவனுக்குக் கொடுத்துவிட்டு தன் பங்கைப் பிய்த்துத் தின்றாள். அவள் வடையைச் சாப்பிடுவதற்கு முன்பு பிய்த்ததை அவனுக்குக் கொடுத்து சாப்புடு என்றாள்.

சர்க்கரை, "நீ சாப்புடு எனக்குப் போதும்" என்றான். "சும்மா தின்னு இந்த வயசுல திங்காம எந்த வயசுல திங்கப்போற" என்று தந்தாள். அவன் வெட்கத்தோடு வாங்கிக்கொண்டான். அவள் தனக்குப் பக்கத்தில் அமர்ந்திருக்கும் போது வேறெந்தச் சிந்தனையும் வருவதில்லை என்று நினைத்தான். திரும்பித் திரும்பி ரைஸ்மில்லின் மூலையைப் பார்த்துக் கொண்டான். யாருமில்லை. டீயைக் குடித்துவிட்டு, தம்ளரை அவளிடம் கொடுத்தான். அவள் தூக்குவாளியைக் கழுவுவதற்குத் தண்ணீர் தொட்டிப் பக்கம் சென்றாள்.

சர்க்கரை முக்காலியிலிருந்து எழுந்து சிகரெட் குடிக்கலாமா என்கிற யோசனையில் நின்றான். கண்ணாடியின் ஒளி முகத்தில் விழுந்து விலகுவது மாதிரி இருட்டான இடத்தில் உருவத்தின் வெளிச்சம் நகர்ந்ததை அவன் திரும்பவும் பார்த்தான். பயத்தில் அவனது உடலும் மனமும் பதறியது. அடுக்கி வைக்கப்பட்டிருந்த நெல் மூடைகளுக்குப் பின்னாலிருந்து புகையைப்போல் மேலெழுந்த உருவம், வெளிச்சத்தின் கோடுகளைப் போல் குறுக்கும் மறுக்குமாக அலைந்தது. இயந்திரத்திற்குப் பின்னால் சக்கரத்தின் பட்டையைத் தாண்டிச் சென்ற வெளிச்சத்தை அவனால் பார்க்க முடிந்தது. அதன் உயரம், உருவத்தின் பருமன் யாரையோ அடையாளப்படுத்துவது போலிருந்தது. நினைவில் இருக்கிறது. ஆனால் உடனே ஞாபகத்திற்கு வரவில்லை.

கண்களைக் கூசும் வெளிச்சமும், அது உயரமாகத் தரையிலிருந்து மேலேழுந்து தகரத்தை முட்டுமளவுக்குப் பரவி, பிறகு ஒடுங்கிச் செல்வதைக் கண்டவனுக்குப் பயம் கூடியது. தெருவிலிருந்து சிறுவர்கள் கண்ணாடி வைத்து விளையாட்டுக் காட்டுகிறார்களா என்று பார்த்தான். ரைஸ்மில்லுக்கு எதிரே யாருமில்லை. கண்ணாடியில் ஒளியை வாங்கி எதிரே இருப்பவர்களின் முகத்தில் காட்டும் விளையாட்டுப்போல ரைஸ்மில்லின் இருட்டான இடத்திலெல்லாம் ஒளியைக் காட்டி விளையாடுகிறார்களா என்கிற சந்தேகம் அவனுக்கு வந்தது.

சொக்குவைப் பார்த்தான். அவள் தூக்குவாளியைக் கழுவி முடித்திருந்தாள். தண்ணீர்த் தொட்டியில் வெளிச்சம் விழுந்து நீர் பளிச்சென அலைந்ததைப் பார்த்தான். இந்த வெளிச்சந்தான் உள்ளே வருகிறதா என்று பார்த்தான். அப்படி எதுவும் நடக்க வாய்ப்பில்லை என்று யோசித்தவன் திரும்பவும் ரைஸ்மில்லுக்குச் சென்றான்.

சொக்கு அவனைப் பார்த்தாள். “ஏன் ஒரு இடத்தில உக்காராம அங்குட்டும் இங்குட்டுமா நடந்துட்டிருக்க” என்று கேட்டாள்.

சர்க்கரை நெல் மூடையைப் பார்த்தான். அரவை இயந்திரத்தைப் பார்த்தான். “சொக்கு எனக்கு யாரோ நடமாடிட்டு இருக்கிறதுக்கெனக்காத் தோணுது. எங்கணும் தெரியல”

என்று பயத்துடன் சொன்னான். அவள் அவனது முகத்தைப் பார்த்துவிட்டு, “செத்த நேரம் நீ வாசல்ல நில்லு. நா கூட்டுறேன். அப்பறம் நீ வா” என்றாள். அவனும் வாசலுக்குச் சென்றான்.

ரைஸ்மில்லைக் கடந்து போகும் சைக்கிளையும் நடந்து போகும் ஆட்களையும் வேடிக்கை பார்த்தான். யாரேனும் அரவைக்கு வருகிறார்களா என்று பார்த்தான். சொக்கு நீரை வாளி நிறையக் கொண்டு வந்தாள். “வெலகு வெலகு வாசத்தெளிக்றேன்” என்று நீரை இரும்பு டப்பியில் முகர்ந்து படியிலும் ரோட்டிலுமாக விசிறியைப் போல் அழகாகத் தெளித்தாள்.

ரைஸ்மில்லுக்குச் சென்று முக்காலியில் அமர்ந்துகொண்டான். அவனுக்கு அரவை இயந்திரத்தின் பக்கம் திரும்ப முடியவில்லை. முதுகின் பின்னால் தலைக்குப் பின்னால் யாரோ நின்றிருக்கிறார்கள். திரும்பிப் பார்த்தால் ஒளிந்து கொள்கிறார்கள். ஆளின் முகம் ஞாபகத்திலிருக்கிறது. யாரென உடனே வர மறுக்கிறது என்ற பயத்தில் அமர்ந்திருந்தான். தொடைகள் நடுங்கின. அதோடு சிறுநீர் வருவது போலிருந்தது. பெருச்சாளியோ எலியோ இரும்பு சல்லடையின் மேலேறி ஓடும் சத்தத்தைக் கேட்டு பயந்து திரும்பினான். தனக்கு இவ்வளவு பயம் எங்கிருந்து வந்தது. எதற்காக பட்டப்பகலில் பயப்படுகிறோம். யாருக்காகப் பயப்பட வேண்டும். யார் வந்து தன்னை என்ன செய்துவிட முடியும் என்று தைரியத்தை வரவழைத்துக் கொண்டான். முன்பு தைரியமாக இருந்துதானே சுந்தரமூர்த்தி தன்னை சோடா பாட்டிலால் குத்திவிட்டுச் சென்றான். தன்னை யாரும் ஒன்றும் செய்துவிட முடியாது என்று தெனாவட்டாகவும் இருக்கக் கூடாது என்று சர்க்கரை திரும்பிப் பார்த்தான்.

அவனுக்கு இருட்டுக்குள் கனகுவின் முகம் தெளிவாகத் தெரிந்தது. இருட்டில் மெழுகுவர்த்தி ஏற்றியதும் மினுங்கி பிறகு பிரகாசமாகும் வெளிச்சத்தைப் போன்று அந்த முகம் இருட்டுக்குள் சிறிது சிறிதாக அவனது கண்களுக்குப் புலப்பட்டது. அவனறியாது தொடைகளிடையே மூத்திரம் வெளியேறியது. கைகள் நடுங்கின. உதடுகள் காய்ந்தன. முகம்

பயத்தில் இறுக்கமானது. உடல் வியர்த்து, சட்டை வியர்வையில் ஒட்டிக்கொண்டது. தன்னுடைய மூச்சு நின்றுவிடுமளவிற்கு நெஞ்சு அடித்துக்கொள்வதையும் அதன் சத்தம் காதுகளுக்குக் கேட்பதையும் அவன் உணர்ந்தான். அவனால் நிற்க முடியவில்லை. கத்த வேண்டுமெனத் தோன்றியது.

சொக்கு அவனருகில் வந்து நின்றது அவனுக்குத் தெரியவில்லை. சொக்குவிடம் ஜாடையில் அந்த இடத்தைப் பார்க்கச் சொன்னான். அவள் பார்த்துவிட்டு என்ன என்று கேட்டாள். அவன் திரும்பவும் கையை நீட்டினான். அவள் அவன் கைநீட்டிய இடத்திற்குச் சென்று பார்த்தாள்.

சொக்கு திரும்பி வந்து ரைஸ்மில்லின் விளக்குகள் அனைத்தையும் போட்டாள். “இருட்ட பாத்தா பல சிந்தன ஓடும் மனசுல. வெளிச்சம் இருக்குறது நமக்குத்தொனை” என்று சொன்னாள். ரைஸ்மில் முழுக்க வெளிச்சமானது. ஒவ்வொரு இடமும் வெளிச்சத்தில் புதிதாகத் தெரிந்தன. மூடைகளுக்குப் பின்னால் சல்லடைகளுக்குப் பின்னால் வெளிச்சமான இடங்களைப் பார்த்தான். சற்றுமுன் தெரிந்த கனகுவின் முகத்தை இப்போது பார்க்க முடியவில்லை.

சொக்குவின் அருகே அவன் நின்றான். அவனுக்கு இன்னமும் பயம் போகவில்லை. விளக்குகளை அணைத்துவிட்டால் திரும்பவும் கனகுவின் முகம் தெரியுமென நினைத்தான். வெளிச்சத்திலும் எங்காவது ஒளிந்திருப்பான். இருட்டிலும் எங்காவது ஒளிந்திருக்கிறான் என்று அவனுக்குத் தோன்றியது.

“சொக்கு, செத்துப்போன ஆள திரும்பவும் பாத்தா என்னா நடக்கும்” என்று அவன் கேட்டான்.

“ராத்திரி கனாவில எதாச்சும் பேய் பிசாசுன்னு பாத்துப் பயந்துட்டீயா...?”

“இல்ல சொக்கு மில்லுக்குள்ள ஆளு நடமாடுறமாதிரி இருக்குன்னு சொன்னேன்னில...!”

“ஆமா!”

“அது செத்துப்போன கனகு மாதிரி தெரியுது...”

“இந்தப் பட்டப்பகல்லயா பேய் பிசாசு வருது. ராத்திரி வந்தா ஒருவேளைக்கு நம்பலாம் பேயின்னு. எதுக்கும் பத்தி பொருத்தி சூடம் காட்டுறேன் பேய் பிசாசெல்லாம் போயிரும். நம்மள அண்டாது” என்று கல்லாப்பெட்டிக்குச் சென்று பத்திக்கட்டிலிருந்து பத்திக்குச்சி ஒன்றை எடுத்துப் பொருத்தினாள். “இன்னைக்கு யாரு முகத்தில முழிச்சே. ஏ உனக்கு இப்படியெல்லாம் எண்ணம் ஓடுது. தைரியமா இருக்கணும்ய்யா. இளந்தாரிப்புள்ள இப்படியா பயப்படுறது” என்று பத்தியை ரைஸ்மில் முழுக்கக் காட்டினாள். அவளது செயலில் அவனுக்கு நம்பிக்கை இல்லையென்றாலும் அப்போதைக்கு அது தேவையாக இருந்தது.

“அந்த ஆளு சாகுறதுக்கு நாந்தான் சொக்கு காரணம்.”

“நீயா கொன்னா. அவந்தலயெழுத்துய்யா.”

“அந்தாளுக்கு நா கடன வாங்கிக் கொடுக்காம இருந்திருந்தா உசிரோட இருந்திருப்பாரில்ல.”

“சரி நீ கடனை வாங்கித்தரல, வேறொருத்தன் அவனுக்குக் கடனுக்குப் பணத்த கொடுத்து, அத கட்ட முடியாம செத்துப்போயிருப்பானில்ல. இந்தத் தேதியில இந்த நேரத்தில அவஞ்சாகணுங்கிறதுதான் விதி.”

“ஏம்மனசில அப்படிப்படுது சொக்கு. நாந்தா அந்தாளு சாகுறதுக்குக் காரணமுன்னு நெனைக்குறேன்.”

“நெனச்சுட்டே இருந்தா ஓம்பொழப்பு போயிரும்.”

“அவரு முகம் இன்னும் கண் முன்னாடியே நிக்குது. அவரு புள்ளக சீக்கிரமா வாங்க சாப்புடுவோம்முன்னு சொன்னத நீ கேட்டுருந்த, அந்த இடத்தில அழுதுருப்ப சொக்கு. அந்தப் புள்ளைகள நெனச்சிட்டா உடம்பு நடுங்குது” என்று கண் கலங்கிச் சொன்னான்.

சொக்கு அதைக் கேட்டதும் பதறிப்போய் அவனது முகத்தைப் பார்த்தாள். கண்ணீர் மீசையில் வடிந்து உதட்டில் நின்றது.

“நேத்துப் பயன்னு உன்னய நெனச்சுட்டு இருந்தேன். ஓம்மனசுல எம்புட்டு பயம் இருக்குது. எம்புட்டு கவல இருக்குது.”

“அந்தப் புள்ளைகள போய் ஒரு எட்டுப் பாத்து நாலு வாத்தய பேசிட்டு வருவோம்முன்னு எங்க மாமாவ கூப்பிடப் போன அந்த ஆளு… போ சொக்கு ஏம்மனசுல எவ்வளவோ கவல இருக்குது. அதயெல்லாம் நா யாருகிட்டயும் சொல்ல மாட்டேன்” என்று கண்ணீரைத் துடைத்துக்கொண்டு சொன்னான். அதைக் கேட்டதும் சொக்குவிற்குச் சிரிப்பாகவும் இருந்தது, கவலையாகவுமிருந்தது.

22

சுந்தரமூர்த்திக்கு காலையிலிருந்து உள்ளங்கை அரித்தது. உள்ளங்கை அரித்தால் காசு வரும், காசு சேரும் என்று அவனது அம்மா பாக்கியம் சொல்லியது ஞாபகத்திற்கு வந்தது. உண்மையில் அவனிடம் சிறிது பணம் இருந்தது. மூன்று வாரமாக சினிமாவுக்குப் போகவில்லை. வீடு பட்டறை என்று மும்முரமாக இருந்தான். வேலை முடிந்ததும் ஓய்வில்லாமல் அடுத்தடுத்து வேலைகள் இருந்தன. ராத்திரி வீட்டிற்குச் செல்வதற்குப் பத்து மணியாகிவிடும். தினமும் தருகிற பேட்டா பணத்தைப் பட்டறையில் தன்னுடைய இடத்திலிருக்கிற சீல் டப்பாவில் ஒளித்து வைத்திருந்தான். காலையில் கடையைத் திறந்ததும் டப்பாவை எடுத்துப் பார்த்துவிட்டுப் பிறகுதான் பட்டறையை எடுத்து வைப்பான். காலையில் பட்டறையைத் திறந்ததும் ஒரு பார்வை பார்த்துக்கொண்டான்.

மூர்த்திக்கு சேர்த்து வைத்த பணத்தை என்ன செய்வது என்று தெரியவில்லை. போடியில் மூன்று நான்கு சினிமா பார்க்கலாம். தேனிக்குப் போனால் ஒரே நாளில் தீர்த்துவிடலாம். இரண்டு நாள் புரோட்டா கடையில் மனசார சாப்பிடலாம். சனிக்கிழமை ஒருநாள் முழுக்க எங்காவது ஊர் சுற்றிவிட்டு வர வேண்டும் என்று ஆசைப்பட்டான். முடியவில்லை. வேலை வேலை என்று ஒன்று போக ஒன்று வந்து கொண்டிருந்தது. பட்டறை குப்பை டின் டின்னாக சேர்ந்து கொண்டிருந்தது. டின் முழுக்கச்

சேர்ந்ததும் சாக்குப் பையில் கொட்ட வேண்டும். சாக்குப் பை நிறைந்ததும் அதனை மதிய நேரம் சாப்பிட வீட்டுக்குப் போகும் போது முதலாளியின் வீட்டில் கொடுக்க வேண்டும். இதுவரை அவருடைய வீட்டில் பத்து பதினைந்து சாக்குப் பைகள் சேர்ந்துவிட்டன.

பொன்ராம் ஆயுதபூஜை முடிந்ததும் தீபாவளி சமயத்தில் குப்பைக்காரனை அழைத்து வந்து வீட்டில் வைத்து அலசுவார். அந்த நேரத்தில் மூர்த்தியின் கையில் பணம் புரளும். திராவகம் வாங்க வேண்டும். ரசம் வாங்க வேண்டும் என்று பணத்தைத் தருவார் முதலாளி. சிட்டையில் எழுதி அவர் தரும் பணத்திற்குக் கணக்குக் காட்டுவான். ஆனால் அவர் பார்க்க மாட்டார். மீதி எவ்வளவு இருந்தாலும் அப்படியே அவனிடம் தந்துவிடுவார். போன வருடம் ஆவனி மாதத்திலிருந்து தீபாவளிவரை சேர்த்து வைத்த பணத்தில் புது பேண்ட்டும் சட்டையும் வாங்கினான். இந்த வருடம் எப்படிப் பணம் சேரப்போகிறது என்று கவலையாக இருந்தான். ஆவனிக்கு இன்னும் மூன்று நான்கு மாதங்கள் இருந்தன.

சுந்தரமூர்த்திக்குப் பணத்தை எண்ணிப் பார்க்க வேண்டுமென்கிற ஆர்வம் வந்தது. பட்டறையின் வாசலுக்கு வந்து தெருவில் யாராவது நின்றிருக்கிறார்களா என்று நோட்டமிட்டான். யாருமில்லை என்று தெரிந்ததும் சீல் டப்பாவை எடுத்தான். அதற்குள்ளிருந்த ரூபாய் நோட்டுகளை ஒவ்வொன்றாக எடுத்து மடியில் வைத்தான். மூன்று வாரமும் டப்பாவுக்குள் மடிந்தும் சுருண்டும் இருந்த ரூபாய் நோட்டுக்களை எடுத்து விரித்து சுருங்கல் கசங்கல் இல்லாமல் அடுக்கினான். இரண்டு ரூபாய் நோட்டுகளை முதலிலும் பிறகு ஒரு ரூபாய்த் தாளையும் அடுக்கி எண்ணினான். பதினைந்து ரூபாய் இருந்தது. ரூபாயை நுகர்ந்து பார்த்தான். பிறகு கன்னத்தில் வைத்துத் தேய்த்துக் கொண்டான். இன்னொரு தடவை எண்ணிப் பார்த்தான். அவனுக்கு அப்போது சர்க்கரையின் ஞாபகம் வந்தது. 'என்னய நீ கையில தானா அடிச்சே நான் இந்தப் பணத்தால அடிக்கிறேன்' என்ற வசனம் அவனது மனதிற்குள் ஒலித்தது. எந்த நடிகன் பேசுவது போல் பேசினால் நன்றாக இருக்குமென மனதிற்குள்

பேசிப் பார்த்தான். அவனால் சரியாக வசனத்தைப் பேச முடியவில்லை. யாரேனும் வந்துவிடுவார்களென ரூபாயை மடித்து டப்பாவுக்கு வைத்தான். மொத்தமாக சுருட்டி வைத்தால் டப்பாவை விட்டுப் பிதுங்கி நோட்டுகள் வெளியே தெரிந்தன. ஒவ்வோர் ரூபாயாக மடித்து மடித்து டப்பாவுக்கு வைத்தான். சரியாக இருந்தது.

இரவு பட்டறையை அடைத்துவிட்டு புரோட்டா கடைக்குப் போய் சாப்பிடலாமென்கிற எண்ணம் அவனுக்கு வந்தது. சர்க்கரையுடன் சண்டை போட்டதற்குப் பிறகு எந்தக் கடைக்கும் போகவில்லை. எந்தக் கடை புரோட்டா இப்போது நன்றாக இருக்கிறது என்று தெரியவில்லை. யாரிடம் கேட்கலாம் என்று யோசித்துப் பார்த்தான். தினமும் புரோட்டாவும் ஆம்லெட்டும் சாப்பிட்டுவிட்டு வீட்டுக்குப் போகிறவர்கள் பட்டறைவீதியில் இருந்தார்கள். கடையில் சாப்பிட்டு விட்டு வீட்டுக்குப் போய் ரசஞ்சோறு சாப்பிடுவது அவர்களது வழக்கம். அப்பொழுதுதான் சாப்பிட்டது மாதிரி இருக்கும். இல்லையென்றால் நடுராத்திரியில் பசிக்கும் என்று சொல்வார்கள்.

ஆனந்த் தியேட்டருக்குப் போகும் வழியில் புதிதாக புரோட்டா கடை திறந்தார்கள். அந்தக் கடையில் புரோட்டாவுக்கு கோழிக்குழம்பு ஊற்றுகிறார்கள், குழம்பு கிண்ணத்தை டேபிளில் வைத்துவிடுகிறார்கள், எவ்வளவு வேண்டுமென்றாலும் ஊற்றிக்கொள்ளலாம், அதில் இரண்டு மூன்று கறித்துண்டு இருக்கிறது என்று பட்டறைவீதியில் பேசிக்கொண்டது அவனுக்கு ஞாபகத்திற்கு வந்தது. புரோட்டாவை பிய்த்துப் தின்னுவதை விட பிய்த்துப் போட்டு ஊறவைத்துத் தின்ன வேண்டுமென்கிற ஆசை அவனுக்கு நீண்ட நாட்களாக இருந்தது. அதை இப்போது நிறைவேற்றவேண்டுமென விரும்பினான்.

கடையில் சாப்பிடப் போகும் போது சப்ளையர் பிய்த்துப் போட்டுக் குழம்பை அளவாக ஊற்றுவார். “இன்னும் கொஞ்சம் ஊத்துங்கண்ணே” என்று கேட்டால் “முதல்ல இத சாப்புடுறா. அப்பறமேட்டிக்கு ஊத்றேன்” என்று சாமாளித்துவிடுவார்.

இரண்டாவது தடவை வேறு குழம்பு வரும். முதல் குழம்பு ருசி மாதிரி இருப்பதில்லை. கோழிக் குழம்பு மாதிரியும் இல்லாமல் மட்டன் குழம்பு மாதிரியும் இல்லாமல் தினுசாக இருக்கும். “மொதல்ல ஊத்துன கொழம்ப ஊத்துங்கண்ணே” என்று கேட்பதற்குப் பயமாக இருக்கும். வெட்கமாக இருக்கும்.

சப்ளையர் விரட்டுவார். “நீ திங்குற மூணு புரேட்டாவுக்கு எத்தன கிண்ணம் கொழம்ப கேப்ப” என்று விரட்டுவார். சப்ளையருக்குத் தனியாக காசு கொடுத்தால் நல்ல குழம்பு ஊற்றுவார் என்று சொல்வார்கள். இந்த வாரம் புரோட்டா கடைக்குப் போக வேண்டும் என்று முடிவு செய்தான். எந்தக் கடைக்குப் போக வேண்டுமென்று சீக்கிரமாக முடிவு செய்ய வேண்டுமென்று நினைத்துக் கொண்டான். மணியிடமும் குழந்தைச்சாமியிடமும் கேட்டால் தகவல் சொல்வார்கள் என்று அவனுக்குத் தெரியும்.

சில நேரங்களில் எந்த ஹோட்டலில் புரோட்டா சாப்பிடலாம் என்று அவர்களில் யாரிடமாவது கேட்டால், “நானும் சாப்பிட வர்றேன். உனக்குச் சொன்னாலும் அந்தக் கடை இருக்குற இடம் தெரியாது. எனக்குத் தெரிஞ்ச சப்ளயர் ஒருத்தரு அங்க வேல செய்யுறாரு. உன்னோட என்னயும் கூட்டிட்டுப் போடா. எனக்குக் காசு வர்றப்ப நா உன்னய கூட்டிட்டுப் போறேன்” என்று சொல்வார்கள். மூர்த்தியும் அழைத்துச் சென்றிருக்கிறான். ஆனால் அவர்களுக்குப் பணம் கிடைத்ததும் ஒருநாள் கூட மூர்த்தியை அழைத்துச் சென்றதில்லை. அவர்கள் அவனுக்குத் தெரியாமல் கடைக்குச் சென்று சாப்பிட்டுவிடுவார்கள். அவனிடம் காசிருப்பது தெரிந்தால் மணியும் குழந்தையும் இந்நேரம் மொய்த்துவிடுவார்கள்.

மணிக்கும் குழந்தைசாமிக்கும் போடியில் எந்தெந்த இடத்தில் புரோட்டா கடை புதிதாகத் திறந்திருக்கிறார்கள், என்னென்ன குழம்பு ஊற்றுகிறார்கள் சப்ளையர் எப்படி புரோட்டா மாஸ்டர் எப்படி என்பதைக் கண்டுபிடித்துப் பட்டறைவீதியில் வேலை செய்யும் அவர்கள் வயதுக்காரர்களுக்குத் தகவல் சொல்வதை வழக்கமாக வைத்திருந்தனர். மூர்த்தி அவர்கள் இருவருக்கும்

தெரியாமல் சாப்பிடப் போக வேண்டுமென்று நினைத்தான்.

பொன்ராம் வருகின்ற நேரம். அவர் வந்தவுடன் சாம்ராணி பத்தி பொருத்த வேண்டும். சாம்ராணி டப்பாவை எடுத்து அவரது பட்டறைக் கட்டையின் மேல் வைத்தான். ஊதுகுழல் இடுக்கி எல்லாம் தயாராக இருந்தது. உமியோட்டைச் சுத்தமாக ஈரத்துணியில் துடைத்து விபூதி பூசி புது உமியை உப்பலாக அமுக்கி வைத்திருந்தான். பொன்ராம் வந்தவுடன் நெருப்பை ஊதிபத்தி காட்டி வேலையை ஆரம்பிக்க வேண்டியதுதான் என்று மூர்த்தி நினைத்தான்.

ஜவ்வை சரவணன் பட்டறையின் முன்பாக சைக்கிளை நிறுத்தி ஒருகாலை படியிலும் மற்றொரு காலை தரையில் ஊன்றி நின்றான். மூர்த்தியைப் பார்த்து, "எங்கடா உங்க ஓனரு" என்று அதட்டுவது போல் கேட்டான். இன்னும் வரவில்லையென்று சொன்னதும் சரவணன், "வந்ததும் நா வந்துட்டு போனேன்னு சொல்லு" என்றான். மூர்த்தியும் சரி என்றான். அவன் சைக்கிளை வேகமாக ஓட்டிச் செல்கிற சத்தம் கேட்டது. ஜவ்வை சரவணன் தினமும் லாட்டரிச் சீட்டு வாங்குவான். போடியிலிருக்கிற லாட்டரிச் சீட்டு விற்பவர்கள் அவனுக்குத் தினமும் தனியாக சீட்டுகளை எடுத்து வைத்துவிடுவார்கள். நூறு ரூபாயிக்குக் குறையாமல் பரிசு கிடைக்கும்.

பொன்ராம் வந்ததும் தெரியவில்லை, பட்டறைக்குள் நுழைந்ததும் தெரியவில்லை. கதவுக்குப் பின்னால் செருப்பைக் கழற்றி வைத்துவிட்டு அவருடைய சீட்டில் அமர்ந்து கொண்டார். கண் மூடித் திறப்பதற்குள் அவர் வந்து அமர்ந்தது அவனுக்கு ஆச்சரியமாக இருந்தது. வழக்கமாக அவர் பட்டறைக்கு வரும் போது சிறிது நேரம் வாசலில் நின்று தெற்கும் வடக்கும் திரும்பிப் பார்த்துவிட்ட பிறகு தான் பட்டறைக்குள் நுழைவார், ஏன் இப்படி அவசரமாக வந்து உட்காருகிறார் என்று நினைத்தான் மூர்த்தி. நேற்று உடுத்தியிருந்த சட்டையை இன்றும் உடுத்தியிருந்தார். வேட்டியும் அதேதான். வேட்டியைத் திருப்பிப் போட்டுக் கட்டியிருந்தது தெரிந்தது. தலையில் எண்ணெய் இருந்தது. நெற்றியில் விபூதியும் சந்தனமும் தீற்றலாக இருந்தது.

பொன்ராம் பத்திக் குச்சி பொருத்தக்கூட இல்லை. ஐவ்வை சரவணன் திரும்பவும் பட்டறையின் வாசலில் வந்து நின்றான். தடாபுடாவென்று சைக்கிளை நிறுத்திவிட்டு வேட்டியை இறக்கிவிட்டு பட்டறைக்குள் வந்தான். பொன்ராம் எதுவும் சொல்லாமல் பந்திப் பாயின் மேல் அமர்ந்தான். பொன்ராமும் சரவணனும் பங்காளிகள். பொன்ராம், சரவணனை, தம்பி தம்பி என்று உரிமையாகப் பேசுவார். சரவணன் கைமாறாக பணம் தேவைக்கு மட்டுந்தான் அவர் பட்டறைக்கு வருவான்.

பொன்ராம் நிமிர்ந்து பார்த்தார். “வாடா தம்பி” என்று இழுத்தவர் அவனது முகத்தைப் பார்த்தார்.

“அண்ணே காலையில வந்துட்டேன்னு கோவிச்சுக்காத. அவசரம் வேற வழியில்ல. ஐம்பது ரூபா வேணும்ண்ணே” என்று ஆரம்பித்தான்.

“காலயில ஏங்கிட்ட ஏது பணம். டீ குடிக்கக் காசில்லாம வந்துருக்கேன். வீட்டுல பிள்ளக வடை கேட்டதுக்கு காசில்லாத கோவத்துல திட்டிட்டு வந்துருக்கேன். என்னயப் பாத்தா என்ன நக்கலா தெரியுதாடா உனக்கு” என்று குரலை உயர்த்திப் பேசினார். ஆனால் உண்மையில் அது கோபமில்லை என்பது மூர்த்திக்குத் தெரியும். பொன்ராம் இழுத்தடித்துப் பேசிப் பேசி விரட்டுவதற்குப் பார்ப்பார். சரவணன் எவ்வளவு தூரத்திற்குப் பேசி கெஞ்சிக்கூத்தாட முடியுமே அவ்வளவு தூரத்திற்குப் பேசி வாங்கவேண்டுமெனக் காத்திருப்பான். இது மாதத்தில் ஒருநாள் இரண்டு நாள் நடக்கிறதுதான்.

பொன்ராம் காசில்லை என்று முடிவாகச் சொன்னார். சட்டை பாக்கெட்டைக் காட்டினார். மேஜை டிராவைத் திறந்து காட்டினார். உண்டியல் டப்பாவைக் கூட எடுத்து குலுக்கிக் காட்டிவிட்டார். சரவணனுக்கு சங்கடமாக இருந்தது.

“எதுக்குடா இந்நேரத்துக்கு உனக்கு ஐம்பது ரூபா?”

“வீட்டுக்கு விருந்தாளி வந்திருக்காங்கண்ணே கறி எடுக்கணும்.”

“கறி எடுக்கணுமின்னா காலையில அஞ்சு ஆறு மணிக்குப் போகணும். இந்நேரம் போன முத்தல் கறிதான் தொங்கும்.”

“கோழி பிடிக்கணும்ண்ணே.”

“ஏங்கிட்ட காசில்ல தம்பி.”

“சரி நா லாட்டரிச் சீட்டுக் கடையில போய் சீட்ட அடமானம் வெச்சுக் கடன் வாங்கிக்றேன். தமிழ்நாடு பம்பர் குலுக்கல் சீட்டு இருக்கு. ஒரு டஜன் சீட்டு. அஞ்சாறு சீரியல் வாங்கி வெச்சிருக்கேன்” என்று பெருமையாகப் பேசிக்கொண்டு எழுந்தான். அவனுக்கு அங்கிருந்து செல்வதற்கு மனமில்லை. பணத்தை எப்படியாவது வாங்கிவிட வேண்டுமென்கிற ஆவலில் இருந்தான். பட்டறையின் வாசலுக்குப் போகும் போதுகூட பொன்ராம் அண்ணன் தன்னை அழைத்துப் பணத்தைப் தந்துவிடுவார் என்ற நம்பிக்கையில் இருந்தான். ஆனால் பொன்ராம் முடிவாக இல்லை என்று சொல்லிவிட்டார்.

சரவணன் சைக்கிளை எடுத்துக் கொண்டு சென்றதும் பொன்ராம், “மதுரயில வாங்குன சீட்டுக்கு ரெண்டு காப்பி குடிச்சிருக்கலாம். சரி புள்ளக ஆசப்பட்டாங்கன்னு வாங்கிட்டேன்” என்று அவராகப் பேசிக்கொண்டு வேலை செய்யத் தொடங்கினார். பிறகு அவர் எதுவும் பேசவில்லை. வேலை மும்முரத்தில் இருந்தார்.

நேரம் சடசடவெனக் கடந்து சென்றது. டீ வாங்கிக்கொண்டு வரச்சொன்னார். அப்போதுதான் அவர் பணத்தை ஒளித்து வைத்திருந்த இடத்தைப் பார்த்தான் மூர்த்தி. அவனுக்கு ஆச்சரியமாக இருந்தது. தானும் இதுபோல ரூபாய் நோட்டை மடித்து வைத்துப் பழக வேண்டும் என்று நினைத்துக் கொண்டான். தூக்குவாளியை எடுத்துக் கொண்டு கடைக்குச் சென்றான்.

மீனாட்சி டீக்கடையில் கூட்டமாக இருந்தது. பில் வாங்கிக் கொண்டு சென்றான். பார்சல் வாங்கும் இடத்தில் குழந்தைசாமியைப் பார்த்தான். அவனுடன் மூர்த்தி உங்க

பட்டறையில என்ன வேலை, எங்க பட்டறையில இந்த வேலை என்று அவர்கள் பேசிக்கொண்டு நின்றனர். அவனிடம் புரோட்டா கடையைப் பற்றி விசாரிக்கவில்லை. சுந்தரமூர்த்திக்கு லாட்டரிச் சீட்டு வாங்க வேண்டுமென்கிற ஆசை வந்தது.

23

சர்க்கரை புரோட்டா சாப்பிடுவதற்காக காமத் ஹோட்டலுக்குச் சென்றான். ரைஸ்மில்லை அடைத்து, வீட்டிற்குச் சென்று குளித்துவிட்டுப் புறப்படுவதற்கு ராத்திரி எட்டு மணிக்கு மேலாகிவிட்டது. கடையில் உட்காருவதற்கு இடமில்லாதவர்கள் வாசலில் நின்றிருந்தனர். சிலர் ரோட்டின் எதிர்வரிசையில் நின்றிருந்தனர். இரண்டு மாஸ்டர்கள் அடுப்பின் முன் நின்று புரோட்டாவைத் தட்டி வீசிச் சுட்டு அடுக்கிக்கொண்டிருந்தனர். தனியாக கரி அடுப்பில் குழம்புச் சட்டி இருந்தது. சூடேறித் கொதித்துக்கொண்டிருந்தது.

ஹோட்டல் சப்ளையர்கள் வெளியே நின்றிருந்தவர்களைப் பார்த்து ஜாடையில் காலியாகப் போகும் இடத்தைச் சுட்டிக் காட்டினார்கள். அதைப் புரிந்துகொண்ட வாடிக்கையாளர்கள் சந்தோஷமடைந்தார்கள். கடைக்குள் கைகழுவும் இடத்தில் சாப்பிடுவதற்காகக் காத்திருந்தவர்கள், நாற்காலியில் அமர்ந்து சாப்பிடுபவர்களை வேடிக்கை பார்த்தனர். மாலைக் காட்சி சினிமா இன்னமும் முடியவில்லை. சினிமா விட்டதும் நிற்கக்கூட இடமிருக்காது. பார்சல் வாங்குவதற்கும் சாப்பிடுவதற்கும் ஆட்கள் கூடிவிடுவார்கள்.

“மட்டன் சுக்கா பிரே ஒண்ணு. வெங்காயத்தூக்கலா போடுங்க மாஸ்டர்” என்று சப்ளையர் கத்தினார்.

மாஸ்டர் கரண்டியை எடுத்து தோசைக் கல்லின் மேல் தட்டினார். அந்தச் சத்தம் சப்ளையர் கேட்டதற்குப் பதில்

மாதிரி இருந்தது. கிண்ணத்திலிருந்த மட்டன் சுக்காவைச் சூடான கல்லின் மேல் கொட்டி, தக்காளியைப் பிழிந்துவிட்டார். மிளகுப் பொடி, வெங்காயம் பச்சைமிளகாயைத் தூவிவிட்டார். எண்ணெய் ஊற்றி வதக்கியதும் வாசம் சர்க்கரைக்கு மணமாக இருந்தது. அவனும் சுக்கா ஃப்ரை வாங்கிச் சாப்பிட வேண்டுமென்று நினைத்துக்கொண்டான்.

கடையில் இடம் இன்னமும் காலியாகவில்லை. எந்த இடத்தில் உட்கார்ந்து சாப்பிடலாமென்று இடத்தை நோட்டமிட்டான். நான்கு பேர் மேஜையில் அமர்ந்தால் மற்ற மூன்று நபர்கள் தன்னை ஒரு மாதிரியாகப் பார்ப்பார்கள் என்று இரண்டு பேர் அமர்ந்து சாப்பிடும் இடத்தைத் தேர்ந்தெடுத்தான்.

சர்க்கரையிடம் அவனது அம்மா கருப்பாயீ புரோட்டாவை பார்சல் வாங்கி வந்து வீட்டில் சாப்பிடச் சொன்னாள். அதற்கு அவன், “போம்மா புரோட்டாவ கடையில சாப்பிட்டாத்தான் டேஸ்ட்டா இருக்கும். பார்சல் வாங்கிட்டு வந்தா கொசகொசன்னு இருக்கும். உனக்கு ரெண்டு புரோட்டா வாங்கிட்டு வரட்டா” என்று கேட்டான்.

அவள் சிரித்துக்கொண்டாள். “ஒரு நாளைக்கு நானும் புரோட்டா கடைக்குப் போய் உக்காந்து சாப்பிடணுமின்னு நெனைக்கிறேன். என்னய யாரும் கூட்டிட்டுப் போக மாட்டேங்குறாங்க” என்றாள். அவளுக்கும் கடைக்குச் சென்று புரோட்டா, கறி, முட்டை என்று விதவிதமாக ரகரகமாகச் சாப்பிட்டு வர வேண்டுமென்கிற ஆசை இருந்தது.

“சவக்கு சவக்குன்னு தின்னுட்டு ராத்திரியெல்லாம் வவுத்து வலின்னு கெடக்கணும்” என்று அவளாகப் புலம்பினாள். இருந்தாலும் அவளுக்கு ஆசை விடவில்லை. “சரி சரி ரெண்டு புரோட்டா வாங்கிட்டு வா. நல்ல கொழம்பா தூக்குப் பாத்திரத்தில வாங்கிட்டு வாடா” என்று சொன்னாள்.

எட்டு மணிக்கு கடையின் முன் நின்றவனுக்கு உட்கார்ந்து சாப்பிடுவதற்கு இடம் கிடைக்க அரைமணி நேரமானது. வெளியில் இருந்த காற்றோட்டம் உள்ளே இல்லை. வேக்காடாக இருந்தது. எண்ணெய் மக்கின் வாசமும் குழம்பின் கவுச்சியும்

சேர்ந்து புதுமணமாக இருந்தது. சில்வர் அண்டாவில் எண்ணெய் மினுமினுப்போடு குடிதண்ணீர் தளும்பியதைப் பார்க்க அவனுக்கு எரிச்சலாக இருந்தது. அதற்குள் தம்ளரை விட்டு சப்ளையர் தண்ணீரை முகர்ந்து எடுப்பதைப் பார்க்க மேலும் அவனுக்கு எரிச்சல் கூடியது. இந்தத் தண்ணீரைத்தான் குடிக்க வேண்டுமா என்று சங்கடப்பட்டான்.

டேபிள் சுத்தம் செய்பவர் இன்னும் வரவில்லை. சர்க்கரையின் முன் இருக்கையில் வயதானவர் அமர்ந்தார். அவருடைய மீசை பெரியதாக இருந்தது. முகத்தை மறைப்பது போல் மீசை புசுபுசுவென வளர்ந்திருந்தது. உயரமாக இருந்தார். ஜிப்பா சட்டையும் வெள்ளை வேட்டியும் உடுத்தியிருந்தார். “இந்தாப்பா தம்பி இங்க வா. இந்த இடத்த நல்லா தொடச்சு விடு” என்று தாட்டியமாக குரல் கொடுத்தார். சப்ளையர் அவருடைய குரலுக்குப் பயந்து போனார்.

சப்ளையர் வந்து இடத்தை சுத்தம் செய்தார். “என்னா வேணும் சொல்லுங்க” என்றதும் அவர், “மொதல்ல இலைய வைச்சுக் குடிக்கத் தண்ணிய கொண்டா போ போ” என்று விரட்டினார். சர்க்கரைக்கு அவர் பேச்சு விசித்திரமாக இருந்தது. சப்ளையர் அவர் சொன்னதுபோல இலையை வைத்துத் தண்ணீர் தம்ளரை வைத்தார்.

மீசைக்காரர், “முறுகலா தோச ஒண்ணு, வெங்காயம் நிறையப் போட்டு முட்டைப் பொரியல் ஒண்ணு கொண்டா” என்றார்.

சப்ளையர், “புரோட்டா வேணாமா” என்று கேட்டார்.

“புரோட்டா சாப்புட்டாத்தான் ஓங்கடைக்கு வரணுமா. இல்லன்னா ஓங்கடைக்கு வரக் கூடாதா, ஏம்ப்பா தம்பி” என்று வேகமாகக் கேட்டதும் சப்ளையர் எதுவும் பேசாமல் அமைதியாகச் சென்றார். சர்க்கரை இரண்டு புரோட்டா ஒரு ஆம்லைட் என்று சப்ளையரைப் பார்த்து சொன்னான். ஆனால் மீசைக்காரரின் மேலிருந்த கோபத்தில் அவருக்கு எதிரே அமர்ந்திருந்த சர்க்கரை சொல்வதைக் கேட்டும் கேட்காமல் சென்றான்.

சர்க்கரைக்குக் கோபம் வந்தது. மீசைக்காரரின் அலம்பலில் சப்ளையர் தன்னை மறந்துவிட்டுச் செல்வதை நினைத்த போது, அவனுக்கு எழுந்து சென்றுவிடலாம் என்ற எண்ணம் வந்தது. கடைக்கு வந்து காத்திருந்து உட்கார்ந்துவிட்டோம். சாப்பிட்டு முடித்துச் சென்றுவிடலாம் என்று பொறுமையாக இருந்தான். வட்டிக்குக் கொடுத்து வாங்கிக்கொண்டிருக்கும்போது, இப்படி நடந்திருந்தால் இவ்வளவு நேரம் அமைதியாகவா இருந்திருப்போம். எவன்டா அவன்டா என்று சத்தம் கொடுத்திருப்போம் என்று நினைத்தான். அப்போதிருந்த தைரியம் இப்போது இல்லை. சொக்குவுடன் பேசிப் பேசி, ரைஸ்மில் சத்தத்தைக் கேட்டுக் கேட்டு, மனமும் உடம்பும் அமைதியாகிவிட்டது என்று நினைத்துக்கொண்டான். மீசைக்காரரைப் போலத் தானும் சத்தமாக பேசிப் பார்க்க வேண்டுமென்று நினைத்தான்.

சப்ளையர் இரண்டு இலையைக் கொண்டு வந்து ஆளுக்கு ஒன்றாக வைத்தார். இரண்டு தம்ளர்களில் நீரை முகர்ந்து கைவிரலில் இடுக்கிக்கொண்டு வந்து டொக்கென்று வைத்தார். “தோச வேகுது பொறுங்க” என்று சொல்லிவிட்டு சர்க்கரைக்கு இரண்டு புரோட்டாக்களைப் பிய்த்துப் போட்டார். கிண்ணத்திலிருந்த கெட்டியான குழம்பை ஊற்றிவிட்டுச் சென்றார். இன்னமும் கொஞ்சம் ஊற்றியிருந்தால் இலையை விட்டு வடிந்து வேட்டியில் வடிந்திருக்கும். அந்த அளவிற்கு வேகமாக இருந்தது. சர்க்கரை சுதாரித்து புரோட்டாவை அணையைப்போல மறித்து வைத்துக் குழம்பு இலையை விட்டு விடியாமல் நிறுத்தினான்.

மீசைக்காரருக்கு முறுகல் தோசையும் முட்டைப் பொரியலும் வந்தது. தோசையை இரண்டாக மடித்துப் பூப்போல அவர் இலையில் வைத்தான். அதற்குப் பக்கத்தில் முட்டைப் பொரியலை வைத்து அவரைப் பார்த்து, “வேறென்ன சொல்ல” என்று கேட்டதும் அவர், “காரச்சட்டினி இருக்கா கொண்டா. தோசை வெச்ச சட்டினி வெக்கிறப் பழக்கமே இல்ல” என்று சலித்துக் கொண்டார். சப்ளையர் மூன்று தூக்குக் கிண்ணத்தை எடுத்துக்கொண்டு வந்தார். சப்ளையர் பெரியவரின் இலையில்

தேங்காய்ச் சட்டினியும் காரச்சட்டினியும் வைத்தார்.

சர்க்கரை, “இங்க கொஞ்சம் சட்டினி வைங்க” என்று கேட்டதை சப்ளையர் கேட்டதாகத் தெரியவில்லை. மூன்று தூக்கை எடுத்த இடத்தில் கொண்டு போய் வைத்துவிட்டு அடுத்த டேபிளுக்குச் சென்றார்.

சர்க்கரைக்கு அவமானமாக இருந்தது. சட்டினி கேட்டு இல்லையென்று சொல்லியிருந்தாலும் பரவாயில்லை காது கேட்காதவன் போல் போய்விட்டானே என்று தலையைக் குனிந்து புரோட்டாவைப் பிய்த்துத் தின்றான். குழம்பு அவ்வளவாக ருசியாக இல்லை. காரமாக இருந்தது. வெறும் தேங்காயும் எண்ணெய்யும்தான். கைவிரல்கள் முழுவதும் எண்ணெய் ஒட்டியது. புரோட்டா சூடாக இருந்ததால் எதுவும் தெரியவில்லை. புரோட்டாவைத் தின்று முடிக்கும் நேரத்திற்கு ஆம்லெட் வந்தது. கூடவே இரண்டு புரோட்டாவைப் பிய்த்துப் போட்டார். சர்க்கரை புரோட்டா கேட்கவே இல்லை. எதற்காகத் தனக்குப் புரோட்டாவை பிய்த்துப் போடுகிறான் என்று திரும்பிப் பார்த்தான்.

சுந்தரமூர்த்தி கடையின் வாசலில் தூக்குவாளியும் மஞ்சள் பையுமாக நின்றிருந்ததைச் சர்க்கரை பார்த்தான். சர்க்கரைக்கு அவனைப் பார்த்ததும் ஆங்காரமாக வந்தது. அதே நேரத்தில் பயமாகவும் இருந்தது. முகத்தைத் திரும்பிக்கொண்டான். அவனுடன் வேறு யாரேனும் வந்திருக்கிறார்களா என்று பார்க்காதது கவலையாக இருந்தது. அது அவனுக்குப் பயத்தைக் கூட்டியது. மூர்த்தி தன்னைப் பார்த்திருப்பானா என்கிற சந்தேகம் அவனுக்கு வந்தது. உடனே திரும்பிப் பார்க்கக் கூடாது, சிறிது நேரங்கழித்துத் திரும்பிப் பார்க்கலாம் என்று நினைத்துக்கொண்டான்.

கடையில் இன்னமும் கூட்டம் குறையவில்லை. நேரமாக நேரமாக ஆட்கள் வந்தபடி இருந்தனர். நான்கு புரோட்டா ஆம்லெட் சாப்பிட்டது வயிறு நிறைந்தது போலிருந்தது. போதும் என்று இலையை மூடி எழுந்தான். அவனுக்கு முன்பாக மீசைக்காரர் எழுந்து இலையைச் சுருட்டிக் கொண்டு

கைகழுவும் இடத்திற்குச் சென்றார். அவருக்குப் பின்னால் அவனும் சென்றான். மீசைக்காரர் இலையைப் போட்டுவிட்டு கையைக் கழுவினார். பிறகு வாய் கொப்பளித்துத் துப்பினார். முகங்கழுவி வேட்டியின் நுனியில் துடைத்துக்கொண்டார். சர்க்கரையை இடித்துவிட்டு நகர்வதுபோல அவனைத் தாண்டி நடந்தார். சர்க்கரை இலையைப் போட்டுவிட்டு கைகளைத் தேய்த்துக் கழுவினான். எண்ணெய் பிசுபிசுப்புப் போகவில்லை. அவனுக்குப் பின்னால் நின்றிருந்தவர் செருமி குரல் கொடுத்தார். சர்க்கரை திரும்பிப் பார்த்து விலகிக்கொண்டான்.

சர்க்கரை பில் வாங்குவதற்காகச் சென்றபோது, வீட்டிலிருந்து கொண்டு வந்த தூக்குவாளியை மறந்துவிட்டது ஞாபகத்திற்கு வந்தது. சாப்பிட்ட இடத்தில் வைத்துவிட்டோம் என்று திரும்பவும் போய் தூக்குவாளியை எடுத்துக் கொண்டு வந்தான்.

“ரெண்டு புரோட்டா சூடா கட்டிக்கொடுங்க” என்று சப்ளையரிடம் கேட்டதும் அவர் அவனது முகத்தைப் பார்த்தார். “சாப்புடுறப்பவே சொல்ல வேண்டியதுதானா” என்று வேகவேகமாக பாத்திரத்தில் இருந்த புரோட்டாவை எடுத்துக் கட்டினார்.

“அண்ணே சூடா கட்டிக்கொடுங்க” என்றான்.

சப்ளையர், “எல்லாம் அடுப்பில இருந்து சூடா வந்ததுதான். தொட்டுப்பாரு” என்றதும் அவனுக்கு வெட்கமாக இருந்தது. கடையிலிருந்தவர்கள் அனைவரும் தன்னைப் பார்க்கிறார்கள் என்கிற கூச்சம் அவனுக்கு வந்தது. ஏன் சப்ளையர் தன்னிடம் இப்படிப் பேசுகிறான். தன்னிடம் மட்டுந்தான் இப்படிப் பேசுகிறானா, இல்லை அனைவரிடமும் பேசுகிறானா என்று சர்க்கரைக்குச் சந்தேகமாக இருந்தது.

கல்லாவில் அமர்ந்திருந்தவரிடம் பணத்தைக் கொடுக்கும் போது மீசை வைத்திருந்தவர் “கையத் துடைக்க பேப்பரு இல்லயா” என்று அவரிடம் சத்தம் போட்டுக்கொண்டிருப்பதைப் பார்த்தான். சர்க்கரை பணத்தைக் கொடுத்தான்.

சர்க்கரை கடையிலிருந்து வந்தபோது திரும்பவும் மூர்த்தியைப்

பார்த்தான். மூர்த்தி புரோட்டா தட்டும் மாஸ்டரைப் பார்த்துக்கொண்டிருந்ததால் அவனைப் பார்க்கவில்லை. அவனைக் கடந்து சென்றான். மஞ்சள் பைக்குள் புரோட்டா பொட்டலத்தையும் தூக்குவாளியையும் வைத்துக்கொண்டான். சைக்கிள் நிறுத்தியிருந்த இடத்திற்கு வந்து பூட்டைத் திறந்தான். ஹேண்ட்பாரில் பைக்கட்டைத் தொங்கவிட்டான்.

இன்னொரு தடவை சுந்தரமூர்த்தியைப் பார்க்கலாமா என்று நினைத்தவன் நிமிர்ந்தான். அவன் தன்னைப் பார்த்தால் அவனை முறைக்க வேண்டும். முறைப்பதைப் பார்த்து அவன் பயப்பட வேண்டும் என்று நினைத்தான். சுந்தரமூர்த்தி அந்த இடத்தில் இல்லை. அவனைக் கூட்டத்தில் தேடினான். கல்லாப்பெட்டிக்கு அருகில் தேடினான். கடைக்குள் ஏதாவது இடத்தில் உட்கார்ந்திருக்கிறானா என்று தேடினான்.

சுந்தரமூர்த்தி அந்த இடத்தில் இல்லாதது சர்க்கரைக்கு ஆத்திரமாக இருந்தது. மூர்த்தியை என்றாவது ஒருநாள் நடுரோட்டில் வைத்து அடித்து மண்டையை உடைக்க வேண்டும். சட்டையைக் கிழிக்க வேண்டும் இல்லையென்றால் தன்னுடைய பெயர் சர்க்கரை இல்லை. தாளைமுத்துவின் மகன் இல்லை என்று வன்மம் வைத்திருந்தான். இந்த இடத்தில் வம்பு இழுத்து அவனுடன் சண்டை போடலாமா என்று யோசித்தான். கடைக்குள் தேடினான். அவன் இல்லை. தனக்குப் பயந்துகொண்டு எங்காவது ஒளிந்திருப்பான் என்று தன்னைச் சமாதானம் செய்து கொண்டான். என்றாவது ஒருநாள் தன்னிடம் சிக்காமல் போக மாட்டான் அன்று அவனை வைத்துக்கொள்ளலாம் என்று சைக்கிளை எடுத்துக்கொண்டு மெதுவாக ஓட்டத் தொடங்கினான்.

24

சுந்தரமூர்த்திக்கு இரண்டு கால்களும் வலியெடுக்க ஆரம்பித்தன. போடி முழுக்க அலைந்து திரிந்துவிட்டான். உமி இல்லை. தவிடு இருக்கிறது. தவிட்டில் அரிசியும் புழுவும் பூச்சியுமாக இருக்கிறது. நைஸான உமி வேண்டும். திருமலாபுரத்திலிருக்கும் ரைஸ்மில்லில் கேட்டான். பெரிய செளடம்மன் கோவிலுக்குப் பக்கத்திலிருக்கிற ரைஸ்மில்லில் இல்லை. வழக்கமாக அந்த இடத்தில்தான் வாங்குவது. வேறு இடத்தில் வாங்கிப் பழக்கமில்லை. சின்ன செளடம்மன் கோவிலுக்குப் பக்கத்திலிருக்கிற இடத்தில் ரைஸ்மில்லில் மரக்கா விலை ஐந்து ரூபாய் என்று கொள்ளையடிக்கிறார்கள் என்று அந்தப் பக்கம் போவதில்லை.

போடியில் இவ்வளவுதானா ரைஸ்மில் என்று அவனுக்கு சந்தேகம் வந்தது. புதூர் பக்கம் போய் குழந்தைசாமி வாங்கிக்கொண்டு வருவான். சன்ன உமி. வழுவழு என்று தொட்டுப் பார்க்க ஆசையாக இருக்கும். கல் டாலர் உருப்படி ஊத்துமானத்துக்குச் செந்தாழை கட்டாமல் தூவிவிடுவதற்குத் தோதாகயிருக்கும், புதூர் பக்கம் போய் வரலாமா என்று யோசித்தான். சைக்கிளை அதற்கு மேல் அழுத்த முடியவில்லை. தொடை வலித்தது. குதிங்கால் வலித்தது. பள்ளத்தில் சைக்கிளை ஓட்டிச்சென்றது, உட்காருகின்ற இடத்தில் நங்கென்று அடி விழுந்து வலித்தது. ஹேண்ட்பாரைப் பிடித்திருந்த உள்ளங்கை இரண்டும் சிவந்துவிட்டது. உதடு காய்ந்து முகம் கருத்துவிட்டது.

வாரந்தோறும் சனிக்கிழமை இந்த வேலை லஜ்ஜையாக இருக்கிறது என்று நினைத்தான். பொன்ராம் உமி வாங்கி வைக்கச் சொல்லிவிட்டு கஜலெட்சுமி டாலருக்கு டிம்மி[7] மார்க் செய்து வருவதற்காக கம்பத்திற்குப் போய்விட்டார். கம்பத்திலிருந்து அவர் வருவதற்கு இரவாகிவிடும். கம்பம் முத்துமணியிடம் சின்னமனூர், தேனி, பாளையம், போடி,

---

7. டிம்மி=நகை டிசைன் மாதிரியை தங்கத் தகட்டில் வரைந்தெடுப்பது

தேவாரம் உசிலம்பட்டி, ஆண்டிப்பட்டி என்று சுத்துப்பட்டு நகைப்பட்டறை ஆட்கள் அனைவரும் வந்து மார்க் செய்து டிரிலிங்க் (ஓட்டை) போட்டு வாங்கிச் செல்ல ஆட்கள் காலையிலிருந்து கூடியிருப்பார்கள். காலையில் வந்து தகட்டைக் கொடுத்து தோது அளவு, வாட்டம் எல்லாம் சொல்லிவிட்டு சுருளிதீர்த்தத்திற்குப் போய் குளித்துவிட்டு சாயங்காலம் வந்து வாங்கிச் செல்பவர்களும் உண்டு. முத்துமணியின் அருகில் அமர்ந்து அவசரம் அவசரம் என்று தொணதொணத்துக் கையோடு வாங்கி வருகிறவர்களும் உண்டு.

பொன்ராம், கம்பத்திற்குச் சென்றால் மதியம் சினிமா பார்க்காமல் பஸ்ஸேறி போடிக்கு வரமாட்டார். நிம்மதியாக பஸ் ஸ்டாண்டு பக்கத்திலிருக்கிற போடி ஐயர் ஹோட்டலில் முழுச்சாப்பாடு சாப்பிட்டு விட்டு வெற்றிலை போட்டு தம்பீஸ் இல்லையென்றால் சக்திபாலா தேவிபாலா தியேட்டரில் போய் அமர்ந்துகொள்வார். போன மாதம் யுவராஜா தியேட்டரில் மதியக்காட்சி கரகாட்டக்காரன்* படத்தைப் பார்த்துவிட்டு வந்தார். போடிக்கு வந்து இந்தப் படம் ஒரு வருஷம் ஓடும் என்று சொன்னார். அதைக் கேட்டுத்தான் மூர்த்தியும் தனம் தியேட்டருக்குப் போய் கரகாட்டக்காரன். படத்தைப் பார்த்தான். முத்துமணியிடம் சிலசமயம் வேலையைக் கொடுத்துவிட்டுத் திரும்பி ஊருக்கு வந்துவிடுவார். மறுநாள் காலையில் இல்லையென்றால் ஒருநாள் விட்டுக் கம்பத்திற்குப் போய் வாங்கிக்கொண்டு பட்டறையைத் திறக்கும் நேரத்திற்கு வந்துவிடுவார். அப்படி கம்பத்திற்குப் போகும்போது மூர்த்திக்கு பேட்டா பணம் கொடுத்துவிட்டு வரிசையாக வேலைகள் வைத்துவிட்டுச் செல்வார். அதையெல்லாம் வரிசையாகச் செய்து முடித்துவிட்டுத்தான் வீட்டுக்குப் போக வேண்டும். பட்டறை சாவியை வீட்டில் தரும் போதும் அவருடைய மனைவி வனஜா அவர் சொல்லிய வேலைகளை வரிசையாகக் கேட்டு செஞ்சுட்டீயா, முடிச்சிட்டீயா, வாங்கி வச்சிட்டீயா என்று விசாரிப்பாள்.

---

* 1989ஆம் ஆண்டு கரகாட்டக்காரன் திரைப்படம் வெளியானது.

மூர்த்திக்குப் பிறகு பட்டறையில் வேறு யாரும் வேலைக்குச் சேரவில்லை. அவரிடம் வேலைக்குச் சேர்ந்து ஐந்து வருடங்களாகிவிட்டன. பஜாருக்குப் போய் சில்வானத்தைக் கொடுத்துப் பணம் வாங்கவும், மெருகுக் கடைக்குப் போய் உருப்படிகளைக் கொடுத்து வாங்கவும் தகடு கம்பி மிஷினுக்குப் போய் பழகிவிட்டான். ‘பொன்ராமுக்கு கைத்தோதுக்கு வந்துவிட்டான்’ என்று பட்டறை வீதியில் பேசுவதை இருவருக்கும் தெரியும்.

பொன்ராம் வேலை மும்முரத்தில் கண் தேடுவதைப் புரிந்து அவருக்கு எந்த சாமான் வேண்டுமென தெரிந்து எடுத்துக் கொடுத்துவிடுவான், அவர் கேட்காமல். கெட்டிக்காரன் என்று முதலாளி மனசுக்குள் சொல்லிக்கொள்வார். “இந்தச் சனிக்கிழம உமிய வாங்கி வெச்சிரு. இரண்டு மூணு நாள்ல டாலருக்கு ஜவ்வைப் போட்டு ஊதணும். வேலை செய்யுறப்பா அது இல்ல, இத வாங்கணுமுன்னு உசிர வாங்காத” என்று கடுகடுப்போடு சொன்னார். அவனும் சரி சரி என்று சிறிய காகிதத்தில் அவர் சொல்லிய வேலைகளை வரிசையாக எழுதினான்.

“இது என்னாடா பழக்கம் சொல்லுறத மனசுல வெச்சுக்காம காகிதத்தில எழுதுறது” என்று பொன்ராம் சொல்வார். மறந்துபோகும் என்பதற்காக எழுதி வைக்கிறேன் என்று அவன் சொல்லிவிடுவான்.

இந்தச் சனிக்கிழமை மொத்தம் பத்து வேலைகள் சொல்லியிருந்தார். உமி வாங்க வேண்டும். இரண்டு கண்ணாடி பாட்டில் நிறைய பசை காரம் இழுத்து வைத்திருக்க வேண்டும். சிலேட் அட்டி அரைத்து வைத்திருக்க வேண்டும். பட்டை கரியும் உமியும் வாங்கி வைத்திருக்க வேண்டும். சன்ன வரிசை கம்பி சட்டத்திற்கு எண்ணெய் போட்டு ஊற வைத்திருக்க வேண்டும். மேஜை பட்டறை, கட்டைகளைக் கழுவி வைத்திருக்க வேண்டும். சீல் அரக்கு பத்து கிராம், ஆற்று மணல் இரண்டு பை, பத்தாம் நம்பர் நூல் கண்டு ஒரு டஜன், கரவடி பத்து ரூபாயிக்கும் ரோஸ்வடி பத்து ரூபாயிக்கும் வாங்க வேண்டும். எல்லாம் வேலையும் முடிந்துவிட்டது. உமி

வாங்கி வைத்துவிட்டால் பட்டறையை மூடிவிட்டு சாவியை முதலாளியின் வீட்டில் கொடுத்துவிட்டுச் சினிமாவுக்குப் போகலாம் என்று நினைத்தான். மதியம் சாப்பாடு நேரத்தைக் கடந்து விட்டது. உமி வாங்க முடியவில்லை. இன்னமும் சாப்பாட்டிற்கு வீட்டிற்குப் போகவில்லை.

ஆற்றுக்குப்போய் மணல் எடுத்துக் கொண்டு வரும்போது வீட்டிற்குப் போய் மதிய சாப்பாட்டைச் சாப்பிட வேண்டும் என நினைத்திருந்தான். ஆற்றில் குளிக்கவும் விளையாடவுமாக நேரம் சரியாக இருந்தது. ஈர மணலை இரண்டு பைக்கட்டு நிறைய எடுத்துக் கொண்டு வந்து வெயிலில் காய வைத்திருந்தான். காய்ந்த பிறகு காந்தக்கட்டையை வைத்து கறுப்பு மணலை பிரித்து எடுக்க வேண்டும். பிரித்தெடுத்த கறுப்பு மணலை பழைய அம்மிக்கல்லில் நைஸ்ஸாக அரைக்க வேண்டும். அதனுடன் சீல் அரக்கைப் போட்டு கிண்ணத்தில் வாட்டி உருட்டி கருக்கி எடுக்க வேண்டும். உருட்டி எடுத்த கறுப்பு அரக்கை பட்டறை கட்டையில் தட்டித் தகடாக நகட்டி நகட்டி பொடியாக வெட்ட வேண்டும்.

பொன்ராம் சொல்லிக் கொடுத்த வேலைகளில் பொறுமையாகவும் அதேநேரம் ஆபத்தானதாகவுமிருந்தது இதுதான். சிறிது தவறினாலும் தொடை இல்லையென்றால் கையில் விழுந்து கொப்புளம் எழுந்துவிடும். இதையெல்லாம் நினைக்கும் போது அவனுக்கு மலைப்பாக இருந்தது. இந்த வேலையை மட்டும் ஒழுங்காக கற்றுக்கொள்ள முடியவில்லையென்கிற வருத்தமும் வெறியும் அவனிடம் இருந்தது. ஒரு தடவை தான் செய்தாலும் மற்றொரு தடவை அதை முதலாளி செய்து அதில் தவறைக் கண்டுபிடித்து விடுகிறார் என்று சங்கடப்பட்டான். இந்த முறை அவர் சீல் அரக்குடன் கறுப்பு மணலைக் கூட்டி அடுப்பில் வாட்டி கருக்கும் போது கவனமாகப் பார்க்க வேண்டுமென்று நினைத்தான்.

உமி வாங்கி வைத்துவிட்டால் பிரச்சினை முடிந்துவிட்டது. அது எங்கு கிடைக்கும் எனத் தெரியவில்லை என்று அவனாகப் பேசிக்கொண்டான். குழந்தைசாமியிடம் இல்லையென்றால்

மணியிடம் இல்லையென்றால் பரமேஸ்வரனிடம் கேட்டிருக்கலாமென்ற யோசனை வந்தது. அவர்கள் எதாவது யோசனை சொல்வார்கள். ரைஸ்மில்லை அடையாளம் காட்டுவார்கள். அவர்களிடம் கேட்காமல் வந்துவிட்டோமென்று வருத்தப்பட்டான்.

மூன்று மணி. நடுமுதுகில் வெயில் விழுந்து எரிந்தது. உச்சந்தலை அனலாகக் கொதித்தது. புதூரில் ரைஸ்மில் ஒன்று இருக்கிறது என்று எப்போதோ மணி சொன்னது ஞாபகத்திற்கு வந்தது. கடைசியாக அங்கு போய்ப் பார்க்கலாம்; இல்லையென்றால் ஞாயிறு திங்கள் கிழமையில் வழக்கமாக வாங்கும் பெரிய சௌடம்மன் கோயிலுக்குப் பக்கத்திலிருக்கிற ரைஸ்மில்லில் வாங்கிக்கொள்ளலாம். அதுவும் இல்லையென்றால் பக்கத்துக் கடை பாசுகுட்டியிடம் உமி வாங்கியதும் தருகிறேன் என்று சொல்லி இரவல் வாங்கிக்கொள்ளலாமென சைக்கிளை அழுத்தினான்.

புதூர் ரைஸ்மில்லுக்குச் சென்றான். சைக்கிளை வேகமாக ஓட்டிக்கொண்டு வந்ததில் வியர்த்து முதுகும் சட்டையும் ஒட்டிக்கொண்டது. நன்றாக மூச்சுவாங்கியது. எதிர் வெயில் விழுந்து முகம் எரிந்தது. புதூர் ரைஸ்மில்லுக்கு இதற்கு முன்பு சென்றதில்லை. புதூரில் ஆலமரத்திற்குப் பக்கத்தில் ரைஸ்மில் இருந்தது. முனிஸிபாலிட்டியிலிருந்து நேராகப் போய் அணைப்பிள்ளையார் கோயிலுக்குப் போகும் பாதையில் பிரிந்து போக வேண்டும்.

புதூர் ரைஸ்மில்லுக்கு எதிரே சைக்கிளை நிறுத்திவிட்டு, கல்லாப்பெட்டியில் அமர்ந்திருந்தவரிடம் உமி இருக்காண்ணே என்று கேட்டான். அவர் தவிடு இருக்கு வேணுமா என்று கேட்டார். அதைக் கேட்டதும் ரைஸ்மில்லுக்குள்ளிருந்த பெண் சிரித்தாள். அவரும் சிரித்தார்.

“பெட்டி அஞ்சு ரூபா வேணுமா” என்று கல்லாப் பெட்டியிலிருந்தவர் கேட்டார்.

மூர்த்தி, “ரெண்டார (2.50) ரூபாதாண்ணே” என்று பரிதாபமாகக் கேட்டான். அதைக் கேட்டதும் “போடா போ, அஞ்சு

ரூபான்னா வா. இல்லன்னா போய்ட்டே இரு” என்று விரட்டுவது போலப் பேசினார்.

மூர்த்தி சைக்கிளைத் திருப்பினான். அவனுக்கு இனிமேல் இந்தப் பக்கமே வரக் கூடாது என்று தோன்றியது. தெரியாத இடத்தில் வந்து கேட்டால் விலையும் கூடுதலாகக் கேட்கிறார்கள், கேலி செய்கிறார்கள் என்று சைக்கிளை அழுத்தினான்.

புதூர் பாலத்தைத் தாண்டி செல்லும் போது மணி சைக்கிளில் வருவது தெரிந்தது. இந்தப் பக்கம் எதற்காக வருகிறான் என்று சைக்கிளை மெதுவாக அழுத்தினான். மணியும் இவனைப் பார்த்ததும் அருகில் வந்து ஊடுகால் போட்டு நின்றான்.

“எங்காடா மணி போறா...”

“உமிக்கு காலையில இருந்து அலயா அலயுறேன்டா. சாமி தோட்டத்து ரைஸ்மில்லில உமி இருக்குன்னு சொன்னாங்க. அதான் போறேன். உமி வாங்கி வெச்சிட்டுச் சினிமாவுக்குப் போகணும். நீ சினிமாவுக்கு வரலயா. இன்னைக்கு உங்க ஓனரு ஊருல இல்ல” என்று கேட்டான்.

“நீ என்ன படத்துக்குடா போகப்போற” என்று மூர்த்தி கேட்டான். அவர்கள் இருவரும் சைக்கிளை விட்டு இறங்கி நடந்தபடி பேசிச் சென்றார்கள். அவர்களுக்கு சினிமா விஷயங்கள், பட்டறை விசயங்கள், டீக்கடை விசயங்கள் என்று ஏகப்பட்ட விசயங்கள் பேசுவதற்கு இருந்தன. ஒன்று தொட்டு ஒன்று பேசப் பேச வந்தபடி இருந்தது. பேசினார்கள். ரைஸ்மில்லுக்குப் பக்கத்தில் வந்ததும் அவர்கள் பேச்சை நிறுத்தினார்கள். சைக்கிளை நிறுத்திப் பூட்டுப் போட்டுவிட்டு ரைஸ்மில்லுக்குச் சென்றார்கள்.

மணியை முன்னால் நடக்கவிட்டு அவனுக்குப் பின்னால் மூர்த்தி நடந்தான். சொக்கு அவர்களைப் பார்த்ததும் சாப்பிட்ட கையோடு எழுந்து வந்து என்னா ஏது என்று விசாரித்தாள். அவர்கள் உமி வேண்டுமென்று சொன்னதும், “யப்பா சக்கர யப்பா சக்கர வாய்யா வந்து உமிய அளந்து போடு” என்று குரல் கொடுத்தாள்.

சுந்தரமூர்த்திக்கு, சர்க்கரையின் பெயரைக் கேட்டதும் குப்பென்று வியர்த்தது. எந்தச் சர்க்கரை என்று அவனால் யோசிக்க முடியவில்லை. வட்டிக்குக் கொடுத்து வாங்கியதும் சாமிதோட்டத்துப் பெட்டிக்கடையில் அவனுக்கும் தனக்கும் நடந்து முடிந்த சண்டையும் கணநேரத்தில் மனதில் கடகடவென ஓடியது.

சொக்கு அழைத்து அவன் வரவில்லை. மூவரும் அவள் அழைத்த திசையின் பக்கம் திரும்பி நின்றிருந்தனர். சுந்தரமூர்த்தி திரும்பிச் சென்றுவிடலாமா என்று பயத்துடன் நின்றிருந்தான். சொக்கு அவர்களின் முகத்தைப் பார்த்துவிட்டு, “ஏலேய் சக்கர வாடா. சிகரெட்டு குடிச்சதும் போதும்” என்று கத்தினாள்.

தகரக்கதவின் துருப்பிடித்த கீலும், துருப்பிடித்த கதவும் அசைகிற சத்தம் பெரியதாகக் கேட்டது. சர்க்கரை ரைஸ்மில்லுக்கு வந்து நின்றதை முதலில் பார்த்தது மூர்த்திதான். அவன் முகங்கழுவித் துடைக்காமல் நின்றிருந்தான். இரண்டு உள்ளங்கையிலும் ஈரம் இருந்தது. வேட்டியைத் தூக்கிக் கட்டியிருந்தான். முகத்திலிருந்து வடிந்த நீர் நெஞ்சு சட்டையில் விழுந்து ஈரமாகத் தெரிந்தது.

சொக்கு அவர்கள் இருவரிடமும், “உங்களுக்கு எத்தன பெட்டி உமி வேணும்” என்று கேட்டதும் சர்க்கரை முன்னால் வந்து மூர்த்தியின் அருகில் நின்றான். அவனது சட்டையைப் பிடித்துக் கீழே தள்ளிவிட்டு நெஞ்சிலேறி மிதிக்க வேண்டுமென்கிற கோபம் வந்தது. சொக்கு முன்னால் ரைஸ்மில்லில் வைத்து அவனை அடிப்பதா என்று யோசித்தான்.

ஆனால் மூர்த்தி தனக்கு அருகில் அவன் நிற்பதைப் பார்க்கக் கூடாது என்று அவன், “அக்கா உமி எங்க இருக்குன்னு சொல்லுங்க. நாங்க போய் அள்ளிக்குறோம்” என்று சொக்குவைப் பார்த்துக் கேட்டதும் சர்க்கரைக்குக் கோபம் வந்தது.

அவனைத் தள்ளிவிட்டு அடிப்பதற்காகக் கையை ஓங்கியபடி வந்தான். சொக்கு அவனுக்கு ஊடே விழுந்து தடுத்துவிட்டாள். அவளது முதுகில் சர்க்கரையின் கை விழுந்தது. அவள் அவனை பிடித்து இழுத்து நிறுத்தினாள். சர்க்கரை தன்னை சமாளித்துக்

கொண்டு, "உமியெல்லாம் இல்ல. உமிய யாருக்கும் தர்றதில்ல போடா போ" என்றான்.

சொக்கு, "டேய் டேய் விக்காம கொட்டி குமிஞ்சுக் கிடக்கு உமியில்லைங்குற. உங்கய்யா வந்தாருன்னா டவுசரைக் கழட்டி விட்டு சாத்துவாரு தெரியுமா" என்று சொன்னதும் மணி சிரித்துவிட்டான். அவன் சிரிப்பதைப் பார்த்த சர்க்கரை முறைத்துப் பார்த்தான். மூர்த்தியை அடிக்க முடியவில்லையென்கிற கோபமும் வருத்தமும் அவனிடம் இருந்தது.

"பெட்டி ரெண்டார ரூபா எத்தன பெட்டி வேணும்" என்று சொக்கு கேட்டபடி நடந்தாள். அவளுக்குப் பின்னால் மணியும் மூர்த்தியும் நடந்தார்கள். அவர்களுக்கு உமியை அளந்து போட்டு விட்டுப் பணத்தை வாங்கிக்கொண்டாள் சொக்கு. அவர்கள் சாக்குப் பையைச் சரட்டில் கட்டித் தூக்கிக்கொண்டு நடந்தார்கள்.

"எதுக்குடா அவங்களுக்கு உமி இல்லன்னு சொன்னா ஏன்டா" என்று சொக்கு கேட்டாள்.

சர்க்கரை, "அவந்தா சொக்கு என்னய சோடா பாட்டில்ல குத்துனவன். அவனுக்குப் போய் நம்ம உமிய கொடுத்துட்ட" என்று கோபமாகச் சொன்னான். அவன் சொல்லியதைக் கேட்ட சொக்கு, "யாரு அவனா, அவனா" என்று இரண்டு தடவை சொன்னது, சுந்தரமூர்த்தியின் காதுகளுக்குக் கேட்டது.

25

சொக்கு நம்பவில்லை. 'இவனா சக்கரைய குத்துனான்' என்று ரைஸ்மில் வாசலுக்குச் சென்று எட்டிப் பார்த்தாள். சைக்கிளில் எந்தப் பக்கம் சென்றார்கள் என அவளால் யூகிக்க

முடியவில்லை. இரண்டு பக்கமும் திரும்பிப் பார்த்துவிட்டு ஏமாற்றமாக வந்தாள். “சிட்டாப் பறந்துட்டாங்கே. இத்தூண்டா இருக்குறவனா உன்னய குத்துனது” என்று அவனிடம் கேட்டாள். அவனுக்கு அவமானமாக இருந்தது. சொக்கு தன்னை அவமானப்படுத்த வேண்டுமென்பதற்காகக் கேட்கிறாள் என்று நினைத்தான்.

சொக்கு அவனுடைய மனதைப் படித்து வைத்திருந்தாள். எந்தச் சொல் அவனைத் தைக்கும், எந்தச் சொல் அவனைப் சந்தோஷமடையச் செய்யும் என்பது அவளுக்குத் தெரியும். சர்க்கரையின் முகவாட்டத்தைக் கண்டதும் அவளுக்குச் சங்கடமானது. அவனருகே சென்று கையைப் பிடித்துக் கொண்டாள். “எங்க வவுத்தக் காட்டு, காயத்த பாப்போம். குத்துனப்ப ஆஸ்பத்திரியில பாத்தது” என்றாள். அவன் சட்டையைத் தூக்கிவிட்டு அடிவயிற்றைக் காட்டினான்.

“இருட்டில எனக்கு ஒண்ணும் தெரியல. ஆனா குத்த வந்ததும் ஏ ரெண்டு கையிலயும் பாட்டில கெட்டியா பிடிச்சுக்கிட்டேன்” என்று பெருமையாகச் சொன்னான்.

வயிற்றின் இடதுபுறம் பக்கவாட்டில் மேல் தோல் பலமாக சிராய்ந்திருந்தது. அந்தப் புண் ஆறிக் காய்ந்து தழும்பாக இரண்டு கோடுகள் தெரிந்தன. தையல் எதுவும் போடவில்லை என்பது அவளுக்குத் தெரியும். அன்று அவளும் மருத்துவமனைக்குச் சென்றிருந்தாள். இரவு முழுக்க இருந்தாள். மருத்துவர்கள் அவனது வயிற்றைப் பார்ப்பதற்கு முன் அவள் பார்த்தாள்.

சோடா பாட்டில் உள்ளே இறங்கவில்லை. உடைந்த பாட்டிலின் கூர்மையான விளிம்பு, சட்டையை கிழித்துக் கொண்டு பலமாக உரசியிருக்கிறது. அதன் எரிச்சலும் வலியும் தாங்க முடியாமல் கத்துகிறான் என்று அவள் தெரிந்துகொண்டாள். ஆஸ்பத்திரியிலிருந்த குடிநீரை தம்ளரில் பிடித்து காயத்தைத் துடைத்து சுத்தம் செய்தாள். ஜவ்வுபோல தோல் விரலளவுக்குத் தொடுக்கி நின்றது. கருஞ்சிவப்பு ரத்தம் கட்டியாகப் படிந்திருந்தது. வேறொன்றுமில்லை. தையல் போட வேண்டியதில்லை என்று டாக்டர் வந்து பார்ப்பதற்கு முன் அவள் சொல்லிவிட்டாள்.

டாக்டரும் அதைத்தான் சொன்னார்.

சொக்குத் திரும்பவும் வாசலுக்குச் சென்று சைக்கிளில் சென்றவர்களைத் தேடினாள். அவளுக்கு மூர்த்தியைப் பார்க்க வேண்டுமென்கிற ஆவல் அதிகமாகயிருந்தது. எதற்கெனத் தெரியவில்லை.

“இப்ப எதுக்கு அவங்கள தேடுற” என்று சர்க்கரை கேட்டான். தன்னைப்போல அவளும் அவன் மீது கோபமாக இருக்கிறாளா, அவனை அடிக்க வேண்டுமென நினைக்கிறாளா என்று தெரிந்து கொள்ள விரும்பினான். அவள் ஒன்றும் பேசவில்லை. சும்மாதா என்று சொல்லிவிட்டுச் சென்றாள்.

ஓட்டை விழுந்த ஓலைப்பாயை விரித்து உட்கார்ந்தாள். அவள் கால்களை நீட்டி சேலையை முழங்கால்வரை இழுத்துவிட்டாள். அவனிடம், “சக்கர அந்த சீமத்தண்ணி சீசாவ எடுத்தா” என்றாள். அவனும் அலமாரியிலிருந்த பிராந்தி பாட்டிலை எடுத்து அவளிடம் கொடுத்தான். பிராந்தி பாட்டிலில் மண்ணெண்ணெய் ஊற்றி வைத்திருந்தார்கள். உள்ளங்கையில் சிறிது விட்டு முழங்காலில் தேய்த்துக் கொண்டாள். ‘சல்லக்கடுப்புக்கு இந்தத் தண்ணிய தேச்சா கொஞ்ச நேரம் வலிக்காம இருக்கும்’ என்று அவளாகப் பேசினாள்.

சர்க்கரை அவளருகே சென்று அமர்ந்தான். அவளிடம் பேசுவதற்கு விசயங்கள் இருக்கின்றன. எதைச் சொல்வது, எதைச் சொல்லாமல் இருப்பது. முதலில் பூங்கொடியைப் பற்றிப் பேச வேண்டும். அவளிடமிருந்து ஆரம்பித்தால் சரியாக இருக்குமா, நாளை கம்பத்திலிருந்து அவளைப் பெண் பார்க்க வருவதாக வீட்டில் பேசிக்கொண்டதை அவன் கேட்டான். சொக்குவிடம் எதற்காக இதையெல்லாம் பேச வேண்டும். அவளிடம் பேசுவதால் என்ன ஆகப்போகிறது என்று அமைதியாக இருந்தான்.

ஆனால் சொக்குவிற்கு எல்லாம் தெரியும். அவனது முகத்தைப் பார்த்துத் தெரிந்து வைத்திருந்தாள். பூங்கொடியின் கல்யாண விசயத்தைப் பற்றித் தன்னிடம் பேச வேண்டுமென ஆசைப்படுகிறான், அவனுக்கு அவளைத் திருமணம் செய்ய

வேண்டுமென்கிற ஆசை இருக்கிறது என்பது தெரியும். ஆனால் காரியம் கைமீறிப் போய்விட்டது.

பூங்கொடியைப் பேசி முடித்து பூ வைக்க கம்பத்திலிருந்து உறவுக்காரர்கள் வருகிறார்கள் என்று தாளைமுத்து அவளிடம் சொல்லியிருந்தார். லட்ச ரூபாய் கடனுக்கு வாங்கிக் கொடுத்துத் திருப்பித் தர முடியாத வகையில் தாளைமுத்துவிற்கும் குருசாமிக்கும் மனவருத்தம் உண்டாகி பேச்சுவார்த்தை இல்லாமல் போய்விட்டது. இப்போது சிறிது நாட்கள், அதுவும் கல்யாணத்திற்காகப் பேசிக்கொள்கிறார்கள் என்பது அவளுக்குத் தெரியும்.

“உங்க குருசாமி மாமா மக பூங்கொடிய உனக்குக் கல்யாணம் செஞ்சுதரலைன்னு கவலப்படுறயா சக்கர” என்று அவனிடம் கேட்டாள். தன் மனதில் நினைப்பது எப்படி அவளுக்குத் தெரியும் என்று ஆச்சரியமாகப் பார்த்தான்.

“உனக்கெப்படி நா நெனைக்கிறது தெரியும் சொக்கு” என்று கேட்க வேண்டுமென நினைத்தான். அவன் கேட்கவில்லை. புறாக்கள் அங்கும் இங்குமாக ரைஸ்மில்லுக்கு அலைவது போல அவன் மனதில் எண்ணங்கள் அலைந்தன. பூங்கொடி வந்து போகும் ஒவ்வொரு காட்சிகளும் ஒன்றுடன் ஒன்று முட்டி மோதி அலைந்தன. கூடவே குருசாமி மாமாவும் அல்லி அத்தையும் கட்டிலின் மேல் படுத்துக்கிடக்கும் காட்சியும் வந்து போயின. சர்க்கரை அந்தச் சம்பவத்தை மறந்திருந்தான். இப்போது அவனுக்குத் திரும்பவும் ஞாபகத்திற்கு வந்தது.

அங்கிருந்து வந்த பிறகு பூங்கொடி என்ன செய்திருப்பாள். அவளும் தன்னைப்போல அக்காட்சியைப் பார்த்திருப்பாள். இல்லை பார்த்திருக்க முடியாது. அவர்கள் கட்டிலை விட்டு எழுந்து வந்திருப்பார்கள். ஒருவேளை கதவை அடைத்து விட்டு பாத்ரூம்பிற்குச் சென்றிருப்பார்கள். வேறு உடை மாற்றி வெளியே வந்து பூங்கொடியுடன் பேசிக்கொண்டிருப்பார்கள். எது வேண்டுமென்றாலும் அன்று நடந்திருக்கலாம். ஆனால் பூங்கொடி என்னுடன் பேசாமல் இருப்பதற்கும் அதற்கும்

தொடர்பு இருக்கிறது. அவளும் அவர்களைப் பார்த்திருக்கிறாள். அதனால்தான் தன்னுடன் பேசாமலிருக்கிறாள் என்று சர்க்கரை நினைத்தான்.

அவளுக்காகத்தானே அப்பாவுடனும் அம்மாவுடனும் சண்டைப் போட்டுக்கொண்டு வட்டிக்குக் கொடுத்து வாங்கும் தொழிலுக்குப் போனோம். அப்பாவும் அம்மாவும் வேண்டாம் வேண்டாம் என்று தடுத்தும் குருசாமி மாமாவைப் போல வட்டிக்குக் கொடுத்து வாங்கினால் தனக்குப் பூங்கொடிக்குக் கல்யாணம் செய்து தருவார்கள் என்று நம்பினோம்.

தன்னிடம் வட்டிக்குப் பணத்தை வாங்கிக்கொண்டு தன்னை ஏமாற்றிவிட்டார்கள். பணத்தை வாங்கிக்கொண்டு ஏமாற்றியவர்களை ஒருவகையில் விட்டுவிடலாம். அவர்கள் தனக்கு உறவுமில்லை. சொந்தமுமில்லை. ஆனால் பூங்கொடி ஏன் தன்னை ஏமாற்றினாள். தன்னிடம் பணமில்லை என்பதற்காகத்தான் கல்யாணம் செய்து கொள்ளவில்லை. மாமாவும் அத்தையும் லட்ச ரூபாயைத் திருப்பித் தரவில்லையென்பதற்காக தனக்கு பூங்கொடியைத் திருமணம் செய்து தரவில்லை என்று அவன் நினைத்தான்.

“ஏஞ்சக்கர பேசாம என்னவோ மாதிரி இருக்க. ஏதாச்சும் பேசுப்பா. அவ இல்லன்னா உனக்கு வேற புள்ளக இல்ல” சொக்கு அவனருகில் வந்து சொன்னாள்.

“எல்லாப்புள்ளைகளும் பூங்கொடி மாதிரியாகிட முடியுமா சொக்கு” என்று அவன் சொல்லியதும் அவளுக்கு என்னவோ மாதிரியாகிவிட்டது.

சர்க்கரை, பூங்கொடியை இந்த நிமிஷம்வரை நினைத்துக் கொண்டுதானிருக்கிறான். அவள் தனக்கு குடிப்பதற்குத் தண்ணீர் தரும்போது சிரிக்கும் சிரிப்பையும் காப்பி தரும்போது விரலைக் கிள்ளுவதையும், சாப்பாடு வைக்கும் போது கேலி பேசியதையும் நினைக்க நினைக்க அவனுக்குக் கண்கள் கலங்கின. அவனால் தாங்க முடியவில்லை. அழுகை வந்தது. அவன் அழுதான். அவன் அழுவதைப் பார்த்த சொக்கு கண்களைத் துடைத்துவிட்டாள். சிறிது நேரம் அழுது முடியட்டும்,

அப்போதுதான் பூங்கொடியின் நினைப்பிலிருந்து வெளியே வருவான் என்று விட்டுவிட்டாள்.

சர்க்கரை ரைஸ்மில்லுக்குப் பின்னால் சென்று தொட்டியிலிருந்த நீரை முகர்ந்து முகங்கழுவிக்கொண்டான். மண் சுவரில் தீப்பெட்டிப் பட்டையையும் இரண்டு குச்சிகளையும் ஒளித்து வைத்திருந்ததை எடுத்து சுவரேறி குதித்தான். புல் தரையில் அமர்ந்து சிகரெட்டைப் புகைத்தான். வேகவேகமாக இழுத்து புகையை விட்டான்.

சர்க்கரை ரைஸ்மில் வேலைக்கு வந்த பிறகு அவள் அவனுடன் பேசுவதில்லை. பள்ளிக்கூடத்திற்குப் போகும் போது, பார்த்தால் சிரிப்பதுகூட இல்லை. முகத்தைத் திருப்பிக் கொள்கிறாள். முன்பு குருசாமியுடன் அவன் சுமுகமாக இருந்த போது ரோட்டில் பார்த்தால் அவளாக நின்று பேசுவாள். ஏதாவது வேண்டுமா என்று கேட்டால் சரி என்று வாங்கித் தரச் சொல்வாள். ஆனால் இப்போது ரோட்டில் நடந்து செல்லும் போது முகத்தைத் திருப்பிக் கொள்கிறாள். சர்க்கரைக்குக் காரணம் தெரியவில்லை. எதற்காக தன்னிடம் அவர்கள் இப்படி நடந்து கொள்கிறார்கள், கனகுவை அழைத்துச் சென்று லட்சரூபாயைக் கடனுக்கு வாங்கிக் கொடுத்ததுதான் தான் செய்த குற்றமா என்று யோசித்தான். அந்தப் பணத்தை விட அவர்களுக்குத் தான் முக்கியமில்லாதவனாகப் போய்விட்டோமா என்று கவலைப்பட்டான்.

குருசாமி மாமா டீக்கடையில் பார்த்தாலும் பார்க்காதது போல இருக்கிறார். இதற்கெல்லாம் லட்சரூபாய்தான் காரணம். லட்ச ரூபாயைச் சம்பாதித்து அவர்களிடம் கொடுத்துவிட்டால் எல்லாம் சரியாகப் போய்விடும் என்று நினைத்துக்கொண்டான். சிகரெட்டை அணைத்துக் கீழே போட்டுவிட்டு தொட்டித் தண்ணீரில் முகங்கழுவிக் கொண்டான். லட்ச ரூபாயை சம்பாதிக்க என்ன வழி என்று யோசித்தான்..

முகத்தில் நீர் வடிய ரைஸ்மில்லுக்கு வந்தான். சொக்கு ஓலைப்பாயைச் சுருட்டி வைத்துவிட்டு, தலைமுடியை உதறி கொண்டையிட்டுக்கொண்டாள். அவளிடம் அவன், “லட்ச

ரூபா யார்கிட்டயாச்சும் கடனா வாங்கிக்கொடு சொக்கு. நா எங்க மாமாகிட்டே கொடுத்துட்டு நிம்மதியா எங்காச்சு போறேன்" என்று கோபமாகச் சொன்னான்.

அவளுக்குச் சிரிப்பு வந்தது. "அந்தப்புள்ளய உனக்குக் கல்யாணம் செஞ்சு தராம இருக்குறதுக்கும் லட்ச ரூபாயிக்கும் எந்தச் சம்பந்தமுமில்ல சக்கர. அவங்களுக்கு நீ முக்கியமா ரூபா முக்கியமா" என்று அவள் அவனைப் பார்த்துக் கேட்டதும் அவனுக்குத் தலையில் சுளீரென்று எதோ விழுந்ததுபோலிருந்தது.

"அதானே. நீ சொல்லுறத நானும் நெனச்சுப் பாத்தேன். என்னய முக்கியமுன்னு நெனைக்கிறவங்க லட்ச ரூபாயிக்காகவா சண்டை போடுவாங்க..."

"ஓம் மண்ட மூளைக்கு இப்பத்தான் புரிஞ்சிருக்கு. வேணாமுன்னு விலக்கி வெக்க ஆயிரம் நொட்டை சொல் பேசலாம். வேணுமுன்னு சொல்லுறதுக்கு ஒத்தைச் சொல்லு சொத்தையா இருந்தாலும் உறுத்தா (உரிமையாக) சொல்லணும் சக்கர" என்று அவள் சொன்னாள்.

சர்க்கரை எதுவும் பேசவில்லை. அவளது முகத்தைப் பார்த்தான். "அப்ப அவங்க என்னய வேணாமுன்னு முடிவு செஞ்சுட்டாங்களா சொக்கு" என்று பரிதாபமாகக் கேட்டான். அவள் அவனருகே சென்று அவனுடைய இரண்டு கைகளையும் பிடித்துக்கொண்டாள்.

"நோட்டு நோட்டா பணத்த எண்ணுறது சுலபம் சக்கர. மனுஷன கணக்கில சேக்குறதுக்கு ரொம்ப பிரயாசப்படணும்" என்று சொல்லி அவனது கைகளை உதறினாள். எதற்காக அவள் அப்படிச் சொன்னாள், எதற்காகத் தன்னுடைய கைகளை உதறினாள் என சர்க்கரைக்குத் தெரியவில்லை. அவன் தனியாக நின்றிருந்தான். சொக்கு தன்னுடன் இருந்தும் தான் மட்டும் தனித்திருப்பது மாதிரி உணர்ந்தான்.

26

“டேய் மாப்ளே” என்று யாரையோ துரை அழைத்தான். சுந்தரமூர்த்தி திரும்பிப் பார்த்தான். யாரும் திரும்பிப் பார்க்கவில்லை. துரை யாரை அழைத்தான் என்று தெரியவில்லை. துரை, பெட்டிக்கடையின் முன் நின்று சிகரெட்டைப் பற்ற வைத்துக்கொண்டான். சுந்தரமூர்த்திக்கும் சிகரெட்டைப் பற்ற வைத்து புகைக்க வேண்டுமென்கிற ஆசை. ஆனால் இத்தனை நபர்கள் இருக்கும்போது எப்படி புகைப்பது. யாராவது பார்த்துவிட்டு அப்பாவிடம் சொல்லிவிட்டால் என்று பயந்து நின்றான்.

லாட்டரிச் சீட்டு விற்கும் துரை, மூர்த்தியின் கையை இறுகப் பற்றிக்கொண்டான். பிறகு அவனது தோள் மேல் தனது கையைப் போட்டுக்கொண்டான். பெட்டிக்கடை வாசலை மறைத்து அவர்கள் நின்றிருந்ததைப் பார்த்த கடைக்காரன், “தள்ளி நில்லுங்கப்பா கடைக்கு ஆளுங்க வரவேணாமா” என்று சொன்னான். துரை சிரித்துக் கொண்டு, “கற்பகம் லட்டாரிச் சீட்டுக் கடை முதலாளியோட தம்பி மாப்ள நானு” என்று சொன்னான். அதற்கு அவன், “நீ யாரா இருந்தா எனக்கென்ன. தள்ளி நின்னு பேசு. கடைக்கு ஆளுங்க வரவேணாமா” என்றான். துரையும் மூர்த்தியும் கடையை விட்டு ஒதுங்கி நின்றனர்.

இரண்டு பேரும் நன்றாகக் குடித்திருந்தார்கள். தள்ளாடித் தள்ளாடி நடந்தார்கள். தாங்கள் குடித்திருப்பது பிறருக்குத் தெரியக் கூடாது என்பதற்காக வெற்றிலையும் பாக்கும் போட்டிருந்தனர். துரை தனது கையில் கைக்குட்டையை வைத்திருந்தான். யாராவது தனக்குப் பக்கத்தில் வந்து பேசினால் கைக்குட்டையால் தன்னுடைய வாயை மூடிக்கொள்ளலாமென்கிற யோசனையில் இருந்தான்.

சுந்தரமூர்த்தியிடம் கைக்குட்டை இல்லை. சனிக்கிழமை சினிமாவுக்குப் போகும் போது சலவை செய்த கைலி வேட்டியையும் சட்டையையும் உடுத்திக்கொள்வதோடு அவனது

'மேக்கப்' முடிந்துவிடும். பேண்ட் சட்டையெல்லாம் கிடையாது. ஆனால் துரை பேண்ட் சட்டையுடுத்தியிருந்தான். அவனுடைய செருப்பும் சைக்கிளும் மூர்த்தியின் கண்களை உறுத்தியது. அதைப் போல தானும் வாங்கிவிட வேண்டுமென்கிற ஆசை, போதையிலும் உண்டாகியிருந்தது.

சுந்தரமூர்த்திக்கு சனிக்கிழமை பேட்டா பணம் கிடைத்ததும் பொங்கல் பம்பர் பரிசு லாட்டரிச் சீட்டு வாங்க வேண்டுமென கடைக்குச் சென்றான். சீல் டப்பாவில் அவன் சேர்த்து வைத்திருந்த பணத்தை எடுத்துக்கொண்டான். முதலில் லாட்டரிச் சீட்டு வாங்க வேண்டும். மீதிப் பணமிருப்பதைப் பொறுத்து சினிமாவுக்குப் போவோம் என்று கணக்குப் போட்டு வைத்திருந்தான். லாட்டரிச் சீட்டு ஒன்றின் விலை பத்து ரூபாய். அவனிடம் முப்பது ரூபாய் இருந்தது. மூன்று சீட்டுகள் வாங்கலாமா இரண்டு சீட்டுகள் வாங்கலாமா என்று யோசித்தான். மதியம் நேரம், சாப்பாட்டுக்கு வீட்டுக்குப் போய்த் திரும்பும்போது பஜாரில் யாரும் இருக்க மாட்டார்கள் அந்நேரத்தில் லாட்டரிச் சீட்டுக் கடைக்குச் சென்றால் கூட்டமிருக்காது. தன்னையும் யாரும் பார்க்க மாட்டார்கள் என்று நினைத்தான்.

மதியம் சாப்பிட்டதும் சைக்கிளை எடுத்துக்கொண்டு நேராக லாட்டரிச் சீட்டுக் கடைக்கு வந்தான். அவன் நினைத்ததுபோல கடையில் யாருமில்லை. துரை மட்டும் தனியாக அமர்ந்திருந்தான். கடையில் சிவப்பு நிற நேஷனல் பானாஷோனிக் டேப்ரிக்கார்டில் பாட்டுப் பாடிக்கொண்டிருந்தது. 'ராஜாதி ராஜா' சினிமா பாட்டு. வா வா மஞ்சள் மலரே... ஒண்ணு தா தா... என்று சத்தமாக பாடிக்கொண்டிருந்தப் பாட்டை துரை ரசித்துக் கேட்டுக்கொண்டிருந்தான். துரையும் சேர்ந்து ப்பீப்பீப்பீ பிப்பிப்பீ என்று பாடினான். சுந்தரமூர்த்தி அந்தப் பாட்டை இப்போதுதான் கேட்கிறான். கேசட் டப்பாமூடியில் ரஜினியும் ராதாவும் கட்டிப்பிடித்து நின்றிருப்பது போலவும் கொஞ்சம் தள்ளி சிறியதாக இன்னொரு ரஜினியும் நதியாவும் பேசிக்கொண்டிருப்பது போன்ற படம் இருந்தது. ரவி பாட்டின்

சத்தத்தைக் குறைக்கவில்லை. சிரித்தபடி “வா சுந்தர்ரு” என்றான்.

துரையின் கடைக்கு ஏற்கனவே அவன் சென்றிருக்கிறான். பொன்ராம் மதுரையிலிருந்து வாங்கிக்கொண்டு வந்திருந்த லாட்டரிச் சீட்டை ரவியின் கடையில் கொடுத்து ரிசல்ட் பார்த்தான். துரை “ஒண்ணு இல்ல, ஒட்டிக்கூட வரல” என்று சொன்னான். “நம்ம கடையில வாங்காம, மதரயில போய் வாங்காட்டி இங்க கடை இல்லயா” என்று அவனிடம் சொன்னான்.

மூர்த்தி “எனக்கில்லைங்க எங்க முதலாளிக்கு” என்று சொன்னதும் துரை சிரித்துக்கொண்டான். மூர்த்தியும் சிரித்துக்கொண்டான். அவர்களுக்கு அன்றிலிருந்து பழக்கம் உண்டானது. சிவலிங்கம் கடைக்குப் பக்கத்திலிருக்கிற சந்தில் மூத்திரமிருக்கப் போகும் போது எதிரெதிரே பார்த்துச் சிரித்துக் கொண்டார்கள். மீனாட்சி டீக்கடையில் டீ சாப்பிடும் போதும் பஜாரில் பார்த்தாலும் சிரித்துக்கொண்டார்கள். அந்தப் பழக்கத்தில் துரையின் கடையில் பம்பர் குலுக்கல் சீட்டு வாங்கலாமென வந்தான் மூர்த்தி.

“பொங்கல் பம்பர் குலுக்கல் சீட்டு மூணு வேணும் துரை. பரிசு விழுகுற சீட்டா எடுத்துக் கொடுங்க” என்று சொன்னதும் துரை லாட்டரிச் சீட்டைப் புரட்டிப் புரட்டிப் பார்த்தான். அவனுக்கு ஏதோ யோசனை வந்தது.

துரை, “நீ ஒண்ணு செய்யு சாயந்தரம் அஞ்சு மணிக்கு வா. நல்ல நம்பரா அஞ்சாறு சீட்டை ஒருத்தரு தனியா பிரிச்சு எடுத்து வெச்சிருக்காரு. இன்னக்கி சாயங்காலத்துக்குள்ள வந்து வாங்கலைன்னா அத உனக்குத் தர்றேன்” என்றான். மூர்த்தியும் சரி என்று பட்டறைக்குச் சென்றான். சாயங்காலம் ஐந்து மணிக்கு, பொன்ராம் டீ வாங்கிக்கொண்டு வரச்சொன்னதும் தூக்குவாளியைத் தூக்கிக்கொண்டு லாட்டரிச் சீட்டுக் கடைக்குச் சென்றான். கடையில் துரை இல்லை. அவனது அண்ணன் அமர்ந்திருந்தார். அவனுக்கு ஏமாற்றமாக இருந்தது. வேறு கடைக்குப் போவதற்கு மனமில்லை.

டீ வாங்கும் இடத்தில் துரையைத் தேடினான். துரை இல்லையென்றதும் அவனுக்குச் சங்கடமாக இருந்தது. லாட்டரிச் சீட்டு வாங்க வேண்டாம். சினிமாவுக்குப் போவோம். புரோட்டா கடைக்குப் போய் சாப்பிடுவோம் என்று எண்ணத்தை மாற்றிக்கொண்டான். டீ வாங்கிக்கொண்டு பட்டறைக்குப் போனான்.

பட்டறைக்கு வந்து, டீயை ஊற்றி முதலாளிக்குக் கொடுத்துவிட்டு அவனும் குடித்தான். ஐந்து மணிக்கு இன்னமும் சிறிது நேரம் இருந்தது. பட்டறை வீதியில் ஒவ்வொரு பட்டறையாக எடுத்து வைத்து கதவை அடைக்கும் சத்தம் டப்டுப் டுப்டப் என்று கேட்டுக்கொண்டிருந்தது. எதாவது போனது வந்தது திருகாணி போட மெருகு போட என்று எதுவும் வரவில்லை என்றதும் பொன்ராமுக்கும் பொறுமையில்லை. அதற்கு மேல் பட்டறையில் அமர்ந்திருக்க முடியவில்லை. “பட்டறைய மூடுறா” என்று சொன்னதும், அதற்குத் தயாராக இருந்தவன் டப்டுப்பென்று கண்ணை மூடித் திறப்பதற்கும் பட்டறைக் கதவை அடைத்துவிட்டு சாவியை அவரிடம் கொடுத்தான்.

“எலே உமியோட்டுக்கு நல்லா தண்ணிய ஊத்துனயா?”

“ஊத்திட்டேண்ணே.”

“ஜன்னல நல்ல பூட்டுனயா, கதவ உள்தாழ்ப்பா போட்டியா..?”

“போட்டேண்ணே!”

“சினிமாவுக்குப் போற அவசரத்தில மறந்துட்டு போயிறாதடா பூட்ட இன்னொரு தடவ இழுத்துப் பாரு” என்றார்.

சுந்தரமூர்த்தி பூட்டிய கதவைத் தள்ளிப் பார்த்துவிட்டுப் பூட்டை இழுத்துக் காட்டினான். பொன்ராம் திருப்தியடைந்தவராக சைக்கிளை எடுத்துக்கொண்டு புறப்பட்டார். அவர் சந்தின் முகதைத திரும்பியதும் ரவி சைக்கிளில் வேகமாக வந்து மூர்த்தியின் அருகில் நின்றான்.

“சுந்தர்ரு உனக்கு மூணு பம்பர் சீட்டு எடுத்துட்டு வந்திருக்கேன். ராசியான நம்பரு சுந்தர்ரு மூணும்” என்று தன்னுடைய

பாக்கெட்டில் மடித்து வைத்திருந்த சீட்டை எடுத்துக் கொடுத்தான். அந்தச் சீட்டில் சுந்தரமூர்த்தி நகைப்பட்டறை என்று எழுதியிருந்தது. அதைப் பார்த்ததும் அவனுக்குச் சந்தோஷமாக இருந்தது. தன்னுடைய பாக்கெட்டில் சீட்டை வைத்துக்கொண்டான். பணத்தைக் கொடுத்தான்.

“அப்புறம் எங்க சுந்தர்ரு சினிமாவுக்கா.”

“இல்லண்ணே...”

“என்னா நீ, என்னய போயி அண்ணேன்னு கூப்பிட்டுட்டு இருக்க. சும்மா துரைன்னு கூப்பிடு...”

சுந்தரமூர்த்தி சிரித்துக்கொண்டான். அவனுக்குச் சந்தோஷமாக இருந்தது. அதேநேரத்தில் செலவு செய்யத் தன்னிடம் பணம் எதுவுமில்லை. துரை சினிமாவுக்கு அழைத்தால் என்ன செய்வது என்று சங்கடப்பட்டான்.

“வா போவோம் அப்படியே பேசிட்டே” என்று துரை அவனை அழைத்தான். மூர்த்தி சைக்கிளை எடுத்துக்கொண்டு அவன் பின்னால் சென்றான். இருவரும் சிறிது தூரம் சைக்கிளை உருட்டிக்கொண்டு சென்றார்கள். பட்டறைவீதியைத் தாண்டி மெயின் ரோட்டுக்கு வந்ததும் அவர்கள் இருவரும் சைக்கிளை ஓட்டினார்கள். துரை வைத்திருந்த சைக்கிள் சினிமாவில் கதாநாயகி பாடல் காட்சியில் ஓட்டிக்கொண்டு வருவதைப் போலிருந்தது. இந்த சைக்கிளைப் புதிதாக மட்டுந்தான் வாங்க முடியும். பழையதை விற்க மாட்டார்கள். புதிய சைக்கிள் எவ்வளவு ரூபாய் என்று தெரியவில்லை. பணத்தைச் சேர்த்து வைத்து வாங்க வேண்டும் என்று யோசனையோடு சைக்கிளை ஓட்டிச் சென்றான். முதலில் சைக்கிள் வாங்கலாமா இல்லை செருப்பு வாங்கலாமா என்பதுதான் அவனது அப்போதைய பிரச்சினையாக இருந்தது. செருப்பு வாங்கலாம். அதுதான் சைக்கிளை விட விலை குறைச்சல் என்று தன்னைத்தானே சமாதானம் செய்து கொண்டான். இந்தச் சிந்தனையில் துரை சைக்கிளில் எங்கு செல்கிறான் என்று கவனிக்க முடியவில்லை.

போலீஸ் ஸ்டேஷனைக் கடந்து பூக்கடைகளைத் தாண்டி ஜீவன் தியேட்டர், குரு பேக்கரி எல்லாம் கடந்து பொன்னு தியேட்டரைத் தாண்டி சைக்கிள் ஓடிக்கொண்டிருந்தது. துரை துரை என்று அழைத்தும் அவன் நிற்கவில்லை. திரும்பியும் பார்க்கவில்லை. துரையின் சைக்கிள் காந்தத்தைப் போலவும் மூர்த்தியும் அவனது சைக்கிளும் இரும்பைப் போலவும் மாறியிருந்தது. காந்தம் இரும்பை இழுத்துக்கொண்டு ஓடியது.

பஸ்ஸ்டாண்டிற்குச் சிறிது தள்ளியிருந்த ஆர்.ஆர். ஒயின்ஷாப்பிற்கு முன்னால் துரை சைக்கிளை நிறுத்தினான். அவன் வழக்கமாக வாங்கும் ஜானெக்ஸ்ஸாவிற்குப் பதிலாக அரைபாட்டில் பிபிகோல்டு பிரிமியம் வாங்கினான். மூர்த்தியை அழைத்துக் கொண்டு பஸ்ஸ்டாண்டு பக்கமாக வந்தான். துரையும் மூர்த்தியும் பேருந்து நிலையத்திற்குள் நுழைந்தார்கள். வரிசையாக பெட்டிக்கடையும் வளையல் கடையும் மிக்சர் கடையும் இருந்தன. துரை கடைசியாக இருந்த பெட்டிக்கடையின் முன்பாக சைக்கிளை நிறுத்தினான்.

“டேய் மாப்ளே சோமாசு” என்று கடையில் வேலை செய்து கொண்டிருந்தவனை அழைத்தான். சர்பத் தம்ளரைக் கழுவிக்கொண்டிருந்தவன், “ஏய் ஊத்து மாமா வாய்யா. சனிக்கெழமன்னா ஊத்துதானா” என்று கேலி செய்தான். துரை சைக்கிளைப் பூட்டிவிட்டு நடந்தான். மூர்த்திக்குத் தயக்கமாக இருந்தது. அவன் தயங்குவதைப் பார்த்தவன், “சாப்புடுவியா” என்று கட்டை விரலை உயர்த்திக் காட்டினான். சுந்தரமூர்த்திக்கு பகீரென்றது.

“துரை எங்கிட்ட பணமில்ல. இருந்த பணத்தில லாட்டரிச் சீட்டு வாங்கிட்டேன். சினிமாவுக்கு டிக்கெட் எடுக்க பணமில்ல. குடிக்கிறதுக்கெல்லாம் காசில்ல” என்று சொன்னான்.

துரை, “இப்ப யாரு உங்கிட்ட பணம் கேட்டா” என்றான்.

சுந்தரமூர்த்தி அமைதியாக இருப்பதைப் பார்த்த துரை, “குடிப்பேன்னு சொல்லு மாட்டேன் சொல்லு அமைதியா

இருந்தா நானென்னான்னு நெனைக்கிறது" என்றதும் மூர்த்தி சரி என்பது போல் தலையாட்டினான்.

துரை, "ஏங்கிட்ட காசிருக்கு. இன்னைக்கு நா வாங்கித்தர்றேன். உங்கிட்ட காசிருக்கும் போது நீ வாங்கித்தா" என்று சொன்னான். அவனது பதிலைக் கேட்காமல் தோளின் மேல் கை போட்டுக் கொண்டு அழைத்துச் சென்றான்.

"எல்லாத்துக்குத் தெரியுற மாதிரியா துரை" என்று மூர்த்தி தயங்கினான். துரை அவனை இழுத்துக்கொண்டு பெட்டிக்கடைக்குச் சென்றான். அந்தக் கடைக்குள் செல்ல வழியில்லாமலிருந்தது. கடைக்குள்ளிருந்த சோமாசு மாப்பிள்ளை அவர்களைப் பார்த்ததும் சோடா பாட்டில்களையும் சர்பத் பாட்டில்களையும் வைத்திருந்த கேஸ் பெட்டியைத் தள்ளி வைத்ததும் சிறிய பாதை உண்டானது. அப்பாதையில் பிளாஸ்டிக் குடம் இருந்தது. அதைத் தாண்டி ஒருவருக்குப் பின் ஒருவராகச் சென்றார்கள். கடைக்குள் இரண்டு சதுர சதுரமான கருங்கற்கள் இருந்தன. அதில் அமர்ந்துகொண்டார்கள்.

"சோமாசு மாப்ளே இவரு நம்ம பிரண்டு புதுசா நம்ம செட்டில சேர்ந்திருக்காருய்யா பாத்து கவனி" என்று துரை கடையிலிருந்தவனிடம் சொன்னான்.

சோமாசு அவர்களுக்கு சர்பத் தம்ளரில் பிராந்தியை ஊற்றித் தந்தான். முதலில் சுந்தரமூர்த்திக்குப் பயமாக இருந்தது. இரண்டாவது தடவையாகக் குடித்ததும் பயம் தெரியவில்லை. உளற ஆரம்பித்தான்.

"துரை பம்பர் சீட்டுல பரிசு விழுகட்டும் உனக்கு தேனியில நாகர் புரோட்டா கடையில வெச்சு பார்ட்டி. ஒருநா முழுக்க குடிச்சிட்டே இருப்போம்..."

"அப்ப நாம வைகை டேமுக்குப் போவோம் சுந்தர்ரு" என்று துரை சொன்னதும் அவனுக்கும் அதுதான் சரி என்று பட்டது.

"ஆமா துரை போடியும் வேணாம். தேனியும் வேணாம். வைகேடேமுக்குப் போவோம். இல்லன்னா சுருளிக்குப் போவமா" என்றதும் துரைக்குச் சந்தோஷமானது. கைகளைத்

தட்டிக்கொண்டான். சத்தமாக சுருளிக்குப் போவோம் என்றான். கடைக்குள்ளிருந்த சோமாசு மாப்பிள்ளை, “டேய் ஊத்து மாமா ஊத்துனது போதும் ஓனரு வர்ற நேரம் கிளம்பு கிளம்பு” என்றான்.

அவர்கள் எழுந்துகொண்டார்கள். கடைசியாக கடலைமிட்டாய் ஒன்றைப் பாதியாகப் பிய்த்து ஆளுக்குப் பாதிப் பாதியாக வாயில் ஒதுக்கிக்கொண்டார்கள். “யாராச்சும் தெரிஞ்சவங்க வந்தாங்கன்னா பேசாத, கடலமிட்டாய வாயில வெச்சிருக்கிற மாதிரி காட்டி பேச்சைக் கொறைச்சிரு” என்றான். மூர்த்தியும் சரி என்று தலையாட்டிக்கொண்டு கடையை விட்டு வெளியே வந்தான்.

“வேறெங்கப்போவோம்” என்று துரை கேட்டான். இனிமேல் சினிமா தியேட்டருக்குப் போக முடியாது. டிக்கெட் கிடைத்தாலும் இடம் கிடைக்காது. ஆறேமுக்கா மணிக்கு எந்த தியேட்டரில் படம் போடாமல் இருப்பார்கள் என்று துரை தனக்குத் தெரிந்த புரோட்டா கடைக்குப் போய் சாப்புடுவோம் என்று அழைத்தான். மூர்த்தியும் சரி என்று அவனுடன் சென்றான். முட்டைப்புரோட்டா வாங்கிச் சாப்பிட வேண்டுமென்று ஆசைப்பட்டான். அவனுக்கு அப்போது சர்க்கரையின் ஞாபகம் வந்தது. சர்க்கரையுடன் சண்டை போட்டு அவனுடைய மண்டையை உடைக்க வேண்டுமென்று அசிங்க அசிங்கமாகத் திட்டினான். அதைக் கேட்ட துரை, “யாரத்திட்டுற” என்று கேட்டான்.

மூர்த்தி, “சக்கரன்னு ஒருத்தன், என்னய ரொம்பவும் திட்டிட்டான் துரை. அடிச்சிட்டான். பதிலுக்கு அவன நான் சோடா பாட்டில எடுத்துக் குத்துனேன். சரியா வவுத்தில குத்து விழலை” என்று உளறிப் பேசினான்.

துரை, “குத்துறப்ப அவன் சாகணுமின்னு நெனச்சுக் குத்தணும். அப்பத்தான் குத்து சரியா விழும். அவன எங்கப் பாத்தாலும் அடி. நா இருக்கேன்” என்று சொன்னதும் சுந்தரமூர்த்திக்குச் சந்தோஷமாக இருந்தது. சர்க்கரையை அடித்து மண்டையை உடைத்துவிட்டது போல் உணர்ந்தான். ரோட்டில் நடப்பது

போலில்லை. மிதப்பது போலிருந்தது. கொஞ்சம் கொஞ்சமாக அவனது கண்களிலிருந்து அனைத்தும் மறைந்து இருட்டாகத் தெரிந்தது.

“டேய் மாப்ள” என்று துரை யாரையோ அழைத்தான். அந்த இருட்டில் யாரும் திரும்பிப் பார்க்கவில்லை. அவர்கள் நடந்தார்கள். நடக்க நடக்க சுகமாக இருந்தது. மூர்த்தியும் “டேய் மாப்ள” என்று இருட்டில் யாரையோ அழைத்தான்.

27

சர்க்கரைக்குப் பொறுக்க முடியவில்லை. மூர்த்தியின் குரல்வளையைக் கடித்துத் துப்பவேண்டுமென்கிற ஆத்திரம் வந்தது. அவனை மட்டுமல்ல தன் கண் முன்னால் யாரெல்லாம் தெரிகிறார்களோ, தன் கைக்குச் சிக்குகிறவர்களையெல்லாம் குத்திக் குடலை உருவிப்போட வேண்டுமென்கிற ஆத்திரம் வந்தது. அந்த ஆத்திரத்தை ரைஸ்மில்லிலிருந்த பொருட்களின் மீது காட்டினான். ரைஸ்மில்லுக்கு வரும் வாடிக்கையாளர்களிடம் காட்டினான். அவர்களிடம் கோபமாகப் பேசினான். அரவைக்கு அதிகமாகக் கூலி கேட்டான். கூலி தராதவர்களைத் திட்டினான். அவன் பேச்சையும் செயலையும் பகல் முழுக்கப் பொறுத்துக் கொண்டாள் சொக்கு.

மதியம் சாப்பாடு முடிந்ததும் அவனிடம் பொறுமையாகப் பேசினாள். சர்க்கரை அவளது பேச்சைக் கேட்கவில்லை. பூங்கொடியின் திருமணம் முடிந்ததிலிருந்து அவனது குணமும் நடவடிக்கையும் மாறிவிட்டது. நிதானமில்லாமல் இருந்தான். யாரைப் பார்த்தாலும் கோபம் வந்தது. அவன் பார்க்கும் ஆண்கள் அனைவரும் மூர்த்தியாகவும் கனகாகவும்

தெரிந்தார்கள். பெண்கள் அனைவரும் பூங்கொடியாகத் தெரிந்தார்கள்.

மூர்த்தியினால் தனக்கு இவ்வளவு பிரச்சினை வந்திருக்கிறது. அவன் மூலமாக கனகுவைச் சந்தித்தோம். கனகுவிற்குக் கடன் வாங்கிக்கொடுத்தோம். கனகுவை சந்திக்காமலிருந்தால் தனக்கும் குருசாமி மாமாவுக்கும் சச்சரவு எதுவும் வந்திருக்காது. தனக்குப் பூங்கொடியைத் திருமணம் செய்து வைத்திருப்பார் என்று நம்பினான். அந்த நம்பிக்கை பாழாகிவிட்டது. எல்லாம் முடிந்துவிட்டது. பூங்கொடி திருமணம் முடிந்து கம்பத்திற்கு சென்றுவிட்டாள்.

அரவை மிஷினுக்குள் விழுந்த சோளம், மாவாகத்தான் கொட்டும். சோளக்கதிராகக் கொட்டாது என்று நினைத்தான். (இது சொக்கு அவனிடம் சொல்லியது) அதை நினைக்க நினைக்க அவனுக்கு ஆத்திரமாக வந்தது. அந்த ஆத்திரத்தில் மூர்த்தியைக் கொன்றுவிட்டு ஜெயிலுக்குப் போய்விடவேண்டும், அதுவும் நடுரோட்டில் வைத்து அனைவரும் பார்க்கும்படியாகக் குத்திக் கொல்ல வேண்டுமென நினைத்தான். ரைஸ்மில்லுக்குக் கத்தியைத் தேடினான். நெல்மூட்டைகளை அறுக்க வைத்திருக்கும் மொட்டைக் கத்தி அங்கிருந்தது. அதை வைத்துக் கொண்டு அவனை ஒன்றும் செய்ய முடியாது, கூர்மையான கத்தியால் ஒரே குத்துக் குத்தி, அவனது உடம்பிலிருக்கிற ரத்தம் முழுவதும் பொலபொலவெனக் கொட்ட வேண்டுமென நினைத்தான்.

முதலில் கத்தி வாங்க வேண்டும். காய்கறிகளை நறுக்கும் கத்தி விற்கும் இடம் தெரியும். மனுஷனைக் கொல்லும் கத்தி விற்கும் இடம் எங்கிருக்கிறது. இந்த ஊரில் இல்லையென்றால் தேனிக்குப் போய் சந்தையில் வாங்கிக்கொண்டு வருவோம். அங்கும் இல்லையென்றால் மதுரைக்குப் போய் வாங்கிக்கொண்டு வருவோம் என்று நினைத்தவன், தன்னிடமிருக்கும் பணத்தைக் கணக்குப் போட்டுப் பார்த்தான். இந்த வாரத்திற்குள் எவ்வளவு பணம் சேர்க்க முடியுமே அவ்வளவு பணத்தைச் சேர்த்து வைக்க வேண்டும். அவன் எந்த நேரத்தில் எந்த இடத்திற்குச் செல்கிறான் என்று தெரிந்து ஆள் நடமாட்டம் அதிகமாக

இருக்கிற இடத்தில் வயிற்றில் குத்திக் கொல்ல வேண்டும். குத்தி ரத்தம் ஒழுகும் கத்தியோடு போலீஸ் ஸ்டேஷனுக்குப் போகவேண்டும் என்று நினைத்தான்.

சொக்குவிடம் அவன், “நல்ல பதமான கத்தியா ஒண்ணு வாங்கணும். எங்க விக்கும்” என்று கேட்டான். அவளுக்கு அவன் என்ன கேட்கிறான் என்பது காதில் விழுந்தது. ஆனால் அரவை மிஷின் ஓடுகிற சத்தத்தில் எதுவும் கேட்காததுபோல, “என்ன சொல்ற என்ன சொல்ற” என்று திரும்பத் திரும்பக் கேட்டாள். அவனுக்கு எரிச்சலாக இருந்தது. யாரையோ எதுவோ செய்யப்போகிறான் என்று அவளுக்குத் தெரிந்தது. ரைஸ்மில்லில் கூட்டம் குறையட்டும் அவனிடம் பேசி, சமாதானம் செய்வோம் என்று நினைத்தாள். ஆறு மணிக்குப் பிறகு அவனது கால்களும் உடம்பும் பரபரவென இருந்தன. முகங்கழுவிக்கொண்டு வாசலுக்கு வந்தான். அவனது அப்பாவிடமும் சொக்குவிடமும் எதுவும் பேசாமல் சைக்கிளை எடுத்துக்கொண்டு புறப்பட்டான்.

இன்று சனிக்கிழமை. இந்த நேரத்தில் எந்த இடத்தில் மூர்த்தி இருப்பான் என்று அவனுக்குத் தெரியும். ஆனால் தன்னிடம் கத்தி இல்லை, என்ன செய்வது என்று யோசித்தான். முதலில் சண்டை போடுவோம். கத்தி வாங்கிய பிறகு குத்திக்கொல்வோம் என்று திட்டமிட்டான். பட்டறைவீதிக்குச் சென்று வருவோம் என்று சைக்கிளை ஓட்டினான். அதற்கு முன்னால் மீனாட்சி டீக்கடையில் சைக்கிளை நிறுத்திவிட்டு டீகுடிக்க வேண்டுமெனச் சென்றான்.

மீனாட்சி டீக்கடையின் முன்னால் சைக்கிளை நிறுத்திவிட்டு கடைக்குள் சென்றான். கடையின் முன்னால் தண்ணீர் தெளித்துவிட்டிருந்தார்கள். பக்காவடையின் வாசமும் பஜ்ஜியின் வாசமும் கூடவே பத்திக்குச்சி புகையும் கலந்து மணந்தது. பாட்டுக் கேட்டது. இதற்கு முன்பு கடையில் பாட்டுக் கேட்க முடியாது. இப்போதுதான் புதிதாகச் செய்திருக்கிறார்களென இருக்கையைத் தேடினான். உட்காருவதற்கு இடம் கிடைத்தது. அமர்ந்துகொண்டான். சப்ளையரிடம் டீ சொன்னான். டீ வந்ததும் வாங்கிக் குடித்தான். எதிரே இருப்பவர்கள்,

பின்னால் இருப்பவர்கள் என யாரும் அவனது கண்களுக்குத் தெரியவில்லை. சுந்தரமூர்த்தி எங்காவது ஒளிந்திருக்கிறானா என்று தேடினான்.

டீ குடித்து முடித்து, பணம் கொடுத்துவிட்டு வெளியே வந்தான். வாசலில் சைக்கிள் நிறுத்தி வைத்திருந்த இடத்தில் பைக் நின்றிருந்ததைப் பார்த்ததும் அவனுக்குக் கோபம் வந்தது. சைக்கிளைத் தேடினான். இல்லை. அங்கிருந்தவர்களிடம் கேட்டான். அவர்கள் தங்களுக்குத் தெரியாது என்று சொன்னார்கள். வள்ளுவர் சிலைக்கு அருகில் நிறைய ஆட்கள் அமர்ந்திருந்தனர். முச்சந்தி கோயில் முன்பாகவும் ஆட்கள் நின்றிருந்தனர். இவ்வளவு கூட்டத்தில், இத்தனை பேர் இருக்கும்போது தன்னுடைய சைக்கிளை யாரும் திருடிச்சென்றிருக்க மாட்டார்கள். யாரோ இடம் மாற்றி வைத்திருப்பார்கள் என்று கடைக்குள் சென்று கேட்டான்.

"சைக்கிளப் பூட்டிட்டு நிறுத்துனியா" என்று அவனை அரட்டுவது போலக் கேட்டார். சர்க்கரைக்கு அப்போதுதான் சைக்கிளை நிறுத்தும் போது பூட்டுப்போடவில்லையென்பது நினைவுக்கு வந்தது. அவரிடம் எதுவும் பேசாமல் வெளியே வந்தான். வாசலில் நின்றிருந்தான். அவனுக்கு எதிரே அழுக்கு வேட்டியும் சட்டையும் உடுத்திய பெரிய மனிதர் கடைக்குள் நுழைபவர்களிடமும் வெளியே வருகிறவர்களிடம் காசு கேட்டுக்கொண்டிருந்தார். அவருடைய மூக்குக் கண்ணாடியில் ஒரு பக்கம் மட்டுந்தான் கண்ணாடி இருந்தது. அதோடு அவர் நின்றிருந்தார். அவருடைய உள்ளங்கையில் சில்லறைக் காசுகள் இருந்தன. சில்லறைகளைக் குலுக்கிக் குலுக்கிக் காசு கேட்டார். கண் மூடித் திறக்கும் நேரத்தில் அவனுக்கு என்னமோ நினைவு மனதில் ஓடியது. அந்த நினைவு உடம்பை புல்லரிக்கச் செய்தது. அங்கிருந்து நடந்து எதிரே நின்று சுற்றிமுற்றியும் தேடினான்.

சிவலிங்கம் கடைக்குப் பக்கத்தில் மூத்திரமிருக்கும் சுவரில் சைக்கிள் சாய்த்திருந்தது. வேகமாகச் சென்று சைக்கிள் ஸ்டாண்டை எடுத்துவிட்டு உருட்டிக்கொண்டு வந்தான். முச்சந்தியில் நின்று இரண்டு பக்கமும் திரும்பிப் பார்த்துக்

கொண்டான். குருசாமி மாமா எங்காவது நின்று யாருடனாவது பேசிக்கொண்டிருக்கிறாரா என்று தேடினான். செவலைப்பாண்டி, ராமன் யாராவது வசூலுக்கு வந்து நின்றிருக்கிறார்களா என்று தேடினான். அவர்கள் வழக்கமாக நிற்கும் இடத்தில் வேறு ஆட்கள் நின்று பேசிக்கொண்டிருந்தனர்.

சர்க்கரை சைக்கிளில் ஏறி ஜீவன் தியேட்டரை நோக்கி ஓட்டிச் சென்றான். பஜாரிலிருந்த நகைக்கடைகளில் விளக்குப் போட்டிருந்தார்கள். ஃபோகஸ் விளக்குகள் கலர் கலராகக் கண்களைக் கூசச் செய்தன. ஒவ்வொரு கடையாகப் பார்த்தபடி சைக்கிளை ஓட்டிச் சென்றான். ஒவ்வொரு கடையிலும் நடிகைகளின் படங்களை வாடிக்கையாக வைத்திருந்தனர். பேசி வைத்ததுபோல, முதல் கடையிலிருந்த நடிகையின் படம் பஜாரில் வேறெந்தக் கடை போர்டிலும் இல்லை. நடிகை அவனைப் பார்த்துக் கைகூப்பி வரவேற்றாள். சிரித்தாள். தங்கக்காசுகளைத் தன்னுடைய கைகளிலிருந்து அவனுக்குக் கொட்டினாள். நகைக்கடை முடிந்ததும் ஜவுளிக்கடைகள் தொடங்கின. அதற்குப் பிறகு செருப்புக்கடை, நோட்டுக் விற்கும் ஷாப்புக்கடை என்று வரிசையாக இருந்தன.

குரு பேக்கரிக்கு முன் சைக்கிளை நிறுத்தினான். வெஜிடபிள் பப்ஸின் வாசனை ரோட்டிற்கு வந்தது. கடையைப் பார்த்தான். மூர்த்தி கடைக்குள் அமர்ந்திருக்கிறானா என்று தேடினான். தனது சைக்கிள் சிறிது நேரத்திற்கு முன்பு காணாமல் போய்க் கிடைத்ததுபோல அவனது சைக்கிளை மறைத்து வைத்துவிட வேண்டும் என்று புதிதாக அவனுக்கு யோசனை வந்தது. சினிமா தியேட்டரில் சைக்கிளை நிறுத்தி வைத்திருந்தால் யாருக்கும் தெரியாமல் தூக்கிக்கொண்டு வந்துவிட வேண்டுமென்று நினைத்தான். அந்தத் திட்டத்தோடு ஜீவன் தியேட்டருக்குச் சென்றான்.

ஜீவன் தியேட்டரில் கூட்டம். தியேட்டரைக் கடந்து செல்ல முடியவில்லை. இரண்டு பக்கமும் சைக்கிளை வரிசையாக நிறுத்தி வைத்திருந்தார்கள். சைக்கிள் பாஸ் தருகிறவர்கள், கயிறு கட்டி சைக்கிளைப் பாதுகாப்பாக வைத்திருந்தார்கள்.

மூர்த்தியின் சைக்கிள் அவனுக்கு அடையாளமாகத் தெரியும். ஹேண்ட்பாருக்குக் கீழே பத்தவைப்பு இருக்கும். பித்தளை நிறத்தில் மினுமினுவென்றிருக்கும் பத்தவைப்புக்குக் கீழே கம்பளி கயிறு கட்டியிருப்பான். அட்லஸ் வண்டி. மர்காடு இரண்டும் இத்து துருப்பிடித்து சல்லடையாகத் தெரியும். சிவப்பு நிறத்தில் சீட் இருக்கும். சர்க்கரை சைக்கிளை விட்டு இறங்கி நின்றான். ஒவ்வொரு சைக்கிளாகப் பார்த்தான். மூர்த்தியின் சைக்கிள் இல்லை. தப்பிச்சுட்டான் தப்பிச்சுட்டான் என்று அவனாக பேசிக்கொண்டான். பாஸ் தருபவர், “தம்பி இந்தப் பக்கமா வாங்க. சைக்கிளு நிறுத்த இடமிருக்கு” என்று அவனை அழைத்தார். சர்க்கரை சைக்கிளை உருட்டிக்கொண்டு சென்றான். அவனுக்குத் தியேட்டருக்குச் செல்வதற்கு விருப்பமில்லை.

ஜீவன் தியேட்டர் லைனில் பூட்டியிருந்த கடையின் வாசலில் அமர்ந்தான். ஷட்டரில் சாய்ந்துகொண்டான். சைக்கிளின் பெடலை முன்னாலும் பின்னாலுமாகச் சுற்றினான். மணியடித்தான். சுற்றிக்கொண்டிருந்த சக்கரத்தை பிரேக் பிடித்து நிறுத்தினான். திரும்பவும் சுற்றினான். தியேட்டரில் விசில் சத்தமும் படம் பார்ப்பவர்கள் கத்துவதும் வெளியே ரோட்டிற்குக் கேட்டது. அவனுக்கும் விசிலடித்துக் கத்த வேண்டுமென ஆசையாக இருந்தது. நிமிர்ந்து பார்த்தான்.

சுந்தரமூர்த்தி குரு பேக்கரி கடையைக் கடந்து ஜீவன் தியேட்டர் சந்துக்குள் நுழைந்து வருவது தெரிந்தது. அவன் வேகமாக எழுந்தான். ரோட்டில் எதாவது கற்கள் கிடைக்கிறதா என்று தேடினான். எதுவுமில்லை. சைக்கிள் செயினைக் கழற்றி, கழுத்தை நெரித்துக் கொன்றுவிடவேண்டுமென செயினைக் கழற்றினான். பெரிய பற்சக்கரத்திலிருந்து கழற்றியவன் சின்ன சக்கரத்திலிருந்து கழற்ற முடியவில்லை. சிக்கிக்கொண்டு வரவில்லை. கையில் மசி அப்பிக்கொண்டது. அதற்குள் சுந்தரமூர்த்தி தியேட்டரின் முன்பு நின்றிருந்தான். சைக்கிளை நிறுத்திவிட்டு, பாஸ் தருபவரிடம், “படம் போட்டு எவ்வளவு நேரமாச்சுண்ணே” என்று கேட்டான். பத்து நிமிசம் என்று அவர் சொன்னதும் சைக்கிளை நிறுத்திவிட்டு பாஸ் வாங்கிக்கொண்டான்.

டிக்கெட் தரும் கவுன்டருக்குள் நுழைந்தான். சர்க்கரை எழுந்து வேகமாகச் சென்றான். அவனுடன் அடித்து மல்லுக்கட்ட வேண்டுமென்கிற வேகத்தில் சென்றான். கவுன்டரில் யாருமில்லை. மூர்த்தி டிக்கெட் எடுப்பதற்கு வேகமாக ஓடினான். தியேட்டருக்குள்ளிருந்து பாட்டுச் சத்தம் பலமாகக் கேட்டது. சர்க்கரையும் வேகமாக ஓடி கவுன்டருக்குள் நுழைந்தான். கவுன்டருக்கு வாசலுக்கு நுழைந்தபோது அவனது சட்டையைப் பின்னால் பிடித்து யாரோ இழுப்பது போலிருந்தது. நின்றான். முதல் பட்டன் தெறித்து விழுந்தது. சர்க்கரை திரும்பிப் பார்த்தான். சொக்கு நின்றிருந்தாள்.

“இத்தூண்டு பையனா கொல்லுறதுக்கா கத்தி கேட்டா” என்று சிரித்துக்கொண்டு கேட்டதைப் பார்த்ததும் சர்க்கரைக்கு ஆத்திரமாக வந்தது. மூர்த்தி டிக்கெட் எடுத்து தியேட்டருக்குள் ஓடுவதைப் பார்க்க முடிந்தது.

சொக்கு, “நீ வா எங்கூட” என்று அவனைத் தரதரவென இழுத்துக்கொண்டு வந்தாள்.

“நீ விடு அவன நானு கொல்லணும்.”

“போலீசு பிடிச்சுட்டு போயிருவாங்கடா.”

“பரவாயில்ல.”

“பத்து வருசம் செயில்ல இருக்கணும் திரும்பி வர்றப்ப” என்று சொன்னவள் சுற்றிமுற்றிப் பார்த்துவிட்டு அவனது தொடையிடுக்கைத் தட்டிவிட்டு, “வேலை செய்யாது பாத்துக்க. செயில்ல வேலை செய்யாம இருக்குறதுக்கு மருந்து மாத்திர கொடுத்து மிஷின அமத்திப்போடுவாங்களாம். பேசிக்கிட்டாங்க எனக்கென்னாத் தெரியும்” என்று மெதுவாகச் சொன்னாள்.

சர்க்கரைக்கு அதிர்ச்சியாக இருந்தது. ஆனால் அதை வெளியே காட்டிக்கொள்ளவில்லை. இப்படியெல்லாம் எதற்காக சொக்கு பேசுகிறாள். அவள் சொல்வது பாதி பொய். பாதி உண்மை. இதை நம்பலாமா வேண்டாமா என்று தயங்கித் தயங்கி நின்றான்.

“எனக்கென்னாப்பா நாஞ்சொல்லுறத சொல்லிட்டேன் அப்புறம் ஓம்பிரியம்” என்று அவனது சைக்கிளின் அருகில் நின்று கொண்டாள். சர்க்கரையும் சைக்கிளின் அருகே வந்தான்.

“ஆம்பளைக்கு மிஷினுதான் சாமி முக்கியம். அதுயில்லன்னா பொம்பள ஒருத்தியும் உன்னய மதிக்கமாட்டாளுங்க” என்று அவனது கன்னத்தைப் பிடித்துத் தடவிவிட்டாள். அவன் தன் பேச்சை நம்பவில்லையென்று தெரிந்ததும் திரும்பவும் “நா உனக்குக் கெடுதல்லா சொல்வேனா, பெத்த தாயீ மாதிரி சொல்லுறேன். கெட்டிக்காரனா இருந்து பொழச்சுக்கோ. அந்தப் பயலா உனக்குப் பூங்கொடியா கல்யாணம் செய்யாம தடுத்து நிறுத்தினான். உங்க மாமங்காரனைப் போயீ கேட்கணுமய்யா. அந்த ஆளுக்கு சமம்மா பணம் காசை சம்பாதி, இந்த ஊரில அந்த ஆளுக்கு சமம்மா பேர நிறுத்து. அப்புறம் பூங்கொடி என்னா, அவ பேரு என்னா, என்னமோட்டு வருமே, சினிமா நடிகை அவளப் பொண்ணு கேட்டுப் போவோம்” என்று சொன்னாள்.

சர்க்கரைக்கு அவள் சொல்வது சரி என்று மனதில் தைத்தது. சைக்கிளை மெதுவாக உருட்டிக்கொண்டு நடந்தான். அவளுக்குப் பின்னால் சொக்குவும் நடந்தாள். சொக்கு மடியில் கட்டி வைத்திருந்த நிலக்கடலையை உரித்து கடலைப் பருப்பை அவனுக்குத் தந்தாள். அவன் வாங்கிக்கொண்டான். அவர்கள் இருவரும் காய்கறி மார்க்கெட்டுக்கு வந்து நின்றார்கள்.

“அரைப்படி கடல வாங்குனே. சரியாப் போச்சு. இன்னொரு அரைப்படி கடல வாங்கிட்டு வீட்டுக்குப் போறேன். நீயும் வீட்டுக்குப் போ” என்று மார்க்கெட்டுக்குள் நுழைந்தாள். சர்க்கரை அவள் நடந்து செல்வதைப் பார்த்தபடி நின்றான்.

28

சர்க்கரை காய்கறி மார்க்கெட்டிலிருந்து வீட்டிற்கு வந்தான். சைக்கிளை நிறுத்திவிட்டு வாசற்படியில் அமர்ந்து கொண்டான். வீட்டுக்குள் செல்வதற்கு மனமில்லை. அப்பா இனிமேல்தான் ரைஸ்மில்லிலிருந்து வீட்டுக்கு வருவார். அவர் வந்த பிறகு செல்வோம், இல்லையென்றால் அம்மா எதாவது பேசிக்கொண்டும் திட்டிக்கொண்டிருப்பாள் என்று நினைத்தான். சனிக்கிழமை பெருமாள் கோயிலுக்குப் போகிறவர்கள் பூக்கூடையைக் கையில் பிடித்துக்கொண்டு அவனது வீட்டைக் கடந்து சென்றார்கள். தெருவும் வீடும் அமைதியாக இருந்தது. தெரு விளக்குகள் எரிந்துகொண்டிருந்தன.

வாசல் கதவைத் திறந்து வைத்து சைக்கிளைத் தூக்கி உள்ளே வைத்தான். கதவைத் திறந்து மூடும் சத்தம் பெரிதாகக் கேட்டது. அந்தச் சத்தம் அவனுக்குப் பயத்தைக் கொடுத்தது. சமையலறைக்குச் சென்று செம்பு நிறையத் தண்ணீர் முகர்ந்து குடித்தான். வயிறும் உடம்பும் குளிர்ந்தது போலானது. எதற்காக இவ்வளவு பயமும் பதற்றமும் தனக்கு வருகிறது என்று அவனுக்குள்ளே கேட்டுக்கொண்டான். யாருக்காகப் பயப்பட வேண்டும். தன்னைப் பார்த்து தெருக்காரர்கள் பயப்படும்போது தான் யாருக்குப் பயப்பட வேண்டும் என்று நினைத்தான். பயப்படாமல் இருக்க வேண்டும், பயப்படக்கூடாது என்று அவனுக்கு அவனே தைரியம் சொல்லிக்கொண்டான்.

வாசலுக்கு வந்து அமர்ந்தான். தெருவில் நாய்கள் குலைக்கும் சத்தம் கேட்டது. உலுக்கிவிழுந்து எழுந்து நின்றான். நெஞ்சு அடித்துக்கொண்டது. திரும்பிப் பார்த்தான். தெருவின் முக்கில் உருவம் அசைவது போலிருந்தது. இருட்டில் யாரெனத் தெரியவில்லை. பயந்தவன் வீட்டிற்குள் சென்றான். அவனது அம்மா, வீட்டிற்குள் கால்களை நீட்டி அமர்ந்திருந்தாள். பக்கத்து வீட்டுப் பெண் அவளது தலையில் பேன் பார்த்துக் கொண்டிருந்தாள். ஈர்க்கியை வைத்துத் தலைமுடியை சீவிவிட்டாள். தரையில் விரித்திருந்த துண்டில் பேன் விழுந்து

ஊர்ந்துகொண்டிருந்தது. அவள் ஒவ்வொரு பேனையும் பெருவிரல் நகத்தை வைத்து நசுக்கிக் கொன்றாள். அவனுக்கு அருவருப்பாக இருந்தது.

டேப்ரிக்கார்டரைப் போட்டுப் பாட்டுக் கேட்கலாம் என்று அலமாரியிலிருந்த கேசட் பெட்டியை எடுத்தான். எந்த கேசட்டைப் போடலாம் என்று தேடினான். அவனுக்குக் குழப்பமாக இருந்தது. டேப் ரிக்கார்டரை எடுத்தவுடன் அவனது அம்மா கோபமாக, "அங்குட்டுப் போயீ கேளுடா. காதுக்குப் பக்கத்தில வந்து கத்த விடுவான்" என்றாள். பேன் எடுத்துக்கொண்டிருந்த பக்கத்து வீட்டுப் பெண் அவள் சொல்லியதைக் கேட்டதும் சிரித்தாள். அவள் சிரிப்பதைப் பார்த்த சர்க்கரைக்குக் கோபம் வந்தது. முறைத்துப் பார்த்தான். பிறகு டேப் ரிக்கார்டரையும் கேசட் பெட்டியையும் எடுத்துக் கொண்டு அறையிலிருந்து வெளியே வந்தான்.

"இவனால எங்கண்ணனுக்கும் எனக்கும் சண்டை. கடனுக்கு வாங்கிக்கொடுத்த லெட்ச ரூபாய யார் தருவா. அப்பனும் புள்ளையும் கமுக்கமா இருக்குதுங்க" என்று கருப்பாயி சொன்னாள்.

அறைக்கு வெளியே நின்றிருந்த சர்க்கரை, "உங்க அண்ணே பெரிய இவனா லெட்ச ரூபாயத் தர்றலன்னா என்னா செய்வானாம்" என்று கோபத்தில் கத்தினான். அவனுக்கு அவ்வளவு கோபம் எங்கிருந்து வந்தது என்று தெரியவில்லை. உடம்பு வியர்த்து நடுங்கியது. அடுத்த பேச்சு வரவில்லை. அவன் பேசியதைக் கேட்டதும் கருப்பாயிக்குக் கோபம் வந்தது. அவள் எழுந்து நின்று, "அடூச்செருப்பால நாயே, யாரைப் பாத்து வாடா போடான்னு பேசுற. உங்கப்பன போய் பேசுடா இளிச்சவாயா. நீயும் ஒங்கப்பனும் லெட்ச ரூபாய கொடுத்துட்டு இளுச்சிட்டு போயிருவீங்களோ" என்று அவிழ்ந்து கிடந்த கூந்தலை அள்ளி முடித்துக் கொண்டாள். அவளுக்கும் கோபம் தலைக்கு ஏறியிருந்தது. நாக்கைத் துருத்திக் கொண்டு அவனை அடிப்பதற்குக் கை ஓங்கியபடி வந்தாள். பக்கத்து வீட்டுப்பெண் அவளைத் தடுத்து நிறுத்தினாள்.

“விடுக்கா சின்னப்பையன் தெரியாமா பேசிட்டான்” என்றாள்.

சர்க்கரைக்கு மேலும் கோபம் வந்தது. “உங்கண்ணனாலதான் பட்டறைக்காரரு செத்துப்போனாரு தெரியுமா” என்றான்.

கருப்பாயி, “காச வாங்கித் தந்தது நீதான்டா. நீ செத்திருந்தா யாருக்கும் கவலயில்ல” என்றதும் சர்க்கரைக்கு என்னமோ போலிருந்தது. மேற்கொண்டு எதுவும் அவனால் பேச முடியவில்லை. அம்மா தன்னைப் பார்த்து எதற்காக இப்படிச் சொல்கிறாள். அவளுக்கு அவளது அண்ணனிடமிருந்து வாங்கிய லட்ச ரூபாய் பெரியதாக இருக்கிறது. தன்னுடைய புருஷனோ பிள்ளையோ முக்கியமாகத் தெரியவில்லை. அவளுக்கு அண்ணன் மீதுதான் அவளுக்குப் பாசம். அவள் பெற்ற மகன் சாவதை விரும்புகிறவள் என்ன பிறவியாக இருப்பாள் என்கிற சிந்தனை அவனுக்கு அந்த நொடியில் ஓடியது. டேப்ரிக்கார்டரையும் கேசட்டையும் வைத்துவிட்டு வாசலுக்கு வந்து அமர்ந்துகொண்டான். அப்பா ரைஸ்மில்லிலிருந்து வந்த பிறகுதான் வீட்டுக்குப் போகவேண்டும். அதுவரை வீட்டுக்குள் போகக்கூடாது என்று நினைத்தான்.

கருப்பாயிக்கு இன்னமும் கோபம் அடங்கவில்லை. தலையை விரித்துப் போட்டிருந்தாள். அடுத்த வீட்டுப் பெண் பெரியதாக சண்டை வரப் போகிறது, இனி இங்கு இருக்கக்கூடாது என்று வீட்டை விட்டு வெளியே வந்தாள். வாசற்படியை விட்டு இறங்கி திரும்பிப் பார்க்காமல் அவளது வீட்டை நோக்கிச் சென்றாள். அவள் சென்ற பிறகு கருப்பாயி சேலையைத் தூக்கிச் சொருகிக் கொண்டாள். சமையலறைக்குப் போகும் பாதையில் படுக்கை வசத்தில் கிடந்த டேப்ரிக்கார்டரை ஓங்கி எத்தினாள். அது வேகமாக நகர்ந்து போய் மாடிப் படியில் மோதி நின்றது. அதன் கைப்பிடியில் அடி பலமாக விழுந்திருந்தது.

சர்க்கரை சத்தம் கேட்டுப் பார்த்தான். டேப் ரிக்கார்டர் மாடிப் படிக்குப் பக்கத்தில் கிடந்ததைப் பார்த்ததும் அவனுக்குப் பகீரென்றானது. அவனறியாமல் அய்யோ என்று சொல்லியபடி வேகமாக வீட்டுக்குள் சென்றான். அதன் கைப்

பிடி இரண்டு துண்டாக உடைந்து கிடந்தது. கேசட் மூடி உடைந்துவிட்டது. சர்க்கரை கையில் எடுத்தபோது பெட்டிக்குள் கொடகொடவென ஆடியது. அவனுக்கு ஆத்திரமும் அழுகையும் வந்தது. டேப் ரிக்கார்டரை உயிருக்கு உயிராக வைத்திருந்தான். அதன் கைப்பிடி உடைந்தது தன்னுடைய கை உடைந்தது போலிருந்தது. அவனது கண்கள் கலங்கின.

சர்க்கரை சிறு குழந்தையைப்போலத் தேம்பியபடி "அப்பா வரட்டும் சொல்றேன்" என்றான். சத்தமாகக் கூட இல்லை. மெதுவாக, ஆற்றாமையில் அந்த வார்த்தை அவனுக்கு அவனே சொல்லிக்கொள்வது போலிருந்தது. அப்படிச் சொல்லிய பிறகுதான் அவனுக்குத் தோன்றியது. எவ்வளவு தைரியமில்லாதவனாக இருக்கிறோம், திருப்பி எதாவது பொருட்களை எடுத்து அவளது கண் முன்னால் உடைக்க வேண்டாமா என்று நெஞ்சு பதறியது. ஆனால் அவனால் முடியவில்லை.

கருப்பாயி எதுவும் நடக்காதவள் போல சமையலறைக்குச் சென்று அடுப்பைப் பற்ற வைத்தாள். சர்க்கரை வாசலுக்கு வந்தான். லட்ச ரூபாயை குருசாமி மாமாவிற்குக் கொடுத்துவிட்டால் எல்லாமே சரியாகப் போய்விடும் என்று யாரோ அவனது காதிற்குப் பக்கத்தில் வந்து சொல்வது போலிருந்தது. திரும்பிப் பார்த்தான். தெரு முக்கில் அசைந்து நகர்ந்த உருவத்தைப் போல அவனுக்குப் பக்கத்தில் எதோ அசைந்து நகர்வது போலிருந்தது. எதுவெனச் சரியாகத் தெரியவில்லை.

தாளைமுத்துவும் அவருடைய நண்பர்களும் சிரித்துப் பேசியபடி நடந்து வந்தார்கள். அப்பாவைப் பார்த்ததும் சர்க்கரைக்குத் தெம்பாக இருந்தது. நிச்சயமாக அப்பா, அம்மாவை விசாரிப்பார். அடிப்பார், திட்டுவார் என்று நம்பினான். தாளைமுத்து வீட்டு வாசலுக்கு வந்து நின்றதும் அவனறியாமல் எழுந்து நின்றான். "ஏன்டா வீட்டுக்குள்ள போய் உட்கார வேண்டியதுதானே" என்று வாசல் படியில் அமர்ந்தார். அவருடன் வந்தவர்களும் படியில் அமர்ந்தனர்.

“கருப்பாயி குடிக்கத் தண்ணி கொண்டா” என்று குரல் கொடுத்தார். ஆனால் அவள் வரவில்லை.

தாளைமுத்து இரண்டாவது தடவையாக அழைத்து அவள் வரவில்லை. எட்டிப் பார்த்தார். சர்க்கரை “அப்பா, அம்மா மாமாவுக்குப் பணம் கொடுக்கலன்னு என்னய திட்டுதுப்பா. டேப்பை உடைச்சுப்போட்டுருச்சுப்பா” என்று உதட்டைக் கோணலாக வைத்துக்கொண்டு சொன்னான். அவர் விருட்டென்று எழுந்து வீட்டுக்குள் சென்றார். அவருடைய நண்பர்களும் எழுந்துகொண்டனர். “சரி காலையில பாப்போம் தாளை” என்று புறப்பட்டனர்.

தாளைமுத்துவுக்கும் கருப்பாயிக்கும் வாய்த் தகராறு தொடங்கியது. கருப்பாயீ பத்து வருடத்திற்கு முன் நடந்ததிலிருந்து ஆரம்பித்தாள்.

“எங்கப்பா வீட்டுத்துட்டுன்னா உனக்கும் ஓம்மகனுக்கும் இளப்பமா போச்சுய்யா.”

“மருவாதியா பேசு.”

“உனக்கெதுக்கு மருவாதி, மசுரு மருவாதி... வாங்குன துட்டை கொடுத்துட்டு மருவாதிய காப்பாத்து” என்று சேலை முந்தியை உதறி இடுப்பில் சொருவிக்கொண்டாள். தரையில் கிடந்த வாசற்பெருக்கும் மாறை எடுத்து சுவரில் தட்டினாள். அந்நேரத்தில் வீட்டுக்குள் வந்தான் சர்க்கரை. அவளுக்குக் கோபம் அவன் மேல் பாய்ந்தது. என்ன நினைத்தாளே, “எல்லாம் உன்னால தாண்டா” என்று சொல்லியபடி வாசல் பெருக்கும் மாறால் அவனது தலையிலும் முகத்திலும் அடித்தாள். சர்க்கரை தன் மேல் விழுந்த அடியைப் பொறுக்க முடியாமல் கத்தினான். இருவரையும் விலக்கி விடுவதற்காக வந்த தாளைமுத்துவுக்கும் அடி விழுந்தது. முதுகில் விழுந்த அடியில் அவர் சுருண்டுவிட்டார். அப்படியே தரையில் அமர்ந்தார். கருப்பாயி, தன்னுடைய கணவனை அடித்துவிட்டோம் என்ற பதற்றமோ கவலையோ பயமோ எதுவுமில்லாமல் இருந்தாள்.

“இந்தா பெரிய மனுஷன் மாதிரி நடந்துக்க. ரைஸ்மில்ல எங்கண்ணனுக்கு எழுதிக் கொடுத்துரு. லட்ச ரூபாய கொடுத்துட்டு திருப்பிக்க. அப்பனும் மகனும் எங்காச்சும் காட்டுக்கு இல்லைன்னா தோட்டத்துக் கூலி வேலைக்குப் போய் சம்பாதிச்சுக் கொண்டு வாங்க. சோறாக்கி உங்களுக்கு வட்டி வட்டியா நீட்டுறேன். வெக்கமில்லாத வெங்கப் பயலுக்குக் கழுத்த நீட்டி அசிங்கப்பட்டதுமில்லாம கடங்காரியா அலையணுமா” என்றாள்.

தாளைமுத்து நிமிர்ந்து பார்த்தார். இடுப்பில் சுருட்டி வைத்திருந்த சிறுபையை எடுத்துப் பிரித்தார். அதற்குள்ளிருந்த சாவியை எடுத்து அவள் முன்னால் எறிந்தார். சர்க்கரை அப்பா அப்பா என்று கத்தினான். அவர் அதைக் கேட்டுக்கொள்ளவில்லை. வேகமாக எழுந்து வீட்டை வெளியே சென்றார். அதற்குப் பிறகு அவர் வீட்டுக்கு வரவில்லை.

29

சர்க்கரைக்குப் பயமாக இருந்தது. நேற்றிரவு முழுக்க அப்பா வீட்டில் இல்லையென்பதை நினைத்துப் பார்த்தவனுக்கு உடம்பு நடுங்கியது. சினிமாவுக்கு, இல்லையென்றால் அவருடைய நண்பர்கள் வீட்டிற்குச் சென்றுவிட்டு நடுராத்திரியில் வாசற்கதவைத் தட்டித் தன்னை எழுப்புவார் என்று நம்பியிருந்தான். இரவு முழுக்க உறங்காமல் விழித்திருந்தான். ராத்திரி வரவில்லை. விடிந்துவிட்டது. இன்னமும் வரவில்லை. வாசற்கதவைத் திறந்து தெரு முக்கைப் பார்த்தான். இன்னும் சிறிது நேரத்தில் அப்பா ஒரு கையில் நியூஸ் பேப்பரையும் இன்னொரு கையில் வேட்டி மடிப்பையும் பிடித்துக்கொண்டு நடந்து வருவார் என்று ஆசையாக தெருவைப் பார்த்தான்.

தாளைமுத்து காலையில் எழுந்ததும் பெட்டிக் கடைக்குப் போய்ப் பத்திரிகை வாங்கிக்கொண்டு வரவேண்டும். இல்லையென்றால் விடிந்ததுபோலிருக்காது. அவர் வழக்கமாகச் செல்லம் பெட்டிக்கடையில் நியூஸ் பேப்பர் வாங்குவார். பெட்டிக்கடைக்குப் பக்கத்திலிருக்கிற காப்பிக் கடைக்குச் சென்று காப்பி குடிப்பார். பத்திரிகையைப் பிரித்துப் படிப்பார். அவரிடம் யாராவது “ஹெட்டிங் நியூஸ் என்னாண்ணே” என்று கேட்டால் காப்பி குடித்தபடி “சும்மா பாருங்க” என்று பேப்பரை தந்துவிடுவார். பத்திரிகையை வாங்கியவர் படித்துவிட்டுத் தரும்வரை காப்பிக் கடையில் அமர்ந்திருப்பார். தாளைமுத்துவின் காதுபடவே, ‘ரைஸ்மில்காரரு கரெக்ட் டயத்துக்கு வந்து காப்பி குடிக்கிறாரு, பேப்பர் வாங்குறாரு’ என்று பேசுவதைக் கேட்க அவருக்குச் சந்தோஷமாக இருக்கும்.

சர்க்கரைப் பெட்டிக்கடைக்குச் சென்று பார்க்கலாமா என யோசித்தான். ஒருவேளை காப்பிக்கடையில் அமர்ந்திருக்கலாம் என்கிற எண்ணமும் அவனுக்கு வந்தது. வேகமாக முகங்கழுவிக் கொண்டான். சட்டையணிந்து வெளியே வந்தான். தாளைமுத்து இதற்கு முன்பாக கோவித்துக்கொண்டு வீட்டை விட்டுச் சென்றதில்லை. சண்டை போட்டதைக்கூட அவன் பார்த்ததில்லை. ரைஸ்மில்லில் மாவரைக்க வருகிறவர்கள், இவ்வளவுதான் தருவேன் என்று சண்டை போட்டால் பதில் பேச மாட்டார். எதிர்த்தும் பேச மாட்டார். அவர்கள் தருகிற காசை வாங்கி கல்லாவில் போட்டுவிட்டு அமைதியாக அமர்ந்திருப்பார். அப்பாவுக்குக் கோபம் வராதா என்று சொக்குவிடம் அவன் கேட்டிருக்கிறான்.

“மழ பேஞ்சி வடிஞ்ச மாதிரியில்ல இருக்காங்க இப்ப” என்று பொருத்தமில்லாத பதிலைச் சொல்வாள். அவனுக்கு மழைக்காலத்தில் ரைஸ்மில்லின் தகரத்தின் மேல் விழும் மழையின் சத்தம் ஞாபகத்திற்கு வந்தது. திடுதிடுவென விழுந்து தோணியின் வழியாக பொதபொதவென வெள்ளமாகக் கொட்டும் மழையை நினைக்க நினைக்க அவனுக்குத் தாளைமுத்துவின் ஞாபகம் வந்தது.

'கடவுளே, அப்பா காப்பிக் கடையில் இல்லையென்றால் பெட்டிக்கடையில் இருக்கணும்' என்று நினைத்துக்கொண்டு நடந்தான். வழியில் எங்காவது நின்று யாருடனாவது பேசிக்கொண்டிருக்கிறாரா என்று தேடினான். பஜாரிலிருந்த கடைக்காரர்கள் கடைகளைத் திறந்து வைக்கும் அவசரத்தில் இருந்தார்கள். சர்க்கரை ஒவ்வோர் கடையாகப் பார்த்தபடி சென்றான். அவனுக்கு அப்பா இங்குதான் எங்காவது அமர்ந்து, யாருடனாவது பேசிக்கொண்டிருப்பார் என்கிற நம்பிக்கை இருந்தது. செல்லம் பெட்டிக்கடையைப் பார்த்தான். அவனது அப்பா அங்கு நின்றிருக்கவில்லையென்பது தெரிந்ததும் அவனுக்கு ஏமாற்றமாக இருந்தது. அருகிலிருந்த காப்பிக் கடையைப் பார்த்தான். அங்கும் இல்லை. அவனுக்கு வியர்த்தது. எதிரே இருக்கும் கடை, பஜாரிலிருந்த கடைகளில் தேடினான். முச்சந்தியிலிருந்த வள்ளுவர் சிலைக்கு அருகே சென்று பார்த்தான். மீனாட்சி ஹோட்டலுக்குச் சென்று தேடினான். இல்லையென்றதும், சற்றுத் தள்ளியிருந்த விஜயா ஹோட்டலுக்குச் சென்று தேடினான். பெருமாள் கோயிலுக்கு அருகிலிருக்கும் நியூஸ் பேப்பர் விற்கும் கடைக்குச் சென்றான். அந்தக் கடையில் யாருமில்லை.

"என்னா தம்பி என்னா வேணும்" என்று கடைக்காரர் அவனைப் பார்த்துக் கேட்டார்.

சர்க்கரை, "எங்கப்பா ரைஸ்மில்காரரு பேப்பரு வாங்க வந்தாராண்ணே" என்று கேட்டான்.

"ரைஸ்மில்லுக்காரரா, அவரு செல்லம் கடையிலதாப்பா பேப்பரு வாங்குவாரு. இங்க வரமாட்டாரு" என்று சொன்னார்.

சர்க்கரை திரும்பவும் வள்ளுவர் சிலை பக்கம் வந்தான். அப்பாவுக்குத் தெரிந்தவர்கள் யாரிடமாவது கேட்கலாமா என்று தேடினான். தேங்காய்க் கடைக்காரர் நின்றிருந்தார். அவரிடம் கேட்டான். "நேத்து உங்க வீட்டுக்கு முன்னால பாத்தேன். அதுக்குப் பெறகு பாக்கல சக்கர. இன்னும் வராம இருக்காரு. இந்நேரத்துக்கு அவரு காப்பி குடிக்க வந்திருக்கணுமே. நீ வீட்டில அவர பாக்கலயா" என்று கேட்டார். அவனுக்கு தான்

அப்பாவைத் தேடி வந்திருப்பதை அவரிடம் சொல்வதற்கு அவமானமாக இருந்தது. நேற்றிரவிலிருந்து எங்கப்பாவைக் காணவில்லையென்று சொல்வதற்கு அவனால் முடியவில்லை. யாரிடம் சொல்வதும் என்றும் தெரியவில்லை.

“பழனிச்சாமிக்கிட்ட கேளு. அவரு நகைக் கட வாசல்ல உட்காந்திருக்காரு பாரு” என்று தேங்காய்க் கடைக்காரர் சொன்னார்.

சர்க்கரை அங்கு சென்றான். பழனிச்சாமியை அவனுக்குத் தெரியும். அவர் பீடி குடித்துக்கொண்டிருந்தார். அவனைப் பார்த்ததும் எழுந்து அருகில் வந்தார். “என்னாடா சக்கர இந்நேரம் இங்கிட்டு வந்திருக்க” என்று கேட்டார்.

“மாமா அப்பா வந்தாரா” என்று கேட்டான். அப்படிக் கேட்கும் போது அவனது குரல் உடம்புக்குள் ஒளிந்துகொண்டு வெளியே வராமல் தவித்தது.

“வீட்டில இருந்து இந்நேரம் வந்துருப்பானே ஏன் என்னா விசயம்” என்று கேட்டார்.

சர்க்கரை எதுவும் பேசாமல் வீட்டுக்கு நடந்தான். வீட்டில் வாசல் கதவு திறந்திருந்தது. வீட்டிற்குள் ஆவலாகச் சென்று பார்த்தான். தாளைமுத்துவின் செருப்பிருக்கிறதா என்று தேடினான். அவருடைய அறையைப் பார்த்தான். சமையலறையைப் பார்த்தான். கருப்பாயீ அடுப்படியின் முன்னால் நின்று காப்பி குடித்துக்கொண்டிருந்தாள். அவன் செருப்பைக் கழற்றி வைத்துவிட்டு நாற்காலியில் அமர்ந்துகொண்டான். அம்மா தனக்குக் காப்பி கொண்டு வந்து தருவாள் என்று காத்திருந்தான். கருப்பாயீ, அவனைக் கண்டுகொள்ளவில்லை. அவனைத் திரும்பிப் பார்க்கவில்லை. அவள் காப்பி குடித்து விட்டு கக்கூசுக்குச் சென்றாள். அவன் சமையலறைக்குச் சென்று காப்பி இருக்கிறதா என்று சட்டியைப் பார்த்தான். காப்பி இல்லை.

சர்க்கரை, அவனது அப்பாவின் அறைக்குச் சென்றான். தரையில் பாய் விரித்திருக்கவில்லை. சுருட்டி வைத்திருந்த

பாயையும் காணவில்லை. தலைக்கும் காலுக்கும் வைத்து உறங்கும் தலையணைகள் ஒன்றின் மேல் ஒன்றாகக் கிடந்தன. *V.S.* பட்டணம் பொடி அட்டை விசிறியின் கைப்பிடி ஒடிந்து தலையணைக்கு அருகில் இருந்தது. பூட்டுப் போட்டுப் பூட்டியிருந்த டிரங்குப்பெட்டியும் அதற்கு மேல் பழைய நோட்டுகள் அடுக்கி வைக்கப்பட்டிருந்தன. மின்சார ரசீதுகள் இரும்பு வளையத்தில் மாட்டி லாகடத்தில் தொங்கிக்கொண்டிருந்தது. மேஜை மின்விசிறியும் சிறிய மர ஸ்டூல் மேல் இருந்தது. சர்க்கரை தரையில் அமர்ந்துகொண்டான். அவனுக்கு அழுகை வந்தது. கண்களிலிருந்து நீர் வடிந்து அவனது தொடைகளின் மேல் விழுந்தது. "அப்பா என்னய மன்னிச்சுருங்க, அப்பா என்னய மன்னிச்சிருங்க" என்று தேம்பினான். அவனால் அழுகையை நிறுத்த முடியவில்லை.

இந்த அறையில் அவர் மட்டும் தனியாகப் படுத்துக்கொண்டு தன்னைப் பற்றி எவ்வளவு கவலைப்பட்டிருப்பார். குடித்து விட்டு வந்து கதவைத் தட்டும் போது கதவைத் திறந்துவிட்டுத் தன்னை எதுவும் பேசாமல் சாப்பிட்டயாடா என்று கேட்டுவிட்டுக் கதவைப் பூட்டுவதை நினைத்துப் பார்த்தான். அவனால் அழாமலிருக்க முடியவில்லை. அப்பா வரவில்லையென்றால் இந்த வீட்டில் என்ன நடக்கும் என்று நினைத்துப் பார்த்தவனுக்குப் பயம் வந்தது. ஒருவேளை சோறு தனக்கு நிம்மதியாகக் கிடைக்குமா என்று யோசித்துப் பார்த்தான்.

வாசலில் நிழல் அசைவதைக் கண்டவன் திரும்பிப் பார்த்தான். குருசாமி நின்றிருந்தார். அவனைப் பார்த்ததும் அடித்துவிடுவது போல், "எங்கடா ஒங்கப்பனா. சாவியத் தூக்கிக்கொடுத்துட்டா எல்லாஞ்சரியா போகுமா. எங்கடா அந்தாளு."

"அந்தாளுன்னு இந்தாளுன்னு பேசிட்டு இருந்தீங்க நானும் உங்கள நோங்காத்த நொம்மான்னு வெய்யீவே" என்று கைநீட்டிப் பேசியதும் கதவுக்குப் பின்னால் நின்றிருந்த கருப்பாயீ அவனது கன்னத்தில் ஓங்கி அறைந்தாள். அதோடு மட்டுமல்லாது அவனது தலைமுடியைப் பிடித்து இழுத்து முதுகில் சாத்தினாள். அவனுக்குச் சுளீரென்று வலித்தது.

ராத்திரியும் காலையிலும் எதுவும் சாப்பிடாமலிருந்ததும் அந்த வலிக்கும் மயக்கம் வருவது போலிருந்தது. காதடைத்து வந்தது.

“நோத்த நொம்மான்னு ஓங்கப்பனப் பெத்தவள போயீ வெய்யீடா வெண்ணெய். எங்கத்தாளா உனக்குக் கிடைச்சா. ஈனப்பயலே. வாங்குன காசைக் கொடுக்க வெக்கில்ல. உனக்கும் உங்கப்பனுக்கும். நீயெல்லாம் பேச வந்துட்டே” என்றவள், திரும்பவும் அவனது கன்னத்தில் அடித்தாள். அவன் தலை குனிந்து நின்றான்.

“அண்ணே நீ போண்ணே. போயீ மில்லைத் தெறந்து ஒக்காருண்ணே. சொக்கு இருப்பா அவள வெச்சு ரைஸ்மில்ல நடத்து வர்றத நா பாக்குறேன். அந்தாளு பணத்தக் கொடுத்துட்டு மில்ல மீட்டுட்டுப் போகட்டும்” என்று சேலையை வரித்துக் கட்டிக்கொண்டவள், சர்க்கரையை, “ஒழுங்கு மருவாதியா எங்கண்ணன் கால்ல கையில விழுந்து அவர் கிட்ட வேலைக்குப் போய்ச் சேரு. அவரு கொடுக்கற சம்பளத்தை வாங்கிட்டு வந்தா இந்த வீட்டுல உனக்குச் சோறு. இல்லையா இப்பவே உங்கப்பனை மாதிரி நீயும் சொல்லாம கொள்ளாமல பரதேசம் போய்யீ சேரு” என்று சொன்னவள், வாசலுக்கு வந்தாள். சர்க்கரை அந்த அறையில் அமர்ந்துகொண்டான். தேம்பித் தேம்பி அழுதவன் வாய்விட்டு அழத்தொடங்கினான். அய்யோ அப்பா அய்யோ அப்பா என்று கதறத் தொடங்கினான்.

குருசாமி வாசலுக்கு வந்து, அங்கு நின்றிருந்த செவலைப்பாண்டியையும் ராமனையும் பார்த்து, “சாவிய வாங்கிட்டேன். போலாம் வாங்க” என்று சொன்னார். அவர்கள் சைக்கிளை எடுத்துக்கொண்டு முன்னால் செல்ல குருசாமியும் தன்னுடைய சைக்கிளை உருட்டியபடி மெதுவாக நடந்தார். கருப்பாயீ அவர்கள் தெரு முக்கு திரும்பும் வரை வாசலில் நின்றிருந்தாள்.

30

சர்க்கரை நாள் முழுக்க வீட்டுக்குள்ளேயே கிடந்தான். காலையில் குருசாமி வந்து சென்ற பிறகு, அவனது அம்மா அடித்துவிட்டுச் சென்றதிலிருந்து அறையை விட்டு வெளியே வரவில்லை. தனக்குச் சமாதானம் செய்வதற்கும் தைரியம் சொல்வதற்கும் ஒருவருமில்லையென்பது அவனுக்குத் தெரியும். பசியில் சொணங்கிப் படுத்துக்கொண்டான். சமையல் சத்தமும் வாசமும் அவனைக் கிறங்கடித்தது. குடிப்பதற்குத் தண்ணீர் வேண்டுமென்றால் சமையலறைக்குப் போகவேண்டும். சமையலறைக்குள் கருப்பாயீ வேலை செய்து கொண்டிருந்தாள். காலையில் ஒருமுறை சமையலறைக்குள் நுழைந்து தம்ளரைத் தேடினான். கருப்பாயீ அவனை அடிப்பதற்குக் கையை ஓங்கிக் கொண்டு வந்தாள்.

“போடா வெளியே, போடா வெளியே அசிங்கமா பேசுற வாயீக்குத் தண்ணி வேணுமோ தண்ணி” என்று திட்டினாள். அதிலிருந்து சமையலறைக்குள் நுழைவதில்லை. மாலை வரை வீட்டிற்குள் கிடந்தான். அவனுக்கு சொக்குவைப் பார்க்க வேண்டுமென்கிற ஆவல் வந்தது. ஊரை விட்டு வீட்டை விட்டு வெளியே போக வேண்டுமென்பதை நினைத்த போது அவனது நெஞ்சு பதறியது. இந்த ஊரில் வேறு வேலைக்குப் போய் சம்பாதிக்கத் தனக்குத் தைரியமிருக்கிறதா? இப்போது சோறு போடாத அம்மா வேறு வேலைக்குப் போனால் சோறு போடுவாளா, வீட்டில் இருக்க விடுவாளா என்றெல்லாம் அவனுக்கு யோசனை ஓடியது. சொக்குவைப் பார்த்துப் பேசாலாமென்று அவளது வீட்டுக்குப் போக வேண்டுமென முடிவு செய்தான்.

இதற்கு முன்பு சொக்குவின் வீட்டிற்கு அவன் சென்றதில்லை. அவள் வீட்டிற்குப் போகும் வழியில் டீக்கடையில் சைக்கிளை நிறுத்தினான். மிக்ஸர் பொட்டலமும் அதிரசமும் வாங்கினான். சொக்குவுக்கு அதிரசமும் மிக்ஸரும் பிடிக்கும். அவன் தெருவுக்குள் நுழைந்து வீட்டைக் கண்டுபிடித்தான். வீட்டுத்

திண்ணையில் ஆண்களும் பெண்களும் கூடியிருந்தனர். அமர்ந்திருந்தவர்களில் ஒருவர் எழுந்து வந்து, “என்னா வேணும். யாரைப் பார்க்கணும்” என்று கேட்டார்.

“சொக்கு அக்காவைப் பார்க்கணும்” என்று சொன்னான்.

“நீங்க யாரு தம்பி?”

“நான் அவங்க வேலை செய்கிற ரைஸ்மில்காரரு மகன்” என்று சர்க்கரை சொன்னான். அப்படிச் சொல்வதற்கு அவனுக்கு வெட்கமாக இருந்தது.

சொக்குவைத் தன்னையறியாமல் அக்கா என்று அழைத்ததை நினைத்து அவன் சந்தோஷப்பட்டான். சொக்கு போல, பெண்ணொருத்தி தனக்கு அக்காவாக உடன் பிறந்திருந்தால் எவ்வளவு சந்தோஷமாக இருந்திருக்கும்? அவள் இந்நேரம் தன்னையும் அப்பாவையும் இப்படித் தவிக்கவிட்டிருப்பாளா என்று நினைத்துப் பார்த்துக்கொண்டான்.

பெரியவர், “சொக்கு உன்னய தேடி ஆளு வந்திருக்கு” என்று வீட்டு வாசலைப் பார்த்துக் குரல் கொடுத்தார்.

வீட்டிற்குள்ளிருந்த சொக்கு எட்டிப் பார்த்தாள். சொக்குவைப் பார்த்ததும் அவனுக்கு அழுகை வந்தது. சொக்கு வாசலுக்கு வந்து நின்றாள். சர்க்கரை அவளிடம் மிக்ஸரையும் அதிரசத்தையும் கொடுத்தான்.

“அடி ஆத்தாடீ. ராசா என்னய பாக்கவா வந்த. எனக்கா இவ்வளவு அதிரசமும் மிக்ஸரும். எம்மகளுக்குப் பேறுகாலம் பாத்துட்டு இருந்தோம். தலசில பொம்பளப் புள்ள பெத்திருக்கா. வா வந்து பிள்ளயப் பாரு” என்று கையைப் பிடித்து இழுத்துக் கொண்டு வீட்டிற்குள் சென்றாள். அவன் கையை உதறினான். ஆனால் அவள் விடவில்லை. இழுத்துக்கொண்டு வீட்டிற்குள் சென்றாள்.

வீட்டிற்குள்ளிருந்தவள், “யாருடீ சொக்கு. எதுக்குடி ஆம்பளங்கள பேறுகாலம் பாக்குற இடத்துக்குக் கூட்டிட்டு வர்ற” என்று கேட்டாள். அவள், “எல்லாம் வேண்டியவங்கதான். சும்மா

இரு” என்று பதில் சொன்னாள். தரையில் ஈயச்சட்டியில் சுடுதண்ணீர் இருந்தது. சர்க்கரை மெதுவாக நடந்தான். அவனுக்குக் கூச்சமாகவும் அருவருப்பாகவும் இருந்தது.

கயிற்றுக் கட்டிலின் மேல் பிறந்த குழந்தையுடன் சொக்குவின் மகள் படுத்திருந்தாள். சர்க்கரைக்கு ரத்த வீச்சம் குமட்டிக் கொண்டு வந்தது. பிறந்த பிள்ளையைக் குளிக்க வைத்துப் படுக்கையில் படுக்க வைத்திருந்தனர். சொக்குவின் மகளைப் பிரசவம் பார்த்த கிழவி திட்டினாள். அவள் முடியாது முடியாது என்று வீம்பாக இருந்தாள். கிழவி சடாரென அவள் மேல் போர்த்தியிருந்த பேர்வையை விலக்கித் தொடைகளையும் தொடை இடுக்கையும் துடைத்துச் சுத்தம் செய்தாள். பிறகு கிழவி அடிவயிற்றைப் பிடித்து அமுக்கினாள். அவள் வீறிட்டுக் கத்தினாள். அவளது சத்தம் தெரு முழுக்கக் கேட்டது.

சர்க்கரை அப்பெண்ணின் உறுப்பைப் பார்த்து விக்கித்துப்போய் நின்றான். ரத்தம் அப்பிக்கிடந்த அவளது உறுப்பைப் பார்த்ததும் அவனுக்கு அவனறியாமல் கண் கலங்கி கண்ணீர் வடிந்தது. அவன் அந்த அறையை விட்டு வெளியே வந்து கண்களையும் முகத்தையும் துடைத்துக்கொண்டான்.

“என்ன ராசா அழுதுட்டு வந்துட்ட. பிறந்த பிள்ளய பாக்காம வந்துட்ட” என்று அவனைத் திட்டினாள்.

சர்க்கரை எதுவும் பேசவில்லை. அவனால் பேசமுடியவில்லை. மனமும் உடம்பும் நடுங்கியது. கண்களிலிருந்து கண்ணீர் வடிந்தது. எதற்காக அழுகிறோம் என்று அவனுக்குத் தெரியவில்லை. வீட்டிற்குள் சொக்குவின் மகள் வலி பொறுக்காமல் அழுவது அவனுக்குக் கேட்டது. ரத்தம் திட்டுத் திட்டாக அப்பிக்கிடந்த பெண்ணின் உறுப்பையும் இரண்டு தொடைகளையும் அவனால் மறக்க முடியவில்லை.

சொக்கு திண்ணையில் அவனை உட்காரச் சொல்லிவிட்டு உள்ளே சென்று பிறந்த குழந்தையைத் தூக்கிக்கொண்டு வந்தாள். அவனது கையில் தந்து, “பாரு ஏம்பேத்திய” என்று சொன்னாள். அவனுக்குப் பயமாக இருந்தது. இளஞ்சிவப்பு நிறத்திலிருந்த

அக்குழந்தையின் சிறிய விரல்களும் பாதங்களும் அவனது உடம்பை உரசின. அது அவனுக்கு உச்சந்தலையிலிருந்து கால்விரல் முடிய எதோ சொல்ல முடியாத ஒன்று ஓட்டமாக ஓடுவது போலிருந்தது.

சொக்கு, “மடியிலே வைச்சிரு செத்தே நேரம். பிள்ளையோட மூஞ்சிய பாத்துட்டு இரு. கவலயெல்லாம் தன்னால மறந்து போகும்” என்று சொன்னாள்.

வீட்டுக்குள் சென்று தூக்குவாளியை எடுத்துக் கொண்டு வந்தவள், “காப்பி வாங்கிட்டு வரலாமுன்னா அம்புட்டும் கிழட்டுப்பயலுகளா இருக்குதுங்க” என்று சொக்கு புலம்புவதை அவன் கேட்டான்.

“நா போய் வாங்கிட்டு வர்றேன் சொக்கு” என்று சர்க்கரை சொன்னதும் அவள், “ஏ ராசா நீயா போற சரி மெதுவா போய்ட்டு வா” என்று தூக்குவாளியைத் தந்தாள்.

சர்க்கரை சைக்கிளை எடுத்துக்கொண்டு சென்றான். சொக்கு அங்கு உட்கார்ந்திருந்தவர்களுக்கு அதிரசத்தையும் மிக்ஸரையும் தின்னக் கொடுத்தாள். “நான் என்னைக்கு இதை வெச்சிருந்து திங்குறது. ஏம்மக என்னய திங்கவிட்டுருவாளா. அவளுக்காக நான் முக்குனேன். இந்தாங்க ஏம்மகன் எனக்காக வாங்கிட்டு வந்த அதிரசமும் மிக்ஸரும்” என்று அங்கிருந்த ஆண்களுக்குக் கொடுத்தாள்.

சர்க்கரை காப்பி வாங்கிக்கொண்டு வந்தான். காப்பியோடு வடைகளைப் பெரிய பொட்டலமாகக் கட்டி வாங்கி வந்திருந்தான். சொக்கு, திண்ணையில் அமர்ந்திருந்தவர்களுக்கு ஈயத்தம்ளர்களில் காப்பியை ஊற்றிக் கொடுத்தாள். வடையை எடுத்துத் தந்தாள்.

“பொம்பளைகளுக்கு எதுவுமில்லையா சொக்கு. ஆம்பளைகளுக்கு மட்டுந்தானா காப்பியும் வடையும்” என்று வீட்டுக்குள்ளிருந்தவள் சத்தமாகக் கேட்டாள்.

சொக்கு, “ஆம்பளைகளுக்குத் தான்டீ முதல்ல. அவங்ககிட்டதானே புள்ளமரம் இருக்கு. புருஷனை செமந்ததுக்கு இதுதான் மிச்சம். ஒவ்வொரு பொம்பளைக்கும் செமைகூலி இதான். இந்தக் கூலிய

சாமி ஒழுங்கா கொடுத்துட்டான்னா மனுஷ மக்களுக்குக் கவல எதுக்கு" என்று சொன்னாள். வீட்டுக்குள்ளிருந்த பெண்கள் சிரித்துக்கொண்டார்கள். திண்ணையிலிருந்த ஆண்கள் பலரும் வெட்கத்துடன் முகத்தைத் திருப்பிக்கொண்டார்கள். சர்க்கரை அவளிடமிருந்து காப்பித் தம்ளரை வாங்கிக்கொண்டான். வேகவேகமாகக் குடித்தான்.

"மெதுவா குடி ராசா" என்று சொக்கு சொன்னாள்.

சர்க்கரை, "நேத்து ராத்திரியிலிருந்து சாப்புடல சொக்கு. அப்பாவ காணோம் எங்க போனாருன்னு தெரியல. ரைஸ்மில்லு வேலைக்குப் போனாதா வீட்டுல சாப்பாடு போடுவேன்னு சொல்லிட்டா எங்கம்மா" என்று அழுதான்.

சொக்கு அவனது கண்களைத் துடைத்துவிட்டு, "அழாதய்யா. ஒங்கய்யா இல்லாத ரைஸ்மில்லுக்கு நா வரமாட்டேன். உங்க மாமா ஆளுங்க ரெண்டு பிக்காலி பயலுக வந்து வேலைக்கு வான்னு சண்டியருங்க மாதிரி கூப்பிட்டாங்கே. அந்த ஈனப்பொழப்பு எனக்கு வேணாமய்யா. நான் உங்களுக்கு கடங்காரியில்ல. எனக்கு ஒத்த முதலாளிதான். அது தாளைமுத்தய்யாதான். நீங்கெல்லாம் எனக்கு முதலாளியாக முடியாது. ரைஸ்மில்லத்தானா எழுதி நீங்க வாங்க முடியும். என்னய வாங்க முடியாதுன்னு சொல்லி பத்திவிட்டுட்டேன் சர்க்கர" என்று மெதுவான குரலில் சொன்னாள். அந்தப் பேச்சு வேறு யாரோ பேசுவது போலிருந்தது. அவள் பேசுவது அத்தனையும் நியாயந்தான். அவளிடமிருக்கும் தைரியம் தன்னிடமில்லை என்று அவன் நினைத்துக்கொண்டான். சொக்கு பேசியது அவனுக்குச் செருப்பைக் கழற்றி முகத்தில் அடித்தது போலிருந்தது.

"கூட நிறைய தக்காளிய வெச்சு வித்தாலும் ஒத்த நாளைக்கு பத்து ரூபாய சம்பாதிக்க மாட்டேனா. எனக்கு அது போதும்" என்று சேலை முந்தியை உதறிக்கொண்டு எழுந்து நின்றாள். சர்க்கரை அவளை நிமிர்ந்து பார்த்தாள். அவளது தாட்டியமான உயரம் அவனுக்கு அப்போது பிரமிப்பாகத் தெரிந்தது.

“நா என்னா செய்யட்டும் சொக்கு” என்று பரிதாபமாகக் கேட்டான்.

“முதல்ல சாப்புடு” என்று வீட்டுக்குள் சென்று தட்டு நிறைய சோறும் தயிரும் ஊற்றிக் கொண்டு வந்து தந்தாள். அவன் சாப்பிடத் தொடங்கினான். வயிறு நிறைய நிறைய அவனுக்கு கை கால்கள் நடுக்கம் குறைந்தது.

“நா இப்ப என்னா செய்யட்டும் சொக்கு” என்று திரும்பவும் அவளிடம் கேட்டான். தன்னால் வேறு எதுவும் யோசிக்க முடியவில்லையென்பதை நினைத்து அவனுக்கு வேதனையாக இருந்தது. அவளிடம், “நா இங்கேய இருந்துக்குறவா சொக்கு” என்று அவளிடம் கேட்டான். அவன் கேட்டது அவளுக்குப் பரிதாபமாக இருந்தது.

“வேண்டாமய்ய ஊரு உலகம் தவறுதல பேசிப்புடும். அப்பெறம் கல்யாணம் நடக்காமப் போயிரும். உங்கப்பாவுக்கு வம்சம் இல்லாம போயிரும். என்னைக்காச்சும் அவரு வந்துருவாரு. காடு கரை தேசமெல்லாம் சுத்திட்டு வரட்டும். அதுவரைக்கும் நீ ரைஸ்மில்ல பந்தோபஸ்து செய்துட்டு அங்க வேலய பாத்துட்டு ஊத்துற கஞ்சிய குடிச்சிட்டுப் பல்லைக் கடிச்சிட்டு இரு. நீ எனக்குப் பெக்காத பிள்ளய்யா. அம்மா நாஞ்சொல்றேன். கொஞ்ச நா பொறுமைய இருய்யா” என்று சொன்னாள்.

சர்க்கரை, தட்டிலிருந்து சோறு முழுவதையும் தின்று முடித்திருந்தான். “இரு சோறு கொண்டாறேன்” என்று எழுந்தவளுக்கு முன்பாக போதும் போதும் என்று எழுந்தான் சர்க்கரை. வீட்டிற்கு முன்னாலிருந்த தண்ணீர்த் தொட்டியில் நீரை நுகர்ந்து கைகழுவிக்கொண்டான். தொட்டி நீரில் அவனது முகத்தைப் பார்த்தான். அருகில் தெரிந்த சொக்குவின் முகத்தையும் பார்த்தான். அவர்களது முகத்திற்கு அருகில் தெரிந்த வானத்தின் மேகத்தையும் பார்த்தான்.

சர்க்கரை, “நா போயிட்டு வர்றேன்” என்று கிளம்பினான்.

சொக்கு, “நாஞ்சொன்னது மாதிரி நடந்துக்கய்யா” என்று சொன்னாள். சர்க்கரை திரும்பி நின்று சொக்குவைப் பார்த்துச் சிரித்தான். அவளும் சிரித்தாள்.

31

உயரமான குத்துவிளக்கு அது. இதற்கு முன்பாக பொன்ராமும் சுந்தரமூர்த்தியும் இவ்வளவு உயரமான குத்துவிளக்கைப் பார்த்ததில்லை. நடுஹாலில் வைத்து அதன் ஐந்து முகங்களிலும் திரி விளக்கு ஏற்றி மாலை சூடி, சந்தனம், குங்குமம், மஞ்சள் வைத்திருந்தனர். ஹாலுக்கு நுழைபவர்களின் கண்களுக்கு முதலில் தெரிந்தது அதுவாகத்தான் இருந்தது. அந்த வருத்தம் பொன்ராமுக்கு இருந்தது. எவ்வளவு பெரிய மனுஷர்களாக இருந்தாலும் தாலி உருக்கப் போகும் வீட்டில் தன்னைப் பார்த்ததும் அந்த நாளில், அந்த நேரத்தில் கையெடுத்துக் கும்பிட்டு சிறிது நேரம் நிற்பதை அவர் விரும்புவார். அது வழக்கம். கோயிலுக்குப் போய் சாமி கும்பிடும்போது பூசாரியையும் சேர்த்துக் கும்பிடுவதில்லையா, அதுமாதிரிதான். தாலிக்குத் தங்கத்தை உருக்கச் சென்ற வீட்டில் யாரும் அவரைப் பார்த்துக் கையெடுத்துக் கும்பிடவில்லை. பார்த்தால்தானே கையெடுத்துக் கும்பிடுவதற்கு. வீட்டிற்குள் நுழைந்ததும் அந்த உயரமான கேரளா குத்துவிளக்கைப் பார்த்து பிரமித்துப் போய் நின்றனர். பிறகு நடுஹாலில் கிடைத்த இடத்தில் அமர்ந்து கொண்டனர்.

பொன்ராம் அந்தக் கோபத்தில் முணுமுணுவென முனங்கினார். உமியோட்டில் சாம்பிராணிக்குப் பதிலாக புதுஉமியைப் போட்டுப் புகையைக் கிளப்பினார். தண்ணிச் சட்டியில் கையைக் கழுவிவிட்டுப் புதுத்தண்ணீர் கொண்டுவரச் சொன்னார். கைகளில் சந்தனத்தைத் தடவி புதுத்தண்ணிச் சட்டியில் கழுவினார். தாலி உருக்கும் வீட்டிற்கு வந்திருக்கும் அனைவரும் தன்னைப் பார்க்க வேண்டுமென்கிற ஆதங்கம் அவருக்கு இப்போது உச்சத்திற்கு வந்து நின்றது.

நடுஹாலின் சுவரில் மாட்டியிருந்த கடிகாரத்தில் நொடி முள் வேகவேகமாக நகர்ந்தது. பத்தரை மணி முடிவதற்கு இன்னமும் சிறிது நேரந்தான் இருந்தது. சீக்கிரமாகத் தங்கத்தைக் கொடுத்தால் உருக்க ஆரம்பித்துவிடலாமென்று பொன்ராம்

அவதிப்பட்டார். ஒன்பதரை மணிக்குள் முடித்துவிட்டு அடுத்த கிராக்கி வீட்டிற்குத் தாலி உருக்கப் போக வேண்டும். அவருடைய செய்கைகளைப் பார்க்கப் பார்க்க மூர்த்திக்குச் சிரிப்பாக இருந்தாலும் பயமாகவும் இருந்தது. எந்த நேரத்தில் என்ன நடக்கும் என்கிற பதற்றத்தில் அவருடைய முகத்தைப் பார்த்து அமர்ந்திருந்தான். அவனுக்கு வெள்ளை வேட்டி வெள்ளைச் சட்டை உடுத்திக் கொண்டு வந்திருந்தது வெட்கமாக இருந்தது. கஞ்சிப்பசையில் வேட்டி மொடமொடப்பாக இருந்ததால் மடித்துக் கட்டியது படியாமல் புஸ்ஸெனப் படர்ந்தது. வேட்டியை இழுத்து, கால்களுக்கு ஊடே சுருட்டி வைத்துக் கொண்டான்.

சுந்தரமூர்த்தி, நேற்றிரவு பட்டறையில் புது அச்சில் சொக்கர், மீனாட்சி செம்புக் கட்டைகளை வைத்து அடித்து சைடுகளை ராவி சுத்தம் செய்து வைத்திருந்தான். செம்புக் கட்டைகளைப் பார்த்த பொன்ராம் மனதிற்குள் 'பரவாயில்ல பையன் தேறி வர்றான்' என்று அவனை மெச்சினார். ஆனால் அதை வெளியே காட்டிக்கொள்ளவில்லை. மெச்சினால் பட்சி வெளியே பறந்துவிடுமென்பது பட்டறை வீதியில் எழுதப்படாத விதி என்பது அவருக்குத் தெரியும்.

ஒரே நாளில் இரண்டு இடத்தில் அதுவும் ஒரே முகூர்த்த நேரத்தில் தாலி உருக்க அவரை அழைத்தார்கள். பொன்ராம், "வந்தா மொத்தமா வரும். இல்லன்னா சும்மா இருக்கணும். ரெண்டுக்கும் எப்படிப் போறது. எதாச்சும் ஒண்ணுக்குப் போய்த் தாலிய உருக்கணும். தங்கத்த அவங்களே வாங்கிக்கிட்டாங்க. பணத்த நம்ம கிட்ட கொடுத்தாலும் பரவாயில்ல" என்று தயங்கினார்.

இரண்டு கிராக்கிகளுக்கும் சொக்கர் மீனாட்சி தாலி. ஒருவருக்குப் பட்டை மணியும் மற்றொருவருக்கு நெல்லிக்காய் குண்டும் செய்ய வேண்டும். தாலி உருக்கிய நாளிலிருந்து ஏழு நாட்கள் கெடு இருந்தது. கல்யாணத்திற்கு முதல் நாள் தாலியைக் கொடுத்தால் பரவாயில்லையென்று சொன்னார்கள். "நாங்க வாங்கி வெச்சு என்னா செய்ய. முத நா நீங்க வந்து கொடுத்துட்டு அரிசி பருப்பு பழமெல்லாம் வாங்கிட்டுப்

போங்க ஆசாரிண்ணே. நீங்க வந்தா எங்க வீட்டுக்கு ராசி” என்று சொன்னார்கள்.

“நீங்க சொல்றதெல்லாம் சரி. ஒரே நேரத்தில எப்படி ரெண்டு வீட்டுக்கும் வர்றது. நா ஒருத்தந்தானே இருக்கேன். டபுள் ஆக்ஷனா போட முடியும்” என்றதும் அவர்கள் சிரித்துவிட்டார்கள்.

தாலி உருக்க வந்தவர்களில் ஒருவர் பொன்ராமுக்கு நல்லதொரு யோசனையை எடுத்துச் சொன்னார். காலையில ஒன்பது மணியிலிருந்து பத்தரைக்குள் நல்ல நேரம். அந்த நேரத்தில் இரண்டு வீட்டுக்கும் தாலி உருக்கப் போக வேண்டும். முதலில் யாராவது ஒருவர் வீட்டுக்குச் சென்று சீக்கிரமாகத் தாலியை உருக்கிவிட்டு வந்து, மீதி நேரத்தில் இரண்டாவது வீட்டுக்குப் போகலாம் என்றார். பொன்ராம் யோசித்தார். ஒரு மணி நேரத்தில் இரண்டும் முடிந்துவிடுமா என்று அவருக்குச் சந்தேகம். இரண்டு வீட்டுக்காரர்களை வைத்துப் பேசி, இருவரும் ஒத்துக்கொண்டால் மட்டும் தான் வருவதாகச் சொன்னார். அவர்களும் ஒத்துக்கொண்டார்கள். அவர்களுக்கு, பொன்ராமை விட்டால் வேறுவழியில்லை.

பொன்ராமும் சுந்தரமூர்த்தியும் காலையில் ஏழுமணிக்கெல்லாம் குளித்து முடித்து பட்டறைக்கு வந்து சேர்ந்தார்கள். இருவருடைய சைக்கிள் சக்கரங்களிலும் காற்று கிண்ணென்று பிடித்து வைத்திருந்தான் மூர்த்தி. இரண்டு தாலி உருக்கு என்பதால் இரண்டு உமியோடு தயார் செய்ய வேண்டியதாக இருந்தது. எல்லாமே இரண்டு இரண்டு. தங்கத்தை வைத்து உருக்க இரண்டு குகை. வெங்காரம் பொட்டலம் இரண்டு. டச்சு கம்பி இரண்டு பொட்டலம். பட்டக்கரி இரண்டு பை. உமி பை இரண்டு. ஆளுக்கொன்றாக ரெடி செய்து எட்டு மணிக்கெல்லாம் வீட்டுக்குச் சென்று அமர்ந்து கொண்டனர்.

“சீக்கிரமா தங்கத்த கொண்டாங்க. ஒன்பதரை மணிக்குள்ள முடிக்கணும். உங்கள மாதிரிதானே அவங்களும் காத்துட்டு இருப்பாங்க” என்று பொன்ராம் பொறுமையிழந்து பேசினார்.

“முதல்ல வந்த வேலைய முடிங்கப்பா. அப்புறம் பேசிக்கிடலாம். ஆசாரியண்ணனுக்கு குடிக்க காப்பி கொடுத்திங்களா” என்று கூட்டத்திலிருந்த ஒருவர் சத்தம் கொடுத்தார். அவர் சொல்லி வாயை மூடுவதற்குள் நடுஹாலில் அமர்ந்திருந்தவர்களுக்குத் தம்ளரில் காப்பி வந்தது. பொன்ராமும் சுந்தரமூர்த்தியும் காப்பித் தம்ளரை எடுத்துக் கொண்டார்கள். அவர்கள் காப்பி குடித்துக் கொண்டிருந்த வேளையில் சம்பந்தகாரர்கள் வந்தார்கள். பத்துப் பேர். ஹாலில் உட்கார இடமில்லை. அவர்களும் ஹாலுக்குள் நுழைந்ததும் குத்துவிளக்கைத்தான் பார்த்தார்கள். பத்துப் பேரில் ஐந்து பேர் பெண்கள். உட்கார்வதற்கு இடமில்லை. நின்றுகொண்டார்கள். பட்டுச்சேலையும் பட்டு வேட்டியுமாக அவர்கள் வந்து நின்றதும் ஏற்கனவே அமர்ந்திருந்தவர்களுக்கு லஜ்ஜையாகப் போனது.

“ம்ம்... ஆரம்பிக்கலாமா” என்று பொன்ராம் கேட்டதும் கூட்டத்திலிருந்தவர்கள் சரி சரி நேரமாச்சில்ல என்று சொன்னார்கள்.

“மாப்பிள்ளய முன்னால் வந்து உட்காரச்சொல்லுங்க” என்று கூட்டத்திலிருந்து குரல் வந்தது. மாப்பிள்ளைக்கு இடம் ஒதுக்கித் தந்தார்கள். மாப்பிள்ளை நேராக பொன்ராமுக்கு முன்னாலிருந்த உமியோட்டிற்குப் பக்கத்தில் அமர்ந்துகொண்டார். அதைப் பார்த்த பொன்ராம், “தீபபெட்டும்மா ஜெகலெட்சுமி” என்று கையெடுத்து உமியோட்டை வணங்கினார். சுந்தரமூர்த்திக்குச் சிரிப்பு வந்தது. அடக்கமாக அமர்ந்திருந்தான்.

“அண்ணே என்னயவா கூப்பிட்டீங்க” என்று கூட்டத்திலிருந்த பெண், பொன்ராமைப் பார்த்துக் கேட்டாள். அவர் அப்பெண்ணைப் பார்த்தார். அவள், “ஏம் பேருதானே ஜெகலெட்சுமி” என்றாள். அவர் உமியோட்டை சுற்றிப் பார்த்துவிட்டு, “பிள்ளையாருக்கு மஞ்சள பிடிச்சு வைச்சிங்களா. இவ்வளவு வேல செஞ்சிங்களே அத மறந்துட்டீங்க” என்று கோபமாகச் சொன்னதும், “முதல்ல பிள்ளையாரக் கொண்டாங்கம்மா. பொம்பளப்பிள்ளைகளுக்கு எவ்வளவு சொன்னாலும் அறிவு வர மாட்டேங்குது” என்று கூட்டத்திலிருந்த வயதானவர் திட்டினார்.

“சரி சரி எல்லாம் நாங்க கரெக்கட்டாத்தேன் செஞ்சுட்டு இருக்கோம்” என்று ஜெகலெட்சுமி சொன்னதைக் கேட்டு கூட்டத்திலிருந்தவர்கள் சிரித்துக் கொண்டார்கள்.

வெற்றிலையில் மஞ்சள் பிள்ளையார் வந்ததும் உமியோட்டு நெருப்பை ஊதுகுழலால் ஊதினார் பொன்ராம். சாம்பிராணியும் புதுஉமியும் பட்டறைக்கரிப்புகையும் சந்தனமுமாக வாசனை நடுஹாலில் புகையோடு பரவியது. பெண்கள் கையெடுத்துக் கும்பிட்டனர்.

பொன்ராம் தங்கம் இருந்த பொட்டலத்தைப் பிரித்துப் பார்த்தார். அவருக்கு ஏமாற்றமாக இருந்தது. சொக்கத்தை வாங்காமல் மச்சத்தை, அதுவும் பல்லை இளித்துக்கொண்டு இருந்தது. முக்கால்மச்சம்.

“எந்தக் கடையில தங்கம் வாங்கினீங்க...?”

கிராக்கி கடையின் பெயரைச் சொன்னார்.

“நல்ல தங்கம்தானா ஆசாரிண்ணே?”

“ஏன் அதுக்கென்ன. அருமையான தங்கம்!” என்று சொல்லி உமியோட்டை ஊதினார். சொக்கத்திற்குத்தான் குகை தேவை. மச்சத்திற்கு எதற்குக் குகை என்று பட்டறை கரியில் வைத்து உருக்கி எடுத்தார். தங்கம் உருகி கண் விடும்போது புதுஉமியைத் தூவி விட்டார். சுந்தரமூர்த்திக்குத் தெரிந்துவிட்டது. தங்கம் உருகிருச்சு. பட்டறை சாமான்களை எடுத்து வைத்து அடுத்த வீட்டுக்குக் கிளம்ப வேண்டியதுதான் என்று நினைத்துக் கொண்டான்.

பொன்ராம் பட்டறைக் கரியோடு தங்கத்தை எடுத்து உமியின் மேல் வைத்தார். முதல் தண்ணீர் விட வேண்டும். அக்னிபகவானின் அனலிலிருந்து பிள்ளைகளைக் காப்பாற்று என்று மனதிற்குள் நினைத்துக்கொண்டு தேங்காயை உடைத்து தேங்காய்த் தண்ணீரை உருகி நின்ற தங்கத்தின் மேல் ஊற்றினார். இரண்டாவது பட்டறை தண்ணிச் சட்டியிலிருக்கும் தண்ணீர். பிள்ளைகள் செய்த பாவங்களையெல்லாம் போக்கி அவர்களைக் காப்பாற்ற வேண்டும் என்று தண்ணிச்சட்டி தண்ணியை

எடுத்து ஊற்றினார். உருகி நின்ற தங்கம் குளிர்ந்தது. நெருப்பு அணைந்தது. அனல் மறைந்தது.

உடைத்து வைத்திருந்த தேங்காயில் உருக்கிய தங்கத்தை இட்டார். கருக்கலான உமியும் தங்கமும் தேங்காய்த் தண்ணீரில் விழுந்தன. கூட்டத்திலிருந்த சிலர் அமர்ந்தபடியே எட்டிப் பார்த்தனர். அவர்களின் முகங்களில் ஆர்வம் தெரிந்தது. இரண்டு சிறுமிகள் தாம்பாளத்தில் வெல்லமும் தேங்காய்த் துருவலும் கலந்த பச்சரிசியைக் கொண்டு வந்து அங்கிருந்தவர்களுக்குத் தந்தார்கள்.

பொன்ராம் இரண்டு சுத்தியல் கொண்டு வந்திருந்தார். மூன்றாம் நம்பர் சுத்தியலில் தங்கத்தை வைத்து, "மூணு பேர் கணக்குக்குத் தட்டுங்கண்ணே" என்றார். அவர் சொல்லி முடித்ததும் அதற்காகவே காத்திருந்த மாதிரி பத்துப் பேர் எழுந்து நின்றனர். "சினியிபோவு"[8] என்றதும் மூர்த்தி க்ளுக்கென்று சிரித்துவிட்டான். அவனது சிரிப்பை மறைப்பதற்குப் பொன்ராம், "இந்தாம்மா பொம்பளைங்க மூணு பேரு வாங்க" என்று சத்தமாக பேச்சை மாற்றினார். பெண்களும் வந்தனர். தன் முன்பாக வைத்திருந்த வெற்றிலை பாக்கு பழங்களை எடுத்து அவர்களிடம் கொடுத்தார்.

பொன்ராம், "காணிக்கைய வெச்சிட்டு தட்டுங்கண்ணே" என்றதும் தங்கத்தைத் தட்ட வந்தவர்களிடம் சொன்னார். மாப்பிள்ளை வீட்டுக்காரர் முன்வந்து இருபத்தி ஒரு ரூபாயையும் வெற்றிலை பாக்கு தேங்காய் வாழைப்பழத்தோடு காணிக்கை வைத்தனர். பொன்ராம், "சின்ன ஆசாரிக்குக் காணிக்கை வையிங்க அவருக்கு காணிக்கை வைக்கலன்னா காமாட்சியம்மாவுக்குக் கோவம் வந்துரும்" என்று மெதுவாகச் சொன்னார். அவரும் அதேபோல காணிக்கை வைத்தார்.

"சரி அப்ப நாங்க புறப்படுறோம். ஒன்பதரைக்குள்ள இன்னொரு தாலி உருக்கு இருக்கு" என்றதும், மாப்பிள்ளையின் அம்மா ஓடி வந்து, தனது சேலைமுந்தியை விலக்கி, "இந்தாப்பா

8. சினியிபோவு - கிழிஞ்சிபோகும்.

பாத்துக்க, இது மாதிரி கரெக்கட்டா இருக்கணும்" என்று தனது தாலிக்கயிற்றைக் காட்டினாள்.

பொன்ராம் பார்த்துக்கொண்டார். சொக்கர் மீனாட்சி தாலியும் பட்டடை மணி குண்டுகளும் இருந்தன. அந்தம்மா, "நல்லா பாத்துக்கப்பா. மாறக் கூடாது" என்று சொன்னதும், பொன்ராம் அவளது கழுத்திலிருந்த தாலிக் கயிற்றை எடுத்துப் பார்த்தார்.

"பாத்துட்டேன் கரெக்கட்டா செஞ்சுர்றேன்" என்றார்.

சுந்தரமூர்த்தி உமியோட்டையும் பட்டறை சாமான்களையும் எடுத்துக்கொண்டு நடந்தான். கூட்டம் அவர்களுக்கு வழிவிட்டது. அவர்கள் வாசலுக்கு வந்தார்கள். ஒன்பதரை மணிக்குள்ளாக அடுத்த கிராக்கி வீட்டிற்குள் போக வேண்டுமென்கிற வேகத்தில் நடந்தார்கள். அப்போதுதான் அவர்களுக்குப் பசி வயிற்றைக் கிள்ளுவது தெரிந்தது. பொன்ராமும் மூர்த்தியும் எதுவும் பேசிக்கொள்ளவில்லை.

32

வேட்டை கருப்பன சுவாமி கோயிலில் வருகிற ஞாயிற்றுக்கிழமை கிடா வெட்டு. செய்முறை இருக்கிறது என்று கருப்பாயீ சொன்னாள். சர்க்கரை மதியம் சாப்பாட்டுக்கு வரும் போது மாவு தூசி சாப்பிடும் தட்டில் விழுமென சட்டையைக் கழற்றி வைத்துவிட்டு, சாப்பிடுவதை வழக்கமாகக் கொண்டிருந்தான். சட்டையைக் கழற்றும் போது அவள் வாசலைப் பார்த்துச் சொன்னதைக் கேட்டான். யாருக்கு செய்முறை, எவ்வளவு ரூபாய் செய்ய வேண்டும் என்கிற விவரம் எதுவும் சொல்லவில்லை.

கருப்பாயீ, ரைஸ்மில் வேலைக்கு, சர்க்கரை சென்று வருவதிலிருந்து அவனுடன் நேரடியாக முகங்கொடுத்துப்

பேசுவதில்லை. சோறு போட்டுவைக்கிறாள். காப்பி கொடுக்கிறாள். அவன் கொண்டு வந்து காசை நீட்டும்போது, “அந்தா அங்ஙன வெச்சுட்டுப் போ” என்று அதட்டல் போட்டுச் சொல்வதோடு சரி. இருவரும் முகத்தைப் பார்ப்பதில்லை.

சர்க்கரைக்கு அம்மாவின் மேல் ஆத்திரம் வரவில்லை. கோபம் வரவில்லை. தன்னுடன் அன்பாகப் பேசுவதில்லை என்கிற வேதனை இருந்தது. அவள் சொன்னது போலதானே ரைஸ்மில் வேலைக்குப் போய் வருகிறோம். குருசாமி மாமா தினமும் தருகிற சம்பளத்தைச் செலவு செய்யாமல் அப்படியே கொண்டு வந்து தருகிறோம். பிறகு எதற்காகத் தன்னுடன் சண்டைக்காரி மாதிரி முகங்கொடுத்துப் பேசாமலிருக்கிறாள். சாப்பிடும் போது அருகில் இருந்து என்ன வேண்டும், இந்தா சாப்பிடுடா, இன்னும் சாப்பிடுறா என்று சொன்னால் போதும். சாப்பாட்டைத் தட்டில் போட்டு வைத்துவிட்டு குடிப்பதற்குத் தண்ணீர் முகர்ந்து வைக்காமல் தின்னா தின்னு, திங்கலன்னா நாயிக்கு எடுத்துப் போடுறேன் என்பது போலிருக்கிறாள். வயிறு நிறையச் சாப்பிட்டு எத்தனை நாட்களாகிவிட்டன. சொக்கு தன்னருகில் அமர்ந்து சோறு போடும் போது மனசும் வயிறும் நிறைந்துவிடும். சாப்பிடும் போது அவளுடன் பேசிக்கொண்டிருந்தால் போதும், எல்லாம் சரியாகிவிடும் என்று நினைத்துக் கொண்டான்.

வேட்டை கருப்பன சுவாமி வனாந்திரத்தில் குடியிருக்கிறார். இரண்டு நாய்கள் நான்கு கால் பாய்ச்சலில் நின்றிருக்க நடுவே கருப்பன சுவாமி வேல் கம்பும் வீச்சறுவாளும் முறுக்கு மீசையும் முழித்த கண்ணும் திரண்ட தோளும் உயரமான காவற்காரனாக நின்றிருக்கிறார். இந்த பூமியைக் காக்க வந்தவன் என்கிற இறுமாப்பும் என்னை மீறி உங்களை ஒன்றும் செய்ய முடியாது என்கிற கருணையும் கொண்ட முகத்தை அண்ணாந்துப் பார்க்க வேண்டும். நூறு கிடாய்களை வெட்டி, பச்சைக் கறிகளை அறுத்துப் போட்டாலும் ஈ மொய்க்காத ஸ்தலம் அவருடையது. தலைப்பிள்ளையின் முடியைக் காணிக்கை கொடுத்து காது குத்தி பொங்கல் வைத்தால் குலம் விருத்தியடையும் என்கிற நம்பிக்கை போடிநாயக்கனூர் சுற்றுப்புறப் பகுதி மக்களுக்கு இருந்தது.

ஞாயிற்றுக்கிழமை ரைஸ்மில் மதிய நேரம் வரைதான். அதற்குப் பிறகு விடுமுறை. குருசாமி வாரத்தில் ஞாயிற்றுக்கிழமை அரைநாள் ரைஸ்மில்லை அடைத்துவிடுகிறார். எதற்காக விடுமுறை என்று தெரியவில்லை. சர்க்கரை, ஞாயிற்றுக்கிழமை அன்று மதியத்திற்குப் பிறகு கூட்டமாக ஆட்கள் மாவரைக்க வருவார்கள் என்று அவரிடம் சொல்ல வேண்டுமென நினைத்தான். தனக்கெதற்கு இந்த வேலை. அவர் தருகிற சம்பளத்தை வீட்டில் கொடுத்துவிட்டு நிம்மதியாக இருப்போம் என்று விட்டுவிட்டான்.

மதியம் உணவு சாப்பிட்டு விட்டு ரைஸ்மில்லுக்கு வந்தான். செவலைப் பாண்டி மட்டும் அமர்ந்திருந்தான். சர்க்கரை மில்லுக்குள் நுழைந்ததும் புறாக்கள் ஊடாடின. சொக்கு இல்லாமல் அதற்கு உணவு கிடைக்கவில்லை. பொரியும் மிக்ஸரையும் தூவிப் பார்த்தான். பக்கத்தில் கூட வரவில்லை. சொக்குவின் கையால் சோறு தின்று பழகிய புறாக்கள். சோற்றை எங்காவது வாங்கிப் போடலாம். சொக்குவிற்கு எங்கு போவது? செவலைப் பாண்டி வயிறு நிறையத் தின்றுவிட்டுக் கால்களை நீட்டி நிம்மதியாக உறங்கிக்கொண்டிருந்தான். அவனுக்கு எந்தக் கவலையுமில்லை. கோழி வளர்க்கிற ஆட்களை வாடிக்கையாகப் பிடித்து வைத்திருந்தான். வாரந்தோறும் தரையிலும் கூடையிலும் சட்டியிலும் விழும் மாவைக் கூட்டி அள்ளி, விற்றுவிடுவான். அந்தக் காசில் புரோட்டாவும் பிராந்தியும் வாங்கிக் குடித்தான்.

ஞாயிற்றுக்கிழமை செவலைப்பாண்டியும் ராமனும் ரைஸ்மில்லில் பின் பக்கம் உட்கார்ந்து சீட்டு விளையாடுவார்கள். சில நாட்களில் குடித்து புரோட்டா சாப்பிடுவார்கள். ரைஸ்மில் சாவி அவர்களிடம் இருந்தது. புரோட்டா சாப்பிட்ட இலையும் கறி தின்ற எலும்பும் பிராந்தி பாட்டிலும் அப்படியே கிடக்கும். செவலைப்பாண்டி காலையில் ரைஸ்மில்லைத் திறந்துவிட்டுப் போய்விடுவான். அவன் போகும்போது, "டேய் மாப்ள, எல்லாம் கூட்டி சுத்தஞ்செய்யுறா" என்று குடித்துத் தின்ற இடத்தையும் காட்டுவான். சர்க்கரை ஒன்றும் பேசமாட்டான். இதையெல்லாம் யாரிடம் சொல்வது? சிறிது நேரம் கால்களை நீட்டி அமர்ந்திருந்தான். பிறகு எழுந்து வாசலைக் கூட்டி

தண்ணீரை முகர்ந்து வாசற்படியிலும் தெருவிலும் ஊற்றினான். வெக்கை தணிந்து குளுமையானது.

சனிக்கிழமை ரைஸ்மில்லுக்குக் கூட்டம் குறைச்சல்தான். இன்னும் சிறிது நேரத்தில் விளக்குப் பொருத்த வேண்டும். பிறகு ரைஸ்மில்லை அடைத்துவிட்டு வீட்டுக்குப் போக வேண்டியதுதான் என்று சர்க்கரை கடிகாரத்தைப் பார்த்தான். ஐந்து மணிக்கு மேல் குருசாமி சைக்கிளில் வந்திறங்கினார். அவர் சைக்கிளை விட்டு இறங்குவதற்குள் செவலை வாசலுக்குப் போய் சைக்கிளை வாங்கி ரைஸ்மில்லின் பின்பக்கமாகக் கொண்டு போய் நிறுத்தினான். அது அவனுக்கு முக்கியமான வேலையாக இருந்தது. அதற்காக அவன் நீண்ட நேரமாகக் காத்திருந்தான். சைக்கிளை விட்டு இறங்கியதும் ரைஸ்மில்லுக்குள் நுழைந்தவர் கல்லாப்பெட்டியின் முன்பாக அமர்ந்தார்.

“டேய் சக்கர, போடா போய் டீ வாங்கிட்டு வாடா” என்றான் செவலைப்பாண்டி. குருசாமி கல்லாப்பெட்டியைத் திறந்து பணத்தை எடுத்துக் கொடுத்தார். அவருக்குத் தூக்கக் கலக்கம் இன்னமும் இருந்தது. கண்கள் சிவந்து கன்னங்கள் உப்பி போயிருந்தன. அவரைப் பார்த்தபோது கண் இமைக்கும் நேரத்தில் அல்லியும் அவளது உடம்பும் சர்க்கரையின் மனதிற்குள் வந்து சென்றன. சர்க்கரை தூக்குவாளியைக் கழுவித் தயாராக வைத்திருந்தான். குருசாமி வந்ததும், செவலை டீ வாங்கிக் கொண்டு வரச் சொல்வான் என்று அவனுக்குத் தெரியும். எதற்கு அவனைத் தேவையில்லாமல் முறைத்துக் கொள்ள வேண்டும். அவனுடன் சண்டை போடவேண்டும். சொக்கு சொல்வது அவனுக்கு நினைவுக்கு வந்தது.

“அந்தப் பய நம்மள வேல சொல்லுறதுக்கு முன்னாடி நாம அந்த வேலய செய்யணும்மய்யா சக்கர. வேலைக்காரனுக்கு வேலைதாய்யா முக்கியம். முதலாளி முதல்ல போட்டு உட்கார்ந்திருக்க மாதிரி தொழிலாளி தொழில் செய்ய உடம்ப போடணும். அப்பத்தான் அந்த இடம் விருத்தியடையும். நம்ம ரைஸ்மில்லுய்யா. லெட்ச ரூபாய மூஞ்சியில விட்டெறிஞ்சுட்டுக் கொடுற சாவியன்னு உங்க அய்யா வந்துட்டாருன்னா அப்புறம் நீ யாரு, அந்தப் பய யாரு”

சொக்கு சொல்லிய வார்த்தைகளை அவன் தினமும் நினைத்துப் பார்த்தான். ரைஸ்மில்லைத் திறந்ததும் பத்தி சூடம் காட்டும் போதும் மிஷினைத் துடைக்கும் போதும் வாசல் கூட்டி தண்ணீர் தெளிக்கும் போதும் அவள் வார்த்தைகளை மந்திரம் போல நினைத்துக் கொண்டான்.

சர்க்கரை டீக்கடைக்குப் போய் வரும்போது, குருசாமியும் செவலையும் ஏதோ பேசிச் சிரித்துக்கொண்டிருந்தனர். சர்க்கரையைப் பார்த்ததும் பேச்சை நிறுத்தி அமைதியானார்கள். சர்க்கரை தூக்குவாளியைத் தரையில் வைத்து, தம்ளரில் டீ ஊற்றிக் கொடுத்தான். குருசாமிக்கு, சர்க்கரை டீ கொண்டு வந்து கொடுத்தால் பிடிக்காது. எனக்கு நீ ஒண்ணும் டீ கொண்டு வந்து தரவேண்டாம். ஓங்கையில நானொன்னு வாங்கிக் குடிக்கணுமின்னு இதில்ல என்று சொல்லிவிட்டார். அவரும் பேசுவதில்லை. அவனும் அவருடன் பேசுவதில்லை. டீ ஊற்றி வைத்துவிட்டால், செவலை இரண்டு தம்ளர்களை எடுத்துக் கொண்டு போய் விடுவான். அவர்கள் குடித்துவிட்டு தம்ளர்களை அப்படியே வைத்திருப்பார்கள். ஆளில்லாத நேரமாகப் பார்த்து தம்ளர்களை எடுத்துக் கொண்டு வரவேண்டும்.

சர்க்கரை டீ குடிக்கும்போது செவலை அவனிடம், "டேய் சக்கர நாளைக்கு ரைஸ்மில்லு முழுசா லீவுடா. வேட்டை கருப்பசாமிக் கோயில்ல கெடா வெட்டு செய்முறைக்கு நாங்க போறோம். நீயும் போகணுமில்ல. போயிட்டு வாடா. நல்லா கறியும் சோத்தையும் தின்னுட்டு வாடா" என்று சொல்லிச் சிரித்தான். சர்க்கரை பதில் எதுவும் பேசவில்லை.

செவலைப் பாண்டி, "அஞ்ஜே அங்க வந்துட்டு தண்ணி கிண்ணியா போட்டு சலம்பற ஜோலி நடந்துச்சு மாப்ள அறுத்து அங்ஙனயே தொங்க விட்டுருவோம் சொல்லிட்டோம்" என்று நாக்கைத் துருத்திக் கொண்டு பேசினான். சர்க்கரைக்கு வேட்டை கருப்பன சுவாமியின் கையிலிருக்கும் வெட்டறுவாள் கண் முன்பாக வந்து போனது. பளிச்சென்று மின்னலைப் போல் வெட்டி மறைந்தது எதற்கெனத் தெரியவில்லை. அவனது உடம்பு புல்லரித்து அடங்கியது.

மாலை ஆறு மணிக்கு குண்டு பல்பும் டியூப் லைட்டும் போட வேண்டிய வேலை செவலைக்கு. விளக்குப் போட்டதும் அரவை இயந்திரம் ஓடக்கூடாது. கரண்ட் கம்பியா வருது, மிஷின் கோளாறா போகும் என்று மாவரைக்க வருபவர்களைத் திருப்பி அனுப்பிவிடுவான். குருசாமி, அவனிடம் பணம் தந்தார். அவன் அப்படியே சர்க்கரையிடம் கொண்டு வந்து தந்தான். “இந்தாப்பா இன்னைக்கு ஓம்சம்பளம்” என்று அவன் தரும்போதும், அந்தப் பணத்தை சர்க்கரை கைநீட்டி வாங்கும்போதும், அவனுக்கு அப்படியொரு சுகம் கிடைக்கும். அந்த சுகத்தை வீட்டுக்குப் போய் குளித்து முடிக்கும் வரை அனுபவிப்பான். பிராந்தி குடிப்பதை விட, கறி தின்று வெற்றிலை போடுவதை விட, நல்ல அழகான பெண் ரோட்டில் போகும் போது அவளைப் பார்ப்பதைவிட, அவனுக்குக் கைநீட்டி சம்பளத்தை வாங்கும் போது கிடைக்கும் சுகம் பிடித்திருந்தது. அதை அவன் மனதார அனுபவித்தான்.

சம்பளத்தை வாங்கிக் கொண்டு வீட்டிற்குச் சென்றான். குளித்து விட்டுச் சிறிது நேரம் உறங்கினான். தட்டுப் பொட்டு சாமான்கள் உருளும் சத்தம் கேட்டு எழுந்தான். ராத்திரி சாப்பாடு எடுத்து வைத்திருந்தாள் கருப்பாயீ. சாப்பிட்டுவிட்டுத் தட்டைக் கழுவி வைத்தான். சைக்கிளைத் துடைத்து சுத்தம் செய்தான். காலையில் சீக்கிரமாகக் கோயிலுக்குப் போகவேண்டும் என்கிற ஆர்வம் அவனுக்கு வந்தது.

மறுநாள் காலையில் வேட்டை கருப்பன சுவாமி கோயிலுக்கு சைக்கிளில் போய்ச் சேர்ந்தான். மாரிமுத்து வீட்டு விசேஷம் என்று அங்கு சென்ற பிறகு தெரிந்தது. அவனுடன் படித்தவர்கள் வந்திருந்தனர். சந்தோஷமாகச் சிரித்துப் பேசினான். சிறிது நேரம் ரைஸ்மில்லில் வேலை செய்கிறோம் என்பதையும் அப்பா ஊரில் இல்லை என்பதையும் மறந்திருந்தான். குழந்தைக்குத் தலைமுடி இறக்கினார்கள். பொங்கல் வைத்தார்கள். பொங்கல் பொங்கியதும் கிடா வெட்டி, கறி உரித்து சமையல் வேலையை ஆரம்பித்தார்கள்.

“பிள்ளைக்குக் காதுகுத்தணும் ஆசாரி வந்திருக்காராப்பா”

என்று யாரோ குரல் கொடுத்தார்கள். அந்தச் சத்தம், ஓடுகிற ஆற்றின் சத்தத்தை மீறி, கோயிலுக்கு வந்திருந்த கூட்டத்தின் சத்தத்தையும் மீறி, பிராந்தி குடித்துச் சீட்டு விளையாடிக் கொண்டிருந்தவர்களின் சத்தத்தையும் மீறி சர்க்கரைக்குக் கேட்டது. அவன் தனது முதுகில் விழுந்த அடியின் வலியைப் பொறுக்க முடியாமல் திரும்பிப் பார்ப்பது போல வேதனையோடு திரும்பிப் பார்த்தான்.

சர்க்கரைக்கு இந்த இடத்தில் சுந்தரமூர்த்தியைப் போட்டு அடிஅடியென அடிக்க வேண்டுமென்கிற ஆதங்கம் வந்தது. அதேநேரம் செவலைப் பாண்டி சொன்னதும் ஞாபகத்திற்கு வந்தது. கிடைக்கிற சோறும் இவனால் கிடைக்காமல் போய்விடுமென்கிற பயம் ஒரு பக்கம் என்றால், தன்னால் மேலும் பிரச்சினை வந்துவிடுமென்கிற நிதானம் ஒருபக்கம் இருந்தது.

கருப்பன சுவாமியின் சிலைக்கு முன்னால் பெரிய ஜமுக்காளம் விரித்திருந்தார்கள். அதன் நடுவே தாம்பாளத் தட்டும் அதில் பழங்களும் பூக்களும் வைத்திருந்தனர். பொன்ராமும் அவருக்குப் பக்கத்தில் சுந்தரமூர்த்தியும் அமர்ந்திருந்ததைப் பார்த்ததும் சர்க்கரைக்கு ஆங்காரமாக வந்தது. அங்கிருந்த ஆட்கள் ஒவ்வொருவராக அங்கு வந்து ஜமுக்காளத்தில் அமர்ந்தார்கள். பொன்ராமிற்குப் பக்கத்தில் குருசாமி அமர்ந்திருந்ததை அவன் ஆச்சரியமாகப் பார்த்தான். சுந்தரமூர்த்தியும் அங்கு உட்கார்ந்திருப்பதும் அவனுக்குப் பக்கத்தில் பெரிய பெரிய ஆட்கள் அமர்ந்திருப்பதைப் பார்த்ததும் அவனுக்கு மேலும் ஆங்காரம் கூடியது.

சர்க்கரை அந்த இடத்திற்குச் சென்றான். ரோஸ் காகிதத்தைப் பிரித்து அதில் வைத்திருந்த சின்னஞ்சிறு கம்மலை எடுத்துக் கொடுத்தார்கள். பொன்ராம் அதனை வாங்கிப் பார்த்து, மூர்த்தியிடம் கொடுத்தார். அவன் கம்மலின் திருகாணியைக் கழற்றித் தனியாக வைத்தான். அவனுடைய கையில் கம்மல் இருந்த போது கூட்டத்திலிருந்தவர்கள் அனைவரும் அவனைப் பார்த்துக்கொண்டிருப்பதை சர்க்கரை பார்த்தான். அவனுக்கு

இவ்வளவு மரியாதையா என்கிற பொறாமை அவனுக்குள் எழுந்தது. அவனைப் பார்க்கப் பார்க்கத் தன்னை யாரோ அம்மணமாக நிற்கவைத்திருப்பது போன்ற உணர்வு உண்டானது.

பொன்ராம் குழந்தைக்குக் காதுகுத்தி முடித்ததும் அவருக்குத் தாம்பாளத் தட்டில் தேங்காயும் பழமும் வெற்றிலை பாக்கும் கூடவே காணிக்கைப் பணமும் வைத்துக் கொடுத்தார்கள்.

சர்க்கரை அவனுக்குப் பக்கத்திலிருந்த அவனது நண்பனிடம், “நாமளும் இந்தத் தொழில கத்துக்கிடணும்டா” என்று சொன்னான்.

அவனது நண்பன் அவனிடம், “அதெல்லாம் நம்மாள முடியாது” என்று சொன்னான்.

“ஏன்டா” என்று சர்க்கரை கேட்டதற்கு அவனுக்குப் பதில் சொல்லத் தெரியவில்லை. இருவரும் ஒருவரையொருவர் பார்த்துக்கொண்டனர்.

“எம்புட்டு மருவாதி இவங்களுக்கு” என்று சர்க்கரை தவிதாயப்பட்டான். அவனால் அங்கிருக்க முடியவில்லை. கூட்டத்தைவிட்டு வெளியே வந்தான். வெந்த சோற்றின் கறியின் மணம் அந்த இடத்தில் நிறைந்திருந்தது. சர்க்கரைக்குச் சாப்பிடுவதற்கு மனமில்லை. செய்முறை பணம் யார் வாங்குகிறார்கள் என்று தேடினான். பணத்தை முதல் ஆளாகக் கொடுத்துவிட்டு சைக்கிளை எடுத்துக்கொண்டு மெதுவாக நடந்தான். அவனுக்குப் பசிக்கவே இல்லை.

33

வேட்டை கருப்பன சுவாமி கோயிலில் காதுகுத்தி முடித்ததும் பொன்ராமுக்கும் சுந்தரமூர்த்திக்கும் தனித்தனியாக மஞ்சள்

பையில் அரிசியும் பருப்பும் வாழைப்பழமும் தேங்காயும் வைத்துக் கொடுத்தார்கள். மொட்டை எடுத்துக் காது குத்திய குழந்தைகளை, குடும்பத்தினர் தங்களது மடியில் வைத்துப் புகைப்படம் எடுத்துக்கொண்டிருந்தார்கள். இரண்டு குழந்தைகளும் அழுது கொண்டிருந்தன. குழந்தைகள் மண்டையைத் தடவிப் பார்த்துவிட்டுத் தேம்பித் தேம்பி அழுதன. பொன்ராமும் மூர்த்தியும் தங்களுக்குக் கொடுத்த மஞ்சள் பையைத் தூக்க முடியாமல் தூக்கிக்கொண்டு நடந்தார்கள். அவர்களைப் பந்தியில் அமர வைத்துச் சாப்பிட வைத்தார்கள். பக்கத்தில் நின்று ஒருவர் அவர்களுக்குப் பரிமாறினார்.

“ஆசாரியண்ணனுக்குக் கொழம்பு ஊத்து. பெரிய கறியாத்துண்டா எடுத்து வைப்பா. நல்ல சாப்புடுங்கண்ணே. தம்பி நல்லா சாப்புடுய்யா” என்று பொன்ராமையும் மூர்த்தியையும் சாப்பிட வைத்தனர்.

சுந்தரமூர்த்திக்குக் கூச்சமாக இருந்தது. அதே நேரம் பயமாகவுமிருந்தது. குனிந்து சாப்பிட்டபடி கண்களை மட்டும் உயர்த்தி அவ்வப்போது வெளியே பார்த்துக்கொண்டான். சர்க்கரை எங்காவது அமர்ந்திருக்கிறானா, தன்னைப் பார்க்கிறானா என்று பார்த்தான்.

சுந்தரமூர்த்தி காதுகுத்தும் இடத்தில் அவனைப் பார்த்தான். சர்க்கரை இன்று குடித்துவிட்டு வந்திருப்பான், தன்னுடன் நிச்சயமாக சண்டை போட்டு அடிக்க வருவான் என்று பயந்தான். அந்த பயத்தில் அவனால் சரியாகச் சாப்பிட முடியவில்லை. கறியை நன்றாக மென்று தின்ன முடியவில்லை. கறிக்குழம்பு போதும் என்று மறுசோறுக்கு ரசம் வாங்கினான். ரசம் ஊற்றும்போது கையை ஊடே விட்டுக்கொண்டதில் கையின் மேல் சூடாக ரசம் விழுந்து எரிந்தது. தலையை நிமிர்த்தித் தண்ணீர் குடிப்பது போல கூட்டத்தைப் பார்த்தான். மரத்திற்குப் பின்னால் நின்றிருக்கிறானா, பாறைகளுக்கு மேல் அமர்ந்திருக்கிறானா, வேறெங்காவது ஒளிந்திருக்கிறானா என்று பார்த்துவிட்டு உடனே தலையைக் குனிந்து சாப்பிட ஆரம்பித்தான்.

அவனுடைய மனமெல்லாம் சர்க்கரையைப் பற்றியதாக இருந்தது. சாப்பாட்டில் இல்லை. தனக்கு முன்னால் வாழைஇலையில் என்ன இருக்கிறது, என்ன வைக்கிறார்கள் என்ன சாப்பிடுகிறோம் என்கிற சுயநினைவு எதுவும் அவனிடம் இல்லை. சர்க்கரை, திடீரெனத் தனக்குப் பின்னால் வந்து நின்று பின்னந்தலையில் ஓங்கி அடித்தால் என்ன செய்வது என்று பயந்தான். அந்த பயத்தில் அவனால் சாப்பிட முடியவில்லை. பொன்ராம் இருக்கிறார், காதுகுத்துக்குத் தங்களை அழைத்து வந்தவர் இருக்கிறார் என்கிற தைரியமிருந்தாலும் அடி நிச்சயமாக விழும் என்று நினைத்தான். அந்த நினைப்பில் சீக்கிரமாகச் சாப்பிட்டு முடித்தான். அவர்கள் இருவரும் சாப்பிட்டு முடித்ததும் வெற்றிலை பாக்கு கொடுத்தார்கள். “சந்தோசமா போய்ட்டு வாங்கய்யா” என்று காதுகுத்து விசேஷம் வைத்திருந்தவர் வழியனுப்பி வைத்தார். சுந்தரமூர்த்தி சுற்றிமுற்றிப் பார்த்தான். சர்க்கரையைத் தேடினான். அவனது கண்களுக்கு சர்க்கரை தட்டுப்படவில்லை. அவர்கள் இருவரும் சைக்கிளை எடுத்துக் கொண்டு கோயிலிலிருந்து வெளியேறினார்கள்.

சுந்தரமூர்த்தியினால் சைக்கிளை உந்திச் செல்ல முடியவில்லை. தூக்கம் சொக்கியது. கூடவே வெயிலுக்கு உடம்பு வெந்தது. ஆட்டுக்கறி தின்ற மயக்கம் சிறிது சிறிதாக உடம்பில் பரவி மந்தமானது. மரத்தடியில் படுக்க வேண்டுமென்கிற எண்ணம் வந்தது. பொன்ராமுக்குச் சாப்பிட்டு முடித்ததும் மயக்கம் வந்துவிட்டது. இருவரும் சைக்கிளை உருட்டிக்கொண்டு நடந்தனர். ரோட்டின் இரண்டு பக்கமும் மரங்கள் வரிசையாக இருந்தன. அதன் நிழலின் வழியே சைக்கிளை உருட்டினார்கள். பொன்ராமுக்குப் பின்னால் மூர்த்தி நடந்தான். பொன்ராம் சைக்கிளை ஸ்டாண்டு போட்டு நிறுத்தினார். அவருக்குச் சிறுநீர் அவசரமாக வந்தது. வேட்டியைத் தூக்கிக் கட்டிக்கொண்டு குத்தவைத்து அமர்ந்தார்.

சுந்தரமூர்த்தி சைக்கிளை நிறுத்திவிட்டு மலையை வேடிக்கை பார்த்தான். ரோட்டை வேடிக்கை பார்த்தான். மரங்களைப் பார்த்தான். குரங்குகள் இருக்கின்றனவா? என்று தேடினான்.

பாறைகளுக்கு ஊடே வளர்ந்து தொங்கிக்கொண்டிருந்த காய்ந்த கோரைப்புற்களில் தண்ணீர் சொட்டுச் சொட்டாக வடிந்தது. ரோடு திரும்புகிற இடத்தில் சிறிய குடிசை இருந்ததைப் பார்த்தான். அது டீக்கடை. இரண்டு பெரிய பனை மரத்துத் தடிகளை ஊன்றி அதன் மேல் சதுரமான பெரிய சப்பட்டைக் கல்லை வைத்திருந்தார்கள். இரண்டு பேர் அதில் அமர்ந்து டீ குடித்துக்கொண்டிருந்தனர். சுந்தரமூர்த்தி டீக்கடையைப் பார்த்தான்.

சர்க்கரை டீக்கடையில் உட்கார்ந்திருந்தான். ஒரு கையில் வட்ட பன்னும் இன்னொரு கையில் டீ தம்ளரையும் வைத்திருந்தான். அவனது முகத்தில் மதிய நேரத்து வெயில் விழுந்து, முகம் வியர்த்தொழுகியது. தலைகுனிந்து அமர்ந்திருந்ததால், மூர்த்தியையும் பொன்ராமையும் அவன் பார்க்கவில்லை. வட்ட பன்னை டீயில் தொட்டுச் சாப்பிடும்போதுகூட நிமிர்ந்து பார்க்கவில்லை.

பொன்ராம் சைக்கிளை உருட்டிக்கொண்டு கடைக்கு முன்பாக நின்றார். அவருக்குப் பின்னால் மூர்த்தியும் சைக்கிளை நிறுத்தினான். பொன்ராம் நெஞ்சைத் தடவியபடி, “ஐயா சோடா இருக்கா. ஒண்ணு கொடுங்க” என்று கேட்டார்.

கடைக்காரர் கடையின் பின்புறமாகச் சென்று சோடா பாட்டிலை எடுத்துக் கொண்டு வந்து, தன்னுடைய கட்டை விரலால் சோடாவின் குண்டை அழுத்தினார். குண்டு சத்தத்துடன் கீழே இறங்கியது. சர்க்கரை நிமிர்ந்து பார்த்தான். அவனை மூர்த்தியும் பார்த்தான். கண் இமை மூடித் திறக்கும் நேரந்தான். இருவரும் பார்த்துக் கண்களைத் திருப்பிக் கொண்டார்கள்.

சர்க்கரையின் உடம்பு அவமானத்தால் கூசியது. அப்படியே குறுகிப்போனான். நிமிர்ந்து அமர்ந்திருந்தவன் குன்னிப் (குனிந்து) போனான். அவர்களை நிமிர்ந்து பார்க்கவில்லை. அவர்களைப் பார்ப்பதற்குத் தைரியம் வரவில்லை. சொந்தக்காரர்கள் காது குத்து விசேஷத்திற்கு வந்து கறிச்சோறு தின்னாமல் டீக்கடையில் உட்கார்ந்து பசியோடு அவர்கள் முன்னால் வட்ட பன்னைப்

பிய்த்துத் தின்றுகொண்டிருக்கிறோம் என்கிற அவமானம், அவனுடைய கோபத்தின் மேல் பாறாங்கல் விழுந்து மூடியது போல மூடியது. சற்று முன்பாக கோயிலில் சுந்தரமூர்த்தியின் மேலிருந்து கோபம், இப்போது வரவில்லை.

பொன்ராம் அவன் அருகில் சென்று, “தம்பி தள்ளி ஒக்காருப்பா” என்று அமர்ந்தார். மூர்த்தி கடைக்குள் நுழையவில்லை. தன்னை எப்போது வேண்டுமென்றாலும் அடிக்க வரலாம் என்கிற பதற்றத்தில் நின்றிருந்தான். அடிக்க வரும்போது என்ன செய்ய வேண்டும், சைக்கிளை விட்டுவிட்டு ஓடிவிடலாமா இல்லை சைக்கிளை ஓட்டிக்கொண்டு வேகமாகச் சென்றுவிடலாமா என்கிற யோசனையில் இருந்தான்.

சர்க்கரையின் அருகில் அமர்ந்ததும் பொன்ராம் அவனுடைய முகத்தைப் பார்த்தார். பொன்ராம், அவனைப் பார்த்து, “நீ தானா, நா யாரோன்னுட்டு நெனச்சிட்டேன். நல்லாயிருக்கிய்யாப்பா சக்கர” என்று கேட்டார்.

சர்க்கரைக்கு என்ன பேசுவது என்று தெரியவில்லை. அவருடன் பேசாமலிருக்கவும் முடியவில்லை. சோடா பாட்டிலிலிருந்து கேஸ் மெதுவாக வெளியேறுவதை அவனால் பார்க்க முடிந்தது. கண் மூடித் திறக்கும் நேரத்தில், அவன், சோடா பாட்டிலைப் பிடுங்கி பொன்ராமின் மண்டையில் அடித்துவிட்டு, மூர்த்தியை இழுத்துப் போட்டு அவனது நடுவயிற்றில் குத்த வேண்டுமென நினைத்தான். கூடவே அவனைப் பிடிப்பதற்காக சொக்குவும் பின்தொடர்ந்து ஓடிவருவது போன்ற பிரமை அவனுக்கு உண்டானது. அது எதற்கெனத் தெரியவில்லை. சொக்கு அவனது நினைவுக்குள் வந்ததும் அவன் தலைநிமிர்ந்து பார்த்தான்.

பொன்ராமைப் பார்த்துச் சிரித்தான். உதடு மட்டும் சிரித்தது. மனம் சிரிக்கவில்லை. அவனுடைய மனம் அலைந்தது. சுந்தரமூர்த்தியை அடித்து மிதிக்க வேண்டுமென ஏங்கியது. சுந்தரமூர்த்தியின் முகத்தை அவனால் பார்க்க முடியவில்லை. மூர்த்தி தன்னிடம் ‘உன்னய குத்திட்டேன், உன்னய குத்திட்டேன், என்னய நீ என்னாடா செய்வே’ என்று கேட்பதுபோலிருந்தது.

நெஞ்சு சட்டையைப் பிடித்துத் தள்ளிவிட்டு நெஞ்சில் ஏறி மிதிப்பது போலிருந்தது சர்க்கரைக்கு. பொன்ராம் குடித்துக் கொண்டிருந்த சோடா பாட்டிலைப் பிடுங்கி மூர்த்தியின் மண்டையில் அடித்துவிட வேண்டுமென்கிற கோபம் வந்தது. ஆனால் அவனது கைகளை, சொக்கு பிடித்து இழுத்து வைத்திருப்பதுபோல் தோன்றியது சர்க்கரைக்கு. அவனால் நம்ப முடியவில்லை. அவனுடைய மனம், போ, அடி அவனை, எந்திரிச்சு அடி என்று உந்துவதை அவனால் அறிய முடிகிறது. ஆனால் முடியவில்லை. எதோ தடுக்கிறது. யாரோ பிடித்து இழுத்து வைத்திருக்கிறார்கள். அது சொக்குதானா?

“கோளாறா இது பொழைக்கணும் மகனே. இந்த ஊரில உங்கப்பாவுக்கு இருக்கிற மருவாதி உனக்கும் வரணும்டா. தயிர கடையிறமுன்னு, மண் சட்டிய ஒடைச்சிராதடா மகனே” என்று தன்னருகில் அமர்ந்து கெஞ்சுவது போலிருந்தது. அவளது ஈரமான உள்ளங்கை தன்னுடைய கைகளைப் பிடித்து வைத்திருப்பது போன்ற உணர்ச்சி அவனிடம் இருந்தது. சர்க்கரை எழுந்து நின்றான். டீக்கடைக்காரரிடம் வட்ட பன்னுக்கும் காப்பிக்கும் காசு கொடுத்தான். தண்ணீர்த் தொட்டியிலிருந்த நீரை அள்ளி முகத்தைக் கழுவிக்கொண்டான். சைக்கிள் ஸ்டாண்டை எடுத்துவிட்டு உருட்டிக்கொண்டு நடந்தான்.

“சக்கர ஏஞ்சாப்பிடாம வந்தே. நாங்க சாப்பிடுறப்ப உன்னய தேடுனேன். சாப்பிடாம எங்க போயிட்ட” என்று பொன்ராம் அவனிடம் கேட்டார்.

“கோயில்ல கறி சாப்பிடுற பழக்கமில்லண்ணே, எங்க வூட்டு ஆளுகளுக்கு” என்று திரும்பிப் பார்க்காமல் பதில் சொன்னான் சர்க்கரை. அந்தப் பதிலை அவனாகச் சொல்லவில்லை. யாரோ தனக்குள்ளிருந்துகொண்டு சொல்வதுபோல உணர்ந்தான் சர்க்கரை.

“சரி பாத்துப் போ. நாங்களும் பின்னாடியே வர்றோம்” என்றார் பொன்ராம்.

அதற்கும் அவன் எதுவும் பேசவில்லை. தலைகுனிந்து நடந்தான். அவன் சைக்கிளை கையில் பிடித்துக்கொண்டு நடந்து செல்வதைத் தன்னுடைய கண்களிலிருந்து மறைகிறவரை பார்த்துக்கொண்டிருந்தார் பொன்ராம்.

பொன்ராம், “அடிபட்ட நல்ல பாம்புடா சக்கர. என்னைக்கிருந்தாலும் அவனால உனக்கு ஆபத்துடா” என்றார். அதைக் கேட்ட மூர்த்திக்கு மேலும் பயம் கூடி உடம்பு வியர்த்தது.

பொன்ராம், சோடா பாட்டிலையும் காசையும் கடைக்காரரிடம் கொடுத்துவிட்டு எழுந்தார். இந்த வார்த்தையைச் சொல்லும் போது அவருக்கு உடம்பும் உதறியது போலிருந்தது. உதடுகள் அவரறியாமல் துடித்தன.

சுந்தரமூர்த்தி அவரது முகத்தைப் பார்த்தான். முகம் வியர்த்துக் கருத்திருந்தது. அவனது விரல்கள் நடுங்கியதை வெளிக்காட்டிக் கொள்ளவில்லை. மூர்த்தி, டீக்கடையில் கன்டிப்பாக சண்டை வரும், தன்னை அடிப்பான் என்று நினைத்திருந்தான். ஆனால் சர்க்கரை எதுவும் பேசாமல் அமைதியாக இருந்ததும் சைக்கிளை எடுத்துக்கொண்டு சென்றதும் அவனுக்கு சந்தேகத்தைத் தந்தது.

பொன்ராம், “ரோட்டு முக்கில நின்னு திரும்பிப் பாத்துட்டுப் போறான் பாரு” என்று மூர்த்தியைப் பார்த்துச் சொன்னார். மூர்த்தி பார்த்தான். சர்க்கரை சைக்கிளை நிறுத்தி வேட்டியைக் கட்டுவதுபோல நின்று தங்களைத் திரும்பிப் பார்ப்பதுத் தெரிந்தது. அவனுக்குப் பயத்தில் கால்கள் நடுங்கின. ஊருக்குள் சென்றதும் சண்டை வரும். எந்த இடத்தில் தன்னுடன் சண்டை போடுவான், எப்படிப் போடுவான் என்பது தெரியவில்லையென்ற பயத்துடன் மூர்த்தி சைக்கிளை ஓட்டிச்சென்றான்.

“அண்ணே திரும்பவும் சண்டைக்கு வருவானாண்ணே” என்று கேட்டான் மூர்த்தி.

பொன்ராம் பதில் பேசாமல் சைக்கிளை ஓட்டினார். அவருடைய மனதில் சந்தேகம் விழுந்திருந்தது. எதற்காக சர்க்கரை கோயிலில் கிடாக்கறிச் சாப்பாட்டைச் சாப்பிடவில்லை,

அவன் சாப்பிடாததற்குச் சொன்ன பதில் உண்மைதானா என்று யோசித்தபடி சைக்கிளை ஓட்டினார். சர்க்கரை, காது குத்தும் விசேஷத்திற்கு வந்ததிலிருந்து சொந்தக்காரர்களுடன் தெரிந்தவர்களுடன் பேசாமல் அமைதியாக இருந்ததையும் அவர் கவனித்திருந்தார். சர்க்கரையின் நடவடிக்கை எதுவும் அவருக்குப் புரியவில்லை. ஒரு கையால் சைக்கிள் ஹேண்ட்பாரை பிடித்தபடி மறு கையால் வேட்டியை எடுத்து முகத்தைத் துடைத்துக்கொண்டார்.

“அண்ணே என்னய சோடா பாட்டில்ல குத்த வருவானாண்ணே” என்று சைக்கிளை ஓட்டியபடி மூச்சுவாங்க கேட்டான் மூர்த்தி.

மூர்த்தி கேட்பதற்கு என்ன பதில் சொல்வது? பொன்ராம் சைக்கிளை வேகமாக ஓட்டிச் சென்றார். அவருக்குப் பின்னால் சைக்கிளை வேகமாக ஓட்டிக் கொண்டு வந்தான். அவனுக்கு மூச்சுவாங்கியது. பொன்ராமிற்கு உடம்பு வியர்த்து சட்டை முழுவதும் நனைந்துவிட்டது.

“இன்னமும் மறக்காம இருக்கான்டா. எங்கயும் தனியா போகாத” என்று சொன்னார். அவர் சொல்லி முடிக்கும் போது மூர்த்தி அவனறியாமல் அடிவயிற்றைப் பிடித்துக் கொண்டான். வலியெடுத்தது. எதற்கெனத் தெரியவில்லை. சைக்கிளை உந்தி அழுத்த முடியவில்லை. நாக்கும் உதடுகளும் காய்ந்து தாகமெடுக்கத் தொடங்கியது. இன்னும் சிறிது தூரந்தான். ஊர் வந்துவிடும். ரயில்வே டிராக்கிற்கு அருகிலிருக்கிற கடையில் சைக்கிளை நிறுத்தி, தண்ணீர் குடிக்க வேண்டுமென நினைத்தான்.

பொன்ராம் மெதுவாகவுமில்லை, வேகமாகவுமில்லை பதற்றமில்லாமல் ஏதோ யோசனையில் சைக்கிளை ஓட்டிக்கொண்டு சென்றார். அவருக்கு முன் சைக்கிளை ஓட்டிக்கொண்டு செல்லக் கூடாதென மூர்த்தி மெதுவாக, அவரைப் போல சைக்கிளை ஓட்டினான். பெடலில் கால் வைத்து அழுத்தியதும் சைக்கிள் வேகமாக ஓடியது. அவரை முந்துவது போல், சைக்கிளின் அருகில் வந்ததும் பிரேக் அடித்து நிறுத்துவான். பிறகு அவர் முன்னால் சென்றதும் மெதுவாக

ஓட்டுவான். அது அவனுக்கு அலுப்பாக இருந்தது. சீக்கிரமாக ஊருக்குள் போக வேண்டுமென்கிற வேகத்திலிருந்தான்.

தூரத்தில் ரயில்வே டிராக் தெரிந்தது. ரயில் மாலை ஐந்து மணிக்கு மேல்தான் புறப்படும். அப்போதுதான் கேட் அடைப்பார்கள். மதியம் மூன்று மணி. வெயில் மேற்கில் விழுந்து கிழக்குப் பக்கமாக நிழல் இருந்தது. ரயில்வே டிராக்கைக் கடந்து அவர்கள் சென்றார்கள். பொன்ராம் அவனைப் பார்த்து, "எதாவது வேணுமாடா" என்று கேட்டார். அவனும் ஆமாம் என்பது போல கடையைப் பார்த்தான். நிழலாக இருந்த இடத்தில் அவர் சைக்கிளை நிறுத்தினார்.

மூர்த்தி சைக்கிளை நிறுத்தும்போது டீக்கடையில் சர்க்கரை இருக்கிறானா என்று தேடிப் பார்த்தான். அருகில் இருந்த பெட்டிக் கடையிலும் பார்த்தான். எதிர்த்த கடை, தள்ளுவண்டிக்குப் பின்னால் இருந்த ஆலமரத்திற்குப் பக்கத்தில் டிராக் ஒட்டியிருந்த டீக்கடையில் என்று தேடினான். சர்க்கரை இல்லையென்பதை உறுதியாகத் தெரிந்துகொண்டதும் சைக்கிளை நிறுத்திவிட்டுப் பூட்டு போட்டுப் பூட்டினான். அவனுக்குச் சந்தோஷமாக இருந்தது. ஜில்லென்று மண் பானைத் தண்ணீர் குடிக்க வேண்டுமென கடைக்குள் சென்றான்.

பொன்ராம் சென்ற கடை, டீக்கடை இல்லை. அது புரோட்டா கடை. மதிய நேரத்தில் புரோட்டா தட்டி அடுப்புக்கல்லில் சுட்டுக்கொண்டிருந்தனர். புகையும் எண்ணெய் மக்கு வாடையுமாக இருந்தது. அவனுக்குக் குமட்டிக்கொண்டு வந்தது. குடிக்கும் தண்ணீரிலும் எண்ணெய்ப் பசை இருக்குமென குடிநீரைத் தேடினான். கடைக்குள் தனியாக பாத்திரத்தில் வைத்திருந்தனர்.

சுந்தரமூர்த்தி கடைக்குள் சென்றான். ஈயப்பாத்திரம். தண்ணீர் வெதுவெதுப்பாக இருந்தது. மூன்று தம்ளர் தண்ணீரை முகர்ந்து குடித்தான். அவனுக்குத் தாகம் அடங்கவில்லை. நாக்கும் உதடும் முன்போலிருந்தது. வயிறு ஊதி வெடித்துவிடும் போலிருந்தது. உதட்டைத் துடைத்துக்கொண்டு திரும்பினான். அங்கு அமர்ந்து புரோட்டா சாப்பிட்டுக் கொண்டிருந்தவர்களைப் பார்த்தான். மூலையில் சர்க்கரை அமர்ந்திருந்தான். அவன்

முன் வாழைஇலையில் புரோட்டா இருந்தது. தனியாகக் கிண்ணத்தில் சால்னா குழம்பும் இலையின் இடதுபுறத்தில் ஆம்லெட்டும் இருந்தது. அவன் புரோட்டாவை பிய்த்துத் தின்பதில் கவனமாக இருந்தான். மூர்த்தியைக் கவனிக்கவில்லை.

சர்க்கரையைப் பார்த்ததும் மூர்த்திக்கு நெஞ்சு அடைத்தது. அப்படியே அசையாமல் நின்றான். சப்ளையர் அவனை ஒதுக்கிவிட்டு நடந்தார். சப்ளையர் தன்னைத் தள்ளிவிட்ட பிறகு அவனுக்கு சுயநினைவு வந்தது. பாதையை விட்டு நகர்ந்து நின்றுகொண்டான். சர்க்கரைக்கு எதிரே யாரும் உட்காரவில்லை. கடைசி டேபிளில் அவன் அமர்ந்திருந்தான். சப்ளையர் அவனிடம் குனிந்து ஏதோ விசாரிப்பதைப் பார்த்தான் மூர்த்தி. ஒருவேளை தான் அங்கு நின்றிருப்பதை அவனிடம் சொல்லியிருப்பானோ என்று பயந்து அங்கிருந்து வெளியே வந்தான்.

பொன்ராம் சோடா பாட்டிலைக் கையில் வைத்திருந்தார். அவனைப் பார்த்ததும், “இந்தாடா” என்று பாட்டிலைத் தந்தார். மூர்த்தி வாங்கிக் குடித்தான். பன்னீர் சோடா. சுறுசுறுவென நாக்கில் இனிப்பாக ஒட்டியது. பாதி சோடாவைக் குடித்தவுடன் அவனுக்கு ஏப்பம் வந்தது. முதலாளி முன்பாக சத்தமாக ஏப்பம் விடக் கூடாது என்று வாயைப் பொத்திக்கொண்டான்.

“நல்ல வெள்ள வெத்தலயா இருந்தா கொடுங்க, வெத்தல போட்டு ரொம்ப நாளாச்சு” என்று பொன்ராம் கடைக்காரரிடம் கேட்டார்.

கடைக்காரர் வெற்றிலையும் பாக்கும் கொடுத்தார். பொன்ராம் அங்கிருந்த நாற்காலியில் அமர்ந்து வெற்றிலை போட்டார். அவருக்கு சிவப்பாகப் பிடித்தது. வெற்றிலை போட்டுக் கொண்டதும் அவருடைய முகம் மாறியது. ஜம்மென்றிருந்தார். மூர்த்தி மனதிற்குள், ‘சீக்கிரமாகப் போகவேண்டும். இவரு வேற வெத்திலய போட்டுக்கிட்டு ஒக்கார்ந்திருக்காரு’ என்று நினைத்தான். அவனுக்கு சர்க்கரை சாப்பிட்டு முடித்து இலையைப் போட வருவதற்கு முன்பாக இங்கிருந்து சென்று விடவேண்டுமென்று நினைத்தான்.

மாஸ்டர் முட்டை புரோட்டா கொத்துவதற்குப் புரோட்டாவை பிய்த்து அடுப்புக்கல் மேல் போடுவதைப் பார்த்தான் மூர்த்தி. அவனுக்கு நாக்கில் எச்சில் ஊறியது. புரோட்டாவின் முட்டையையும் தக்காளியையும் பெரிய வெங்காயத்தையும் போட்டு இரண்டு சின்னக் கரண்டியில் கொத்தத் தொடங்கினார். அந்தச் சத்தத்திற்கு அவனறியாமல் அவனுடைய உடம்பு மெதுவாக ஆடியது. மூர்த்தி அவனை மறந்து முட்டை புரோட்டா கொத்துவதை வேடிக்கைப் பார்த்தான். அதன் சத்தமும் வாசமும் அவனை மயக்கியது. மூர்த்தி, சர்க்கரையை மறந்து அந்த இடத்தில் நின்றிருந்தான்.

34

சர்க்கரையிடம் இரண்டு புரோட்டாவும் ஆம்லெட்டும் சாப்பிடுவதற்கு மட்டும் பணமிருந்தது. சப்ளையர் அவனிடம், "வேற எதாச்சு வேணுமா" என்று கேட்டதற்கு வேண்டாம் என்றான். சப்ளையர், இரண்டு புரோட்டாவிற்குக் கிண்ணம் நிரம்ப சால்னா குழம்பை வைத்துவிட்டுச் சென்றார். அவருக்குத் தனியாக பணம் தர காசில்லை. சர்க்கரை, கல்லாப்பெட்டியில் அமர்ந்திருந்தவரிடம் பணத்தைக் கொடுத்துவிட்டு அங்கிருந்த டப்பாவில் விரலைவிட்டு சோம்பை எடுத்து வாயில் போட்டுக் கொண்டான். கடையை விட்டு வெளியேறும் போது அவனுக்கு சொக்குவின் ஞாபகம் வந்தது. சர்க்கரை அவளது வீட்டிற்குச் சென்றான்.

ரயில்வே டிராக்கிலிருந்து சொக்குவின் வீடு தொலைவு. குறுக்காக எந்தத் தெருவுக்குள் நுழைந்து சென்றால் சீக்கிரமாகப் போக முடியுமென யோசித்தான். அவனுக்குத் தெருக்கள் மறந்துவிட்டன. எந்தத் தெருவுக்குள் நுழைந்து எந்தத் தெருவுக்குள்ளிருந்து வரலாம் என்பது ரைஸ்மில்

வேலைக்குப் போவதற்கு முன்பு மனப்பாடமாக இருந்தது. இப்போது எல்லாம் மறந்துவிட்டது. அவனது காதிற்கு எந்தச் சத்தம் கேட்டாலும் அது ரைஸ்மில்லில் மிஷின் ஓடுகிற சத்தம்போல் கேட்டது. ராத்திரியில் அவனது அம்மா குறட்டை விடுகிற சத்தமும் மிஷின் ஓடுகிறதுபோல் அவனுக்குக் கேட்டது. இதற்காக அவன் பஞ்சு வாங்கிக் காதில் வைத்துத் தூங்கினான்.

சர்க்கரை மெயின் பஜாருக்குச் சென்றான். அங்கிருந்து அரசமரத்து இந்திராகாந்தி சிலையின் பக்கமாக சைக்கிளைத் திருப்பி ஓட்டிச் சென்றான். அரசமரத்தடியில் அரை நெல்லிக்காய்களைக் கூறுகட்டி வைத்து விற்றுக்கொண்டிருந்தார்கள். நெல்லிக்காய் விற்றுக்கொண்டிருந்த பாட்டி, கூறு பத்துக் காசு* என்று சொன்னாள். அவனிடம் ஐம்பது காசு மட்டும் இருந்தது. இரண்டு கூறு நெல்லிக்காய் வாங்கினான்.

சர்க்கரை, இரண்டு மூன்று நெல்லிக்காய்களை வாயில் போட்டு அதக்கிக்கொண்டான். அவனுக்கு சால்னா வாசம் இன்னமும் முகத்திற்கு நேராக இருப்பது போலிருந்தது. உதடும் நாக்கும் நமநமவென்று என்னமோ மாதிரியாகயிருந்தது. புளிப்பும் இனிப்புமாக நெல்லிக்காய்களை அதக்கியதும் பற்கள் கூசி, நாக்கில் எச்சில் ஊறியது. அரை நெல்லிக்காய்களைக் காகிதத்தில் மடித்துக் கையில் வைத்துக்கொண்டவன், ஒரு கையால் சைக்கிளை ஓட்டிச் சென்றான். இந்திராகாந்தி சிலையிலிருந்து சொக்குவின் வீடு பக்கம்.

சொக்குவிற்கு நெல்லிக்காய் பிடிக்கும். வெற்றிலை வாங்கிக்கொண்டு போகவேண்டுமென்று நினைத்தான். ஐம்பது காசிற்கு எவ்வளவு வெற்றிலை தருவான். அவள் வாய்க்கு ஒரு வேளைக்குப் போதாது என்று வாங்கவில்லை. நெல்லிக்காய் நிறைய இருந்தது. சொக்கு அரை நெல்லிக்காய்களை மடிநிறைய முடித்து வைத்து ரைஸ்மில்லுக்கு வந்ததைப் பார்த்திருக்கிறான். கையில் அள்ளி வாயில் போட்டு அவள் மென்று தின்று

* 1990ஆம் ஆண்டு

சாறை முழுங்கும் போது அவனுக்குச் சிரிப்பாக இருக்கும். கடோத்கஜன், 'கல்யாண சமையல் சாதம், காய்கறிகள் பிரமாதம்' என்ற பாட்டில் வருவது போல அவள் சாப்பிடுகின்றதைப் பார்க்க, அழகாகவும் இருக்கும். பயமாகவும் இருக்கும்.

"இப்படி எடுத்து இப்படித் திங்கணும். என்ன ஆம்பளப்புள்ள நீ" என்று வாய்நிறைய அவனுக்கு ஊட்டிவிட்டதை நினைத்துக் கொண்டான். அவளிடம், "சோறு போடு சொக்கு, நா காதுகுத்து விசேஷத்தில சாப்புடல" என்று வீட்டிற்குச் சென்று மதியம் சாப்பிட வேண்டுமென்று நினைத்தான். ஆனால் புரோட்டா கடையைப் பார்த்ததும் அவனது மனம் மாறிவிட்டது. தன்னிடமிருக்கும் பணத்திற்குப் புரோட்டா சாப்பிடலாமென கடைக்குள் நுழைந்தான்.

அவனால், சொக்குவை மறக்க முடியவில்லை. தினம் இல்லையென்றாலும் இரண்டு நாட்களுக்கு ஒருமுறை அவளது வீட்டிற்குச் சென்று பார்த்துப் பேசிவிட்டு வருவான். அவள் அவனுக்குச் செலவுக்குக் காசு தருவாள். அவன் வாங்க மாட்டான். "எனக்கெதுக்குக் காசு, எனக்கென்ன செலவு" என்று அவளது கையை உதறிவிட்டு திரும்பிப் பார்க்காமல் வருவான். அவளுக்குக் கண்ணீர் முட்டி நிற்கும். ராத்திரியெல்லாம் அவனுக்கு உறக்கம் வராது. சொக்கு யார். அவளுக்கும் தனக்கும் என்ன உறவு. ஏன் தன் மேல் இவ்வளவு உயிராக இருக்கிறாள் என்று அவனாக மனதுக்குள் பேசிக்கொள்வான்.

சொக்குவின் வீட்டுக்கு முன்பாக சைக்கிளை நிறுத்தினான். கதவு பூட்டியிருந்தது. சைக்கிள் மணியடித்தான். கதவு திறக்கவில்லை. திரும்பவும் மணியடித்தான். சர்க்கரை கதவைத் தட்டினான். சொக்குவின் மகள் சேலையை இழுத்துக் கட்டிக் கொண்டு கதவைத் திறந்தாள். சர்க்கரையைப் பார்த்ததும் மேலும் சேலையை இழுத்துக் கட்டிக்கொண்டாள். அரைக்கதவை மட்டும் திறந்து வைத்திருந்தவள் கதவுக்குப் பின்னால் நின்றபடி, "அண்ணே அம்மா சாவடியில இருக்கு" என்று சொன்னாள்.

சர்க்கரைக்குச் சாவடி இருக்கும் இடம் தெரியும். மதிய நேரத்தில் தாயம் விளையாடவும் பரமபதம் விளையாடவும் தூங்கவும்

நிறையப் பேர் சாவடியில் இருப்பார்கள். அங்கு எதற்காக சொக்கு போனாள் என்று சைக்கிளை எடுத்துக்கொண்டு சென்றான்.

சாவடி அடுத்த தெருவில் இருந்தது. பிள்ளையார் கோவிலுக்கு முன்னால் தகரக் கொட்டகை போட்டிருந்த இடம், சாவடி. திசைக்கு ஒருவராக முழங்கையை மடக்கி தலைக்கு வைத்து, முகத்தை சேலை முந்தியிலும் துண்டிலும் மூடி உறங்கிக்கொண்டிருந்தனர். சொக்கு எந்த இடத்தில் உறங்குகிறாள் என்று தேடினான். அந்த இடத்தில் உறங்குகிற பெண்களில் பெரிய உருவம் எது என்று தேடினால் சொக்குவை கண்டுபிடித்துவிடலாம் என்று சுற்றியும் பார்த்தான். சொக்கு, கோயிலுக்குப் பக்கம் தலை வைத்துத் தெருப் பக்கமாக கால்களை நீட்டி மட்டமல்லாக்காகப் படுத்திருந்தாள். அவளது வயிறு உயரமாக கறுப்பு மண்பானையைக் கவிழ்த்தி வைத்திருந்தது போலிருந்தது. இரண்டு கால்களும் சாவடியின் வாசல்படியைத் தொட்டுவிடும்படி நீண்டிருந்தது. அதற்குப் போட்டியாக கைகளும் இடுப்பைத் தொட்டுக் கிடந்தது. முகம் உருண்டு திரண்டிருந்தது.

சொக்கு, சொக்கு என்று உசுப்பினான். அவள் கண் விழித்துப் பார்த்தாள். கைகளை ஊன்றி எழுந்து அமர்ந்தாள். "ராசா வா. ஒக்காரு" என்று தரையைச் சேலை முந்தியால் தட்டிவிட்டாள். சர்க்கரை அமர்ந்தான். அவளுக்கு நெல்லிக்காய்ப் பொட்டலத்தைக் கொடுத்தான். அவள் பொட்டலத்தைப் பிரித்ததும் புளித்த வாசம் சாவடியில் பரவியது. உறங்கியவர்கள் தங்களறியாமல் இருமிக்கொண்டனர். சிலருக்குத் தும்மல் வந்தது. சொக்கு நெல்லிக்காயைக் கைநிறைய அள்ளி வாயில் போட்டுக்கொண்டாள். நெல்லியின் புளிப்பு அவள் முகம் முழுக்கத் தெரிந்தது. அவள் சிரித்துக்கொண்டாள்.

"நேத்து வருவேன்னு நெனச்சேன். சனிக்கிழம எங்க போனே" என்று கேட்டாள்.

"நேத்துச் சாயங்காலம் மாவைக் கூட்டி அள்ளி எடுத்து வெக்க

ரொம்ப நேரமாயிருச்சு சொக்கு. இன்னைக்கு ரைஸ்மில்லு லீவு. கருப்பசாமி கோயிலுக்குப் போயிருந்தேன். காதுகுத்துக்கு" என்று அவள் முகம் பார்த்துச் சொன்னான்.

"என்னயும் கூட்டிட்டுப் போயிருக்கலாமுல்ல, நா இங்க சும்மாதானா இருந்தேன்" என்று பரமார்த்தமாக அவனிடம் சொன்னாள். பிறகு முந்தானையை உதறிச் சொருகிக் கொண்டவள் அவனது முகத்தைப் பார்த்தாள். அவன் தன்னிடம் என்ன சொல்ல வந்திருக்கிறான் என்பதை அவளால் யூகிக்க முடிந்தது. கலங்கிய கண்களையும் கொதித்துப் போயிருந்த முகத்தையும் கொண்டு காதுகுத்து விசேஷத்தில் என்ன சம்பவம் நடந்திருக்குமெனத் தெரிந்துகொண்டாள். அவனுடைய மனதை மாற்ற வேண்டுமென்பதற்காகப் பேசினாள்.

"கெடா கறி சோத்த என்னய விட்டுப்புட்டு நீயா தின்னுட்டு வந்துட்ட. சொக்குன்னு ஒருத்தி இருக்காங்கிறத மறந்துட்டியா சக்கர" என்று கேட்டாள்.

சர்க்கரை, "நா அங்க பச்சத்தண்ணி கூட குடிக்காம வந்துட்டேன்."

அவளுக்குத் தெரியும். தெரிந்ததை அவள் வெளியே காட்டிக்கொள்ளவில்லை. அவன் வாயிலிருந்து வெளியே வரட்டுமென நினைத்தாள். "ஏன்டா" என்று கால்களை மடக்கிக்கொண்டு கேட்டாள்.

"அந்தப் பயப்புள்ள வந்திருந்தான். அவன பாத்ததும் எனக்கு சாப்புடுறதுக்குப் பிடிக்கல. மனசும் வரல. அப்புறம் விசேஷத்தில ஒருத்தனும் என்னய பாத்து சாப்பிடுறான்னு ஒத்தவாத்தை சொல்லவே இல்ல சொக்கு. அதான் போங்கடா மசுராண்டிகளான்னு வந்துட்டேன்..."

"நீ ஏஞ்சாமி சாப்பிடாம வந்த. மொய்யுஞ்செஞ்சுட்டு யாராச்சும் பட்டினியா வருவாங்களாய்யா" என்று சொக்கு கேட்டாள். சர்க்கரைக்குக் கோபத்தில் கண்கள் சிவந்திருந்தன. எதாவது செய்ய வேண்டுமென்கிற வேகத்தில் அவள் முன் அமர்ந்திருந்தான்.

"யாருக்கிட்டயாச்சும் எனக்கு வட்டிக்குப் பணம் வாங்கித்தா. ரைஸ்மில்ல அந்தாளுக்கிட்ட இருந்து மீட்டு நாம ரெண்டு பேரும் நடத்தலாம்" என்று கோபமாகச் சொன்னான்.

சொக்கு இதைக் கேட்டதும் நெஞ்சில் கைவைத்து, "அடி ஆத்தி அம்புட்டுத் துட்டுக்கு நா எங்க போறது. எனக்கு யாரு கடன் தருவா, என்னய நம்பி அரிசி பருப்பைக் கடனுக்குத் தர மாட்டேங்குறான். பணத்த யாராச்சும் தருவானா" என்று சத்தமாகப் பேசினாள். அவளது சத்தம் கேட்டு, சாவடியில் உறங்கிக்கொண்டிருந்த பெண்ணொருத்தி திரும்பிப் படுத்து, "மெதுவா பேசுங்க. ஆளுங்க தூங்குறது தெரியலயா" என்று முனங்கினாள்.

"மெதுவாத்தாம் ஆத்தா பேசுறோம் நீ திரும்பிக்கிட்டுத் தூங்கு" என்று சொக்குவும் அவளைப் போல முனங்கினாள்.

"சொக்கு நா நெசமாத்தான் சொல்றேன்" என்று அவளது கையைப் பிடித்துக் கொண்டு சொன்னதும் அவள் அவனது முகத்தைப் பார்த்தாள். 'பிள்ளைக்கு என்னமோ மனசுல விழுந்திருச்சு. வேகங்கூடியிருக்கு. தனிச்சுவிடணும். இல்லன்னா எங்காச்சு போய் விழுந்து முட்டிக்கிட்டு ஒண்ணுமில்லாம போயிடும்' என்று அவனது கைகளை ஆசையாக இழுத்து தனது மடியில் வைத்துக் கொண்டாள்.

"நீ எங்க வீட்டுக்கா போயிட்டு வர்றே சக்கர..."

"ஆமா வீட்டுக்குப் போனே. வாசக்கதவு பூட்டியிருந்துச்சு. கதவ தட்டினேன். ஓம்மக வந்து கதவ திறந்தா நீ சாவடியில இருக்கிறதா சொன்னா" என்றான்.

"ஏம்மகளா வந்து கதவ தெறந்தா" என்று கேட்டாள் சொக்கு.

"ஏஞ்சொக்கு எதுக்குக் கேட்குற?"

"வீட்டில மருமகப்புள்ள வந்திருக்காரு. ஆறு மாசமா ரெண்டும் தனித்தனியா இருந்துச்சு. நாந்தான் இன்னைக்கு ரெண்டு கட்டிப்பிடிச்சு உருளட்டுமுன்னு இந்தப் பக்கம் வந்துட்டேன்" என்று சொன்னாள். இதைச் சொல்லும்போது அவளிடம்

வெட்கமில்லை. ‘ரசம் வைத்துத் துவையல் அரைச்சேன்’ என்பதைப் போல அவனிடம் சொன்னாள்.

ஆனால் சர்க்கரைக்கு இதைக் கேட்டதும் வெட்கமாக இருந்தது. முகத்தை வேறு பக்கமாகத் திருப்பிக் கொண்டான். அதே நேரத்தில் கோபமாகவும் இருந்தது. தன் பேச்சைக் கேட்காமல் அவள் என்னென்னமோ பேசிகிறாளே என்று முறைத்துப் பார்த்தான்.

சொக்கு, “நெல்லிக்காய தின்னுட்டு தண்ணிய குடி. இனிப்பா இருக்கும்” என்று சொல்லி கையை ஊன்றி எழுந்தாள். சாவடியின் மூலையில் இருந்த மண் பானையில் தண்ணீரை முகந்து குடித்தாள். மண் பானைத் தண்ணீரைப் பார்த்ததும் சர்க்கரை ஆவலாக எழுந்து சென்றான். இரண்டு தம்ளர் தண்ணீரைக் குடித்தான். அவனுக்குச் சட்டையும் வயிறும் நெஞ்சும் நனைந்தது.

சொக்கு, “உனக்கு ரைஸ்மில்லில வேல செய்யுறதுக்கு இஷ்டமில்லயா சக்கர” என்று அவனது தோளைத் தொட்டுக் கேட்டாள்.

சர்க்கரை அவளிடம், “அங்க இருக்க பிடிக்கல. நான் வேற வேலைக்குப் போறேன்” என்று அவளது கையைப் பிடித்துச் சொன்னான்.

சொக்கு உள்ளங்கையும் முகத்தையும் சேலையில் துடைத்துக் கொண்டு, அவனது முகத்தைப் பார்த்தாள். அவனிடம், “எதையும் யோசிக்கக் கூடாது சாமி. இப்ப ஓங்கண்ண கட்டியிருக்கு. கைவிரல பிடிச்சு ஒத்தாளு கூட்டிட்டுப் போறாருன்னு நெனச்சுட்டு இருந்தா உனக்கு எதுவும் தெரியாது. எந்தக் கஷ்டமுமில்ல. நமக்கு எல்லாம் தெரியும் அப்படின்னு கைய உதறுனா தோத்துப்போவோம் சாமி, ஆமா சொல்லிட்டேன். அதையும் இதையும் நெனச்சுட்டு இருந்தா அவ்வளவுதான் சக்கர, ஓம்பொழப்பு, ஏம்பொழப்பு, உங்கய்யா பொழப்பு அம்முட்டும் ஒண்ணுமில்லாமப் போகும். நீ ரைஸ்மில்லில வேலைக்கு இல்ல, ரைஸ்மில்லு காவலுக்கு இருக்கேன்னு நெனச்சுட்டு இருக்கணும். எத்தன அவமானம் வந்தாலும்,

எத்தன அசிங்கம் வந்தாலும், கல்லுக்கெனக்கட்டா இருக்கப் பழகிக்க" என்று சொன்னாள்.

சொக்கு திரும்பவும் அவனிடம், "இப்ப உனக்கு பிராந்தி குடிக்கவும் சிகரெட் குடிக்கவும் காசில்ல. அதான் உனக்குக் கவல. வேறெந்தக் கவலயுமில்ல. எவன் எக்கேடு கெட்டு போனா நமக்கென்னன்னு இருக்கிறவன் நீ. ரைஸ்மில்லு வேல கிடைக்காம எத்தன பேரு இருக்காங்கன்னு தெரியுமா. இந்தா இப்படி சொடக்குப் போட்டு முடிக்கிறக்குள்ள ஆளுங்க வந்து சேர்ந்துடுவாங்க. வேலய விட்டுப்புட்டு எங்காச்சும் போயிறாத. நீ போனா ரைஸ்மில்லு உன்னய விட்டுப்போயிரும்" என்று அவனை பயமுறுத்துவது போலப் பேசினாள்.

அவன் அவள் பேச்சைக் கேட்டு உண்மையில் பயந்து போனான். ரைஸ்மில் சொத்து தன்னை விட்டுப் போய்விடுமா என்று கவலையாக அவளது முகத்தைப் பார்த்தான். அவள் சொல்வது உண்மையாக இருக்கும். அவளுக்கு எல்லா விசயமும் தெரியும். தெரியாமல் பேச மாட்டாள் என்று நினைத்தான்.

"இன்னும் எத்தனை நாளைக்கு அவங்க கிட்ட நா வேல செய்யணும். நா ஆசப்பட்டதை எதையும் அனுபவிக்க முடியல" என்று அழுதான்.

அவன் எதை அனுபவிக்க ஆசைப்பட்டான். எதை அனுபவிக்க முடியவில்லை என்று யோசித்துப் பார்த்தாள் சொக்கு. பிள்ளைக்கு வேளைக்குச் சோறு கிடைக்கவில்லை என்கிற ஏக்கம் இப்படிப் பேச வைக்கிறது என்பது அவளுக்குத் தெரிந்தது.

"நிறைய சம்பாதிச்சு நீ ஆசப்பட்டதெல்லாம் அனுபவி. உன்னய யாரு கேட்கப் போறா. எனக்கு சேலை எடுத்துக்கொடு. ஏம்பேத்திக்கு சட்டைத் துணிமணி எடுத்துக்கொடு. வீடு கட்டு, வண்டி வாங்கி ஓட்டு. இன்னும் ரெண்டு ரைஸ்மில்ல தெறந்து வையீ. சொக்கு மாதிரி ஒரு பொக்கிப் பொம்பளய வேலைக்குச் சேர்த்துக்க. தினமும் குடி. நல்ல கறியும் மீனுமா தின்னு. உன்னய யாருய்யா கேட்கப்போறா. ஆனா சம்பாதிக்கணுமில்ல. பணம் கைநிறைய வேணுமில்ல. அது இருக்கா இப்ப" என்று

அவனைப் பார்த்து மிரட்டுவது போலப் பேசினாள் சொக்கு.

சொக்கு சொல்வது உண்மைதான். தன்னிடம் பணமில்லை. பணமில்லாமல் என்ன செய்வது? பணம் இருந்தால் புரோட்டா சாப்பிட முடியும். பணம் இல்லையென்றால் அடுத்தவர் சாப்பிடுவதை வேடிக்கை மட்டுந்தான் பார்க்க முடியும் என்று நினைத்தான் சர்க்கரை. அதற்காக அவர்களிடம் வேலைக்குப் போக வேண்டுமா? வேறு யாரிடமாவது வேலைக்குப் போகக் கூடாதா? நகைக்கடைக்கு வேலைக்குப் போய் தொழில் பழகி, கடை வைக்கக் கூடாதா? என்று யோசித்தான் சர்க்கரை.

“என்னய வேற வேலைக்குச் சேர்த்துவிடு. ரைஸ்மில்லுக்கு வேலக்குப் போகல” என்று சொன்னான்.

“வேற வேலைக்குப் போன ஓங்காத்தாக்காரி உன்னய வூட்டுல சேத்துக்குவாளா? சொல்லு, இப்பவே யாரு கையில கால்ல விழுந்தாச்சு உனக்குப் பிடிச்ச கடையில வேலைக்குச் சேத்துவிடுறேன்” என்றாள்.

அவனுக்கு அப்போதுதான் கருப்பாயியின் ஞாபகம் வந்தது. சொக்கு சொல்வது உண்மைதான். வேறு வேலைக்குச் சென்றால் தன்னை அவள் வீட்டுக்குள் விடுவாளா. சோறு போடுவாளா. உனக்குத் தேவை பணம். அதைக் கொடுக்கிறேன். இந்தா பணம், எனக்குச் சோறு போடு என்று சொல்வதற்குத் தனக்கு தைரியமிருக்கிறதா, தைரியமாகச் சொல்லி அவளிடம் சண்டை போட முடியுமா என்று யோசித்தான். அவளுக்கு அவளது அண்ணனும் உறவுக்காரர்களும் வந்து நிற்பார்கள். தனக்கு யார் வந்து நிற்பார்கள். சொக்கு வந்து தனக்காகப் பேசினால் யார் கேட்பார்கள் என்று கவலைப்பட்டான்.

அந்தக் கவலை அவனைத் தலைகுனியச் செய்தது. கண்ணீர் வரவழைத்தது. கனகுவிற்கு லட்ச ரூபாயைக் கடனுக்கு வாங்கிக் கொடுக்காமலிருந்திருந்தால் இந்நேரம் ராஜா மாதிரி வாழ்ந்திருப்போம், யாரும் தன்னைக் கை நீட்டிக் கூட பேசமுடியாது. பூங்கொடியைத் தனக்குத் திருமணம் செய்து வைத்திருப்பார்கள் என்று நினைத்தவன், கண்களைத் துடைத்துக்கொண்டான்.

“என்னா ஆயிப்போச்சு இப்ப. நீயா எதாவது யோசிச்சு கஷ்டப்படுற. விடியட்டும், ரைஸ்மில்லுக்குப் போய் புறாவோடயும் பூனைக்குட்டி கூடயும் கொஞ்ச நேரம் பேசு. அப்பத்தான் மனசு மாவு மாதிரியாகிரும். வீட்டுக்குப் போ” என்று சொக்கு அவனை வீட்டுக்குப் போகச் சொன்னாள். அவன் எதுவும் பேசவில்லை. சைக்கிளை எடுத்துக் கொண்டு வீட்டிற்குச் சென்றான்.

சர்க்கரை அவனுடைய வீட்டின் முன்னால் சைக்கிளை நிறுத்தி விட்டு, வாசற்கதவைத் திறந்தான். சைக்கிளை உள்ளே வைத்து விட்டுப் பூட்டினான். கதவைப் பூட்டிவிட்டுத் திரும்பியபோது, அவனது அம்மா அவனுக்கு எதிரே நின்றிருந்தாள். அவளது கையில் தெரு கூட்டும் விளக்குமாறு இருந்தது. கண் மூடி, திறப்பதற்குள் கருப்பாயீ அவனை விளக்குமாறால் அடித்தாள். முதல் அடி உச்சந்தலையில் விழுந்தது. முகம், கால், கை, முதுகு, இடுப்பு என்று அடித்தாள். விளக்குமாற்றுக் குச்சி உடைந்து தரையில் விழுந்தது. அவனது முகத்திலும் கன்னத்திலும் குச்சி குத்தியது. அவள் கோபம் தீரும் வரை அடித்தாள்.

கருப்பாயீ தன் கைகள் வலியெடுத்ததும் அடிப்பதை நிறுத்திக் கொண்டாள். “நாசமா போறவனே, ஏந்தாய் பிள்ளைக முன்னாடி என்னய அசிங்கப்படுத்தணுமின்னு அவமானப்படுத்தணுமின்னு நெனச்சிருக்கியாடா. காதுகுத்து விசேஷத்தில தின்னுட்டு வர்றதுக்கு உனக்கென்ன கொல்ல வந்திச்சு. நீ திங்காம வந்ததுக்கு என்னயத்தான்டா பேசுறாங்க. உங்கப்பன் இல்லாமல் என்னய அசிங்கப்படுத்துறான். நீ இருந்துக்கிட்டு அசிங்கப்படுத்துற” என்று விளக்குமாறைத் தூக்கி எறிந்துவிட்டுச் சென்றாள்.

சர்க்கரைக்கு வலி தாங்க முடியவில்லை. உடம்பு முழுக்கத் தடிப்புக் தடிப்பாக கோடுகள் தெரிந்தன. கறிச் சோறு திங்காமல் வந்தது குத்தமா, அதற்காக இப்படியா தன்னை அடிக்க வேண்டும் என்று நினைத்தவனுக்கு அழுகை வந்தது. தலையில் அடித்துக் கொண்டு அழுதான். பசியில் காதடைத்து வந்தது. தலைமுடி கலைந்து கண்கள் எரிந்தன.

சர்க்கரைக்கு உடம்பு முழுக்க வலித்தது. வலி கூடவும் அவனுக்கு சுந்தரமூர்த்தியின் ஞாபகமும் கனகுவின் ஞாபகமும் வந்தது. யாரையாவது எதாவது செய்தே தீரவேண்டுமென நினைத்தான். மூர்த்தியைக் கொன்றுவிட்டு, தானும் இறந்து போய்விடலாமென்று நினைத்தான்.

கருப்பாயீ அவனை இரவு சாப்பிடுவதற்கு அழைக்கவில்லை. பசி வயிற்றை அழுத்தியது. நடுவயிற்றில் பிளேடு வைத்து அறுத்தெடுப்பது போன்ற வலியை அவனால் தாங்க முடியவில்லை. குன்னிப்போய் படுத்துக்கொண்டான். தண்ணீர் குடிப்பதற்கு சமையலறைக்குச் சென்றான். கருப்பாயீ கால்களை நீட்டி அமர்ந்து தட்டில் சோறு வைத்துச் சாப்பிட்டுக் கொண்டிருந்தாள். சாப்பிடு என்று சொல்லவும் இல்லை. சோறு போடும்மா என்று அவன் கேட்கவுமில்லை. அப்படியே திரும்பி வந்துவிட்டான். அவள் சாப்பிட்டுச் சென்ற பிறகு செம்பில் தண்ணீர் முகர்ந்து குடித்தான். வெறும் வயிற்றில் தண்ணீர் குடித்தது மேலும் வலித்தது. சிறுநீர் போகும்போது எரிந்தது. அவனுக்கு அன்றிரவு முழுக்க உறக்கம் வரவில்லை.

சர்க்கரை, அம்மா தன்னுடன் சந்தோஷமாக இருந்த நாட்களில், ‘புரோட்டா வாங்கிட்டு வாடா’ என்று ஆசையாகக் கேட்டு வாங்கிச் சாப்பிட்டதையும் நினைத்துப் பார்த்தான். எவ்வளவு பிரியமும் பாசமுமாக இருந்தாள். ஒத்த மகன், எனக்கு ஒத்த மகன் எனக்கு என்று கறியை அள்ளித் தட்டு நிறைய வைத்து கொஞ்சாத குறையாகத் தின்னத் தருவாள். லெட்ச ரூபாயிக்காக அம்மா எப்படியெல்லாம் மாறிப்போனாள். அப்பாவை வீட்டை விட்டு விரட்டாத குறையாக அனுப்பிவிட்டாள். எதிர்த்து எதுவும் பேசாத அப்பா எங்கிருக்கிறார் என்று தெரியவில்லை. உயிருடன் இருக்கிறாரா இறந்துபோய்விட்டாரா என்று தெரியவில்லை. அப்பாவை நினைத்ததும் அவனால் பொறுத்துக்கொள்ள முடியவில்லை. வேதனை கூடியது. அம்மாவுடன் சண்டை போட்டால் குறைந்தது ஒருநாளாவது, அவள் தனக்கு சோறு போடாமல் பட்டினி போடுவாள். அப்படி செய்வதை அவள் தனக்குத் தருகிற தண்டனையாக

நினைத்திருக்கிறாள். அதுதான் அவளுக்கு சந்தோஷம் என்றால் சரி என்று கண்களை இறுக்கமாக மூடிக்கொண்டான்.

35

மீனாட்சி டீக்கடையில் கூட்டம் அதிகமாக இருந்தது. சுந்தரமூர்த்தியும் சுருளி ஆசாரியும் எதிரெதிரே அமர்ந்திருந்தனர். சுருளியின் அருகில் பொன்ராம் அமர்ந்திருந்தார். மூர்த்தி தலைநிமிராமல் அமர்ந்திருந்தது, சுருளிக்குக் கவலையாக இருந்தது. பொன்ராம், மூர்த்தியைப் பார்த்தார். பொன்ராமின் இடது கை விரல்கள் அவரறியாது நடுங்கியது.

காலை எட்டு மணி. ஹோட்டலுக்கு வந்திருந்த ஆட்கள் டீக்கும் காப்பிக்கும் காத்திருந்தனர். சப்ளையரிடம் டீ கொண்டு வரச்சொல்லி நேரமாகிவிட்டது. டேபிள் டேபிளாகத் துடைத்துக்கொண்டு வந்தவர், இவர்கள் அமர்ந்திருந்த டேபிளைத் துடைத்தார். குடிப்பதற்குத் தண்ணீர் கொண்டு வரவில்லை. மூர்த்தி எழுந்து டிரம்மிலிருந்த தண்ணீரை முகந்து குடித்துவிட்டு சுருளிக்கும் பொன்ராமுக்கும் தண்ணீரைக் கொண்டு வந்து வைத்தான்.

“நான் கோயமுத்தூருக்கு வேலைக்குப் போறேன் நைனா. அக்கா கல்யாணத்துக்கு நீங்க வாங்குற கடனை முழுசா நாங்கட்டுறேன். என்னய கோயமுத்தூர் பட்டறையில வேலைக்குச் சேத்துவிடுங்க” என்று தீர்க்கமாகச் சொன்னான். (கோயமுத்தூருக்கு வேலைக்குப் போனால் அங்கிருக்கிற பட்டறைக்காரர்கள் முன் பணமாக ஐந்தாயிரம் பத்தாயிரம் என்று தருவார்கள்.) காலையிலிருந்து அவர்களுடன் அலைந்து வட்டிக்குப் பணம் கேட்டு யாரும் தராததால் அவனுக்குக் கோபமும் வெறியும் கிளம்பியிருந்தது. இனிமேல் இந்த ஊரில் இருக்கக் கூடாது. தன்னையும் அப்பாவையும் நம்பாத ஊரில் நாம் ஏன் இருக்க வேண்டும் என்கிற முடிவுக்கு வந்திருந்தான்.

பொன்ராம் அவனைப் பார்த்தார். அவரது இடது கை விரல்கள்

நடுக்கம் குறையவில்லை. பிரஷர் கூடுவது அவருக்குத் தெரிந்தது. “பொறுடா பொறு. ரெண்டு நாள்ல ரூபாய புரட்டிர்லாம். வட்டிய எச்சா கேட்பான். அதுக்குத்தான் அலையவிடுறாங்ஙே” என்று அவனை சமாதானப்படுத்தினார்.

சுருளியினால் மூர்த்தியை நேருக்கு நேராகப் பார்க்க முடியவில்லை. அவருக்குக் கண்கள் கலங்கின. தன்னால் தானே இவன் சிரமப்படுகிறான் என்கிற வேதனை அவரது நெஞ்சை அழுத்தியது. அவர் முதலில் வேண்டாமென்று மறுத்தார். தன்னுடைய கையில் பணமில்லை. பெரிய மகள் லெட்சுமிக்கு இப்போது திருமணம் வேண்டாமென்று பொறுத்திருந்தார். ஆனால் மாப்பிள்ளை வீட்டுக்காரர் ‘பிடிபிடி’ என்று விரட்டிக்கொண்டு வந்து விட்டனர்.

காமாட்சியம்மன் கோயில் திருவிழாவிற்கு வந்திருந்த மாப்பிள்ளை வீட்டுக்காரர்கள் மாவிளக்கு எடுக்க வந்த லெட்சுமியைப் பார்த்து, யார் வீட்டுப்பிள்ளை என்று விசாரித்து, பெண் கேட்டு வீட்டுக்கு வந்து விட்டனர். சுருளி, பொன்ராமிடம் யோசனை கேட்டார். வீடு தேடி வருபவர்களை ஏன் தட்டிக்கழிக்க வேண்டும். பொம்பளப் புள்ள காரியம் சீக்கிரம் முடிந்தால் உங்களுக்குத்தானே நல்லது என்று அவரைக் சமாதானம் செய்தார். சுருளி அரைமனதாக ஒப்புக்கொண்டார்.

வத்தலக்குண்டிலிருந்து மாப்பிள்ளை வீட்டுக்காரர்கள் பூ வைக்கவும், நிச்சயதார்த்தம் நடத்தவும், முகூர்த்தத்திற்கு நாள் குறிக்கவும் சுருளி ஆசாரியை நெருக்கினார்கள். அவர், தன் கையில் கொஞ்சமாவது பணத்தை வைத்துக் கொண்டு கல்யாணத்திற்கு சம்மதிப்போம் என்று பணத்திற்கு அலைந்தார். பலரிடமும் கடன் கேட்டார். அடுத்த வாரம் தருகிறேன், நாளை தருகிறேன் என்று அலையவிட்டனர். அவருக்கு நம்பிக்கை இல்லை. பணம் கைக்குக் கிடைக்கும் வரை எதையும் நம்பக்கூடாது, பணம் தருகிறேன் என்பவர்களை நம்பி பூ வைப்பதற்குத் தேதியும் சொல்லக்கூடாது என்று நினைத்தார். பணம் தருகிறேன் என்பவர்கள், கடைசி நேரத்தில் இல்லையென்று சொல்வார்கள் என்பது அவருக்குத் தெரியும்.

கடைசியில் இனிமேலும் காத்திருக்க முடியாது என்று மாப்பிள்ளை வீட்டுக்காரர்கள் பொன்ராமிடம் பேசினார்கள். பொன்ராமிற்கு சுருளியின் கையில் பணமில்லை என்கிற விசயமும் அதற்காகத்தான் கல்யாணத்திற்கு யோசிக்கிறார் என்பதும் தெரியும். அவர் பணத்திற்கு ஏற்பாடு செய்து தருவதாகச் சொன்னார். வெள்ளிக்கிழமை பூ வைத்து நிச்சயதார்த்தம் வைத்துக்கொள்ளலாமென்றும் கல்யாணத்தை மூன்று மாதம் கழித்து வளர்பிறை முகூர்த்தத்தில் வைத்துக்கொள்ளலாமென்றும் பேசி முடிவு செய்தார்கள். சுருளிக்கு நெஞ்சு கதக்கதக்கென்று அடித்துக்கொண்டது. பொன்ராம் தனக்குத் தெரிந்தவர்களிடம் வட்டிக்குப் பணம் வாங்கித் தருவதாகச் சொல்லி தைரியம் தந்ததும் அவருக்குச் சிறிது நிம்மதியானது.

தினமும் காலையில் வேலைக்குப் போவதற்கு முன்பு பொன்ராமும் சுருளி ஆசாரியும் வட்டிக்குப் பணம் வாங்க அலைந்தார்கள். பொன்ராம் தனக்குத் தெரிந்தவர்களிடம் கேட்டுப் பார்த்தார். ஆயிரம் இரண்டாயிரம் என்றால் உடனே தரலாம். பத்தாயிரம் என்றால் ஒரு வாரம் பத்து நாட்களாகும் என்று சொல்லிவிட்டனர். கல்யாண விஷயத்தைச் சொன்னாலும் அந்தப் பதில்தான் வந்தது. ஊரில் சுருளியை நம்பி பெரிய தொகையை வட்டிக்குத் தருவதற்கு யோசித்தார்கள். ஐந்தாயிரம் ரூபாய் இருந்தால் நிச்சயதார்த்தத்தை முதலில் நடத்தி முடித்துவிடலாம். அதற்குப் பிறகு எதாவது வழி பிறக்குமென்று நினைத்தார்கள்.

ஊரெல்லாம் அலைந்து திரிந்து ஓய்ந்து தவித்துவிட்டார்கள். மீனாட்சியில் டீ குடித்துவிட்டு வீட்டுக்குப்போகலாமென கடைக்கு வந்தார்கள். பொன்ராமுக்குச் சங்கடமாக இருந்தது. சுந்தரமூர்த்தி திடீரென எதற்காக கோயமுத்தூருக்குப் போகிறேன் என்று சொல்கிறான் என்று கவலைப்பட்டார். மூர்த்தி கோயமுத்தூருக்குச் சென்றுவிட்டால் தனக்கு கையொடிந்தது போலாகிவிடும். வேறொரு பையனை முதலிலிருந்து பழக்கத்திற்குக் கொண்டுவர வேண்டும். வேலை கெட்டுப் போகும். நேரமிருக்காது. வேலை தீராது. ஒண்ணுக்கு ரெண்டாக

வேலை நீளும். எல்லா வேலைகளையும் தானே செய்து தீர்க்க வேண்டுமென்று அவர் மனம் அடித்துக் கொண்டது.

பக்கத்திலிருந்த டேபிளில் அமர்ந்திருந்தவர்கள், "டீ சொல்லி ஒரு மணி நேரமாச்சுப்பா என்னாப்பா செய்யுறீங்க" என்று சத்தம் போட்டதும் கேஸ்கவுன்டாரிலிருந்து வெளியே வந்த முதலாளி சமையலறைக்குள் சென்றார். அவர் வேட்டியைத் தூக்கிக்கொண்டு சென்ற வேகத்தில் யாருக்காவது அடிவிழும் என்று அங்கிருந்தவர்கள் எதிர்பார்த்தனர். ஆனால் உள்ளே பாத்திரங்கள் உருளுகிற சத்தம் பலமாகக் கேட்டது. அதைத் தொடர்ந்து ஹோட்டல் வாசலில் தள்ளுவண்டியில் விறகு ஏற்றிக்கொண்டு வந்தவர்கள், வண்டியை நிறுத்திவிட்டு சத்தம் போடுவது கேட்டது. சத்தம் கேட்டதும், சமையலறைக்குள்ளிருந்தவர்கள் அனைவரும் வாசலுக்கு வந்து விறகுகளை எடுத்துச் சென்றனர். புளியமரத்தின் பச்சை வாசம் ஹோட்டல் முழுவதும் பரவியது. டேபிளில் அமர்ந்திருந்தவர்கள், "பத்துக்குப் பத்து இடத்தில எத்தன பேரு வேலை செய்யுறாங்க" என்று பேசிக்கொண்டது ஹோட்டல் முதலாளிக்குக் கேட்டது. அவர் "ரெண்டு பேரு அடுப்ப பத்த வையுங்க, ரெண்டு பேரு விறக அடுங்குங்க. மிச்ச ஆளுங்கெல்லாம் உள்ள போங்கப்பா, மத்த வேலைய பாருங்க" என்று குரலை உயர்த்திப் பேசினார். அவர் சத்தம் ஸ்பீக்கரில் பாட்டுப் பாடிக்கொண்டிருந்ததையும் மீறி, அங்கிருந்தவர்களுக்குக் கேட்டது.

"நான் ரூபாய புரட்டித் தர்றேண்ணே. நீங்க கவலப்படாம இருங்க" என்று பொன்ராம் சொன்னார். அவருக்குப் பயம். தனக்குத் தெரிந்தவர்கள் கடைசி நேரத்தில் பணம் இல்லையென்று சொல்லி ஏமாற்றுவார்கள் என்று நினைக்கவில்லை.

"நிச்சயதார்த்தம் முடிஞ்சிருச்சுன்னா முகூர்த்த நாள் கண் மூடி கண்ண தெறக்குறதுக்குள்ளயும் வந்துரும்" என்று சுருளி கவலையாகச் சொன்னார். அவருக்குக் கல்யாணம் நடக்கப்போகிற சந்தோஷத்தை விட, கடனுக்குப் பணம் கிடைக்கவில்லையென்கிற வருத்தம் அதிகமாக இருந்தது.

"அண்ணே என்னய கோயமுத்தூரில கொண்டு போய்

வேலைக்குச் சேத்துவிடுங்க” என்று திரும்பவும் மூர்த்தி, பொன்ராமிடம் சொன்னான். அவனுக்கு ஊரில் இருக்கப் பிடிக்கவில்லை. இப்போதே எங்காவது சென்றுவிட வேண்டுமென்று தோன்றியது. பொன்ராமுக்கு அவன் சொல்லியதைக் கேட்டதும், சரி பையன் முடிவாகத்தான் இருக்கிறான். யார் சொன்னாலும் கேட்க மாட்டான். சம்பாதிக்கும் ஆர்வக்கோளாறு வந்துவிட்டது என்று நினைத்தார். டீ வந்தது. மூவரும் குடித்தார்கள்.

பால் வேகவில்லை. அரைவேக்காட்டில் டீ போட்டிருக்கிறார்கள். பால் கவிச்சி வாடையாக இருந்தது. சூடாகக் குடித்ததால் ஒன்றும் தெரியவில்லை. சிலருக்குப் பிடிக்கவில்லை. அப்படியே வைத்துவிட்டு எழுந்து பில்லுக்குப் பணத்தைக் கொடுத்துவிட்டுச் சென்றார்கள்.

“வட்டிக்கு வாங்குனா மாசம் மாசம் வட்டி கட்டிப் பணத்த கொஞ்சம் கொஞ்சமா கொடுத்திரலாம். கந்து வட்டிக்குப் பணத்த வாங்குனா தெனமும் உங்களால பணத்த கட்ட முடியுமா. தெனமும் உங்களுக்கு வேலை வருமா. கந்துக்குப் பணத்த கொடுத்துட்டா எப்படி வீட்டுக்கு அரிசி பருப்பு வாங்குறது” என்று பொன்ராம் கவலையோடு பேசினார்.

“கடைசியில அப்படித்தான் ஆகப்போகுது. கந்துக்கு எடுத்து நிச்சயத்தை முடிக்க வேண்டியதுதான்” என்று சுருளி தம்ளரைக் கையில் பிடித்தபடி சொன்னார். அவருக்கு டீ குடிக்க மனசில்லை. மனசு வேறெங்கோ இருந்தது. முதல் தெருவிலிருந்த பலசரக்குக் கடைக்காரரிடம் லெட்சுமியும் சுந்தரியும் ஐநூறு ரூபாய் சீட்டுப் போட்டிருந்தார்கள். கடைக்காரர் லெட்சுமிக்குக் கல்யாணம் என்று தெரிந்ததும் அவசரத்திற்குப் பணம் வேண்டுமென்றால் இரண்டு சீட்டுக்கும் கமிஷன் போக பணம் தருகிறேன் என்று வீடு தேடி வந்து சொல்லிவிட்டுச் சென்றார். ஒரு ரூபாயும் இரண்டு ரூபாயுமாகச் சேர்த்து வைத்த பணம். அவர்களுக்குப் பூ வாங்கி வைத்துக் கொள்ளவும் சாயங்கால நேரத்தில் உப்புக்கடலை, பட்டாணி வாங்கிச் சாப்பிடவும் கொடுத்த பணத்தை வாயைக் கட்டிச்

சேர்த்து வைத்து வருகிறார்கள். அந்தப் பணத்தையா கைநீட்டி வாங்குவது என்று சுருளி வேண்டாமென்று சொல்லிவிட்டார்.

பொன்ராம் பில்லுக்குப் பணம் கொடுத்துவிட்டு ஹோட்டலை விட்டு வெளியே வந்து நின்றார். மூன்று சைக்கிள்களும் ஒன்று போல நின்றிருந்தன. சுருளியிடம், “நீங்க குளிச்சிட்டு வேலைக்குப் போங்க. ரெண்டு நா, இல்லைன்னா மூணு நாள்ல பணம் கைக்கு வந்துரும்” என்றவர், மூர்த்தியின் தோள்பட்டையைப் பிடித்து, “எலேய் வீட்டுக்குப் போடா முதல்ல குளிச்சுட்டு வாடா. பட்டற தெறந்து வெச்சு இருக்கிற வேலயப் பாரு” என்று சொன்னார். அவனும் சரி என்று தலையை ஆட்டிவிட்டு சைக்கிள் ஸ்டாண்டை எடுத்துவிட்டு சிட்டாகப் பறந்தான்.

மூர்த்தி சென்ற பிறகு பொன்ராம் சுருளியிடம், “அந்தப் பய யார் பேச்சயோ கேட்டுட்டு கோயமுத்தூருக்கு வேலைக்குப் போகணுமின்னு நெனைக்கிறான். அங்க போனா இடுப்பு எலும்பு ஒடஞ்சு போகும் சுருளி. ராத்திரியும் பகலும் வேலை செய்யணும். நல்ல சம்பளம் தருவாங்க. அட்வான்ஸ் பணமும் வாங்கிட்டு வரலாம். நா இல்லைங்களா. அதுக்காக உடம்ப கெடுத்துக்கக் கூடாதில்ல. கெட்ட பழக்கம், கெட்ட சகவாசம் எல்லாம் துட்டு வரவர சேந்துக்கும்” என்று பயமுறுத்துவது போலப் பேசினார்.

சுருளி அவரிடம், “அவங்கெடக்கிறான். அவனுக்கென்ன தெரியும். இங்ஙனக்குள்ள சாப்புட்டு இங்ஙனக்குள்ள வேலையைச் செஞ்சுப்பழகுறத விட்டுப்புட்டு எங்கயோ போகணுமிங்குறான். நா விட மாட்டேன்” என்று சைக்கிளை உருட்டினார். பொன்ராமிற்குச் சிறிது தைரியம் வந்தது.

பொன்ராம் வீட்டிற்குச் சென்று குளித்துவிட்டு பட்டறை வீதிக்கு வந்தார். மூர்த்தி அவருக்கு முன்பாக பட்டறையின் வாசலில் அமர்ந்திருந்தான். அவரிடம் சாவியை வாங்கி பட்டறையைத் திறந்தான். பொன்ராம் அவனிடம் பணத்தைப் பற்றியும் கடன் வாங்குவதைப் பற்றியும் இனிமேல் பேசக் கூடாது. அதைப் பற்றிப் பேசினால் ஆத்திரப்பட்டு கோயமுத்தூருக்குப்

போகிறேன் என்று சொன்னாலும் சொல்வான் என்று அமைதியாக இருந்தார்.

ஆனால் மூர்த்தியின் மனம் முழுக்க கோயமுத்தூரில் இருந்தது. கோயமுத்தூருக்கு இதுவரை அவன் சென்றதில்லை. உக்கடம், காந்திபார்க், காந்திபுரம், சாமி ஐயர் புதுவீதி, கருப்பனக்கவுண்டர் வீதி, வெள்ளி விநாயகர் கோயில் வீதி என்று பட்டறை வீதியில் பட்டறைக்காரர்கள் பேசிக்கொள்ளும் பேச்சுக்கள் அவனது மனசுக்குள் விழுந்து எழுந்து பந்து போல் தாவித் தாவிச் சென்றன. கோயமுத்தூர் வீதிகள் எப்படி இருக்கும் என்கிற தவிப்பும் ஆர்வமும் அவனுக்குள் புகைந்தது. உமியோட்டிற்குப் புது உமி வைத்துப் பற்ற வைத்தான். தண்ணிச் சட்டிக்குப் புதுத்தண்ணீர் கொண்டு வந்தான். எப்போதும் போல் அவனது வேலைகளைக் கச்சிதமாக மெதுவாகச் செய்து முடித்தான். ஆனால் மனசு முழுக்க வேறெங்கோ இருந்தது. தெருவில் சத்தம் கேட்டால் பதறிப் போய் நிமிர்ந்து பார்த்தான்.

“தம்பி வாங்க வாங்க. என்ன இந்தப் பக்கம்” என்று பொன்ராம் பேசுவது கேட்டது. நிமிர்ந்து பார்த்தான். வாசலில் சர்க்கரை சைக்கிளில் நின்றிருந்தான். மூர்த்திக்கு நெஞ்சு திக்கென்று அடித்துக் கொண்டது. கோயமுத்தூர் வீதிகளின் பெயர்கள் மறைந்து போய் பொன்ராம் சொன்ன வார்த்தைகள் காதில் ஒலித்தன. ‘அடிபட்ட பாம்புடா அவன் எப்ப வேணாலும் என்ன வேணாலும் செய்வான்’ என்று அவர் தன்னுடைய காதிற்குப் பக்கத்தில் வந்து சொல்வது போலிருந்தது.

சர்க்கரை சைக்கிளை நிறுத்திவிட்டு அவரிடம், “கால் கொலுசு ஒடிஞ்சு போச்சுண்ணே பத்த வெச்சுத்தாங்க” என்று தன்னுடைய பாக்கெட்டிலிருந்த பொட்டலத்தை எடுத்துப் பிரித்துக் கொலுசைத் தந்தான். நீளமான பட்டை கொலுசு. இரண்டு கொலுசிலும் திருகாணி முகப்புப் பக்கத்தில் ஒடிந்திருந்தது.

“ரெண்டுமேவா ஒடிஞ்சுபோச்சு” என்று ஆச்சரியமாகக் கேட்டார் பொன்ராம்.

“ஏண்ணே ஒத்தக்கொலுசு ஒடிஞ்சுபோச்சுன்னா மட்டுந்தேங் பத்தவெச்சுத் தருவீங்களா” என்று நக்கலாக கேட்டான்.

பொன்ராம் உஷாராகி அவனது முகத்தைப் பார்த்தார். சர்க்கரை சிரிக்கவில்லை. அமைதியாக இருந்தான். கருப்பசாமி கோயிலில் பார்த்த அதே மாதிரி முகம் இறுக்கமாக இருந்தது.

“வா பட்டறைக்குள்ளா, எதுக்கு வெளியே வெயில்ல நிக்குற” என்று பொன்ராம் முதலில் பட்டறைக்குள் நுழைந்தார். மூர்த்தி எதுவும் பேசவில்லை. சர்க்கரையை நிமிர்ந்துகூட பார்க்கவில்லை. சர்க்கரை கிராக்கி அமர்ந்துகொள்ளும் பந்திப்பாயில் அமர்ந்துகொண்டான். வேட்டியை இறக்கிவிட்டு கச்சிதமாக அவன் அமர்ந்திருக்கும் லெட்சணத்தைப் பார்த்ததும் பொன்ராமிற்குச் சந்தோஷமாக இருந்தது. சரி எந்தப் பிரச்சினையும் வராது அவனுடன் பேச்சுக்கொடுத்து நிலவரத்தைத் தெரிந்துகொள்ளலாம் என்று நினைத்தார்.

“இந்தாடா ரெண்டு முகப்பையும் திருகாணிய கழட்டித் தனியா வெச்சுக்க. முதல்ல காய வெச்சுத்தா. பக்குவமா நா ஊதித்தர்றேன். நீ ஊதாதே. செவப்பா காய வெக்காதே. கொம்பாகிரும்.* கொட பத்தி இருக்கா” என்று கேட்டார்.

மூர்த்தி மெழுகு தீபத்தை எடுத்துப் பற்ற வைத்தான். மெழுகின் புகை பட்டறை முழுக்கப் பரவியது. சிமிண்ட் சிலேட்டில் திருகாணி முகப்பையும் கொலுசையும் தனித்தனியாக வைத்து மெதுவாக ஊதிக் காய வைத்தான். அவனுக்குத் தெரியும். அழுக்குப் போக ஊதினால் போதும். கொலுசு சூடேறி காய்ந்துவிடும். சில நேரங்களில் கொலுசு உஷ்ணம் தாங்காமல் தானாக விலகி ஐந்து ஆறு துண்டுகளாகச் சிதறிவிடும். அதற்குப் பயந்து யாரும் பழைய கொலுசை வாங்கி ‘பத்தவெப்பு’ செய்து தருவதில்லை.

மூர்த்தி தனக்குப் பின்னாலிருந்து குங்குமம் டப்பாவை எடுத்து அவரிடம் கொடுத்தான். அதில் கொட பத்தி** இருந்தது. பொன்ராம் பக்குவமாக ஊதினார். அவர் கொவ்வியை வாயில் வைத்து மெழுகு தீபத்தில் ஊதுவதைப் பார்க்கப் பார்க்க

---

* கொம்பு – நன்றாக வராது.

** கொட பத்தி – மட்டமான பொடி.

ஆசையாக இருக்கும். ஒருகையால் ஊதியபடி மறுகையால் உருப்படிகளுடன் விளையாடுவார். கன்னம் இரண்டும் பொப்பென்றிருக்கும். பொன்ராம் தன்னுடைய வித்தையை ஒவ்வொன்றாகக் காட்ட ஆரம்பித்தார்.

“ஏஞ்சக்கர கொலுசு யாருது..?”

“எங்கத்தையோடதுண்ணே. குருசாமி மாமா இருக்காங்கில்ல அவங்க சம்சாரம்...”

“அப்படியா!”

“ரொம்பப் பழசா இருக்கு. இன்னும் ரெண்டு மாசம் தாங்குறது கஷ்டம். புதுசு எடுக்கச் சொல்லு.”

“சரிண்ணே.”

பொன்ராம் அவனை ஓரக்கண்ணால் பார்த்துக்கொண்டார். சரிண்ணே என்கிற வார்த்தை எங்கிருந்து வருகிறது, மனசிலிருந்தா உதட்டிலிருந்தா என்பதைக் கண்டுபிடிப்பதில் அவர் கில்லாடி. சர்க்கரை தெளிவாகத் தன்னுடன் பேசுவது அவருக்குப் பிடித்திருந்தது.

“கந்துக்குத் தர்றத விட்டுட்டு ரைஸ்மில்ல மேனேஜ்மென்ட் செய்யிறியா சக்கர.”

மேனேஜ்மென்ட் என்கிற வார்த்தைக்கு அவனுக்கு அர்த்தம் தெரியவில்லை. இருந்தாலும் சிரித்துக் கொண்டு ஆமாண்ணே ஆமாண்ணே என்று தலையாட்டினான்.

“அப்பாவ முந்திமாதிரி காலையில பேப்பர் கடையில பாக்க முடியல சக்கர.”

சர்க்கரை எந்த யோசனையுமில்லாமல், “அண்ணே அவரு தோட்டத்த பாத்துக்கிறாரு, நா ரைஸ்மில்ல பாத்துக்கிறேன்...” என்று சொன்னான்.

“அதானே, இல்லன்னா தெனமும் அவர பாக்க முடியுமே” என்றவர் கொவ்வியை வாயில் வைத்து ப்வ்வூ என்று ஊதினார். பிறகு என்ன நினைத்தாரோ, “மூர்த்தி, போடா போயி டீ வாங்கிட்டு வா. சக்கரை ரொம்ப நா கழிச்சி வந்திருக்கான்”

என்று தன்னுடைய பாக்கெட்டிலிருந்த ரூபாய் நோட்டை எடுத்துக் கொடுத்தார். மூர்த்தி அதற்காகக் காத்திருந்தவன் போல தூக்குவாளியை எடுத்துக் கொண்டு கிளம்பினான்.

மூர்த்தி பட்டறை வாசல்படியில் கழற்றி வைத்திருந்த செருப்பைப் போட்டுக் கொண்டு சென்றான். அவன் சென்றதும், பொன்ராம் நிமிர்ந்து பார்த்தார்.

“சூடு ஆறட்டும். நல்ல புதுசு மாதிரி மெருகு போட்டுத்தர்றேன்” என்றார். இரண்டு கொலுசும் பத்தவெப்பு முடிந்து தரையில் சூடு ஆற வைத்திருந்தார்.

“பணம் எவ்வளவுண்ணே?”

“இருக்கட்டு சக்கர” என்றவர், அவனது முகத்தைப் பார்த்து, “எனக்கொரு ஒத்தாச செய்யணும்” என்றார்.

சர்க்கரை நிமிர்ந்து அவருடைய முகத்தைப் பார்த்தான்.

“உங்க குருசாமி மாமாக்கிட்ட வட்டிக்குப் பணம் வாங்கித்தர்றதுக்கு ஏற்பாடு செய்யுறீயா” என்று கேட்டார்.

சர்க்கரைக்கு அவனறியாமல் சிரிப்பு வந்தது. சிரித்துவிட்டான்.

“ஏஞ்சக்கர சிரிக்கிற..?”

“எனக்குக் கெடைக்கிற ரெண்டு வேள கஞ்சிய நீங்க கெடுக்கணுமின்னு நெனைக்கிறீங்களாண்ணே” என்று மெதுவாகக் கேட்டான்.

பொன்ராமுக்கு ஒன்றும் புரியவில்லை. ஆனாலும் அவர் விடவில்லை.

“எனக்குன்னு நெனச்சுக்க. நம்ம மூர்த்தியோட அக்காவுக்குக் கல்யாணம். அதுக்குத்தான் பணம் தேவைப்படுது. நா ஜாமீனு போடுறேன். உனக்கொரு புன்னியமாப் போகும்” என்று சொன்னார்.

“அண்ணே யாருக்கு வேணுமின்னாலும் ஜாமீனு போடுங்க. யாருக்கு வேணுமின்னாலும் வட்டிக்கு வாங்கிக்கொடுங்க. எனக்கும் இதுக்கும் சம்பந்தமில்ல. குருசாமி மாமா வட்டிக்குக் கொடுத்து வாங்குறத இப்ப நிறுத்திட்டாரு.”

“ஏஞ்சக்கர...”

“அவரு மக கல்யாணத்துக்குப் பெறகு வரவு செலவு செய்யுறதில்ல. ரைஸ்மில்லில உட்காந்துட்டாரு.”

“எந்த ரைஸ்சுமில்லில?”

“எங்க ரைஸ்மில்லில.”

“அப்புறம் நீயீ...?”

“எனக்கு அவரு சம்பளம் தர்றாரு. அதான் சொன்னேன், கெடைக்கிற ரெண்டு வேள சோத்தையும் கெடுக்க வந்துட்டீங்கன்னு.”

“இதெல்லாம் எனக்கு தெரியாது சக்கர. வெளியில எதுவும் தெரியலப்பா.”

“கனகுவுக்கு வாங்கிக்கொடுத்த பணத்துக்கு எங்க ரைஸ்மில்ல அவரு எழுதி வாங்கிட்டாருண்ணே. பணத்தைக் கொடுத்து மீட்டுக்கச் சொல்லிட்டாங்கண்ணே. எங்க அப்பா அதான் ரைஸ்மில்லு சாவிய கொடுத்துட்டுப் போயிட்டாரு. எங்க இருக்காருன்னு தெரியல” என்று சொன்னான். இதைச் சொல்லும்போது அவனது கண்கள் கலங்கின.

பொன்ராம் மேற்கொண்டு எதுவும் பேசவில்லை. அவருக்குச் சங்கடமாகப் போனது. மூர்த்தி டீ வாங்கிக் கொண்டு வந்தான். அவன் பட்டறைக்குள் நுழைந்ததும் டீயின் வாசம் வந்தது. முதலில் இரண்டு தம்ளர்களில் டீ ஊற்றி சர்க்கரைக்கும் பொன்ராமிற்கும் கொடுத்தான். சர்க்கரைக்குத் தரும்போது மூர்த்தி எதுவும் பேசவில்லை. டீ தம்ளரை நீட்டினான். பொன்ராம் ‘வாங்கிக்க சக்கர’ என்று சொன்னதும் அவன் வாங்கிக்கொண்டான். மூன்று பேரும் டீ குடிக்கும்போது எதுவும் பேசவில்லை.

சர்க்கரை, “யாருகிட்டயும் ஒண்ணுஞ்சொல்ல வேணாம்ண்ணே” என்று சொன்னதும் பொன்ராம் மெதுவான குரலில் சரிப்பா என்று சொன்னார். சரிப்பா என்று சொன்னது சர்க்கரைக்குப் பிடித்திருந்தது. அவன் சிரித்துக்கொண்டான்.

மூர்த்தி தரையில் கிடந்த கொலுசை எடுத்துப் பார்த்தான். பட்டறை கட்டையின் மேல் வைத்து பித்தாளை புருஷ் கட்டையால் அழுத்தித் தேய்த்தான். சர்க்கரை தன்னுடைய பாக்கெட்டிலிருந்து ரூபாய்த் தாளை எடுத்து அவரிடம் கொடுத்தான். பொன்ராம் வாங்கவில்லை. அவனிடம் “நீ செலவுக்கு வெச்சுக்க” என்றார்.

சர்க்கரை “அவங்க தந்த பணத்த அப்படியே உங்ககிட்ட கொடுத்துட்டேண்ணே. இந்தாங்க” என்று அவர் முன்னிருந்த மேஜையின் மேல் பணத்தை வைத்தான்.

“ரொம்ப மாறிட்ட சக்கர. முந்தியெல்லாம் எதுக்கெடுத்தாலும் கோபப்பட்டுப் பேசுவே” என்று பொன்ராம் வருத்தத்துடன் அவனைப் பார்த்துச் சொன்னார்.

“ஏங்கோபமெல்லாம் வயித்துப் பசியில காணாமப் போயிருச்சுண்ணே” என்றான். அவன் சொல்லியதைக் கேட்டதும், பொன்ராமிற்கு வேதனையாக இருந்தது. சர்க்கரை சைக்கிளை எடுத்துச் சென்ற பிறகு அவனையும் அவன் சொன்ன வார்த்தைகளையும் நினைத்துக் கொண்டிருந்தார் பொன்ராம்.

36

மூர்த்தியைப் பார்க்கக் கூடாது, அவனிருக்கும் பக்கம் போகக் கூடாது என்று விலகியிருந்தால், அவனிருக்கும் இடத்திற்குச் சென்று, அவன் கையாலே டீ வாங்கிக் குடிக்கும்படியாகியிருக்கிறதை நினைத்து வருத்தப்பட்டான் சர்க்கரை. இதைத்தான் தலைவிதி என்று சொல்கிறார்களா? அவனை இனிமேல் பார்க்கக்கூடாது என்று முடிவு செய்தால் நேரங்காலம் அவனைப் பார்க்கும்படியாகத் தனக்கு விடிகிறதை என்ன சொல்வது.

வேட்டை கருப்பனசாமி கோயிலுக்குப் போய் வயிறு நிறையச் சாப்பிட்டுவிட்டு நிம்மதியாகத் தூங்கிவிட்டு வருவோம் என்றுதானே போனோம். கோயிலுக்குப் போனதும் அவன் மூஞ்சியில் முழிக்க வேண்டியதாகிவிட்டது. அவன் வயிற்றில் சோடா பாட்டிலால் குத்திய வலி இன்னமும் நெஞ்சில் இருக்கிறது. அந்த வலியோடு கறிச் சோறு திங்க முடியுமா? அந்த வலியோடும் பசியோடும் அங்கிருந்து வந்தால், புரோட்டா கடையில் வந்து நிற்கிறான். தண்ணீரைக் குடித்துவிட்டு பார்த்தும் பார்க்காதவன் போல் அவன் நடந்து செல்கிறதைப் பார்த்துவிட்டு, புரோட்டா சாப்பிட முடியவில்லை. இலையில் வைத்ததைப் பாதி தின்றும் மீதியை அப்படியே தூக்கி எச்சில் தொட்டியில் எறிந்துவிடும்படியாயிற்று. அவனைத் திருப்பி அடிக்கவும் முடியவில்லை, அவனை விட்டுத் தூர விலகியிருக்கவும் முடியவில்லை என்று வேதனையானான் சர்க்கரை.

அவனுக்கு மூர்த்தியை நினைக்க நினைக்க வேகாளம்* கூடியது. அந்த வேகாளத்தில் அவனாகப் புலம்பினான். செவலைப் பாண்டி பார்த்தாலும் பரவாயில்லை என்று தண்ணித் தொட்டிக்குப் பக்கத்தில் நின்றும் குட்டைச்சுவரைத் தாண்டி நின்றும் சிகரெட் புகைத்தான். நீண்ட நாட்களுக்குப் பிறகு சிகரெட் புகைத்தது, அவனுக்குச் சரியாக தம் கட்டி இழுக்க முடியவில்லை. எப்படி சிகரெட் புகைப்பது என்று மறந்துவிட்டான். இருமினான். இருமலோடு புகையை இழுத்தான். சிகரெட் எச்சில்பட்டு ஈரமாகியது. அவனால் சிகரெட்டை ஈரத்தோடு இழுக்க முடியவில்லை. எரிச்சலுடன் கீழே போட்டுக் காலால் நசுக்கினான். தண்ணீர்த் தொட்டிக்கு வந்து நீரை முகர்ந்து முகங்கழுவிக் கொண்டான். வாயைக் கொப்பளித்துவிட்டு, ரைஸ்மில்லுக்குச் சென்றான்.

செவலைப் பாண்டி சிறிய காகிதத்தைச் சுருட்டி, அதை காதுக்குள் நுழைத்துக் குடைந்துகொண்டிருந்தான். அவனது

---

* வேகாளம் - வெறித்தனம்

கண்கள் அரை மயக்கத்திலிருந்தது. சற்று முன்பாக தூக்குவாளியிலிருந்த சாப்பாட்டை முழுவதும் தின்று முடித்திருந்தான். பழைய பித்தளைத் தூக்கு. அதன் குழிவான மூடியில் அரைலிட்டர் தண்ணீர் பிடிக்கும். சாக்குப் பையை விரித்துத் தயாராக வைத்திருந்தான். காது குடைந்து முடிந்ததும் கால்களை நீட்டி சாய்ந்துவிடுவான். அவனது குறட்டைச் சத்தத்தில் ரைஸ்மில்லிலிருக்கும் புறாக்கள் கண்களை விழித்துப் பார்த்து பயத்தில் குறுக்கும் நெடுக்குமாக பறந்து இடம் மாறி அமர்ந்துகொள்ளும். சர்க்கரைக்கும் பயம் உண்டாகும். அவனது குறட்டைச் சத்தம் கழுதை கத்துவது போலிருக்கும். ஒவ்வோர் குறட்டைக்கும் உடம்பு அதிர்ந்து நின்று திரும்பவும் அதிரத் தொடங்கும். வயிறு மேலேறிக் கீழிறங்கும். உதடுகள் இரண்டும் திறந்து பற்கள் வெளியே தெரியும். குறட்டைச் சத்தம் கேட்கவில்லையென்றால் மனுஷன் செத்துவிட்டான் என்று நினைக்கத் தோன்றும்.

சர்க்கரை முக்காலியில் அமர்ந்துகொண்டான். அவனைப் பார்த்ததும் செவலைப் பாண்டி சாக்குப்பையில் படுத்துக் கொண்டான். ஆனால் தூங்கவில்லை. கால்களை ஆட்டியபடி எதோ சிந்தனையில் இருப்பவன் போல் முகத்தை வைத்திருந்தான். அவன் கால்களை வேகமாக ஆட்டினான். தலையைத் தூக்கி சர்க்கரையைப் பார்த்துக்கொண்டான். சர்க்கரைக்கு அவன் செய்கிற காரியங்கள் புதிதாகத் தெரிந்தன. வழக்கம்போல் சாக்குப்பையில் கால்களை நீட்டிப் படுத்தவுடன் தூங்கிவிடுவதோடு குறட்டையும் விட்டு, புறாக்களைப் பறக்கவிடுபவன் இன்று எதற்காக இப்படித் தூங்காமல் இருக்கிறான் என்கிற சந்தேகம் அவனுக்கு வந்தது.

செவலைப் பாண்டி, “சக்கர நீ யாருக்கும் தெரியாம கந்துக்கு விடுறயா” என்று கேட்டான். சர்க்கரைக்கு அவன் கேட்டதைப் புரிந்துகொள்ள முடியவில்லை. உடனே பதிலும் சொல்லவில்லை. அதே நேரத்தில் செவலை எதற்காகத் தன்னிடம் கேட்கிறான். யாராவது கேட்கச் சொல்லியிருப்பார்களா என்று யோசித்தான்.

“என்ன சக்கர பேச்சக் காணோம்” என்று செவலைப் பாண்டி

எழுந்து அமர்ந்தான். சர்க்கரைக்குத் தெரிந்துவிட்டது. தன்னிடம் கொண்டி வம்பிழுத்து குருசாமி மாமாவிடம் எதாவது பிரச்சினையைக் கொண்டுவரப் பார்க்கிறான். சண்டை போட்டு ரைஸ்மில் வேலையிலிருந்து தன்னை வெளியேற்றப் பார்க்கிறார்கள் என்று ஜாக்கிரதையாக மறுபேச்சைக் கொடுத்தான்.

“ஏங்கிட்ட ஏதுண்ணே காசு. பத்து ரூபா இருந்தா கைமாத்தா கொடுண்ணே. மீனாட்சியில போயீ சூடா டீயும் பஜ்ஜியும் சாப்பிட்டு வர்றேன். அங்க சாப்புட்டு ரொம்ப நாளாச்சு” என்று சொன்னான்.

செவலைப் பாண்டி வாசலைப் பார்த்துக்கொண்டான். யாரும் வரவில்லை என்பது தெரிந்ததும் அவனிடம் மெதுவாக, “கந்துக்கு யாராச்சு ஓங்கிட்ட பணம் கேட்டாங்கன்னா சொல்லு. நாந்தர்றேன். ஏங்கிட்ட கொஞ்சம் பணம் இருக்குது சக்கர.”

“ஓங்கிட்ட பணமிருந்தா எனக்கென்னாண்ணே, நீயே வெச்சுக்க. நல்லா செலவழி. நல்லா ஆளா பாத்து கந்துக்கு விடு, வட்டிக்குக் கொடுத்து வாங்கு. என்னய எதுக்கு வம்புக்கு இழுக்குறே. நா உசிரோட இருக்குறது உனக்குப் பிடிக்கலையா” என்று அவனுடன் பேச்சை முறித்துக்கொள்ள வேண்டி கடுசாக வார்த்தையைக் கொடுத்தான்.

சர்க்கரை வெறுத்துப் போய் இப்படிப் பேசுவான் என்று செவலைப் பாண்டி நினைக்கவில்லை. சாக்குப் பையிலிருந்து எழுந்து அவனருகே சென்றான். “உனக்கென்னா கவலை. ஏங்கிட்டே சொல்லு. உங்க மாமாகிட்ட சொல்லி சம்பளத்தைச் சேத்துத்தரச் சொல்லுறேன். உனக்கென்ன பிரச்சினை” என்று கேட்டான்.

சர்க்கரைக்குத் தெரிந்துவிட்டது. தன்னால் அவனுக்கு ஏதோ காரியம் ஒன்று நடக்க வேண்டும். அதனால்தான் தன்னிடம் இப்படிப் பேசுகிறான். என்ன காரியம் என்று தெரிந்துகொண்டு கழன்றுகொள்ள வேண்டும் என்று நினைத்தவன், “அதெல்லாம் ஒண்ணுமில்ல. அவரு தர்ற சம்பளமே எனக்குப் போதும்

மூணு வேளைக்குச் சோறு சாப்பிடுறதுக்கு” என்று சிரிக்காமல் சொன்னான்.

“சரி நாஞ் சொல்லுறத யார்கிட்டயும் சொல்லாதே. நான் பட்டறை வீதியில கந்துக்கு விடுறேன். நீ சாயங்காலமா வசூலுக்குப் போயிட்டு வர்றீயா...”

“எதுக்குண்ணே எங்கம்மா என்னய வெளக்குமாத்தால அடிக்கிறதுக்கா” என்று கருப்பாயீயை இந்தப் பிரச்சினையில் இழுத்தவுடன் செவலைப் பாண்டி பின்வாங்கினான். செவலைப் பாண்டி வலை விரித்து அதில் சிக்க வைப்பதில் கெட்டிக்காரன் என்பது சர்க்கரைக்குத் தெரியும். குருசாமி மாமா தன்னிடம் அவனைப் பற்றிப் பலமுறை சொல்லியிருந்தது ஞாபகத்திற்கு வந்தது. அடுத்த வலையை எடுத்து எப்படி வீசப்போகிறான் என்பது தெரியவில்லை.

“சர்க்கரை உனக்கு பூங்கொடிய கல்யாணம் செஞ்சுவெக்கலங்கிற கோபத்தில இப்படியெல்லாம் பேசுற. உனக்கும் அந்தப் புள்ளைக்கும் சிநேகம் இருக்கிறது எங்க எல்லாத்துக்கும் தெரியும்” என்று சொல்லிவிட்டு அவனது முகத்தைப் பார்த்தான். சர்க்கரை ஒரு கணம் திகைத்து நின்றான்.

“உங்க மாமா கூட உங்க அம்மாக்கிட்ட கேட்டிருக்காரு. கருப்பாயீ மதினி வேண்டாமுன்னு சொல்லிருச்சு. எதுக்கு வேண்டாமுன்னு சொல்லுறேன்னு உங்க மாமா கேட்டதுக்கு, நா வந்து இந்தக் குடும்பத்தில சீரழிஞ்சது போதும் அவளும் வந்து சீரழியணுமான்னு அழுதுச்சு. நானும் அப்ப அங்கன இருந்தேன் சக்கர. இது நிசம்” என்று எதோ ரகசியத்தைச் சொல்பவன் போலச் சொல்லி முடித்தான்.

சர்க்கரைக்கு அவன் சொல்லிய விஷயம் ஆச்சரியமாக இருந்தது. அவனறியாமல் அவனிடம் நிசமா நிசமா என்று கேட்டான்.

பாண்டி, “ஓம்மேல உங்க மாமாவுக்கு ரொம்பப் பிரியம் சக்கர. பூங்கொடியும் கட்டுனா உன்னத்தான் கட்டுவேன்னு சொல்லிட்டிருந்துச்சு. ஒரு தடவைக்கு ரெண்டு தடவை யோசிச்சு சொல்லு தங்கச்சின்னு ரெண்டு நா தொடர்ந்து

கேட்டுப் பாத்தாரு. உங்கம்மா ஒத்தக்கால்ல வேண்டவே வேண்டாமுன்னு மறுத்திருச்சு சக்கர. உங்கம்மா மட்டும் அன்னைக்கு சரின்னு சொல்லியிருந்துச்சு இன்னைக்கு நீ இருக்கிற இடமே வேற. உன்னய அவரு இந்த ஊரில எங்கயோ கொண்டு போய் நிறுத்தியிருப்பாரு சக்கர" என்று சொன்னான்.

அவன் சொல்லியதைக் கேட்டதும் சர்க்கரையின் கண்களிலிருந்து நீர்த்துளி தானாக உருண்டு கீழிமையில் நின்றது. குருசாமி மாமா தன் மேல் பிரியமாக இருக்கிறார் என்பதைக் கேட்டதும் அவனுக்கு சந்தோஷமாக இருந்தது. அதே நேரம் இதெல்லாம் செவலைப் பாண்டி பொய்யாகக்கூட சொல்வான் என்றும் நினைக்கத் தோன்றியது. அவனது முகத்தைப் பார்த்தால் அப்படி தெரியவில்லை. அவனுக்கும் கண்கள் சிறிது கலங்கியிருப்பதுபோலத் தெரிந்தது.

"நல்லா சம்பாதிச்சு சேத்துவையீ சக்கர. இந்த உலகத்தில சம்பாதிக்கிறதுதான் முக்கியம். நீ மட்டும் நல்லா சம்பாதிச்சுட்டேன்னா, உனக்கு நல்ல பொண்டாட்டி வந்துருவா. நல்ல பிள்ளக பெறந்துரும். நல்லவங்க ஒங்கூடவே இருப்பாங்க. துட்டுதான் ரொம்ப முக்கியம். துட்டுக்குத் தகுந்த மாதிரிதான் எல்லாம் கிடைக்கும். உங்கிட்ட துட்டு இல்லன்னா பெத்தா ஆத்தாக்காரி கூட உனக்குச் சோறு போட மாட்டா. குடிக்கக் தண்ணி தர மாட்டாப்பா சொல்லிட்டேன். உலகத்த புரிஞ்சு நடந்துக்க" என்றான்.

சர்க்கரைக்கு அவன் சொல்லியதைக் கேட்டதும் நூத்துக்கு நூறு உண்மை, அவனை கையெடுத்துக் கும்பிட்டு காலுக்கு விழவேண்டுமென்று தோன்றியது. அப்படியே தனக்கு நடப்பதைச் சொல்கிறானே, அவனுக்கும் இப்படித்தான் நடந்திருக்குமோ, அவன் வீட்டிலும் இப்படித்தான் அவனது அம்மா சோறு போடாமல் விரட்டுகிறாளோ என்று அவனை பரிதாபமாகப் பார்த்தான். இருந்தாலும் இருக்கும். தனக்கு அம்மா என்றால் அவனுக்கு அவனுடைய மனைவியாக இருக்கும். சம்பாதித்துக் கொண்டு வந்து கொடுத்தால் குடிப்பதற்குத் தண்ணீர் தருவேன், சோறு போடுவேன் என்று சொல்கிறவள், அம்மாவாக இருந்தால்

என்ன. மனைவியாக இருந்தால் என்ன? ரெண்டும் ஒன்றுதானே. ஒரே ஒரு வித்தியாசம் இருக்கிறது.

“அம்மா, பிள்ளய பெத்ததுக்குக் காசு கேட்குறா. பொண்டாட்டி, புருஷங்காரன் கூட படுக்குறதுக்குக் காசு கேட்குறா. ரெண்டும் ஒண்ணுதானே” என்று சர்க்கரை வாய்விட்டுச் சொன்னான். யாரிடம் சொன்னான், யாரைப் பார்த்துச் சொன்னான் என்று அவனுக்குத் தெரியவில்லை. ஆனால் செவலைப் பாண்டி அதைக் கேட்டுக் கொண்டான். சர்க்கரை அமைதியாக முக்காலியில் உட்கார்ந்திருப்பதைப் பார்க்க அவனுக்குப் பாவமாக இருந்தது. இந்த வயதில் எவ்வளவு அடிபட்டிருக்கிறான். நாற்பது வயசுக்காரன் பேசுவதைப் போலப் பேசுகிறான் என்று அவன் நினைத்துக் கொண்டான்.

செவலைப் பாண்டி, “நீ ஒண்ணும் கவலப்படாதே சக்கர. சம்பாதிக்க சம்பாதிக்க நம்மள விட்டுப் போனது எல்லா வந்து சேந்துரும்” என்று அவனுக்கு ஆறுதலாகச் சொன்னான்.

சர்க்கரை, “சம்பாதிக்க சம்பாதிக்க பெத்தவ நம்மள விட்டுப் போயிருவாளாண்ணே. எவ்வளவு ரூபா சம்பாதிச்ச பெத்தவ நம்மள விட்டுப் போவா” என்று கேட்டான். அப்படிக் கேட்டது அவனுக்குத் தவறு என்று தெரியும். இருந்தாலும் கேட்டான்.

செவலைக்குப் புரிந்தது. சர்க்கரையிடம் நடந்ததைச் சொல்லியிருக்கக் கூடாது என்று வருத்தப்பட்டான்.

“வருத்தப்படாத சக்கர. உனக்கு இனிமே நல்லது நடக்குமுன்னு நெனச்சுக்க.”

“மாமாவும் அத்தையுந்தான் எனக்குக் கெடுதல் செஞ்சுட்டாங்கன்னு நெனச்சிட்டு இருந்தேன். பெத்த தாயீ எனக்கு ஏத்துக்குட்டு பேசாத போது யாரைக் குத்தஞ்சொல்லுறது. யார குறைசொல்லுறது. நேரங்காலம் சரியில்ல.”

இனிமேல் பேசுவதற்கு ஒன்றுமில்லையென்பது போல, அவர்கள் இருவரும் அமைதியானார்கள். புறாக்கள் சடசடவெனப் பறந்து இடம் மாறி அமர்ந்தன. அதன் சத்தம் அவர்களுக்குத் தேவையாக இருந்தது. இருவரும் புறாக்களைப் பார்த்துக்

கொண்டனர். செவலைப் பாண்டியினால் உறங்க முடியவில்லை. புரண்டு படுத்துக்கொண்டவன் எழுந்து வெளியே சென்று பீடியைப் பற்ற வைத்துப் புகைத்தான். தொட்டித் தண்ணீரை அள்ளி முகங்கழுவிக் கொண்டான். கைலி வேட்டியில் முகம் துடைத்துக் கொண்டான். ரைஸ்மில் கடிகாரத்தைப் பார்த்தான்.

"அதுங்குள்ளயும் நாலு மணியாச்சு சக்கர. இந்தா, ஏங்கிட்ட பத்து ரூபா இருக்கு. சைக்கிள்ள போயி மீனாட்சியில பஜ்ஜியும் டீயும் வாங்கிட்டு வர்றீயா குடிப்போம்."

"வேண்டாம்ண்ணே எதுக்குக் காச செலவு செய்யூறிங்க. மாமா வரட்டும். அவரு டீ வாங்க காசு தரட்டும்" என்று சொன்னான். பாண்டிக்கு அவன் சொல்லியது என்னவோ போலிருந்தது. முகத்தை நன்றாகத் துடைத்துக்கொண்டவன், சாமி படத்தின் முன்னாலிருந்து விபூதியை எடுத்து நெற்றியில் தீற்றிக்கொண்டான். சர்க்கரைக்கு அவன் அப்படிச் செய்தது புதிதாகத் தெரிந்தது.

பாண்டி, "இப்ப இல்ல சக்கர. கொஞ்ச நா கழிச்சு. பணம் ஒரு இடத்திலயிருந்து வருது. உடனே ஆரம்பிக்க முடியாதுல்ல. குருசாமி அண்ணங்கிட்ட கேட்கணும்" என்று சொன்னான்.

சர்க்கரையின் மனதில் பொன்ராமின் முகமும் அவருடைய பேச்சும் ஞாபகத்திற்கு வந்து போனது. "உனக்கொரு புண்ணியமா போகட்டும். பொம்பளப்புள்ள காரியத்துக்குக் கேட்கிறேன்."

சர்க்கரை யோசித்தான். பொன்ராம் நல்ல மனுஷன். அவ்வளவு சீக்கிரத்தில் யாருக்கும் ஜாமீன் போட்டுப் பணம் வாங்கித் தருவதற்கு வரமாட்டார். மூர்த்தியும் நல்லவன்தான். வாரந்தவறாமல் பணத்தைக் கொடுத்துவிடுவான். வேறு விசயத்திற்கென்றாலும் பரவாயில்லை. அவனது அக்காவின் கல்யாணம். பாவம் நல்லபடியாக கல்யாணம் முடியட்டும். அவர்களுக்கு உதவி செய்வோம். கல்லெடுத்து அடிப்போம். விழுந்தால் மாங்காய். இல்லையென்றால் கருங்கல் என்று நினைத்துக்கொண்டான்.

ரைஸ்மில்லில் சிறிது நேரம் கைவேலைகளைப் பார்த்தான்.

தரையில் சிந்திக்கிடந்த மாவு தூசியைக் கூட்டி, அள்ளி கூடையில் கொட்டினான். எண்ணெய் கேனை எடுத்து, பற்சக்கரங்களுக்கு எண்ணெய் விட்டான். மின்சாரம் இருக்கிறதா, குண்டு பல்பு எரிகிறதா என்று ஒருமுறை பார்த்துக் கொண்டான். அவனுக்குப் பொறுமை இல்லை. இன்னமும் மாமா வரவில்லை. இன்னமும் கடிகாரத்தில் ஐந்து மணியாகவில்லையென்று தவித்தான். குருசாமி வருவதற்கு முன் பத்தி பொருத்தக் கூடாது என்று அவருக்காகக் காத்திருந்தான்.

ஐந்து மணிக்கு கூடவுமில்லை. குறையவுமில்லை. பெரியமுள் பனிரெண்டுக்கு வந்து நிற்பதற்கும் குருசாமி சைக்கிளில் வந்து நிற்பதற்கும் சரியாக இருந்தது. செவலைப் பாண்டி ஓடிப் போய் சைக்கிளை வாங்கிக்கொண்டான். சர்க்கரை அவருடைய முகத்தை நேருக்காகப் பார்த்தான். மாமா ஓம்மேல பிரியமா இருக்காரு என்று பாண்டி சொல்லியது இப்போதும் அவனது காதுக்குக் கேட்டது.

குருசாமி சைக்கிளை அவனிடம் தந்துவிட்டு ஓரக்கண்ணால் சர்க்கரையைப் பார்த்தபடி ரைஸ்மில்லுக்குள் நுழைந்தார். கல்லாப்பெட்டிக்குள் அமர்ந்தவர், பெட்டியைத் திறந்து பணத்தை எடுத்தார். செவலைப் பாண்டியிடம், “டீ வாங்கிட்டு வரச்சொல்லு” என்று சொன்னார். செவலைப் பாண்டி, சர்க்கரையைப் பார்த்தான். பாண்டி எதுவும் பேசவில்லை. ஆனால் சர்க்கரை தூக்குவாளியை எடுத்துக் கொண்டு வந்தான். அவனிடம் பணத்தை வாங்கிக் கொண்டு சைக்கிளை எடுத்துக் கொண்டு சென்றான்.

சர்க்கரை டீக்கடைக்குப் போவதுபோல் சைக்கிளை உருட்டிச் சென்று, தெரு முக்கு திரும்பும்போது வேறொரு சந்துக்குள் நுழைந்தான். பிறகு அங்கிருந்து மெயின் பஜாருக்குப் போகும் தெருவில் நுழைந்து பஜாருக்கு வந்தான். வள்ளுவர் சிலை பக்கமாக சைக்கிளை ஓட்டிச் சென்றவன், நகைப் பட்டறை வீதிக்குள் நுழைந்தான். மணி ஐந்தாகிவிட்டது. இந்நேரம் பொன்ராம் வந்திருப்பாரா, அவருடைய பட்டறை திறந்திருக்குமா என்கிற சந்தேகத்தில் வேகமாக சைக்கிளை ஓட்டிச்சென்றான்.

பட்டறை வீதியில் ஆட்கள் குறுக்கே நடந்து சென்று கொண்டிருந்தனர். ஒவ்வோர் பட்டறையிலும் ஆட்கள் அமர்ந்து பேசிக்கொண்டிருப்பது தெரிந்தது. பொன்ராம் பட்டறையின் வாசலைப் பார்த்தான். செருப்பு இருந்தது. யாருடைய செருப்பு என்று தெரியவில்லை. ஒருவேளை மூர்த்தியின் செருப்பாக இருந்தாலும் இருக்கும். அவனைப் பார்க்கக்கூடாது என்று நினைத்தால், அவனுக்காக அலைகிறோம், பொன்ராம் அண்ணனுக்காக அலைகிறோம். எந்தப் பொம்பளப்புள்ளைக்குக் கல்யாணம் நடக்கிறது நடக்காமல் போகிறது என்று அமைதியாக இருக்காமல் இப்படி அலைகிறோம். இதைத்தான் தலைவிதி என்று சொல்வதா என்று நினைத்தான்.

பட்டறையின் வாசலில் சைக்கிளை நிறுத்தினான். அவன் நினைத்ததுபோலவே பட்டறையில் பொன்ராம் இல்லை. மூர்த்தி மட்டுந்தான் குனிந்து வேலை செய்துகொண்டிருந்தான். அவனிடம் பேசுவதற்கு மனம் வரவில்லை. பொன்ராம் அண்ணன் வரட்டும் என்று எதிர் பட்டறையின் வாசலில் அமர்ந்தான். தூக்குவாளி சைக்கிளின் ஹேண்ட்பாரில் தொங்கிக்கொண்டிருந்தது.

பள்ளிக்கூடம் முடிந்து பிள்ளைகளுடன் பெற்றோர்களும் நடந்து வந்தார்கள். இதே தெருவில் எத்தனை நாட்கள் பூங்கொடிக்காகக் காத்திருந்து, அவளுக்காக பஜ்ஜி வடை பொட்டலங்கள் வாங்கி அவளை சைக்கிளில் வைத்து அழைத்துச் சென்று வீட்டில் விட்டிருப்போம். நேரமும் காலமும் அம்மாவின் வடிவத்தில் வந்திருக்கிறது. வேறு யாரும் கெடுதல் செய்ய வேண்டியதில்லை, அம்மா ஒருத்தி மட்டும்போதும் என்று நினைத்தான்.

பட்டறையிலிருந்து வெளியே வந்து எட்டிப் பார்த்த மூர்த்தி எதிர் பட்டறையில் அமர்ந்திருந்த சர்க்கரையைப் பார்த்ததும் பயந்து, திரும்பவும் பட்டறைக்குள் சென்று அமர்ந்துகொண்டான். நிமிர்ந்து பார்க்கவில்லை. எதற்காக இங்கு வந்திருக்கிறான், அதுவும் முதலாளி இல்லாத நேரத்தில், ஒருவேளை ஒட்ட வைத்து வாங்கிச் சென்ற கொலுசு திரும்பவும் ஒடிந்துவிட்டதா என்று அவனுக்குக் குழப்பமாக இருந்தது.

சர்க்கரை பக்கத்துப் பட்டறைக்காரரிடம் "பொன்ராம் அண்ணே

எப்ப வருவாருண்ணே” என்று கேட்டான். அதற்கு அவர், “வர்ற நேரந்தான். பட்டற தொறந்திருக்கா” என்று எட்டிப் பார்த்தார். பட்டறைக்காரர், வந்துருவாரு வந்துருவாரு என்று சொன்னார்.

சர்க்கரைக்கு சங்கட்டமாக இருந்தது. டீ வாங்கிக்கொண்டு தாமதமாகச் சென்றால் தன்னை மாமாவும் பாண்டியும் சந்தேகப்படுவார்கள் என்று நினைத்தவன், நாளைக்கு வந்து தகவல் சொல்லலாமா என்று யோசித்தான். பொன்ராமைத் தேடி வந்துவிட்டோம். இன்னும் சிறிது நேரம் பொறுத்திருப்போம். வந்துவிடுவார் என்று எழுந்து கைலி வேட்டியை இறுக்கமாகக் கட்டிக்கொண்டான். சர்க்கரைக்குப் பயமாகவும் அதேநேரம் கனகுவிற்கு நல்லது செய்ய முடியாமல் போனதற்குப் பதிலாக மூர்த்தியின் அக்காவிற்கு உதவுவோம் என்று நினைத்தான்.

பொன்ராம் தெரு முக்கில் சைக்கிளில் வேகமாக வருவது தெரிந்ததும், அவனுக்கு நிம்மதியானது. அப்பாடா வந்துட்டாரு என்று அவர் பட்டறைக்கு முன்னால் சென்றான். பொன்ராம் சைக்கிளை விட்டு இறங்கியதும், “என்னா சக்கர, கொலுச பத்தவெச்சா இடத்தில விட்டுருச்சா” என்று பதற்றத்துடன் கேட்டார்.

“அதெல்லாம் ஒண்ணுமில்லண்ணே. வேற விசயம்” என்று சொன்னவன் அவருக்கு அருகில் வந்து நின்று “ரைஸ்மில்லுக்கு காலையில வந்து எங்க மாமாகிட்ட பணம் கேளுங்க. உங்களுக்கு ராசி இருந்துச்சுன்னா காரியம் நடக்கும். அவருக்கிட்ட இல்லைன்னாலும் அவரு மூலமா உங்களுக்குக் காரியம் நடக்கும். நா சொன்னேன்னு சொல்லக் கூடாது. நீங்களா வரணும். நீங்களா பேசுற மாதிரிப் பேசி உங்க காரியத்த சாதிச்சுட்டுப் போயிறணும். என்னய ஜாயின்டடிக்கக் கூடாது. பொம்பளப்புள்ள காரியங்கிறதால மெனக்கெட்டு வந்து சொல்றேன்” என்று சொல்லிவிட்டு அவர் பதிலைக் கேட்காமல் சைக்கிளை எடுத்துக்கொண்டு வேகமாகச் சென்றான்.

பொன்ராம் அவன் சைக்கிளில் செல்வதைப் பார்த்தார். கண் மூடி கண் திறப்பதற்குள் நடந்து முடிந்ததை அவர் நம்பவில்லை.

தெரு முக்கைப் பார்த்தார். யாருமில்லை. அவரால் சர்க்கரை வந்து சென்றதை நம்பவும் முடியவில்லை, நம்பாமல் இருக்க முடியவில்லை.

37

விரிந்த ஓலைப்பாயில் வெந்த சோற்றின் மணமும் சூடான ஆவியும் எழுந்து வீடெங்கும் நிறைந்திருந்தது. லெட்சுமியின் தலையில் சூடிய பூக்களின் வாசமும் கன்னத்திலும் கையிலும் நெற்றியிலும் தீற்றிய சந்தன குங்குமத்தின் மணமும் அதோடு கலந்து புதுவாசமாகயிருந்தது. பூ வைத்து, நிச்சயதார்த்தமும் முடிந்து, லெட்சுமி நிறைந்த மடியுடன் அமர்ந்திருந்தாள். இரண்டு வேன் நிறைய ஆட்கள், ஆணும் பெண்ணும் குழந்தையுமாக வந்து சென்றிருந்தனர். இன்னமும் சாப்பாட்டுப் பந்தி முடியவில்லை. அக்காவின் அருகில் சந்தனத் தட்டை ஏந்தி நின்றிருந்த சுந்தரிக்கும் நெற்றியிலும் கன்னத்திலும் சந்தனப் பொட்டு படிந்திருந்தது. சுருளி ஆசாரியின் வீட்டில் அன்றிரவு அனைத்தும் நிறைந்திருந்தது.

சுருளி ஆசாரி கண்களை மூடி, வேலப்பரை வணங்கினார். சுருளியாண்டவரை நினைத்து, திருமணம் முடிந்ததும் குடும்பத்தோடு வந்து மொட்டை எடுத்து பொங்கல் வைப்பதாக வேண்டிக்கொண்டார். சுருளியாண்டவரின் முகத்தோடு, சர்க்கரையின் முகமும் மனதில் வந்தது. சர்க்கரை இல்லையென்றால் இந்தளவிற்கு நிச்சயம் நடந்திருக்குமா? சரியான நேரத்தில், ஆளைக் காட்டி கடன் கேட்கச் சொன்னதால் பணம் கிடைத்தது. இல்லையென்றால் இன்னமும் பணத்திற்கு அலைந்துகொண்டிருக்க வேண்டும் என்று நினைத்தார்.

பொன்ராமையும் சர்க்கரையையும் சாகிற வரைக்கும் மறக்காமல் நன்றியோடு இருக்க வேண்டுமென்று நினைத்துக்கொண்டார் சுருளி. சர்க்கரையை நிச்சயத்துக்கு அழைத்தார். அவன் வர

மறுத்துவிட்டான். “நா வந்தா எங்க மாமாவுக்கு விசயம் தெரிஞ்சுபோகும். உங்க நல்ல நேரம் பணம் கிடைச்சிருச்சு. நல்லபடியா மாசா மாசம் வட்டிய கட்டி, அசல் கிடைச்சதும் பணத்தைக் கொடுத்துட்டு எழுதிக் கொடுத்த புரோநோட்ட வாங்கிக் கிழிச்சிப் போட்டுப் போங்க” என்று சொன்னான். பொன்ராம் சரி என தலையாட்டினார்.

பொன்ராம், குருசாமியிடம் சர்க்கரையைக் காட்டிக் கொடுக்கவில்லை. சர்க்கரை பட்டறை வீதிக்கு வந்து விசயத்தைச் சொன்ன மறுநாள் காலையில் ரைஸ்மில்லுக்குச் சென்று அவரிடம், “வட்டிக்கு உங்ககிட்ட பணம் கெடைக்குமுன்னு நம்பி வந்துட்டேன்” என்றார். அன்று நல்ல நாள். அவரும் மனதில் திரும்பவும் தொழிலை ஆரம்பிக்க வேண்டுமென்று நினைத்திருந்தார். குருசாமி எந்த யோசனையுமில்லாமல், புரோ நோட்டில் கையெழுத்து வாங்கிக் கொண்டு பத்தாயிரம் ரூபாயைச் சுருளியிடம் தூக்கிக் கொடுத்தார். சுருளியைப் பார்த்து, “நீங்க யாரு எவருன்னு தெரியாது. ரொம்ப நா கழிச்சி தொழில ஆரம்பிக்கிறேன். கடனுக்குக் கேட்டதும் இல்லன்னு சொல்லாம தந்துட்டேன். வட்டிக்குத்தாய்யா பணம் கொடுத்துருக்கேன். கந்துக்கு இல்ல. மாசம் மாசம் பொன்ராமுக்கிட்ட வந்து நிப்பேன். வட்டிய ஒழுங்கா எண்ணிக் கொடுத்திரணும்” என்றார்.

பொன்ராமை நம்பி பணத்தைக் கொடுத்தார். பொன்ராம் கையெடுத்துக் கும்பிட்டு, “நான் பணத்துக்கு ஜாமீனுண்ணே என்னய நம்புங்க. பொம்பளப்புள்ள காரியம். உங்களுக்குப் புண்ணியமா போகும்” என்றார். சுருளி ஆசாரி பணத்தைப் பார்த்ததும் நம்பமுடியாதவராக கண்கள் கலங்க குருசாமியையும் சர்க்கரையையும் மாறிமாறிப் பார்த்து நின்றார். கும்பிட்ட கையை விலக்கவில்லை.

“நானும் அதுக்குத்தாப்பா கொடுத்தேன். பணம் சரியா வந்திரணும் பொன்ராமு, இல்லன்னா கெட்ட கோவம் வந்துரும். உங்க ஆளுகளுக்குக் குடுக்கக் கூடாதுன்னு நெனச்சிட்டு இருந்தேன். ஆனா இவரப் பத்தி எல்லாரும் நல்லவிதமா

சொன்னாங்க. சரி போயிட்டு வாங்க" என்றார் குருசாமி.

சர்க்கரைக்கு சந்தோஷமாக இருந்தது. 'பொம்பளப்புள்ள பொழச்சுப் போகட்டும்' என்று நினைத்தான். அவனுக்கு அப்போது மூர்த்தியின் மேல் கோபம் வரவில்லை. அவனை அடிக்க வேண்டுமென்கிற எண்ணமும் இல்லை. பொன்ராம் தன்னிடம் கேட்டதற்குத் தன்னால் முடிந்த உதவியைச் செய்துவிட்டோம் என்கிற நிம்மதி மட்டும் அவனிடம் இருந்தது. அந்த நிம்மதி சந்தோஷத்தைக் கொடுத்தது. அந்த சந்தோஷத்தை வெளியே காட்டிக்கொள்ளவில்லை. வெளியே காட்டிக்கொள்ளாத சந்தோஷம் போதையாக தலையில் ஏறியது. இந்த உலகத்தில் மிகப்பெரிய போதை, சந்தோஷத்தை வெளியே காட்டிக்கொள்ளாமல் அனுபவிப்பதுதான் என்கிற விஷயம் அப்போது அவனுக்குத் தெரியவந்தது.

"பாருங்க, அவனுக்கிருக்கிற நல்ல மனச. சோடா பாட்டில்ல குத்து வாங்குனதை மறந்துட்டு வட்டிக்கு வாங்கித் தந்திருக்காய்யா. அவந்தாய்யா மனுஷன். அதெல்லாம் நம்ம பயலுகளுக்கு வருமா? திங்குறதுக்குத் தட்டில சோத்தப் போட்டுக் கொடுத்துட்டு முதுகு பக்கத்தைச் சொரண்டியெடுக்கிற ஆளுக" என்று பட்டறை வீதியிலிருந்து விசேஷத்துக்கு வந்திருந்தவர்களில் ஒருவர் சர்க்கரையைப் புகழ்ந்துகொண்டிருந்தார். அவர் சற்றுமுன் சாப்பாட்டுப் பந்தியில் அமர்ந்து மனதாரச் சாப்பிட்டு முடித்து வெற்றிலை போட வெளியே வந்து நின்றிருந்தார்.

"அவனுக்குச் செய்யணுங்கிற மனசுப்பா. மத்தவங்களுக்கு உதவணுங்க நெனப்பு."

"பேரு மாதிரிய்யா மனசும் குணமும். சக்கரன்னா செல்லுபடியாகும்."

"சக்கர, சக்கர, நல்ல பேருய்யா. படகோட்டி படத்தில எம்ஜிஆரு சரோஜாதேவியப் பாத்து பெறந்ததும் ஆளப்பாத்து வெச்சப்பேருன்னு சொல்லுற மாதிரி, இவன் பேரும் இருக்கு."

சுருளி ஆசாரி குடியிருந்த தெருவில் சர்க்கரையின் பெயர் பிரபலமாகிவிட்டது. ஆண்களும் பெண்களும், 'அது யாரு சக்கரைங்கிறது' என்று கேட்டனர்.

“சுருளியும் பொன்ராமும் பணத்துக்கு ஊரெல்லாம் அலைஞ்சு திரிஞ்சாங்க. கடைசியில அந்தப் பையன் வழி காமிச்சுவிட்டிருக்கான். அவன் சொன்ன ரூட்டில போய் நின்னதும் ரூபாய தூக்கிக் கொடுத்துட்டாங்கப்பா. பத்தாயிரம் ரூபா சும்மாவா. மாப்பிள்ள வீட்டுக்காரங்க, கல்யாண மாதிரி செஞ்சுட்டாங்கன்னு பேசிட்டுப் போறத நீங்க கேட்கலயா!”

“நாங்கூட ஐம்பது அறுபது வயசுப் பெரிய மனுஷன்னு நெனச்சேன். கடைசியில மூர்த்திய விட ரெண்டு வயசு கூடுதலுன்னு கேள்விப்பட்டேன். நெசமா சுருளி...”

“ஒத்த கையெழுத்துக்குப் பத்தாயிரம் ரூபாண்ணே...”

“நம்ம சுருளிக்கு, அந்தச் சுருளியாண்டவரு, சக்கர மூலமா வந்து வரங்கொடுத்துட்டாரு.”

“ஓம்மகன் அவனுக்குக் கெடுதல் செஞ்சாலும் அந்தப் பய உங்களுக்கு நல்லதுதாய்யா செஞ்சிருக்கான்.”

“அவன எதுக்கு இப்ப பேசுறீங்க. ஒண்ணுக்கும் பிரயோசனமில்லாதவனா போயிட்டான். சனிக்கிழமைன்னா லாட்டரிச் சீட்டு விக்கிறவங்கூட சேந்துட்டு புரோட்டா கடைக்குப் போய் திங்குறது, குடிக்கிறது, ஒரே சினிமாவ மூணு தடவ நாலு தடவயின்னு திரும்பத் திரும்பப் பார்த்துத் துட்டை இறைக்கிறதுதான் ரெண்டு பேரோட ஜோலி. குடும்பத்த காப்பாத்துவோம், குடும்பத்துக்கு ஏதாச்சும் செய்யுவோங்கிற நெனப்பு இல்ல சுருளி, ஓம்மகனுக்கு.”

சுருளி ஆசாரிக்கு, சபையில் தன் மகனைப் பற்றிய பேச்சைக் கேட்டதும் அவமானமாக இருந்தது. மூர்த்தியைப் பற்றிய கவலை வந்தது. இந்தப் பேச்சும் இத்தோடு நிற்காது. முடியாது. வருடம் முழுவதும் ஒருவரிடமிருந்து ஒருவருக்குப் பரவிக்கொண்டிருக்கும். மூர்த்தி இந்தத் தெருவிலும் ஊரிலும் இனிமேற்பட்டு நல்ல பெயர் எடுக்க முடியாது என்று அவருக்குத் தெரிந்துவிட்டது. இத்தனை நாட்களும் அமைதியாக இருந்தது வீணாகிவிட்டதே என்று வருந்தினார். அவனைப் பற்றித் தவறாகப் பேசுகிறார்கள். அவனைத் தவறாகப் புரிந்துவைத்திருக்கிறார்கள். நாம் என்ன

செய்ய முடியும். பேசுபவர்கள் பேசிவிட்டுப் போகட்டும். கடனுக்கு வாங்கியது உண்மை. கடனுக்கு சர்க்கரை வாங்கிக் கொடுத்ததும் உண்மை. ஆனால் சம்பாதித்துக் கடனை அடைக்கப் போகிறவன் மூர்த்திதானே, ஒருநாள் இல்லையென்றாலும் ஒருநாள் இந்த ஊரில் அவன் பெரிய ஆளாகத்தான் போகிறான், அவனைப் பற்றிப் பெருமையாகப் பேசத்தான் போகிறார்கள் என்று அமைதியாக இருந்தார். சுருளி, வீட்டுக்குள்ளிருந்த மூர்த்தியைப் பார்த்தார்.

சுந்தரமூர்த்தியும் பரமேஸ்வரனும் அவனது நண்பர்களும் பந்தியிலிருந்தவர்களுக்குப் பரிமாறிக்கொண்டிருந்தான். அவனது சட்டை வியர்வையில் நனைந்து உடம்போடு ஒட்டியிருந்தது. மூர்த்தியைப் பார்க்க சுருளிக்குப் பயமாக இருந்தது. திடீரென கோயமுத்தூருக்குப் புறப்பட்டுச் சென்றாலும் சென்றுவிடுவான். கவனமாக அவனைப் பிடித்து வைத்துப் பாதுகாக்க வேண்டுமென்று நினைத்தார்.

கடைசிச் சாப்பாட்டுப் பந்தியும் முடிந்துவிட்டது. லெட்சுமியும் சுந்தரியும் அலங்காரத்தோடு சாப்பிட அமர்ந்தனர். இரண்டு தினங்களுக்கு முன்பு விரல்களுக்கு வைத்திருந்த மருதாணி, கருஞ்சிவப்பு நிறத்தில் விரலை விட்டு நீண்டிருப்பதுபோல் தெரிந்தது. அவர்கள் இருவரின் அங்கங்களில் ஒட்டிக்கொண்ட அழகும் அமைதியும் நீண்ட நாட்கள் குடியிருக்கப்போகிறோம் என்று மினுங்கின.

லெட்சுமிக்கு வாழை இலை வைத்தார்கள். தண்ணீர் தெளித்தார்கள். அவள் தலைநிமிர்ந்து பார்க்கவில்லை. வெட்கமும் கூச்சமும் தலையைக் கவிழச்செய்திருந்தது. வளையல் சப்தம் அவளுக்குக் கூச்சமாக இருந்தது. அதற்காக கைகளை மெதுவாக அசைத்தாள். கூந்தலில் வைத்துப் பின்னிய பூக்களும் தலையிலிருந்த பூக்களும் முழுமையாக மலர்ந்து அவளை இன்னமும் அழகாக மாற்றியிருந்தன. குண்டு பல்பின் மஞ்சள் நிறவெளிச்சமும் டியூப் லைட்டின் வெளிச்சமும் தெரு வாசலில் வைத்திருந்த பெட்ரோமாக்ஸ் விளக்கின் வெளிச்சமும் லெட்சுமியின் முகத்தையும் சுந்தரியின் முகத்தையும் நிறமாற்றிக்

காட்டின. ஒருவர் முகத்தை ஒருவர் பார்த்து வெட்கத்துடன் சிரித்துக்கொண்டனர்.

லெட்சுமிக்குச் சோறு வைத்தபோது மூர்த்தி, “நல்லா சாப்புடுக்கா” என்று சொன்னான். அவன் கேலிக்குச் சொல்லவில்லை. பாசத்தில் சொன்னான். அதற்கு அவள், “ஆமா நீயும் வந்து வகைவகையா செஞ்சுற போறா. போடா இவனே. சாம்பார ஊத்து” என்றாள். அதைக் கேட்டதும் அவளுடன் சாப்பாட்டுப் பந்தியில் அமர்ந்திருந்தவர்கள் அனைவரும் சிரித்தனர்.

கணநேரத்தில் லெட்சுமியின் அத்தனை அலங்காரங்களும் கழன்று உதிர்ந்து விழுந்துவிட்டதைப் போலவும் அவள் இரண்டு தினங்களுக்கு முன்பு உடுத்தியிருந்த அழுக்குத் தாவணி, பாவாடையோடு அந்த இடத்தில் அமர்ந்திருப்பதைப் போலவும் மூர்த்திக்குத் தெரிந்தது. கண நேரந்தான். திரும்பவும் அவள் அலங்காரத்துடன் அவனுக்குத் தெரிந்தாள். மூர்த்தி அதற்குப் பிறகு எதுவும் பேசவில்லை. லெட்சுமியின் அருகில் அமர்ந்திருந்தவர்களுக்குப் பரிமாறினான். அவர்களுக்கு எதிர் வரிசையில் அமர்ந்திருந்த முருகன் மாமாவுக்கும் அத்தைக்கும் அம்பிகாவுக்கும் அவளது தங்கைக்கும் பரிமாறினான். ஆட்கள் வேறுயாருமில்லை.

முருகன் மாமா அவனிடம், “யாரு மூர்த்தி, சக்கரைங்கிறது, வெளியில அவன் பேச்சா இருக்கு” என்று கேட்டார். சாம்பார் வாளியைத் தரையில் வைக்காமல் அவர் முகத்தைப் பார்த்தவன், “நாடோடி மன்னன் படத்துக்குப் போனப்போ, பொன்னு தியேட்டரில அவனைக் காட்டினேன்னில்ல. கடலைப்பருப்பு வாங்குறதுக்கு நின்னுருந்தானில்ல அவந்தான்” என்று சொன்னான். அவன் வாய் மட்டுந்தான் பேசியது. அவனுடைய மனமும் கண்களும் அம்பிகாவைப் பார்த்துக் கொண்டிருந்தன. அவள் நிமிர்ந்து தன்னை ஒருதடவையாவது பார்க்கமாட்டாளா என்று ஏக்கமாக நின்றிருந்தான்.

முருகன் ஞாபகம் வந்தவர் போல ஆமாம் ஆமாம் என்று தலையை ஆட்டிக்கொண்டார். அருகில் அமர்ந்திருந்த

அவரது மனைவி அவரிடம் எதோ கேட்டதற்கு அவர் மெதுவாகப் பதில் சொன்னார். அவள் மூர்த்தி தன் மகளுடன் பேசுகிறானா, அவளுக்கு எப்படிப் பரிமாறுகிறான் என்பதைக் கவனித்தாள். அவள் வீட்டிலிருந்து வரும்போது அம்பிகாவிடம் சொல்லி வைத்து அழைத்து வந்திருந்தாள். மூர்த்தி பந்தியில் அமர்ந்திருந்தவர்களுக்குப் பரிமாறி முடிந்து நிமிர்ந்தான். இடுப்பும் குதிங்காலும் விண்விண்ணென்று வலித்தது. நிற்க முடியவில்லை. உட்கார வேண்டுமென்று நினைத்தான்.

மூர்த்தி சுவரில் சாய்ந்து நின்றான். அவனது பார்வை அம்பிகாவிற்கு அருகில் அமர்ந்திருந்த அவளது தங்கையிடம் சென்றது. அவள் ஆறாம்வகுப்பு படிக்கிறாள். பாவா பாவா என்று அவனுடன் பாசமாகப் பேசுவாள். அவளும் தன்னுடன் பேசாமலிருக்கிறாள். சின்னப்பிள்ளை, தன்னுடன் பேசுவதற்கு என்ன, எதற்காக இருவரும் தன்னிடம் இப்படி நடந்து கொள்கிறார்களெனத் தவித்தான். மூர்த்தி, அம்பிகாவிற்கு மட்டும் தனியாக இரண்டாவது தடவை அப்பளம் வைத்தால் சந்தேகப்படுவார்கள் என்று கூட்டுக்கறிச் சட்டியை எடுத்துக் கொண்டு, அவளிடம் சென்றான். அவளது இலையில் கூட்டுக்கறியை வைத்தான். அவள் போதும் என்றும் சொல்லவில்லை, வேண்டாமென்றும் மறுக்கவுமில்லை. நிமிர்ந்தும் பார்க்கவில்லை. மூர்த்திக்கு என்னமோ போலிருந்தது. வெஞ்சன சட்டியை வைத்துவிட்டு வீட்டுக்குள் சென்றான்.

பந்தியில் சாப்பிட்டு முடித்துக் கைகழுவுவதற்குப் பானையில் தண்ணீர் இருக்கிறதா என்று பார்த்தான். தரையில் சோற்றுப்பருக்கையும் கருவேப்பிலையும் ஒட்டியிருந்தன. வாசல் கூட்டும் மாறை எடுத்துத் தண்ணீர் ஊற்றித் தேய்த்துவிட்டான். கை, கால் முகத்தைக் கழுவினான். குளிர்ந்த நீர் முகத்தில் விழுந்ததும் நிம்மதியாக இருந்தது. அம்பிகாவை நினைத்துக் கொண்டான்.

தினமும் காலையில் பட்டறைக்குப் போகும் போதும், மதியம் சாப்பிடுவதற்குப் பட்டறையிலிருந்து வரும் போதும், ராத்திரி பட்டறையிலிருந்து வீட்டுக்கு வந்து சாப்பிட்டு முடித்து வாசலில்

அமர்ந்திருக்கும் போதும், தன்னுடைய குரலையும் சைக்கிள் சத்தத்தையும் கேட்டு வாசலுக்கு வந்து தன்னைப் பார்த்துவிட்டுச் செல்வாள். இப்போது வீட்டுக்குள் பக்கத்தில் இருக்கும் போது பார்க்காமல் யாரோ போலிருக்கிறாள். ஒருதடவை, ஒரேதடவைப் பார்த்துச் சிரித்தால் போதும், எதற்காக இப்படி நடந்துகொள்கிறாள். அவளுக்கு உடுத்தியிருக்கும் சட்டை வேட்டி பிடிக்கவில்லையா. 'பேண்ட் போட மாட்டீங்களா பாவா' என்று சினிமா தியேட்டரில் தன்னிடம் கேட்டது அவனுக்கு ஞாபகத்திற்கு வந்தது.

வத்தலக்குண்டிலிருந்து வந்த மாப்பிள்ளை பேண்ட் போட்டிருந்தார். லெட்சுமியை விட உயரமாகத் தெரிந்தார். தானும் அவரைப் போல பேண்ட் போடாததால், கோபத்தில் தன்னுடன் பேசாமலிருக்கிறாளா என்கிற சந்தேகம் அவனுக்கு இருந்தது. வேட்டியை இறக்கிவிட்டுக்கொண்டான். முகத்தைத் துடைத்துக்கொண்டான். அதே உயரம். கூடவும் இல்லை. குறையவுமில்லை. வேட்டியைத் தூக்கிக் கட்டிக்கொண்டு, பிளாஸ்டிக் குடத்திலிருந்த நீரைத் தூக்கி தண்ணீர் பானையில் ஊற்றினான்.

பந்தியில் சாப்பிட்டு முடித்து கை கழுவுவதற்கு முதலில் அம்பிகா வந்தாள். தாவணியை அடிவயிற்றில் சொருகி ஒரு கையால் பாவாடையை மேலே தூக்கி வைத்து நின்றாள். மூர்த்தி ஆசையாக அவளுக்கு நீரை முகந்து கொடுத்தான். அவள் நிமிர்ந்து பார்த்துத் தலைகுனிந்து கொண்டாள். அவளாக பானையிலிருந்து நீரை முகந்து சன்னமாகத் தண்ணீரை விட்டுக் கை கழுவினாள். அப்போது அவள் அவனிடம், "உங்க கூட பேசக் கூடாது, உங்கள பாக்கக் கூடாதுன்னு எங்கம்மா சொல்லிருச்சு. நீங்க எதுக்குக் குடிக்கிறீங்கே. குடிச்சிட்டுச் சண்டை போடுறீங்கே. என்னய தேவாரத்திலிருந்து பொன்னு பாக்க மாப்பிள்ள வீட்டுக்காரங்கள வரச்சொல்லிட்டாங்க" என்று சொன்னாள்.

மூர்த்திக்கு அவள் சொல்வது எதுவும் சரியாகப் புரிபடவில்லை. அவள் தன்னுடன் பேசியது ஆச்சரியமாகவும் அதேநேரம்

சந்தோஷமாகவுமிருந்தது. அவள் எதோ முக்கியமான விஷயத்தைச் சொல்கிறாள் என்பது மட்டும் அவனுக்குப் புரிந்தது. அங்கிருந்த சிறிது வெளிச்சத்தில் தெரிந்த அவளுடைய கண்களை, உதட்டை, அவளது பற்களைப் பார்க்கப் பார்க்க அவனுக்கு ஆசையாக இருந்தது. இந்த வெளிச்சம் இன்னும் கொஞ்சம் கூடுதலாக இருக்கக் கூடாதா என்று ஏக்கமாக அவளது முகத்தைப் பார்த்தான். அவள் தலை குனிந்தாள். அவளது கண்கள் கலங்கியிருந்தன. அம்பிகா கை கழுவிவிட்டு செம்பை பானைக்குள் போட்டாள். ஈரவிரல்களில் உதட்டைத் துடைத்துக்கொண்டு பாவாடையை இறக்கிவிட்டபோது அவளது அம்மா வந்து அவளுக்குப் பக்கத்தில் நின்றாள். அவளுடன் சின்னப்பிள்ளையும் வந்து நின்றாள்.

“கை கழுவிட்டீயா, அப்புறமெதுக்கு நின்னுட்டு இருக்க” என்று சொன்னவள் வேகமாக வேகமாகத் தண்ணீரை முகந்து படபடவென தண்ணீரை ஊற்றிக் கழுவினாள். அவளுடன் அம்பிகாவும் சின்னப்பிள்ளையும் சென்றார்கள். அவர்கள் ஒவ்வொருவராக சொல்லிவிட்டு வீட்டுக்குச் செல்கிற சத்தம் கேட்டது. இன்னமும் முருகன் மாமா வரவில்லை. எட்டிப்பார்த்தான். சாப்பாட்டுப் பந்தியில் அவர் இல்லை. வாசலைப் பார்த்தான். அங்கும் இல்லை. சாப்பிட்டு முடித்துக் கை கழுவாமல் எங்கு சென்றார் என்று அவரைத் தேடினான். வாசலுக்கு வந்தான். முருகன் மாமா, சுருளி ஆசாரியின் முன் நின்று பேசிக்கொண்டிருந்தவரைப் பார்த்தான். முருகன் கை கழுவியிருந்தார்.

கடைசிப் பந்திக்குப் பரிமாறுவதற்கு யாருமில்லை. ஆரம்பத்திலிருந்து கடைசிவரை பரிமாறியவர்கள் கை கால் முகங்கழுவிக்கொண்டு அமர்ந்தார்கள். வாழை இலை இருந்தது. தண்ணீர் தெளித்து அவர்களாகச் சோறு போட்டு சாம்பார் ஊற்றிக் கொண்டார்கள்.

“மாமா மகளுக்கு காயும் கூட்டுப்பொரியலுன்னு அள்ளி அள்ளி வைக்கிறான். அவ நிமுந்துகூட பாக்கமாட்டேங்குற. ஏன்டா மூர்த்தி அம்மா அப்பா பக்கத்தில உக்காந்துட்டு

எந்தப் பிள்ளைடா நிமுந்து பாக்கும். உனக்கு அறிவிருக்கா" என்று பரமேஸ்வரன் அவனைக் கிண்டல் செய்தான். அவர்கள் சாப்பிட்டு முடித்ததும் இலையை எடுத்துப் போட்டார்கள்.

வெளியே இன்னமும் கூட்டம் குறையவில்லை. டியூப் லைட் வெளிச்சத்தில் தார்ப்பாயில் உட்கார்ந்து பேசுவதற்குச் சுகமாக இருந்தது அவர்களுக்கு. வெற்றிலையும் தட்டு நிறைய இருந்தது சௌகரியமாகயிருந்தது. முருகன் மையத்தில் அமர்ந்திருந்தார். அவர் கையைப் பார்த்தான் மூர்த்தி. இன்னமும் ஈரமாக இருந்தது. முருகன் எங்கு போய் கைகழுவிவிட்டு வந்தார் என்கிற குழப்பத்தில் வாழை இலையைப் போட்டுவிட்டு வீட்டுக்குள் வந்து தண்ணீர்ப் பானையிலிருந்து நீரை முகர்ந்து கை கழுவினான். பிறகு அங்கிருந்து வாசல் வழியாக அம்பிகாவின் வீட்டு வாசலைப் பார்த்தான். வாசல் விளக்கு எரியவில்லை. கதவும் திறந்திருக்கவில்லை.

38

லெட்சுமி யாரிடம் பேசுகிறாள் என்று தெரியவில்லை. என்ன சொல்கிறாள் என்றும் புரியவில்லை. அவளுக்கு அருகில் பாக்கியமும் இல்லை. சுந்தரியும் இல்லை. அவள் உள்ளறையில் இருந்தாள். முன்னறையில் தட்டில் சோறும் கிண்ணத்தில் வெஞ்சனமும் எடுத்து வைத்திருந்தார்கள். சாப்பிடுவதற்கு உட்கார்ந்த மூர்த்தி, குடிப்பதற்குத் தண்ணீர் இல்லையென்று செம்பில் தண்ணீர் முகர்ந்து வருவதற்காக சமையலறைக்குள் சென்ற போதுதான் அவள் இரண்டாவது தடவையாக பேசுவதைக் கேட்டான்.

"தேவாரம் மாப்பிள்ளைக்கு அம்பிகாவ பிடிச்சுப் போச்சு. வெள்ளிக்கிழம பூ வெக்க வர்றாங்க" என்று லெட்சுமி

சத்தமாகச் சொன்னதைக் கேட்டான். லெட்சுமி தனக்குத் தெரிய வேண்டுமென்பதற்காகச் சொல்கிறாள் என்பதைப் புரிந்துகொண்டான். தனக்கும் அம்பிகாவுக்கும் திருமணம் நடக்கக் கூடாது என்று அவள் ஆசைப்படுகிறாள், அதனால்தான் சந்தோஷமாகச் சொல்கிறாள் என்று நினைத்தான். யாரிடமோ சொல்வது போல் தனக்குக் கேட்க வேண்டுமென்று சொல்கிறாள் என்று நினைத்துக்கொண்டான்.

செம்பில் நீரை முகர்ந்துகொண்டு வந்தான். ஆனால் சாப்பிட முடியவில்லை. சோற்றுத் தட்டைப் பார்த்தான். தட்டைத் தூக்கியெறிய வேண்டுமென்கிற வேகாளம் வந்தது. தட்டின் முன்னால் அமர்ந்ததும் அவனறியாமல் கண்களில் நீர் முட்டிக்கொண்டு நின்றது. எதையோ இழந்துவிட்டதைப் போன்ற உணர்வு அவனைக் கொன்றது. தலையில் அடித்துக் கொண்டு கத்திக் கதற வேண்டுமென்று மனம் அரற்றியது. அழுடா, நல்லா அழுடா என்று யாரோ தனக்குள்ளாக இருந்து சொல்வது அவனுக்குக் கேட்டது. ஆனால் அழ முடியவில்லை. எதோ தடுத்தது. சோற்றுத் தட்டைப் பார்த்துத் தலைகுனிந்தான்.

அம்பிகா, தனக்குக் கல்யாணம் வேண்டாம். தேவாரம் மாப்பிள்ளையைப் பிடிக்கவில்லை, சுந்தரமூர்த்தியைக் கல்யாணம் செய்துகொள்கிறேன் என்று சொல்ல மாட்டாளா? இந்தக் கல்யாணத்தைத் தடுத்து நிறுத்த முடியாதா, உண்மையில் அவளுக்குத் தன் மேல் ஆசையிருந்தால் இந்நேரம் சொல்லியிருப்பாளே ஏன் சொல்லவில்லை. அம்பிகாவிடம் பேசினால் கல்யாணம் நின்றுவிடுமா? முருகன் மாமாவிடமும் அத்தையிடமும் காலில் விழுந்து எனக்கும் அம்பிகாவிற்கும் திருமணம் செய்து வைத்துவிடுங்கள் என்று சொல்லலாமா? அய்யோ அய்யோ ஒன்றும் செய்ய முடியவில்லையே. வெள்ளிக்கிழமை அவளுக்கு நிச்சயம் நடந்துவிட்டால் என்ன செய்வது. அய்யோ கடவுளே அம்பிகாவைக் கல்யாணம் செய்து வைக்கமாட்டீயா. யாரும் எனக்காக எதுவும் செய்ய மாட்டீங்களா. வெள்ளிக்கிழமைக்கு இன்னும் எத்தனை நாட்கள் இருக்கின்றன என்று காலண்டரைப் பார்த்தான்.

லெட்சுமியிடம் நீ சொல்வதெல்லாம் உண்மைதானா என்று கேட்கவேண்டுமென நினைத்தான். அறைக்குச் சென்றான். அறை பூட்டியிருந்தது. பாக்கியமும் லெட்சுமியும் பேசிக்கொள்வது கேட்டது. என்ன பேசுகிறார்கள் என்று சரியாகப் புரியவில்லை. ஃபோன் ஓடும் சத்தத்தில் எதுவும் கேட்கவில்லை. ஃபோனை நிறுத்திவிட்டுப் பேசக்கூடாதா என்று கத்தவேண்டுமென்று தோன்றியது. அம்மாவிடம் போய் அம்மா எனக்கு இப்போதே அம்பிகாவைக் கல்யாணம் செய்து வை என்று கெஞ்சி அழவேண்டுமென்று தோன்றியது. ஆனால் எதுவும் அவனால் செய்ய முடியவில்லை. நினைக்க முடிகிறது, ஆசைப்பட முடிகிறது ஆனால் எதையும் செய்யமுடியவில்லை. அவனால் தலையை நிமிர்ந்து பார்க்க முடியவில்லை. யாரோ தன்னை கேலி செய்வது போலிருந்தது. சுற்றி நின்று சிரிப்பது போலிருந்தது. லெட்சுமியும் சுந்தரியும் தன்னைப் பார்த்து, ‘நீ எப்படி அம்பிகாவ கல்யாண செஞ்சுக்கப் போறேன்னு பார்க்குறோம்’ கைதட்டிச் சிரிப்பது போலிருந்தது.

சோற்றை எடுத்து வேகவேகமாகச் சாப்பிட்டான். வேகத்தில் என்ன செய்கிறோம் என்று தெரியவில்லை. தட்டில் கை கழுவிவிட்டு கைலி வேட்டியில் கையைத் துடைத்துக் கொண்டான். தண்ணீரை வயிறு நிறையக் குடித்தான். வாசலுக்கு வந்து நின்றான். அம்பிகா வாசலில் நின்றிருக்கிறாளா என்று பார்த்தான். முருகன் வீட்டின் முன்கதவு பூட்டியிருந்தது. பூட்டுப்போடவில்லை. ஜன்னல்கள் பூட்டியிருந்தன.

சுந்தரமூர்த்தி சைக்கிள் மணியடித்தான். ஸ்டாண்டை எடுத்துவிட்டு, டக்கடித்து ஓட்டி சீட் மேலேறி உட்கார்ந்தான். தெரு முக்குவரை சென்றவன் என்ன நினைத்தானோ திரும்பவும் வீட்டுக்கு வந்தான். வாசலில் சைக்கிளை நிறுத்திவிட்டுப் படியில் அமர்ந்தான். அம்பிகாவின் வீட்டு வாசலைப் பார்த்தான். சிறிது நேரத்திற்குப் பிறகு அம்பிகாவின் அம்மா கதவைத் திறந்து பார்த்தாள். மூர்த்தியைப் பார்த்ததும் திரும்பவும் கதவை அடைத்துக் கொண்டாள். அவனுக்குச் சங்கடமாகப் போனது.

அத்தை ஏன் இப்படிச் செய்கிறாள். அத்தைதான் அவளை

வெளியே வரவிடாமல் வைத்திருக்கிறாளா. அம்பிகா தன்னுடன் பேசக்கூடாது, பழகக்கூடாது என்று எதற்காகத் தடுக்கிறாள். சர்க்கரையை சோடா பாட்டிலால் குத்தியதுதான் குற்றமா. அதற்காகத்தான் இப்படிச் செய்கிறார்களா என்று அவனுக்குள் எண்ணங்கள் ஓடின. அப்பாவிடம் சொன்னால் தனக்காக முருகன் மாமாவிடம் பேசி அவர்களைக் கல்யாணத்திற்குச் சம்மதிக்க வைக்கமாட்டாரா. அம்பிகாவை ஒருதடவை பார்த்துவிட்டால் போதும், பிறகு எல்லாம் சரியாகிவிடும் என்று நினைத்தான். ஆனால் அம்பிகாவின் அம்மா வீட்டின் கதவை அடைத்துவிட்டுச் சென்ற பிறகு அவனால் வாசலில் அமர்ந்திருக்க முடியவில்லை. கதவை அடைத்ததற்குப் பதிலாக தன்னை விளக்குமாறை வைத்து அடித்திருக்கலாம் என்று நினைத்தான். சைக்கிளை ஓட்டிக்கொண்டு பட்டறை வீதிக்குச் சென்றான்.

பட்டறை வீதியில் யாருமில்லை. இரண்டு பட்டறைகள் மட்டும் திறந்திருந்தன. பரமேஸ்வரன் இருக்கிறானா என்று பார்த்தான். அவனிடம் கேட்டால் எதாவது யோசனை சொல்வான் என்று தோன்றியது. ஆனால் அவன் தெரு முழுக்கச் சொல்லிவிட்டால் என்ன செய்வது? நிச்சயம் செய்ய வருகிறவர்களுக்கு விஷயம் தெரிந்தால் என்னாகும்? மூர்த்தி யோசனையுடன் பட்டறைக் கதவுகளைத் திறந்தான். ஜன்னலை திறந்து வைத்தான். வழக்கமாக அவனுடைய இடத்தில் அமர்ந்துகொண்டான். வேலை செய்ய முடியவில்லை. பட்டறையிலிருந்த பொருட்களை வெறித்துப் பார்த்தான். ஒவ்வொரு பொருட்களும் பயங்கரமான தோற்றத்தோடு பாதாள பைரவி படத்தில் குகைக் காட்சியில் வருவது போல அவனைப் பயமுறுத்தின. உமியோட்டிலிருந்து புகை மேலெழுந்து ஏய் பாதாள பைரவி என்ற குரலோடு அவனைத் திடுக்கிடச் செய்தன. பட்டறை வீதி அமைதியாக இருந்தது அவனுக்குப் பயத்தை உண்டாக்கியது. அதேநேரம், பாதாள பைரவி பூதம் வந்து அம்பிகாவைத் தூக்கிக்கொண்டு தன்னிடம் சேர்க்காதா என்று ஏங்கினான். அவனுக்கு அம்பிகாவுடன் சினிமாவுக்குச் சென்று வந்தது ஞாபகத்திற்கு வந்தது.

தங்கமலை ரகசியம் படத்தில் வரும் ஜமுனாவைப் போல அம்பிகா இருக்கிறாள் என்று அவளிடம் சொன்னதற்கு அவள் வெட்கப்பட்டாள். அந்தப் படத்தைப் பார்க்கப் பொன்னு தியேட்டரில் இரவு காட்சிக்கு ஒரு முறையும் மாலை காட்சிக்கு ஒரு முறையும் சென்றான். அம்பிகாவும் அவளது தங்கையும் அவர்களது அம்மாவுடன் மாலை நேரக் காட்சிக்கு வந்தார்கள். கடலைப்பருப்பும் சோமாஸ்சும் வாங்கி பெண்கள் அமர்ந்திருக்கும் இடத்திலிருந்த தட்டியின் ஓட்டையின் வழியாக அவளுக்குத் தந்தான். அவளும் வாங்கிக்கொண்டாள். அப்படிக் கொடுக்கும்போது, அவளது உள்ளங்கையை அவனது விரல்கள் ஐந்தும் தொட்டுக்கொண்டன. லேசாக உரசின. அவளது உள்ளங்கை ஐஸ்கட்டி மாதிரி சில்லென்றிருந்தது அவனுக்கு. அப்படியே உயிர் போய் உயிர் வருவதுபோல் ஆடிப்போய்விட்டான். சிறிது நாட்கள் அவனது விரல்களுக்கு அவனே முத்தமிட்டுக் கொண்டு திரிந்தான். ஆசையாக அந்த விரல்களுக்கு மருதாணி வைத்துக் கொண்டான். பட்டறை வீதியிலிருக்கும் காமாட்சியம்மன் கோயிலுக்குப் போய் அம்பிகாவுக்கும் தனக்கும் திருமணம் முடிந்ததும் மாசி மகம் திருவிழாவிற்குப் பால் குடம் எடுப்பதாக வேண்டிக்கொண்டான்.

“சில்லுன்னு இருக்கு ஓங்கய்யீ...”

“ஓங்க விரலு எவ்வளவு சூடு, அடுப்புக்குப் பக்கத்தில நின்னதுக்கெனக்கா இருந்துச்சு பாவா...”

“இன்னொரு தடவ கைய நீட்டு நல்லா தொட்டுக்குறேன்...”

“அதெல்லாம் முடியாது. கல்யாணம் முடியட்டும்” என்று சொல்லிவிட்டுச் சிரித்தாள் அம்பிகா.

அந்த அம்பிகாதான் தேவாரத்திலிருந்து வந்த மாப்பிள்ளையைக் கல்யாணம் செய்துகொண்டு போகப் போகிறாள் என்று நினைத்தபோது அவனுக்கு அழுகை வந்தது. ஐந்து விரல்களையும் பார்த்தான். முகத்தில் அடித்துக்கொண்டு அழ ஆரம்பித்தான். அவனுக்கு அழுகை அப்படி வந்தது. தேம்பித் தேம்பி அழ ஆரம்பித்தான். அழுகையை அடக்க முடியவில்லை.

வாயிலிருந்து நீர் வடிந்தது. கண்ணீர் வடிந்து பந்திப் பாயின் மேல் விழுந்தது.

பட்டறை வீதியில் நடந்து போகிறவர்கள் அழுவதைப் பார்க்கிறார்கள் என்று கைலி வேட்டியால் முகத்தைப் பொத்திக் கொண்டான். உடம்பும் முகமும் குலுங்கின. அழுகையை அடக்க அடக்க உடம்பு குலுங்கியது. பொன்ராம் பட்டறைக்கு வந்தார். அவன் அழுவதைப் பார்த்ததும் அப்படியே வாசலில் செருப்புக் காலோடு நின்றார். பொன்ராமைப் பார்த்ததும் மேலும் அழுகை கூடியது அவனுக்கு. சத்தமாக அழுதான். அதைக் கேட்டதும் பொன்ராம் பயந்து போனார். சர்க்கரை வந்து அடித்துவிட்டுச் சென்றிருப்பானா என்று, மூர்த்தியின் முகத்தையும் உடம்பையும் பார்த்தான். அப்படி எதுவும் தெரியவில்லை. செருப்பைக் கழற்றி வைத்துவிட்டு பட்டறைக்குள் வந்தார். அவனருகில் சென்று, “எதுக்குடா அழுகுற, என்னாடா விசயம்” என்று கேட்டார்.

“அண்ணே அம்பிகாவுக்குக் கல்யாணம்.”

“எந்த அம்பிகாவுக்கு, சினிமா நடிகை அம்பிகாவுக்கா?”

“இல்லண்ணே எங்க முருக மாமா மக அம்பிகாவுக்கு. எதித்த வீட்டில இருக்காங்கல்ல” என்றான் மூர்த்தி.

“அதுக்கெதுக்குடா நீ அழுகுற...?”

“அம்பிகாவ நா கல்யாணம் செஞ்சுக்க ஆசைப்படுறேண்ணே. அவளும் ஏம்மேல ஆசையா இருக்காண்ணே!”

பொன்ராம் அவனது கண்களையும் முகத்தையும் மாறி மாறிப் பார்த்தார்.

“உனக்கு யார்றா சொன்னாங்க. அம்பிகாவுக்குக் கல்யாணமுன்னு.”

“எங்க அக்கா சொல்லுச்சுண்ணே. ஏங்கிட்ட சொல்லலை. யார்கிட்டயோ சொல்லுற மாதிரி சொல்லுச்சு.”

“ஓங்கூட பேசாதா லெட்சுமி.”

“பேசாதுண்ணே.”

பொன்ராம் அமைதியானார்.

“வீட்டுல யாரும் ஓங்கூட பேச மாட்டாங்களாடா?”

“எங்கப்பா மட்டுந்தாண்ணே பேசுவாரு. அக்கா தங்கச்சி அம்மா யாரும் பேச மாட்டாங்கண்ணே!”

“எதுக்குடா?”

“தெரியலண்ணே. சர்க்கரய சோடா பாட்டில்ல குத்துன விசய அவங்களுக்குத் தெரிஞ்சதுக்குப் பெறகு யாரும் ஏங்கூட பேசுறதில்லண்ணே. அதுக்கொசரந்தான் தூக்குப் போட்டுக்கிட்டேன். முருக மாமா வந்து காப்பாத்திட்டாரு. அவருக்கும் தெரியும்ண்ணே. அம்பிகாவ கல்யாணம் செஞ்சு வெக்கிறதா சொன்னாருண்ணே” என்று கண்களைத் துடைத்துக் கொண்டு சொன்னான்.

“வீட்டில இருக்குறவங்க யாரும் பேசலன்னா, ஓந்துணிய தொவைச்சுத் தர்றது யாருடா, சோறு யாரு போடுவா” என்று பொன்ராம் பரிதாபமாகக் கேட்டார். பொன்ராம் அவன் சொன்னதைக் கேட்டு சங்கடப்பட்டார். அவனது முகத்தை நேராகப் பார்க்க கூசியவராக தன்னுடைய இடத்தில் அமர்ந்து கொண்டார். அவனுக்கு இன்னமும் அழுகை ஓயவில்லை. தேம்பலும் விசும்பலுமாக அமர்ந்திருந்தான்.

“எங்கம்மா அழுக்குத் துணியோட ஏந்துணிய போட்டா தொவைச்சு வெச்சிரும், பட்டறையிலிருந்து வீட்டுக்குப் போனதும் சோத்தப் போட்டு தட்டை முன்னாடி வெச்சிருவாங்க” என்று தேம்பியபடி சொன்னான்.

“எத்தன நாளா இப்படி நடக்குது, இதெல்லாம் உங்கப்பாவுக்குத் தெரியுமா. ஏங்கிட்ட எதுக்குடா இதெல்லாம் சொல்லல?”

சுந்தரமூர்த்தி அமைதியாக இருந்தான்.

“மத்தியானம் சாப்பிட்டியா?”

“சாப்பிட்டேண்ணே.”

“உங்கப்பாகிட்டயும் உங்கம்மாகிட்டயும் சொன்னியா அம்பிகாவ கல்யாணம் செய்யுறத பத்தி. அவங்களுக்குத் தெரியுமா இதெல்லாம்.”

சுந்தரமூர்த்திக்கு என்ன பதில் சொல்வது என்று தெரியவில்லை. அம்பிகாவை கல்யாணம் செய்துகொள்ள வேண்டுமென்று ஆசைப்பட்டது குற்றமா? ஆசைப்படக் கூடாதா? எனக்கும் அவளைப் பிடித்திருக்கிறது, அவளுக்கும் என்னைப் பிடித்திருக்கிறது. முருகன் மாமா என்னிடம் அன்பாகத்தானே பேசுகிறார், பழகுகிறார், சினிமாவுக்கு அழைத்துச் செல்கிறார். பிறகு எதற்கு அம்பிகாவை கல்யாணம் செய்து தரவில்லை. சர்க்கரையை சோடா பாட்டிலில் குத்தியதால்தான் இப்படிச் செய்கிறார்களா?

“கூட பெறந்த அக்காவும் தங்கச்சியும் எதுக்கு ஓங்கூட பேசமா இருக்காங்க. பெத்த தாய் எதுக்கு ஓங்கூட பேசாம இருக்கு” என்று பொன்ராம் அவராகப் பேசிக்கொண்டார்.

“சக்கரய சோடா பாட்டில்ல குத்துனது அவங்களுக்கு கோபம்ண்ணே...”

“அது நடந்து எத்தன நாளாகுது. ஒரு வருஷமாகப் போகுது. இன்னுமா அத நெனச்சிட்டு இருப்பாங்க. சக்கர மறந்து போயிட்டான். அவன் சொல்லித்தாண்டா உங்கப்பாவுக்கு வட்டிக்குப் பணம் கிடைச்சிருக்கு. இவங்க எதுக்கு அத இன்னமும் ஞாபகம் வெச்சிருக்காங்க...”

பொன்ராமுக்கு சந்தேகமாக இருந்தது. ஒரே வீட்டில் இருந்து கொண்டு இப்படி இருந்தால் எப்படித் தொழில்ல மூர்த்தியின் மனம் ஒட்டும். சாப்பிடுகிற சாப்பாடு எப்படி உடம்பில் ஒட்டும் என்று யோசித்தார். அவருக்கு ஆத்திரமாக வந்தது. ரோட்டில் சோடா பாட்டில் வைத்துச் சண்டை போட்டது குற்றம் என்று ஒரு வருஷமாகப் பேசாமல் இருந்தால் தப்பில்லையா? மேற்கொண்டு மேற்கொண்டு அந்தத் தப்பைத்தானே அவன் செய்வான். வீட்டில் பேசுவதற்கு யாருமில்லையென்றால் மனம் வேறெங்காவது போய்விடும்.

வீட்டில் தங்காது. மூர்த்தியின் வீட்டில் அவனை, சாப்பிட வாடா என்று அழைக்கவும் சாப்பாடு போடவா என்று கேட்கவும் ஆளில்லை என்பதைப் புரிந்துகொண்டார். அதற்குத்தான் கோயமுத்தூருக்கு வேலைக்குப் போகிறேன் என்று சொல்லிக்கொண்டிருக்கிறான். அவன் எடுத்த முடிவு சரியானதுதான். இப்படிப்பட்டவர்களிடம் இருக்கக்கூடாது. இப்படிப்பட்டவர்களின் கையில் சாப்பிடக்கூடாது.

“சரி அழாத. எந்திரிச்சி பட்டற பூட்டு, கடைக்குப் போய் டீ சாப்புடுவோம். அப்புறமா வேலைய செய்வோம்” என்று பட்டறையின் வாசலுக்கு வந்தார்.

மூர்த்தி எழுந்து பட்டறையின் கதவை அடைத்துப் பூட்டினான். பொன்ராம் முன்னால் நடக்கவும் அவருக்குப் பின்னால் அவன் நடந்து சென்றான். அவர்கள் இருவரும் மீனாட்சி டீக்கடைக்குச் சென்றார்கள். நான்கு மணிக்கு மேலாகியிருந்தது. பஜ்ஜியும் உளுந்த வடையும் தட்டில் வைத்திருந்தார்கள். அவர்கள் அமர்ந்ததும் சப்ளையர் வந்து பொன்ராமின் முகத்தைப் பார்த்தார். பஜ்ஜியும் டீயும் கொண்டாங்கண்ணே என்று சொன்னார்.

சப்ளையர், “மாஸ்டர் பட்டறக்காரருக்கு ரெண்டு ஸ்டாங் டீ” என்று குரல் கொடுத்தார். அந்தச் சத்தம் ஹோட்டல் முழுக்கக் கேட்டது. தூக்கச்சடவிலிருந்த முதலாளி பரபரப்பானார். சப்ளையர் தட்டில் பஜ்ஜி வைத்துக் கொண்டு வந்து அவர்கள் முன் வைத்தார். “சட்னி சாம்பார் ஊத்த வா” என்று கேட்டார். பொன்ராம் வேண்டாமென்று சொன்னார். மூர்த்திக்கு பஜ்ஜியைத் தொடுவதற்கு மனமில்லை.

“வீட்டில யாரும் ஓங்கூட பேசலங்கிறதுக்குத்தானா நீ கோயமுத்தூருக்குப் போகணுமுன்னு நெனைக்குற” என்று பொன்ராம் கேட்டார்.

மூர்த்தி ஆமாம் என்பது போல் வேகமாக தலையாட்டினான். சரி சாப்புடு என்று பொன்ராம் சென்னார். அவன் ஆர்வமாக அவருடைய முகத்தைப் பார்த்தான். அவர் பஜ்ஜியைத் தின்று

கையிலிருந்த எண்ணெய்ப் பசை போகவேண்டுமென்பதற்காக இரண்டு கைகளையும் பரபரவெனத் தேய்த்துக்கொண்டார். டீ குடித்தார்.

மூர்த்தி, அவரிடம் "யாருக்கும் ஏம்மேல பாசம் இல்லண்ணே. அதுக்குத்தான் கோயமுத்தூருக்குப் போறேன்னு சொன்னே" என்று மெதுவான குரலில் சொன்னதும் அவர் அவனைப் பார்க்காமல் கடையின் வாசலைப் பார்த்தபடி "சரிடா சரிடா மொதல்ல டீயைக் குடிடா" என்று அவனை சமாதானம் செய்வதுபோலப் பேசினார்.

"கோயமுத்தூருக்குப் போனா ஒழுங்கா இருப்பீயா?"

"இருப்பேண்ணே!"

"ஒருத்தர்கிட்ட கடைசிவரைக்கும் இருந்து வேலை பழகிட்டு போடிக்கு வரணும். பத்து நாளு ஒருமாசம் இருந்துட்டு பிடிக்கலைன்னு திரும்பி வரக்கூடாது. பல்லைக் கடிச்சிட்டு வைராக்கியமா இருந்து தொழில பழகணும். எவ்வளவு கஷ்டம் வந்தாலும் இந்தப் பக்கம் வரக்கூடாது. அப்படி இருக்கிறதுன்னா சொல்லு இன்னைக்கு ராத்திரியே உன்னய கோயமுத்தூருக்குக் கூட்டிட்டுப் போய் வேலைக்குச் சேத்துவிடுறேன்" என்றார்.

மூர்த்தி, "நா திரும்பவும் வரமாட்டேண்ணே. அங்கேயே இருக்கேண்ணே. அங்கேயே வேலை பழகி அங்கேயே கல்யாணம் முடிஞ்சி இருக்குறேண்ணே" என்று சொன்னான்.

பொன்ராம் எழுந்தார். சப்ளையர் அவரிடம் பில்லை கொடுத்துவிட்டுச் சென்றார். கல்லாவில் பணத்தைக் கொடுத்து விட்டு வாசலுக்கு வந்தார். வாசலில் சர்க்கரை சைக்கிளை நிறுத்திக்கொண்டிருந்ததைப் பார்த்தார். பொன்ராம் அவனைப் பார்த்துச் சிரித்தார். "உன்னயத்தா சக்கர ரெண்டு நாளா தேடுறேன். நீ கண்ணுல சிக்கவே இல்ல."

"என்னாண்ணே என்னா விசயம்" என்று சர்க்கரை அவரிடம் கேட்டான். அவன் அவருக்கு அருகிலிருந்த மூர்த்தியைத் திரும்பிக்கூடப் பார்க்கவில்லை. அந்த இடத்தில்

யாருமில்லையென்பது போல நின்றிருந்தான்.

“வர்ற வெள்ளிக்கிழமயோட கனகு செத்து ஒரு வருஷம் முடியுது. அவங்க வீட்டில எல்லாரும் சுருளியில காரியம் செய்யப் போறாங்க. நீ என்னைக்குன்னு கேட்டது ஞாபகத்துக்கு வந்துச்சு” என்றார்.

சர்க்கரை, “சரிண்ணே” என்று சொல்லிவிட்டு கடைக்குள் சென்றான்.

பொன்ராமும் மூர்த்தியும் பட்டறைக்கு வீதிப் பக்கமாக நடந்தார்கள். மூர்த்தி பட்டறையைத் திறந்ததும் அவரிடத்தில் உட்கார்ந்துகொண்டார். மேஜை டிராவைத் திறந்து உருப்படிகளை எடுத்து வேலை செய்யத் தொடங்கினார். அவருக்கு வேலையில் மனம் ஒன்றவில்லை. பொடி வைத்து ஊதும் போது பொடி கரையாமல் திட்டு திட்டாக உருண்டு தனியாக நிற்பது போல மனதில் மூர்த்தியைப் பற்றிய எண்ணங்கள் இருந்தன. பொன்ராமுக்கு யோசனையாக இருந்தது. கோயமுத்தூருக்குச் சென்றால் தொழிலைக் கற்றுக் கொள்வான். ஆனால் கெட்டபழக்கத்தைப் பழகி உடம்பை கெடுத்துக்கொள்வான். இங்கிருந்தாலும் கெட்டபழக்கம் வரும். உள்ளூரிலிருந்தால் இரண்டு மூன்று வருடங்களுக்குப் பிறகு பழகுவான். வெளியூரிலிருக்கும் போது தன்னைக் கேட்க யாருமில்லையென்கிற தைரியத்தில் சீக்கிரமாகப் பழகுவான் என்று நினைத்தார். ஆனால் சம்பாதிக்கிற பணத்தைச் சேர்த்து வைப்பதில் கெட்டிக்காரன் என்று அவருக்குத் தெரியும். அந்த விஷயத்தில் இவனை நம்பலாம் என்று நினைத்தவர் அவனை கோயமுத்தூருக்கு அனுப்பலாம் என்று முடிவுசெய்தார்.

“கோயமுத்தூருக்குப் போறதுக்கு உனக்குச் சம்மதம்தானடா?”

“ஆமாண்ணே!”

“நல்லா யோசிச்சு சொல்லுடா.”

“உங்கப்பாகிட்ட பேசட்டா.”

“சரிண்ணே.”

பொன்ராம் அவனது முகத்தைப் பார்த்தார். தீர்க்கமாகப் பதில் சொல்வது தெரிந்தது. "சரி வேலையப் பாரு. ராத்திரிக்கு நா உங்க வீட்டுக்கு வர்றேன். உங்கப்பாக்கிட்ட பேசுறேன்" என்றார்.

சுந்தரமூர்த்திக்கு, முதலாளி வீட்டுக்கு வர்றேன் என்று சொன்னதைக் கேட்டதும் பட்டறையில் உட்கார முடியவில்லை. இப்போதே ராத்திரி வராதா என்று கடிகாரத்தைப் பார்த்தான். இன்னமும் எவ்வளவு நேரமிருக்கிறது என்று மனதில் கணக்குப் போட்டுப் பார்த்தான். மூன்று ஜதை கம்மல்களுக்குப் பொடி வைத்து ஊத வேண்டும். முதலாளி, பொடி வெட்டி கொடுத்தால் வைத்துக் கொடுக்கலாம் என்று அவர் முகத்தைப் பார்த்தான். பொன்ராம் ஜவ்வை போட்ட தோடுகளை பவுடர் டப்பா தகட்டில் பசை காரத்தில் ஒட்ட வைத்து உமியோட்டின் மேல் வைத்திருந்தார்.

காலையில் பொடி கூட்டி உருக்கி மிஷினுக்குப் போய் தகடு பிடித்து வந்திருந்தான். முதலாளி பத்தியைக் கத்தரித்துக் கொடுக்க வேண்டும். பொடி கைக்குக் கிடைத்தால் வேலை மடமடவென ஓடும். இன்னமும் பொடியை வெட்டித் தராமல் எதற்காக லேட் செய்கிறார் என்று நினைத்தான் மூர்த்தி. பொன்ராம் பொடி வெட்டும் கத்திரியை எடுத்து ரஜினி ஸ்டைலில் சுழட்டிப் போட்டுப் பிடித்தார். பிறகு பொடி தகட்டை எடுத்து சன்னமாக வெட்டினார். சன்ன பொடி கோப்பையில் விழுந்ததும் மூர்த்தியை அழைத்துக் கொடுத்தார். அதற்காகக் காத்திருந்தவன் வாங்கிக்கொண்டான். மூன்று ஜதை தோடுகளை ஆளுக்குப் பாதிப் பாதியாகப் பிரித்துக் கொண்டார்கள்.

வஞ்சிக்கோட்டை வாலிபன் சினிமா படத்தில் நடக்கும் போட்டி டான்ஸ் மாதிரி அவர்கள் யார் முதலில் பொடி வைத்து முடிப்பது என்று வேலையை ஆரம்பித்தனர். பொன்ராம் பொடி வைக்க ஆரம்பித்தால் சிறிது நேரத்தில் உட்கார்ந்த இடத்திலேயே அப்படியே உறங்கிவிடுவார் என்பது மூர்த்திக்குத் தெரியும். தண்ணிச் சட்டியிலிருக்கும் தண்ணீரை விரல்களை

எடுத்து கண்களுக்கு வைத்துக்கொள்வார். பிறகு திரும்பவும் பொடி வைக்க ஆரம்பிப்பார். திரும்பவும் சொக்கடித்து உறங்குவார். ஆரம்பத்தில் பட்டறை வேலைக்கு வந்த புதிதில் பொடி வைத்துப் பழக ஆரம்பித்த சமயத்தில் தூங்கி விழுந்ததில் பட்டறை கட்டையில் மூக்கு அடிபட்டு ரத்தம் வந்துவிட்டதை அவனிடம் சொல்லியிருக்கிறார்.

பொன்ராம் தூங்கும் நேரத்தில் மூர்த்தி சுதாரித்து முந்திக்கொள்வான். எப்படியிருந்தாலும் பொன்ராம்தான் முதலில் பொடி வைத்து முடித்துக் கையைக் கழுவுவார். உள்ளங்கையில் இருக்கும் பசைகாரமும் வெங்காரமும் கலந்த கலவை காயாது. தண்ணி சத்துடன் பார்ப்பதற்கு அழகாக இருக்கும். அவர் பொடி வைப்பதைப் பார்க்கப் பார்க்க அழகாக இருக்கும்.

பொன்ராம் பொடி வைக்க ஆரம்பித்தார். ஆனால் உறங்கவில்லை. கால்களை நீட்டி அமர்ந்தார். முனைக்கதிர் வேகவேகமாக நகர்ந்தது. பொன்ராம் பொடிவைப்பதைப் பார்த்ததும் அம்பிகா வாசலில் கோலமிடுவது ஞாபகத்திற்கு வந்தது. கோலப்பொடியை எடுத்து நுணுக்கி நுணுக்கி வைப்பாள். அவள் நுணுக்கி வைக்கும் புள்ளிகள், எடைக்கு எடை பொடியைப் போல் மினுமினுவென இருக்கும். புள்ளிகளுக்கிடையே போகும் கோடுகள், ஜவ்வைக்கும் டிம்மிக்கும் ஊடாக உருகி ஓடும் பொடியைப் போன்றிருக்கும். அவள் கோலமிடுவதைப் பார்க்க ஆசையாக இருக்கும். தனக்கும் அவளுக்கும் கல்யாணம் முடிந்தவுடன் அவள் காலையில் கோலமிடுவதை தினமும் பார்க்கவேண்டுமென்று நினைத்திருந்தான் மூர்த்தி. கோயமுத்தூருக்கு வேலைக்குச் சென்றுவிட்டால் அவளையும் பார்க்க முடியாது, அவள் கோலமிடுவதையும் பார்க்க முடியாது என்று வருந்தியவனாகப் பொடியை எடுத்து வைத்தான்.

சுந்தரமூர்த்தி முதல் கம்மலுக்குப் பொடி வைத்து முடித்த போது அவர் இரண்டாவது கம்மலுக்குப் பொடி வைக்க ஆரம்பித்திருந்தார். மூர்த்தியும் குனிந்த தலை நிமிராமல் இந்தா

வர்றேன், இந்தா வந்துட்டேன் என்று வேகமாக பொடியை எடுப்பதும் வைப்பதுமாக விரட்டி அவருக்குப் பின்னால் ஓடுபவன் போல வேலை செய்தான். பட்டறை வீதியில் மேற்குப் பக்கமாக நிழல் விழுந்தது. வீதி விளக்கு எரிந்தது. அதைத் தொடர்ந்து ஒவ்வொரு கடையிலும் விளக்குகளின் சுவிட்ச்களைப் போட்டார்கள். முற்றாகவும் இருளவில்லை. முழுதாகவும் வெளிச்சமில்லை.

பொன்ராம் பொடி வைத்து முடித்து நிமிர்ந்தார். தன்னுடைய உள்ளங்கையைக் கழுவினார். உமியோட்டில் நெருப்பில்லை. மண்ணெண்ணெய் விளக்கை வைத்து ஊதினார். உமியோட்டிலிருந்த பட்டைக்கரிகளில் நெருப்புப் பற்றிக் கனிந்தது. கூடவே உமியும் கருகி புகையும் எழுந்தது.

சுந்தரமூர்த்தி பொடி வைத்து முடித்திருந்தான். தலையை நிமிர்த்தி தெருவைப் பார்த்தான். பிறகு கடிகாரத்தைப் பார்த்தான். அவனுக்கு சந்தோஷமாக இருந்தது. இருட்டிவிட்டது. இன்னும் சிறிது நேரத்தில் பட்டறையை எடுத்து வைத்துவிடுவோம், பொன்ராம் அண்ணன் வீட்டிற்கு வந்து கோயமுத்தூருக்குப் போகும் விஷயத்தை அப்பாவிடம் பேசப்போகிறார் என்று ஆவலாக இருந்தான்.

39

பொன்ராமும் சுந்தரமூர்த்தியும் தெருவுக்குள் நுழைந்தபோது தெரு நாய்கள் குரைத்து ஓய்ந்திருந்தன. இருவரும் சைக்கிளை வீட்டின் முன் நிறுத்தினார்கள். பொன்ராம் வேட்டியைக் கீழே இறக்கிவிட்டார். வீட்டிற்குள் முதலில் முதலாளி போகட்டும் என்று சுந்தரமூர்த்தியும், சுந்தரமூர்த்தி போனதற்குப் பிறகு செல்வோம் என்று பொன்ராமும் தயங்கி நின்றார்கள்.

மூர்த்தி சைக்கிளை ஸ்டாண்டு போட்டு நிறுத்தும் போது ஓரக்கண்ணால் முருகன் மாமா வீட்டைப் பார்த்தான். வாசலில் முருகன் அமர்ந்திருந்தார். வீட்டின் வாசற்படியைத் தாண்டி அத்தை மட்டும் அமர்ந்திருப்பதைப் பார்த்தான். அவனுக்கு அவர்கள் இருவரையும் ஒன்றாகப் பார்த்ததும் கைகளும் கால்களும் நடுக்கமெடுக்கத் தொடங்கின. அவர்களுக்குப் பயந்து கொண்டு வீட்டிற்குள் சென்றான். அவனுக்குப் பின்னால் பொன்ராமும் நடந்தார்.

சுருளி ஆசாரி தட்டிலிருந்த கேப்பைக் களியை குழம்பில் தொட்டு வாய்க்குள் வைத்தவர், இருவரையும் ஒன்றாகப் பார்த்ததும் விக்கித்துப் போனார். பொன்ராமைப் பார்த்து வாங்க என்று கூட அழைக்கவில்லை. எழுந்து நின்றார். பொன்ராம் அவரைப் பார்த்து, “ஒக்காருங்க, மொதல்ல சாப்புடுங்க. ஒண்ணுமில்ல சும்மா வந்தேன்” என்று சொன்னார். அதற்குப் பிறகு அவர் அரைமனதாகச் சாப்பிட அமர்ந்தார்.

பொன்ராம் உட்காருவதற்கு பெஞ்ச் எதுவுமில்லையென்று தெரிந்ததும் தரையில் அமர்ந்துகொண்டார். அவர் அமர்ந்ததும் மூர்த்தியும் அவருக்கு அருகில் அமர்ந்து கொண்டான். இருவரும் தனக்கு முன்பாக அமர்ந்திருப்பதைப் பார்த்ததும் சுருளி ஆசாரிக்குச் சாப்பிடுவதற்கு மனமில்லை. தட்டிலிருந்து களியை சாப்பிட்டு முடிக்கவேண்டுமென்கிற வேகத்தில் சாப்பிட்டார்.

சுருளி ஆசாரி கை கழுவிவிட்டு வந்து அவர்களுக்கு எதிரே அமர்ந்துகொண்டார். என்ன விசயம் என்பதுபோல பொன்ராமின் முகத்தைப் பார்த்தார். அவரும் பேச்சை ஆரம்பிக்க வேண்டுமென்கிற அவசரத்திலிருந்தார். வந்த விஷயத்தைப் பேசி முடித்துவிட்டு வீட்டுக்குப்போய் சாப்பிட வேண்டும். பிறகு ராத்திரி பனிரெண்டு மணி பஸ்சுக்கு கோயமுத்தூருக்குப் புறப்பட வேண்டுமென்கிற பரபரப்பிலிருந்தார். மூர்த்தியின் அப்பா ஊருக்குப் போக வேண்டாம், போடியில் இருக்கட்டும் என்று சொல்லிவிட்டால் என்ன செய்வது? அவர் சம்மதிக்க வேண்டும் இல்லையென்றால் மூர்த்தி, அம்பிகாவை கல்யாணம்

செய்து கொள்ளவில்லையென்கிற வருத்தத்தில் தண்ணியடிக்கவும் சிகரெட் குடிக்கவும் தினமும் ராத்திரி சினிமாவுக்குப் போய் ஊர் சுற்றவுமாக வீணாகப் போய்விடுவான். வட்டிக்கு வாங்கிய பணத்திற்கு வட்டியும் கட்ட முடியாது, அசலையும் திரும்பத் தரமுடியாது என்று நினைத்தார்.

வீட்டிற்குள்ளிருந்து வந்த பாக்கியம், செம்பில் தண்ணீர் கொண்டு வந்து மூவருக்கும் பொதுவாக வைத்தாள். மூர்த்தி இப்போது என்ன பிரச்சினையை இழுத்துக்கொண்டு வந்திருக்கிறானோ என்கிற கவலை அவளது முகத்தில் தெரிந்தது. அவர்கள் எதுவும் பேசாமல் அமர்ந்திருப்பது மேலும் அவளுக்குப் பயத்தைக் கொடுத்தது.

பொன்ராமுக்கு எதை முதலில் சொல்வது என்கிற தயக்கம். நேராக கோயமுத்தூருக்குப் போகிற விஷயத்திற்கு வந்துவிடுவோமா, இல்லை அம்பிகாவின் விஷயத்தைப் பேசலாமா என்று யோசித்தார். முதலில் கோயமுத்தூருக்குப் போகிற விஷயத்தைப் பேசுவோம். அப்போதுதான் அவர்களது மனதில் என்ன இருக்கிறது என்பதைத் தெரிந்துகொள்ள முடியும் என்று நினைத்தார்.

சுருளி ஆசாரி, “கல்யாண வேலையெல்லாம் தலைக்கு மேல இருக்குது. எத மொதச் செய்யுறது, எத பின்னாடிச் செய்யுறதுன்னு புரியல பொன்னுராமு” என்று பேச்சைத் தொடங்கி வைத்தார். பொன்ராமுக்கு ஞாபகம் வந்தது போல அவரும், “நானும் கேட்கணுமினு நெனச்சுட்டு இருந்தேன். கல்யாண வேலையெல்லாம் பாக்க ஆரம்பிச்சிட்டீங்களா இன்னமும் மூணு மாசம் இருக்குது. கண்ணத் தெறந்து கண்ண மூடுறதுங்குள்ள ஓடியேப் போயிரும்” என்று மறுபேச்சை வைத்தார்.

அதற்குப் பிறகு பேச்சு நகரவில்லை. அந்த இடம் அமைதியானது. வீட்டிற்குள்ளிருந்து தட்டை எடுப்பதும் பானையிலிருந்து நீரை முகர்கிற சத்தம் மெதுவாகக் கேட்டது. பொன்ராம் இதற்கு மேலும் அமைதியாக இருக்கக்கூடாது என்று தொண்டையைச் செருமிக்கொண்டார்.

“அண்ணே மூர்த்திய கோயமுத்தூரில ஏந்தம்பி பட்டறயில சேத்துவிடலாமுன்னு நெனைக்குறேன். அவனும் கோயமுத்தூருக்குப் போகணுமின்னு பிடிவாதமா இருக்கான். நீங்க சரின்னு சொன்னீங்கன்னா ராத்திரி பஸ்ஸில பெறப்புடுறோம்” என்றார்.

“அவன் போயிட்டா வட்டிக்குப் பணம் கட்டுறது யாரு. நீங்க தர்ற சம்பளத்த நம்பித்தானா பொன்னு கல்யாணத்துக்கு நாங்க வட்டிக்கு வாங்குனோம்” என்று பாக்கியம் சொன்னாள். ஆண்களுக்கு முன் வார்த்தையை முந்திக்கொண்டு சொல்லிவிட்டதற்காக அவள் வருத்தப்படவில்லை. அவள் ஆத்திரம் அவளுக்கு.

பொன்ராம், “கோயமுத்தூர் பட்டறையில சும்மாவா வேலை செய்யப்போறான். அங்கயும் சம்பளந்தான். சொல்லப்போனா நாந்தர்றத விட கூடுதலா தருவாங்க. வாரச்சம்பளம், தெனமும் பேட்டா காசு தருவாங்க. சாப்பாடு கொடுத்துருவாங்க. அங்க என்னா செலவிருக்கப்போகுது மதினி. காச சேத்துவெச்சு மொத்தமா கொண்டு வந்து தந்துருவான். சம்பாதிக்கிறதுக்கும் புதுசா வேலையப் பழகிக்கிறதுக்குந்தான் அங்க போறது. இந்த ஊர்ல இருந்தா நா பாக்குற வேலை மட்டுந்தான். இந்த வேலை போதும்னா இங்கே இருக்கட்டும். மேக்கொண்டு நாஞ்சொல்லுறதுக்கு ஒண்ணுமில்ல” என்று பேச்சை சுருக்கமாக முடித்துக்கொண்டார்.

சுருளியின் மனசுக்குள் முடிச்சு விழுந்தது. லெட்சுமியின் நிச்சயதார்த்தத்திற்கு முன்பு, தன்னிடம் மூர்த்தி கோயமுத்தூருக்குப் போக வேண்டாம், கெட்டுப்போய்விடுவான் என்று சொன்னவர் இப்போது ஊருக்குப் போகட்டும், அதுவும் நடுராத்திரி பஸ்சுக்குக் கிளம்புகிறோம் என்று இந்த நேரத்தில் சொல்வதற்கு என்ன காரணம், அவர்கள் இருவருக்கும் பட்டறையில் எதாவது பிரச்சினையா என்று யோசித்தார்.

“நீங்க என்ன நெனைக்கிறீங்கண்ணே” என்று அவரைப் பார்த்து பொன்ராம் கேட்கவும் சுருளி, “அவனா சொன்னான்னா, இல்ல நீங்க சொல்லுறீங்களா” என்று பட்டென்று கேட்டுவிட்டார். அதுதான் அவர் மனதிற்குள் ஓடிக்கொண்டிருந்தது. இப்படிக்

கேட்டதும் பொன்ராமுக்கு சுள்ளென்று கோபம் வந்தது.

“அவந்தான் போகணுமின்னு போகணுமின்னு சொல்லிட்டே இருக்குறது உங்களுக்குத் தெரியாதா. உங்க முன்னாடி கூட சொன்னது ஞாபகமிருக்கா. அவனுக்கு இங்க இருக்குறதுக்கு மனசில்லண்ணே. நான் அவ்வளவுதான் உங்களுக்குச் சொல்வேன்” என்றார்.

சுருளிக்கு முடிச்சு அவிழ்ந்துவிட்டது. அம்பிகாவுக்கு நிச்சயம் என்றதும் இங்கிருப்பதற்கு அவனுக்குப் பிடிக்கவில்லை. அவன் மனசு பிடிமானமற்றுப்போய்விட்டது என்று நினைத்தார்.

சுருளி ஆசாரி, “எல்லாத்துக்கு ஒரு நேரங்காலம் வரணுமில்ல” என்று பொதுவாகச் சொன்னார்.

பொன்ராம், “கோயமுத்தூருக்குப் போய் வேல செஞ்சு சம்பாதிக்கிறதுக்கு இப்ப நேரம் வந்துருக்குன்னு நெனச்சுக்குங்க” என்று சொன்னார்.

சுருளி பதில் பேசவில்லை. பாக்கியமும் அவருக்கு சாடை காட்டிவிட்டு உள்ளறைக்குச் சென்றாள். சுருளிக்கு இந்த விஷயத்தில் முடிவு நம் கையிலிருக்கிறது, என்ன பதில் சொல்வது என்று யோசித்தவர் எழுந்து வீட்டிற்குள் சென்றார். பொன்ராமுக்கு இப்படி நடக்கும் என்பது தெரியும். பாக்கியம் வீட்டிற்குள் சென்றதும் சுருளியும் சென்று தனியாகப் பேசிவிட்டு வருவார் என்று எதிர்பார்த்தார்.

சுந்தரமூர்த்தி தலைநிமிரவில்லை. அவனுக்குப் பயமாகவும் இருந்தது. அதேநேரம் இந்த வீட்டை விட்டு, ஊரைவிட்டுப் போனால் போதும் என்கிற தவிப்பு அவனது மனதில் செம்புக் கிண்ணத்தில் சளுப்பர்★ ஊற்றிக் கொதிக்க வைத்த உருப்படிகளைப் போலக் கொதித்தது. சுருளியாண்டவரை மனதிற்குள் வேலப்பா, பூதநாராயணா, என்னய இந்த ஊரவிட்டுக் கிளப்பு, இந்த வீட்டை விட்டுக் கிளப்பு என்று வேண்டிக்கொண்டான்.

வீட்டிற்குள்ளிருந்து பாக்கியமும் சுருளியும் குழப்பத்தோடு வந்து

★ சளுப்பர் - *Sulphur(S)*

நின்றனர். பாக்கியம் தைரியமாக, “வட்டிக்குப் பணம் கொடுக்க முடியாம போயிடுமுன்னு பயப்படுறோம் தம்பி” என்று தனிந்த குரலில் பேசினாள். அவள் பேசும் தினுசு மாறியிருந்ததை பொன்ராம் கவனித்தார். பிறகு அவள், “ஊருக்குப் போகட்டும். சம்பளத்த நீங்க ஏத்துக்கங்க. நீங்க அவன் சம்பளத்த வாங்கி வட்டிக்குக் கொடுத்துட்டு வாங்க. உங்களுக்கு புண்ணியமா போகும். இவரு கொண்டாந்து தர்றத வெச்சு கஞ்சி காச்சிக் குடிச்சுட்டு இருக்கோம்” என்று இக்கு வைத்தாள். பொன்ராம் இதை எதிர்பார்க்கவில்லை. கடன் வாங்கிக் கொடுத்தது தன் தலையில் விடிந்திருக்கிறது, இதிலிருந்து தப்பிக்கவேண்டுமென்று கோபமாக எழுந்தார்.

“பெத்த பிள்ளய நீங்க நம்பாம யாரும் நம்புவா. அவன் கூட யாரும் பேசலன்னாலும் பரவாயில்ல, அவன நம்பணுமில்ல. கொலைக் குத்தமா செஞ்சான். இல்லா இந்தத் தெருவு பொம்பளப்புள்ளங்க கையப்பிடிச்சு இழுத்தானா. சொல்லுங்க” என்று அரற்றிப் பேசினார். அவர் பேசியது தெருவரை சத்தமாகக் கேட்டது. பூட்டியிருந்த வீட்டின் கதவு திறந்தது. சில வீடுகளின் வாசல் விளக்கு எரிந்து அணைந்தது.

பொன்ராமுக்குக் கோபம் தீரவில்லை. “ஒரு வருஷமா பொம்பளைங்க மூணு பேரும் அவங்கூட பேசுறதில்ல. எதுக்குப் பேசமாட்டேங்கிறீங்க. நீங்க பேசமாட்டீங்க. ஆனா அவன் வேலை செஞ்சு கொண்டுட்டு வர்ற சம்பளப் பணம் மட்டும் வேணும் உங்களுக்கு” என்றார்.

பாக்கியம் கண்களைத் துடைத்துக் கொண்டு, “அவேன் வீணா கெட்டுப்போறாதப் பாத்துட்டு தவிக்கிறது எங்களுக்குத்தான் தெரியும்” என்றாள். பொன்ராம் அவள் முகத்தைப் பார்த்தார். கண்களிலிருந்து கண்ணீர் வரவில்லை. வெறுமனே துடைத்துக் கொண்டு பேசுகிறாள் என்பது அவருக்குப் புரிந்தது. இப்படியே பேசிக்கொண்டிருந்தால் விடிய விடிய பேசலாம். காரியம் ஆகாது என்பதைப் புரிந்துகொண்டவர், “நா வீட்டுக்குப் போகணும். எனக்குப் பசிக்குது. சட்புட்டுன்னு உங்க முடிவ சொல்லிட்டீங்கன்னா எனக்கு வசதிப்படும். எங்கூட அஞ்சு

வருஷம் தம்பி மாதிரி இருந்துட்டான். அவனுக்கு நல்லது செய்யணுமின்னு ஆசப்படுறேன். அப்படின்னாலும் சரித்தான் இப்படின்னாலும் சரித்தான். ஆனா போடியில இருந்து வேலை செய்யணுமின்னு நீங்க பிரியப்பட்டா நாஞ்சொல்லுறத கேளுங்க" என்று பேச்சை நிறுத்தினார். அவருக்கு மூச்சு வாங்கியது.

சுருளி ஆசாரி சொல்லுங்க என்பது போல அவருடைய முகத்தைப் பார்த்தார். பாக்கியம் சேலை முந்தியைச் சொருவிக்கொண்டு ஆவலாக நிமிர்ந்தாள். மூர்த்திக்கும் முதலாளி அடுத்து என்ன சொல்லப் போகிறார் என்கிற தவிப்பும் படபடப்பும் கூடியிருந்தது.

"அவனுக்கு வயசு இன்னும் இருக்கு" என்று சொல்லிவிட்டு சுருளியின் முகத்தையும் பாக்கியத்தின் முகத்தையும் பார்த்தார். மூர்த்திக்குப் புரிந்துவிட்டது. லஜ்ஜையாக இருந்தது. தன்னை முன்னால் வைத்து அம்பிகாவைப் பற்றிப் பேசப்போகிறார் என்பதை நினைத்ததும் அவனுக்கு உடம்பும் மனசும் பரபரத்தது. வெளியே சென்றுவிடலாமென்றால் முருகன் மாமாவும் அத்தையும் அவர்கள் வீட்டு வாசலில் அமர்ந்திருக்கிறார்கள். இப்போது என்ன செய்வது மேலும் தலையைக் குனிந்து கொண்டான்.

"இப்பத்தான் பொம்பளபுள்ள காரியத்த ஆரம்பிச்சிருக்கீங்க. இருபது வயசுல கல்யாணங்கிறது பொம்பளப்பிள்ளைக்கு வேணா சரியா இருக்கும் ஆம்பளப் பையனுக்குத் தோதுப்படுமான்னு தெரியல. நல்லா யோசிங்க. அவனுக்கு முருகன் வீட்டுப்பிள்ளைய பேசி முடிச்சி வைங்க" என்றதும் சுருளியும் பாக்கியமும் முகம் கருத்துப்போய் அவர்கள் இருவரையும் மாறி மாறிப் பார்த்தார்கள்.

பொன்ராம் பேசி முடித்துவிட்டு அங்கு நிற்கவில்லை. வாசலுக்கு வந்தார். செருப்பைத் தேடி காலில் நுழைத்தார். சுருளி ஆசாரி அவர் பின்னால் வந்தவர், "அதெல்லாம் நீங்க சொல்லுற மாதிரி நடக்காது பொன்னுராமு. நீங்க அவன கோயமுத்தூரில வேலைக்குச் சேத்து விடுங்க. கொஞ்ச நாளைக்கு எங்கள அவன்

பிரிஞ்சிருக்கட்டும். மருதமல முருகன் அவன காப்பாத்துவாரு" என்றவரின் கண்கள் கலங்கின.

"சரிடா நீ கிளம்புறதுக்கு வழியப் பாரு. ராத்திரி பன்னென்டு மணிக்கு பஸ்சு. அதுக்கு முன்னாடி நா இங்க வர்றேன். பத்து நாளைக்கு வேணுங்கிற வேட்டி, சட்டை, பனியன், ஜட்டி எல்லாத்தையும் எடுத்து வெச்சுட்டு ரெடியா இரு" என்று சொன்னவர் அங்கிருந்தவர்களின் பதிலை எதிர்பார்க்காமல் சைக்கிளை ஓட்டிக்கொண்டு சென்றார்.

மூர்த்தியிடம் பட்டறையில் வேலை செய்யும் போது "போடா மிஷினுக்குப் போயிட்டு அப்படியே வர்றப்பா மெருகுக்கடையில உருப்படிகள வாங்கிட்டு வாடா" என்று சொல்வது போலிருந்தது அவனுக்கு. அவனால் நம்பவும் முடியவில்லை. நம்பாமல் இருக்கவும் முடியவில்லை. அதே நேரம் வீட்டிற்குள் நுழைவதற்கு நடுக்கமாக இருந்தது. அம்பிகாவுக்கும் தனக்கும் திருமணம் என்று பேசியதிலிருந்து உடம்பு நடுங்கியது. சுருளி ஆசாரி எதுவும் பேசவில்லை. இரட்டை கதவின் ஒரு கதவை மடக்கித் தாழ்ப்பாள் போட்டுவிட்டு வீட்டு வாசலில் அமர்ந்து கொண்டார்.

மூர்த்தி குளிப்பறைக்குச் சென்று முகங்கழுவி வந்தான். அவன் வரும்போது வழக்கமாக அமர்ந்து சாப்பிடும் இடத்தில் தட்டில் சோறு வைத்து அதன் மேல் ரசம் ஊற்றி வைக்கப்பட்டிருந்தது. யார் வைத்தார்கள் என்று தெரியவில்லை. தனியாகக் கிண்ணத்தில் துவையலும் இருந்தது. லெட்சுமி சோறு வைத்தாள், சோற்றுக்கு மேல் துவையலை வைத்திருப்பாள். சுந்தரியும் சில நேரங்களில் தனியாக கிண்ணத்தில் வைப்பாள். அவசரத்தில் சோற்றின் மேலும் வைத்துவிடுவாள் என்று நினைத்துக் கொண்டான் மூர்த்தி. நல்லவேளையாக குடிப்பதற்குத் தண்ணீர் இருந்தது. தட்டின் முன்னால் அமர்ந்து சாப்பிட்டான்.

பாக்கியம் எதுவும் பேசாமலிருந்தது அவனுக்கு சங்கடமாக இருந்தது. நிமிர்ந்து பார்க்காமல் சாப்பிட்டு முடித்தான். சோறு போதுமா, சோறு வேணுமா ரசம் வேணுமா என்று பாக்கியம் கேட்கவில்லை. மூர்த்தி மறுசோறு சாப்பிடாமல்

எழுந்தான். வயிறு நிறையத் தண்ணீர் குடித்தான். தட்டை எடுத்து குளிப்பறைக்கு முன்னால் பாத்திரம் துலக்கும் இடத்தில் வைத்துவிட்டு கைகழுவிக்கொண்டான். கைலி வேட்டியில் கைகளைத் துடைத்துக்கொண்டு வாசக்கு வந்து நின்றான். நாளை இந்நேரம் கோயமுத்தூரில் இருப்போம். அந்த ஊரில் என்ன சாப்பிடுவோம், யார் கையால் சாப்பிடுவோம் என்று நினைத்துப் பார்த்தான். அவனுக்கு திகிலாக இருந்தது. இந்த ஊரிலேயே இருந்துவிடலாமா. வீட்டிலுள்ளவர்கள் யாரும் பேசவில்லையென்றாலும் பரவாயில்லை. இதே மாதிரி சாப்பிட்டு விட்டு வாரந்தோறும் பொன்னு தியேட்டருக்கும் மீனாட்சி தியேட்டருக்கும் சென்டரல் தியேட்டருக்குப் போய் படம் பார்த்துவிட்டு வரலாம் என்று நினைத்தான். ஆனால் கோயமுத்தூருக்குப் போவோம். முதலில் சம்பாதிக்க வேண்டும். சம்பாத்தியம் முக்கியம் என்று வைராக்கியமாக இருந்தான்.

மூர்த்தி வாசலுக்கு வந்து நின்றான். அவனைப் பார்த்த சுருளி வீட்டிற்குள் சென்றார். இரண்டு மூன்று நிமிடங்கள் கழித்து வெளியே வந்தவரின் கையில் பிளாஸ்டிக் பேக் இருந்தது. இன்னொரு கையில் பெரிய நீளமான மஞ்சள் பையையும் அவர் வைத்திருந்தார். அதில் நடராஜ் ஜவுளி ஸ்டோரின் பெயர் அச்சாகியிருந்தது. சுருளி அவனது முகத்தைப் பார்க்காமல், “இந்தப் பை போதுமா” என்று கேட்டார்.

மூர்த்தி பதில் எதுவும் பேசாமல் பைகளை வாங்கிக்கொண்டான். அவனது கைகள் நடுக்கமெடுக்கத் தொடங்கின. எதையோ இழந்துவிட்டுச் செல்லப்போகிறோம் என்கிற பதற்றம் அவனை குழப்பமடையச் செய்தன. அவனும் சுருளியின் முகத்தைப் பார்க்கவில்லை. பைகளை இரண்டு கைகளில் வைத்துக் கொண்டு என்ன செய்வது என்று தெரியாமல் முன்னறையில் நின்றான்.

சுருளி ஆசாரி, “உனக்கு வேணுங்கற துணிகள எடுத்து வெச்சுக்க” என்று சொன்னார்.

சுந்தரமூர்த்தி உள்ளறைக்குச் சென்றான். சமையலறைக்குள்

அம்மாவும் அக்காவும் தங்கையும் வட்டமாக அமர்ந்து சாப்பிட்டுக் கொண்டிருந்ததைப் பார்த்தான். இதுபோல் அவர்களுடன் அமர்ந்து சாப்பிட்டு எத்தனை நாட்கள் இருக்கும் என்று நினைத்துப் பார்த்தான். ஒருவருஷம் இருக்கும் என்று தோன்றியது. சர்க்கரையை சோடா பாட்டிலால் குத்துவதற்கு முன் இதே மாதிரி ஒரு தடவை புரோட்டா வாங்கிக் கொண்டு வந்து கொடுத்து, அவர்கள் மூவருடன் வட்டமாக அமர்ந்து சாப்பிட்டதை நினைத்துப் பார்த்துக் கொண்டான். சுந்தரிக்குப் புரோட்டாவுக்கு வீட்டில் வைத்த கறிக்குழம்பும் பிடிக்கும். இப்போது தன்னிடம் புரோட்டா வேண்டுமென்று கேட்காமல் அப்பாவிடம் கேட்டு வாங்கி சாப்பிடுகிறாள் என்பதை நினைத்த போது அவனுக்கு வேதனையாக இருந்தது.

அலமாரியைத் திறந்து சட்டை கைலி வேட்டி துண்டு பனியன் ஜட்டி கர்சீப் ஆகியவற்றை எடுத்து மடிப்பு மடங்காமல் பிளாஸ்டிக் பேக்கினுள் வைத்துக்கொண்டான்.

“சோப்பும் எண்ணெய்யும் புதுசா கொண்டு போ. பழசெல்லாம் எடுத்துட்டுப் போகாத” என்று சுருளி, அவனுக்கு யோசனை சொன்னார். தன்னிடமிருந்த பேட்டா பணத்தில் எதாவது ஒன்றுதான் வாங்க முடியும் என்று நினைத்தவன் வாசலுக்குச் சென்று முதல் தெருவிலிருக்கும் பலசரக்குக்கடை திறந்திருக்கிறதா என்று பார்த்தான். விளக்கு எரிந்தது. செருப்பைப் போட்டுக் கொண்டு வேகமாகச் சென்றான். சோப்பு வாங்கிக்கொண்டு வந்தான்.

துணிப் பையில் சிறிது பொருட்களும் பிளாஸ்டிக் பேக்கில் துணிகளை வைத்தவுடன் அவை உப்பலாகி பெரியதாகத் தெரிந்தன. தூக்கிப் பார்த்துக் கொண்டான். துணிகளை அடுக்கி வைப்பதில் கவனமாக இருந்ததால் வேறு சிந்தனை எதுவுமில்லாதிருந்தான். பைகள் நிறைந்தவுடன் மனதில் திரும்பவும் பழைய எண்ணங்கள் நிறைந்தன. தராசு முட்கள் வலதும் இடதுமாக ஆடுகிறது. அந்தரத்தில் தட்டு நிற்காமல் தத்தளிக்கிறது. நூல் தராசு காற்றில் ஆடுகிறது. ஸ்டாண்டு தராசு படிக்கற்கள் பக்கமாக சாய்ந்திருக்க, மற்றொரு தட்டு

அந்தரத்தில் நிற்கிறதுபோல் அவனது மனதில் ஓடியது.

பெண்கள் மூவரும் சாப்பிட்டு முடித்துத் தட்டை கழுவுகிற சத்தம் கேட்டது. யாராவது ஒருவர் தன்னிடம் வந்து கோயமுத்தூருக்கு வேலைக்கா போற மூர்த்தி. ஏன்டா போற, போகாதடா இங்கேயே இருடா என்று சொல்லமாட்டார்களா என ஏக்கமாக அவர்களைப் பார்த்தான். அவர்கள் மூர்த்தியை ஏறிட்டுப் பார்க்கவில்லை. பாத்திரம் துலக்குவதிலும் சினிமா கதைகள் பேசுவதிலும் புடவை தாவணியின் மாடல்களைப் பற்றியும் பேசிக்கொண்டிருந்தனர்.

சுருளி ஆசாரி வாசற்கதவை மூடிவிட்டு முன்னறைக்கு வந்தார். பாய் விரித்துக் கையைத் தலைக்கு வைத்துப் படுத்தவர் அவனிடம், "பொன்ராமு கதவ தட்டுறப்ப என்னய எழுப்புடா நானும் பஸ் ஸ்டாண்டுக்கு வர்றேன்" என்று சொன்னார்.

அவன் பதில் பேசவில்லை. அவன் அமைதியாக இருந்ததும் திரும்பிப் பார்த்தார். அப்பா தன்னைப் பார்ப்பது தெரியாமல் அவன் தலைகவிழ்ந்து அமர்ந்திருந்தான். சுருளி, "இன்னமும் எவ்வளவு நேரம் இப்படியே ஒக்காந்துட்டு இருப்பே. அவரு வர்ற வரைக்கும் கொஞ்ச நேரம் படு. அவரு வந்தா, கதவ தட்டுற சத்தம் கேக்கும்டா" என்றார். மூர்த்தி சுருட்டி வைத்திருந்த பாயை விரித்துப் போட்டான். இரண்டு கரப்பான் பூச்சிகள் அதிலிருந்து ஓடின. மற்ற நாட்களென்றால் வீடு கூட்டும் விளக்குமாறை எடுத்து அடித்துக் கொன்று வெளியே சாக்கடையில் தள்ளுவான். ஊருக்குப் போகிற நேரத்தில் எதற்கு வீண் வேலை என்று விட்டுவிட்டான். விளக்கை அணைத்துவிட்டுப் படுத்துக்கொண்டான்.

சுந்தரமூர்த்திக்குத் தூக்கம் வரவில்லை. கண்களை இறுக்கமாக மூடியிருந்தான். கைகளை மடக்கி நெஞ்சின் மேல் வைத்திருந்தான். அமைதி. அமைதி. அமைதி என்று மூன்று தடவை அவனுக்கு அவனே மனதிற்குள் சொல்லிக் கொண்டான். முதலாளி வந்துருவாரு அமைதியாயிரு மூர்த்தி என்று அவனாகப் பேசினான். நெஞ்சு துடிப்பு கேட்டது. கடிகாரத்தின் சத்தத்தைப் போல நெஞ்சு துடிப்பதை முதன்

முதலாகக் கேட்டான். அவனுக்குப் பயமாக இருந்தது. கதவு தட்டும் சத்தம் கேட்கிறதா, கதவு பக்கம் காதைத் திருப்பிக் கேட்டுக்கொண்டான். எந்தச் சத்தமும் இல்லை. புரண்டு படுத்துக் கொண்டான். கண்களைத் திறந்து இருட்டைப் பார்த்தான். கடிகாரத்தில் மணியைப் பார்த்தான். சத்தம் கேட்டது. முட்கள் தெரியவில்லை. திரும்பவும் புரண்டு படுத்தான். சுவரின் பக்கம் முகத்தை வைத்துக் கொண்டான். சுவரில் சுண்டு விரலால், நான் ஊருக்குப் போகிறேன் அம்பிகா. நீயும் உன் தங்கையும் அம்மாவும் சந்தோசமாக இரு. என்னய நீ மறந்துவிடு. தேவாரத்தில் போய் சினிமா தியேட்டரில் படம் பார்க்கும் போது என்னய நினைக்க வேண்டாம் என்று எழுதினான். எழுதும் போது அழுகை எதுவும் வரவில்லை. எழுதுவதை யார் பார்க்கப் போகிறார்கள் என்கிற தைரியத்தில் இன்னமும் என்னென்னமோ எழுதினான்.

கதவு தட்டும் சத்தம் பலமாகக் கேட்டது. சுந்தரமூர்த்திக்கு முன்பு சுருளி ஆசாரி எழுந்து கொண்டார். முன்னறையின் விளக்கின் சுவிட்சையும் வாசல் விளக்கின் சுவிட்சையும் போட்டுவிட்டு வேகமாக கதவைத் திறந்தார். பொன்ராம் நின்றிருந்தார். “என்னாண்ணே தூங்கிட்டானா” என்று கேட்டார்.

சுருளி திரும்பிப் பார்த்தார். மூர்த்தி நின்றிருந்தான். மூர்த்தியைப் பார்த்ததும் பொன்ராம், “போவோம்மா. கிளம்பு” என்றார். வெளிச்சமும் பேச்சு சத்தமும் கேட்டு பாக்கியம் எழுந்து வந்தாள். ஆனால் ஒன்றும் பேசவில்லை. சுந்தரமூர்த்தி குளியலறைக்குச் சென்று முகங்கழுவினான். துண்டால் முகத்தைத் துடைத்துக் கொண்டு, தலை சீவி பவுடர் அடித்துக் கொண்டான். சுருளி ஆசாரி, விபூதியை எடுத்து வந்து தன் மகனுக்குப் பூசிவிட்டார்.

பொன்ராம், “சரி கிளம்பு நேரமாச்சு. பஸ்சு போயிரும். அப்புறம் தேனிக்குப் போய் காத்துட்டு நிக்கணும்” என்றார்.

சுந்தரமூர்த்தி உள்ளறைக்குச் சென்றான். ராத்திரி விளக்கு நீல நிறத்தில் எரிந்துகொண்டிருந்தது. அதன் வெளிச்சத்தில் அவர்கள் புரண்டு படுப்பது தெரிந்தது. “அக்கா நா ஊருக்குப் போயிட்டு வர்றேன்” என்று சொன்னான். “சுந்தரி நா ஊருக்குப்

போயிட்டு வர்றேன்" என்று சொன்னான். அக்காவும் தங்கையும் எதுவும் பேசவில்லை. எட்டிப் பார்த்தான். அவர்கள் போர்வை தலைக்கு மேல் போர்த்திக் கொண்டார்கள். மூர்த்தி வாசலுக்கு வந்தான். அவனது துணிகள் இருந்த பைகளைச் சுருளி வைத்திருந்தார். அவரிடமிருந்து வாங்கிக் கொண்டான். பொன்ராம் முன்னால் நடக்க அவருக்குப் பின்னால் சுருளி ஆசாரி நடந்தார். "கதவ பூட்டிக்க. நா இவங்கள பஸ்சேத்தி விட்டுட்டு வந்துர்றேன்" என்றார். பொன்ராம் அதற்குள் தெரு முக்கைத் தாண்டியிருந்தார்.

சுந்தரம் வாசலிலிருந்து படியிறங்கி திரும்பிப் பார்த்து, "அம்மா நா ஊருக்குப் போயிட்டு வர்றேன்" என்றான். பாக்கியம் ஒன்றும் பேசவில்லை. இரட்டை கதவில் ஒன்றை மடக்கி சாத்தினாள். பாதிவெளிச்சத்தில் அம்மாவின் முகத்தைப் பார்த்தான் மூர்த்தி. இன்னும் சிறிது நேரம் அம்மாவின் முகத்தைப் பார்க்க வேண்டுமென்கிற ஆசை அவனுக்கு இருந்தது. "காலையில அக்காக்கிட்டயும் சுந்தரிக்கிட்டயும் சொல்லிரு, நா ஊருக்குப் போயிட்டேன்னு" என்றான். அப்போதும் பாக்கியம் எதுவும் பேசவில்லை. ஒரு கையைச் சாத்தியிருந்த கதவில் வைத்திருந்தவள், மற்றொரு கையைத் திறந்திருந்த கதவின் மேல் வைத்து சாத்துவதற்கு ரெடியாக இருந்தாள். மூர்த்தி வாடா நேரமாச்சு என்று பொன்ராம் சத்தம் கேட்டதும் பாக்கியத்தின் முகத்தைப் பார்த்துவிட்டு தெருவுக்கு வந்தான். வேகமாக நடந்தான். நடந்தவன் திரும்பி முருகன் மாமாவின் வீட்டைப் பார்த்துக் கொண்டான். கதவு திறந்திருந்தது. முருகன் மாமா நின்றிருந்தது தெரிந்தது.

"மாமா நா கோயமுத்தூருக்கு வேலைக்குப் போறேன். நா ஊருக்குப் போயிட்டு வர்றேன் மாமா" என்று சொல்லிவிட்டு வேகமாக நடந்தான்.

சுந்தரமூர்த்தி வேகமாக நடந்தான் என்பதை விட ஓடினான் என்று சொல்ல வேண்டும். அவர்களுக்குப் பின்னால் சென்ற பிறகுதான் அவனது வேகம் தணிந்தது. மூச்சுவாங்கியபடி நடந்தான்.

பஸ் ஸ்டாண்டுக்குள் அவர்கள் மூவரும் நுழைந்த போது பால்பண்ணையின் முன்பாக கேன்களை இறக்கி வைத்துக் கொண்டிருந்தார்கள். பங்கஜ பவான் ஹோட்டலில் மிஞ்சிய சாம்பாரை சாக்கடையில் கொட்டியிருந்தது தெரிந்தது. மெயின் ரோட்டிலிருந்த வாசலை அடைத்துவிட்டு, பஸ் ஸ்டாண்டுக்குள்ளிருந்த வாசலைத் திறந்து வைத்து மேஜைகளைத் துடைத்துக்கொண்டிருந்தார்கள். ஹோட்டலுக்குப் பாத்திரங்களைத் துலக்கும் சத்தம் பலமாகக் கேட்டது. இரண்டு பேருந்து நின்றிருந்தது. விளக்கு எரியவில்லை. அந்த இடத்தில் நின்றிருந்தவர்களிடம் பொன்ராம் கோயமுத்தூருக்குப் போற பஸ்சு வந்துருச்சா என்று கேட்டார். அவர்கள் அந்த பஸ்சுக்காகத் தான் காத்துக்கொண்டிருப்பதாகச் சொன்னார்கள்.

"நல்ல இடமா நல்ல மனுஷ மக்களா பாத்துச் சேத்துவிடுங்க பொன்னுராம்."

"சரிண்ணே. ஏந்தம்பி அங்கதானா இருக்கான். முதல்ல அவங்கிட்ட சேத்துவிடுறேன். ஊரப்பழகட்டும். தோது பாத்து வேற பட்டறை மாத்திவிடச் சொல்லுறேன். சம்பளத்த பேசி மாசம் மாசம் கரெக்ட்டா வர்ற மாதிரி ஏற்பாடு செஞ்சுர்றேன்" என்றார்.

"நல்ல கருத்தா வேலய பழகுடா மூர்த்தி. ரெஸ்ட் கெடைக்குறப்ப மருதமலைக்கு யாராச்சு துணைக்கு வந்தாப் போயிட்டு வா" என்றார். மூர்த்தி தலை குனிந்து நின்றான்.

சுருளி ஆசாரி, "பிள்ளய அடிக்காம பாத்துக்கச் சொல்லுங்க பொன்னுராமு" என்று பொன்ராமின் கையைப் பிடித்துக் கொண்டு அழுதார். நடுராத்திரியில் பெரிய மனுஷன் பஸ் ஸ்டாண்டில் நின்று அழுவதை அங்கிருந்தவர்கள் வேடிக்கை பார்த்தார்கள். பொன்ராமுக்கு மனசு கேட்கவில்லை. அவரது முதுகைத் தட்டிக் கொடுத்துத் தனியாக அழைத்துச் சென்றார்.

"அழாதிங்கண்ணே. தொழில பழகத்தானே போறான். மாசத்துக்கு ஒரு தடவ ஊருக்கு அனுப்பச் சொல்லுறேண்ணே. நீங்க கவலப்படாதீங்க." என்றார்.

சுருளிக்கு மனசு கேட்கவில்லை. குலுங்கிக் குலுங்கி அழுதார். பிறகு தலையை நிமிர்த்தி கண்களைத் துடைத்துக் கொண்டார். “நானும் எவ்வளவோ பேசிப்பாத்துட்டேன் பொன்னுராமு. முருகன் ஒத்து வந்தாலும் வருவாரு அந்தப்புள்ளயும் அம்பிகாவும் ஒத்து வர்றமாதிரி தெரியல. தச்சு வேலை செய்யுற மாப்பிள்ளைக்குத்தான் பொன்னுகொடுப்பேன்னு ஒத்தக்கால்ல முருகன் சம்சாரம் நிக்குது. தங்கப்பொன் வேலை செய்யுறவங்க எல்லாம் பிராந்தி குடிக்கிறதும் புரோட்டா திங்குறதுமா இருக்காங்களாம். அதுக்கு பயந்துட்டுத்தான் நானும் ஏம்மகள தங்கம் பொன்னு வேலை செய்யுறவங்களுக்குத் தரமா, தச்சுவேலைக்காரருக்குத் தந்திருக்கேன். அவங்க மட்டும் எதுக்குத் தரணுமின்னு கேக்குறாங்க. நா காலுக்கு விழாத குறை மட்டுந்தான். கடைசியில எம்மகனுக்காக அதையும் செஞ்சுட்டேன். முருகன் கால்ல விழுந்து கேட்டும் பாத்துட்டேன்” என்று திரும்பவும் குலுங்கினார். இருட்டில் நின்று அவர் அழுவதை அனைவரும் பார்க்க வேண்டுமென்பதற்காக, கோயமுத்தூருக்குப் போகிற பேருந்து பஸ் ஸ்டாண்டுக்குள் வேகமாக நுழைந்து ஹெட்லைட் வெளிச்சத்தை அவரது முகத்தில் விழச்செய்தது. அங்கு நின்றிருந்தவர்களின் கண்கள் கூசின.

40

சர்க்கரையின் முன் நெற்றிப்பொட்டில், கம்பி மோதியதும் உலுக்கி விழுந்து கண் முழித்தான். தூக்கம் கலைந்ததும் பேருந்தைப் பார்த்தான். பேருந்தின் முன் கண்ணாடியில் மலையும் திராட்சைத் தோட்டங்களும் மங்கலாகத் தெரிந்தன. சர்க்கரை குளிருக்காக ஜன்னலின் கண்ணாடியை அடைத்து வைத்திருந்தான். அடுக்கடுக்காக பிளாஸ்டிக்கால் செய்யப்பட்ட ஷட்டர் அது. மெதுவாக ஒரு அடுக்கை மற்றொரு அடுக்குடன்

இணைத்து மேலே தூக்கினான். குளிர்ந்த காற்று அவனது முகத்தைத் தொட்டு பேருந்துக்குள் புகுந்தது. கூடவே திராட்சைகளின் புளித்த வாடையும் புளியந்தோப்பிலிருந்து கடந்து வந்த காற்றின் புளிப்பு வாசமும் பேருந்தில் நிறைந்தது.

ஜன்னலை முழுமையாகத் திறந்து பட்டையான அதன் கிளிப்புகளை இரண்டு பக்கமும் மாட்டிவிட்டான். சுருளி மலை சாம்பல் நிறத்தில் தெரிந்தது. மெதுவாக விடியத் தொடங்கியிருந்தது. மலைகளுக்கு நடுவே சூரியன் மஞ்சளும் சிவப்பும் கலந்த நிறத்தில் தலைதட்டி நின்றிருந்ததைப் பார்த்தான். பேருந்திற்குள் அமர்ந்திருந்த வயதான கிழவனும் கிழவியும் திடீரென எழுந்து நின்று 'பகவான் பகவான்' என்று கன்னத்தில் போட்டுக் கொண்டனர். அவர்கள் பேருந்தின் ஆட்டத்தில் தடுமாறிக் கீழே விழுந்துவிடாமலிருக்க ஒருவரையொருவர் பிடித்து நின்றிருந்ததை சர்க்கரை பார்த்தான். அவர், தலையில் தலைப்பாகை கட்டியிருந்தார். வெள்ளை நிறத்திலான ஜிப்பா முழங்காலுக்கும் கீழே தனித்திருந்தது. பேருந்தின் சீட்டில் கிழவியின் அருகில் அமர்ந்து கொண்டவர், அதிசயமாக கண்கள் விரிய சூரியனைப் பார்த்தார். அவர்கள் பேசிக்கொள்வது சர்க்கரைக்குப் புரியவில்லை. அவர்கள் வடநாட்டுக்காரர்கள்.

சினிமா திரையில் தெரிவதுபோல பேருந்தின் முன் கண்ணாடி முழுக்க மலையும் அதன் உச்சியின் மேல் சூரியனும் தெரிந்தது. பேருந்து, வளைவில் திரும்பி தனிவான சாலையில் இறங்கி திரும்பவும் மேடேறியது. பாதையின் இரண்டு பக்கமும் புளியந்தோப்பும் அதற்கு மேற்காக வயல்களும் தெரிந்தன. மலை இப்போது தெளியத் தொடங்கியது. விளிம்புகளில் வெளிச்சம் விழுந்து மினுமினுவென அதன் கூர்மை தெரிந்தது. பேருந்தில் அமர்ந்திருந்தவர்கள் தங்களது ஜன்னலைத் திறக்கத் தொடங்கினார்கள். உறக்கத்திலிருந்து விழித்துக்கொண்ட குழந்தைகள் அழுவதும் சினுங்குவதுமாகப் பேருந்து வேறொரு வடிவத்திற்கு மாறியது.

போடியிலிருந்து நேராக சுருளிக்குப் பஸ் இருந்தது நல்லதாகப் போயிற்று. ரைஸ்மில்லிலிருந்து டீ வாங்க போகும்போது ஒரு

அழுத்து பஸ்ஸ்டாண்டு பக்கமாக சைக்கிளை அழுத்திச் சென்று எத்தனை மணிக்கு பஸ் என்று விசாரித்தான். விடியற்காலை மூன்று மணிக்கு பஸ் இருக்கிறது என்று அங்கிருந்த டைம்கீப்பர் சொன்னார். அதற்குப் பிறகு பஸ் இல்லை. கம்பத்திற்குப் போய் வேறொரு பஸ் மாறிப் போக வேண்டும். விடிவதற்கு முன் சுருளிக்குச் சென்றால் கனகுவின் வீட்டார்களைக் கண்டுப்பிடித்துவிடலாமென மூன்று மணி பஸ்ஸைப் பிடித்துவிட்டான்.

ரைஸ்மில்லிலிருந்து இரவு வீட்டுக்கு வந்ததும் சாப்பிட்டு, "தெரிஞ்சவங்க விசேஷத்துக்குப் போறேன்" என்று அவனது அம்மாவிடம் பொய் சொல்லிவிட்டுக் கிளம்பினான். மீனாட்சி தியேட்டரில் செகண்டு ஷோ படம் பார்த்தான். ஏற்கனவே பார்த்த படம். தியேட்டரில் உட்கார இடம் கிடைக்கவில்லை. கூட்டமாக இருந்தது. பெஞ்சின் நடுவில் ஆட்களுடன் உட்கார்ந்துகொண்டு படம் பார்த்தான். படம் முடிந்ததும் வெளியே வந்தான். பஸ் ஸ்டாண்டுக்குள் சென்று பங்கஜபவான் ஹோட்டலின் இடதுபுறத்தில் வரிசையாக நிறுத்தி வைத்திருந்த தள்ளுவண்டி ஒன்றில் அமர்ந்துகொண்டான். இரண்டு மணிக்கு மூணாறுக்குப் போகும் பஸ் வந்து ஆட்களை ஏற்றிக் கொண்டு சென்றது.

பேருந்து நிலையத்தில் கூட்டம் குறைந்தது. சைக்கிளில் வந்த போலீஸ்காரர்கள் தள்ளுவண்டியில் அமர்ந்திருந்தவனை விசாரித்தார்கள். "ரைஸ்மில்லு தாளைமுத்துவோட மகன் ஸார் நானு. காலயில மொத வண்டியில சுருளிக்குப் போறேன் அதுக்காகத்தான் ஒக்காந்திருக்கேன்" என்று சொன்னான். போலீஸ்காரர்கள் அவனை மேலும் கீழும் பார்த்துவிட்டுக் கடந்து சென்றுவிட்டார்கள். பேருந்து வரும் வரை தூங்கவில்லை. அந்த இடத்தைவிட்டு எழுந்திருக்கவுமில்லை. பேருந்தில் ஏறி உட்கார்ந்தவுடன் தூங்கிவிட்டான். தூக்கத்தில் சாய்ந்தவனின் தலையில் பேருந்துக்குள்ளிருந்த போஸ்ட் கம்பி மோதிய பிறகுதான் விழித்தான்.

சர்க்கரையின் உடம்பு முழுக்க ஜில்லென்றிருந்தது. கைகளைத்

தொட்டுப் பார்த்துக் கொண்டான். கழுத்தை, கன்னத்தை, முகத்தைத் தொட்டுக் கொண்டான். இவ்வளவு ஜில்லிப்பாக எப்போதும் தனக்கு இருந்ததில்லையென உள்ளங்கைகளைப் பரபரவெனத் தேய்த்து, கன்னத்தில் வைத்தான். கைகள் சூடாகவில்லை. ஆனால் பரபரவென தேய்த்துக் கொண்டது நன்றாக இருந்தது. ஜன்னலின் வழியாகப் பார்த்தான். வயல் வரப்பின் மேல் பெண்கள் நடந்து வருவது தெரிந்தது. அடிவாரத்துப் பக்கமாக மேய்ச்சலுக்குச் செல்லும் ஆடுகளும் அதனை ஓட்டிச்செல்லும் வயதானவர்களும் அவர்கள் தோள்பட்டையில் குறுக்காக வைத்திருக்கும் தொரட்டியும் கம்பும் இருட்டும் வெளிச்சமுமாகத் தெரிந்தது.

சர்க்கரை இதற்கு முன்பாக சுருளிக்கு ஒருமுறை வந்திருக்கிறான். பள்ளிக்கூடத்தில் படிக்கும் போது இங்கு வந்திருக்கிறோமா என்று யோசித்துப் பார்த்தான். ஞாபகத்திற்கு வரவில்லை. தாளைமுத்துவும் கருப்பாயீயும் சொந்தக்காரர்கள் பிள்ளைகளுக்கு மொட்டை எடுத்து காது குத்தும் விசேஷத்திற்குத் தன்னை அழைத்து வந்ததை நினைத்துக் கொண்டான். அதற்குப் பிறகு இங்கு வரவில்லை. பேருந்தை விட்டு இறங்கியதும் என்ன செய்யவேண்டும், எங்கு போக வேண்டும் என்று தெரியவில்லை. கனகு வீட்டார்களை எந்த இடத்தில் பார்க்க வேண்டுமென்றும் தெரியவில்லை. ஆனால் அவர்களைச் சந்தித்தே ஆக வேண்டும் என்கிற வைராக்கியத்தில் வந்திருந்தான் சர்க்கரை.

பொன்ராம் ஹோட்டலுக்கு முன்பாக சர்க்கரையை நிறுத்தி விஷயத்தைச் சொன்னபோது அவரிடம் அப்போதே மேற்கொண்டு விசயங்களைக் கேட்டுத் தெரிந்துகொள்ள வேண்டுமென்கிற ஆவல் அவனுக்கு வந்தது. ஆனால் அருகில் மூர்த்தி நின்றிருந்ததைப் பார்த்ததும் பேசுவதைக் குறைத்துக் கொண்டான். மறுநாள் காலையில் டீ வாங்குவதற்காகச் சென்ற போது பட்டறை வீதிப் பக்கமாகச் சென்றான். நல்லவேளையாக பட்டறையில் மூர்த்தி இல்லை. பொன்ராம் மட்டுந்தான் இருந்தார். சைக்கிளை நிறுத்திவிட்டு பட்டறைக்குள் சென்று அவரிடம் சுருளிக்குப் போவதைப் பற்றி விசாரித்தான்.

“நீ வேறெதுக்கோ கேக்குறேன்னு நெனச்சேன். உனக்கெதுக்கு இந்த வேல. அவங்களே அதெல்லாம் மறந்திருப்பாங்க. நீ பிள்ளைகள பாக்கணுமுன்னா நேரா திம்மநாயக்கன்பட்டிக்குப் போக வேண்டியதுதானே. சுருளிக்கு எதுக்குப் போற” என்று அவனுக்குப் புத்திமதி சொன்னார். சர்க்கரை பிடிவாதமாக இருந்தான். சுருளிக்குப் போய் கனகுவின் பிள்ளைகளைப் பார்க்க வேண்டும். கனகுவின் மனைவியைப் பார்க்கவேண்டுமென்று சொன்னான். ஏன் பார்க்கப் போகிறேன், எதற்காகப் பார்க்கப் போகிறேன் என்கிற காரணத்தைச் சொல்ல முடியவில்லை. உண்மையில் அவனுக்குத் தெரியவில்லை. ஆனால் பார்க்க வேண்டுமென்று பிடிவாதமாக இருந்தான்.

“சரி சுருளிதீர்த்தம் பஸ் ஸ்டாண்டில இறங்கி மொதல்ல சாமியாருங்க இருக்கிற இடத்தில தேடிப் பாரு. கனகு வீட்டில இருக்கிறவங்கள யாராச்சும் உனக்கும் அடையாளம் தெரியுமா?”

“கனகு பிள்ளைக மூணு பேரையும் எனக்கு அடையாளம் தெரியும். அவரோட பொண்டாட்டிய பாத்துருக்கேன்” என்று சொன்னான்.

“சரி. போயிட்டு வந்து எங்கிட்ட நடந்த விஷயத்தச் சொல்லு” என்றார் பொன்ராம். அவனும் சரி என்று சொல்லிவிட்டு டீக்கடையிலிருந்து மூர்த்தி வருவதற்குள் சைக்கிளை எடுத்துக் கொண்டு வந்தான்.

பேருந்து ஆலமரத்து ஸ்டாப்பில் வட்டமடித்துத் திரும்பி நின்றது. பேருந்து நிற்பதற்குள் அமர்ந்திருந்தவர்கள் எழுந்து நின்றனர். சர்க்கரையும் எழுந்து நின்றான். வடநாட்டுப் பெரியவர்கள் தங்களது கால்களுக்கிடையே வைத்திருந்த மூட்டைகளை எடுத்து மடியில் வைத்துக் கொண்டனர். மூட்டைகளைத் தவிர வேறெந்தப் பொருட்களும் இல்லாதது சர்க்கரைக்கு ஆச்சரியமாக இருந்தது. முன்பக்கமும் பின் பக்கமும் ஆட்கள் இறங்குவதற்குத் தயாராக நின்றனர். அழுது கொண்டிருந்த குழந்தையின் தலையில் நிறையப் பூக்கள் இருந்தன. அக்குழந்தை தலையைத் தொட்டுப் பார்த்துக்கொண்டது.

மற்றொரு குழந்தையின் மூக்கிலிருந்து சளியும் நீரும் ஒழுகிக் கொண்டிருந்ததைத் துடைத்ததும் வீரிட்டு அழத் தொடங்கியது.

சர்க்கரையின் பின்னால் பெரியவர்கள் நின்றிருந்தனர். அவர்களிடமிருந்து அழுக்குத்துணியின் வாடையும் எண்ணெய்யின் மணமும் வந்தது. சர்க்கரை திரும்பிப் பார்த்ததும் பெரியவர் சிரித்தார். கிழவி தன்னுடைய சேலை முந்தியை இழுத்து தலையைப் போர்த்திக்கொண்டாள். அவர்கள் இறங்கியதும் சர்க்கரை பேருந்தை விட்டு இறங்கினான். அவர்கள் இருவரும் மூடையைத் தலையில் வைத்து மெதுவாக நடக்கத் தொடங்கினார்கள். சர்க்கரை அவர்களுக்குப் பின்னால் நடந்து சென்றான். பேருந்திலிருந்து இறங்கியவர்கள் இவர்களுக்கு முன்னால் வேகமாகவும் நடந்துசென்றனர். சுத்தமாக விடிந்திருந்தது. காக்காய்க் கூட்டங்கள் மரங்களிலிருந்து மரங்களுக்கு அலைவதைப் பார்க்க முடிந்தது. அதன் சத்தம் அருவியின் ஓசையுடன் கலந்து தினுசாகக் கேட்டது. சர்க்கரை ரோட்டின் இருபுறமும் பார்த்தபடி நடந்தான். பூரணியின் முகம் அவனுக்கு ஞாபகத்திலிருந்தது. அவளை விட மூன்று குழந்தைகளின் முகம் அச்சடித்த காகிதமாக மனதில் ஒட்டியிருந்தது. அவர்களை நினைத்துக் கொண்டு நடந்தான். குட்டையாகவும் இரட்டை ஜடைபின்னலுமாக முழித்த கண்களுமாக அமுங்கிய மூக்குமாக இருந்த மூத்த பிள்ளை, “நைனா சீக்கிரமா வாங்க எல்லாரும் ஒண்ணா சாப்பிடுவோம்” என்று வாசலில் நின்று கனகுவிடம் சொல்லியதை அவன் இன்னமும் மறக்கவில்லை.

அன்று கனகு தன்னிடம், “சர்க்கர நீ முன்னாடி போ. சாப்பிட்டு வந்துர்றேன்” என்று சொன்னதைக் கேட்காமல் அவரைப் பிடித்து இழுத்து வந்த பாவத்திற்குத் தனக்குத் தண்டனையாகப் பாதி வயித்துக்குச் சோறு கிடைக்கிறது. பட்டினியோடு நாளெல்லாம் வேலை செய்ய வேண்டியிருக்கிறது. பசித்த வேளையில் சோறு கிடைக்காமல் காத்திருக்க வேண்டியதாகயிருக்கிறது என்று நினைத்துக் கொண்டான். அம்மூன்று பிள்ளைகளையும் கனகுவின் மனைவியையும் பார்த்தால் போதும். பார்த்த

பிறகு அவர்களிடம் என்ன சொல்வது. அவர்களிடம் எதைச் சொல்லித் தன்னை அடையாளப்படுத்துவது. முதலில் தன்னால் நேருக்கு நேராக அவர்களைப் பார்க்க முடியுமா? என்றொல்லாம் அவனுக்கு யோசனைகள் சென்றன.

சர்க்கரைக்கு அருவியின் ஓசை கேட்டது. அந்த ஓசை அவனுக்குச் சத்தமாகக் கேட்கவில்லை. கனகு ம்ம்ம் என்று அடிவயிற்றிலிருந்து பெருங்குரலெடுத்து உறுமுகிற குரல். பசித்தவனின் குரல். நாளெல்லாம் பசிக்குச் சோறு கிடைக்காமல் காய்ந்த வயிற்றுடன் கண்கள் இறுக்கமாகி காதுகள் அடைத்து முனகுபவனின் பசித்த குரல். கனகுவைப் போன்ற லட்சக்கணக்கான கோடிக்கணக்கானவர்களின் பசித்த குரல், அருவியின் ஓசையாக எழுகிறது என்று அவனுக்குத் தோன்றியது.

சர்க்கரை கூட்டமாக நின்றிருந்தவர்களை, மரத்தடியில் அமர்ந்திருப்பவர்களை, டாக்ஸி பிடித்து வந்திருப்பவர்களை, வேனில் வந்திருப்பவர்களைப் போய் பார்த்தான். கனகுவின் வீட்டுக்காரர்கள் யாரையும் பார்க்க முடியவில்லை. ஒருவேளை வீரபாண்டிக்கு, இல்லையென்றால் தீர்த்தத்தொட்டிக்குப் போயிருப்பார்களா என்று நினைத்தான். அப்படியிருந்தால் பொன்ராம் அண்ணன் எதற்குத் தன்னை அழைத்துச் சொல்ல வேண்டும். கரெக்டாக, நாள், கிழமையைச் சொல்லியிருந்தார். அதன்படிதானே வந்திருக்கிறோம் என்று நினைத்துக்கொண்டு நடந்தான்.

கனகுவின் வீட்டாள்கள் யாராவது தன்னை அடித்துவிட்டால் என்ன செய்வது என்று புதிய எண்ணம் மனதில் தோன்றியது அவனுக்கு. அதுவே அப்போதைக்குப் பயமாக மாறியது. நடக்கின்ற வேகத்தைக் குறைத்துக் கொண்டான். மேற்கொண்டு நடக்கலாமா, இப்படியே திரும்பிச் சென்றுவிடலாமா என்று தயங்கினான். அவன் நின்ற இடத்திற்கு எதிரே வேப்பமரம் இருந்தது. பசுந்தளிரோடு காற்றில் சலசலவென ஆடியதைப் பார்த்தான். அதற்குக் கீழே கிழவி அமர்ந்து பணியாரம் சுட்டுக்கொண்டிருந்தாள். அடுப்பைச் சுற்றி குழந்தைகளும்

சாமியார்களும் குத்த வைத்து அமர்ந்திருந்தனர். சர்க்கரை, பணியாரம் சுடும் கிழவியினருகே சென்றான்.

அந்த இடத்தில் அமர்ந்திருந்த சிறுமிகளின் முகத்தைப் பார்த்தான். கனகுவின் குழந்தைகள் யாருமில்லை. இவர்கள் யாரோ. திரும்பவும் தைரியத்துடன் அருவியை நோக்கி நடந்தவன் நின்று வேப்பங்கொப்பை பிடுங்கி அதிலிருந்த இலைகளை உருவினான். கொப்பை இரண்டாக முறித்து வாய்க்குள் வைத்து அதக்கினான். கசந்த நீர் நாக்கில் சுரந்து உடம்பு முழுக்கக் கசப்பு பரவுவது போலிருந்தது. காறித் துப்பினான். கசப்பு கூடியது. குறையவில்லை. மீண்டும் அதக்கியவன் பற்களைத் தேய்த்தான். நேராக அருவியை நோக்கி நடந்தான். முதலில் குளிப்போம். பிறகு அவர்களைத் தேடுவோம் என்று நடந்தான்.

சர்க்கரை எந்த யோசனையுமின்றி நேராக அருவிக்குச் சென்றான். திமுதிமுவென விழுந்துகொண்டிருந்த நீரினுள் வேகமாக நுழைந்தான். தலையிலிருந்து பாதம் வரை நீர் விழுந்து அவனுக்குள்ளிருந்த எதையோ ஒன்றை அடித்து இழுத்துச் செல்வதுபோல வடிந்து ஓடியது. அவனுக்கு எந்த நினைவுமில்லை. என்ன செய்கிறோம் என்பது நினைவில் இல்லை. யாரோ பிடித்துத் தள்ளிவிடுவது போலிருந்தது. அதற்குப் பிறகு அவனுக்கு ஒன்றும் தெரியவில்லை. மூச்சுத் திணறி வெளியே வந்தான்.

சர்க்கரையின் உடம்பும் உடையும் நனைந்திருந்தது. அவனது உடம்பிலிருந்த நீர் வடிந்த பிறகு சுயநினைவு வந்தவனைப் போல சட்டை வேட்டியைப் பார்த்தான். எதோ வேகத்தில் வந்து அருவியில் குளித்துவிட்டோம், இப்போது துணியைக் காய வைக்க வேண்டும் என்ன செய்வது, துணி வெயிலில் காயும் வரை எப்படி இருக்கப் போகிறோம். அதுவரை கனகுவின் வீட்டுக்காரர்களைத் தேடமல் இருக்கமுடியுமா என்று கம்பியைப் பிடித்து நடந்தான். அருவியிலிருந்து நடந்து செல்லும் வழியில் நின்றிருந்த வயதானவர் அவனை மறித்து

நிறுத்தினார். “கட்டுன துணியோட குளிச்சா அத கழத்தி ஆத்துல வீசிட்டுப் போயிறணும் தம்பி” என்றார்.

“ஏங்கிட்ட மாத்துத் துணி எதுவுமில்லய்யா” என்றான் சர்க்கரை.

“நாந்தர்றேன் சாமி, வா எங்கூட” என்று அவனைக் கையைப் பிடித்து அழைத்துச் சென்றார். அவன் மறுப்பேதும் சொல்லாமல் அவருடன் நடந்தான். சற்றுத் தள்ளி மரக்கிளையில் தொங்க விட்டிருந்த மஞ்சள் பையிலிருந்த துண்டை எடுத்துக் கொடுத்து, “இதுல தலய தொவட்டிட்டு உடம்ப தொடச்சுட்டு இடுப்பில கட்டிக்க. பழய துணிய கழட்டி ஓடுற தண்ணியில வீசிட்டு திரும்பிப் பார்க்காம நடந்து போ” என்றார்.

சர்க்கரை அவர் சொன்னதுபோல செய்தான். உடுத்தி வந்த துணிகளைக் கழற்றியெறிந்தான். துண்டை இடுப்பில் கட்டிக்கொண்டு வெறும் உடம்புடன் நடந்தான். நடக்க நடக்க உடம்பிலிருந்த ஈரம் தானாகக் காய்ந்தது. வெறும் காலுடன் நடப்பதற்குக் கூச்சமாக இருந்தாலும் சிறிது நேரத்தில் அது அவனுக்குப் பழகிவிட்டது. வேகமாக நடக்க முடிந்தது. சைக்கிளில் வைத்து காப்பி விற்றுக்கொண்டிருந்தவர் அவனைப் பார்த்து காப்பி வேண்டுமா என்று கேட்டார். அப்போதுதான் அவனுக்கு நினைவு வந்தது, சட்டையில் பணமிருந்தது, ஊருக்குப் போவதற்கு என்ன செய்வது என்று திரும்பிப் பார்த்தான்.

பூரணி மூன்று பிள்ளைகளை அழைத்துக் கொண்டு வருவது அவனுக்குத் தெரிந்தது. அவளுக்குப் பின்னால் அவளது அப்பாவும் அண்ணனும் அம்மாவும் சொந்தக்காரர்களும் பேசிக்கொண்டு வருவதைப் பார்த்தான். கடைசிப் பிள்ளையின் முகத்தைப் பார்த்ததும் அவனுக்குத் தெரிந்துவிட்டது. கனகுவை வீட்டிலிருந்து அழைத்துச் சென்ற போது கடைசியாக பிள்ளைகள் மூவரும் ஒன்றாக நின்று, “நைனா டாட்டா நைனா டாட்டா” என்று கத்தியது ஞாபகத்தில் இருந்தது. அந்தக் குரலும் அந்த முகமும் அவனுக்கு மனதில் பதிந்திருந்து. அவ்வளவு சீக்கிரத்தில் தனக்கு மறந்துவிடக் கூடாது என்பதற்காக தினமும் நினைத்துப் பார்த்து மறக்காமலிருந்தான்.

அவர்கள் அனைவரும் கண் இமைக்கும் நேரத்தில் அவனைக் கடந்து சென்றார்கள். அவர்களது உடைகள் ஈரமாக இருந்தன. இந்நேரம் வரை தானும் அருவியில் குளித்துக்கொண்டிருந்தோம். அப்போதெல்லாம் கண்களுக்கு அகப்படவில்லை என்று வேகமாக அவர்களுக்குப் பின்னால் நடந்தான். கனகுவின் மூத்த மகள் அமுதா திரும்பிப் பார்த்தாள். அவளது கண்கள் நேராகத் தன்னுடைய முகத்தை நெருப்புக்குச்சிபோலத் தொட்டு விலகுவதைப் பார்த்து பயந்துபோனான் சர்க்கரை. அமுதா ஒருமுறைதான் திரும்பிப் பார்த்தாள். ஆனால் சர்க்கரையின் உடம்பில் ஆயிரம் நெருப்புத்துண்டங்கள் விழுந்து பொசுக்குவது போலிருந்தது. அவளது விரிந்த தலை முடியும் சிவந்த கண்களும் அவனை பயமுறுத்தின. கனகுவின் மூக்கும் உதடும் அவளுக்கு இருந்தது மேலும் பயமுறுத்தின.

நான்கு திசைகளிலிருந்தும் சங்கு ஒலித்தது. அந்தச் சத்தம் காற்றிலிருந்து மரங்களிலிருந்து மலைகளிலிருந்து பூமியைப் பிளந்து கொண்டு மேலெழுந்து வருவது போல் கேட்டது. வானத்திலிருந்த மேகங்கள் தரையிறங்கி விடுவது போல் வேகமாக நகர்ந்தன. மரஇலைகள் காற்றுக்கு அசைந்தன. ஆட்களின் நடமாட்டம் கூடியிருந்தது. எங்கும் நிழலும் வெயிலுமாகத் தெரிந்தது. ஆனால் கண் மூடித் திறப்பதற்குள் பூரணியையும் அவளது பிள்ளைகளையும் காணவில்லை. சர்க்கரைக்கு ஆச்சரியமாக இருந்தது. கண் முன்னால் நின்றிருந்ததைப் பார்த்தோம். அதற்குள் எப்படி, எங்கு போனார்கள் என்று தேடினான்.

வேறுவழியும் இல்லை. தன்னைக் கடந்து சென்றவர்கள் நேராக கோயிலுக்குச் சென்றிருக்க வேண்டும், இல்லையெனில் வழியில் எங்காவது மரத்தடியில் அமர்ந்திருக்க வேண்டுமெனத் தேடினான். ஆலமரத்தினடியில் அமர்ந்து புளிச்சாதத்தைத் தின்றுகொண்டிருந்த கூட்டத்தில் அவர்களைத் தேடினான். பாதையிலிருந்து இறங்கிச் செல்லும் ஆட்களில் கலந்திருப்பார்கள் என்று நடந்தான். கூட்டத்தோடு கலந்திருப்பார்களெனத் தனக்கு முன்னால் நடந்து செல்லும் கூட்டத்தில் தேடினான்.

அவர்கள் எங்குமில்லை. கூட்டத்தை விட்டு வெளியேறித் தனியாக நின்ற போதுதான் அவன் தன்னுடைய உடலைப் பார்த்தான். லஜ்ஜையாக இருந்தது. வெறும் உடலுடன் நின்றிருப்பது அவனுக்கு வெட்கமாக இருந்தது. கூட்டத்திலிருப்பவர்கள் அனைவரும் தன்னை வேடிக்கைப் பார்க்கிறார்கள் என்று தலையைக் குனிந்துகொண்டான். கனகுவின் வீட்டாள்களைக் கண்டுபிடிக்க முடியவில்லையென்றாலும் பரவாயில்லை, துணிக்கு எதாவது மாற்று ஏற்பாடு செய்ய வேண்டுமென நினைத்தான்.

ரோட்டுப் பக்கமாக வடநாட்டுப் பெரியவரும் அவரது மனைவியும் அமர்ந்திருப்பது தெரிந்தது. அவர்களுக்கு முன்னால் மூடைகள் இருந்தன. மூடையில் துணிகள் கிடந்தன. அவர்களைச் சுற்றி ஆட்கள் நின்றிருப்பது தெரிந்தது. சர்க்கரை அங்கு சென்றான். அங்கு நின்றிருந்தவர்களை விலக்கிவிட்டு நின்றான். மூடைகளிலிருந்து துணிகள் அனைத்தும் ராஜா காலத்து உடையைப் போலிருந்தன. ஜிகினாவின் பளபளப்பும் கலர் கலரான துணிகளின் மினுமினுப்பும் கண்களைக் கூச வைத்தன. “இந்தக் காலத்துல யாரு இதெல்லாம் போடுறது” என்று கூட்டத்திலிருந்தவர் சொன்னார். அங்கிருந்தவர்கள் துணிகளைக் கையில் எடுத்துப் பார்ப்பதும் திரும்பவும் மூடையில் வைத்துவிட்டுப் போவதுமாக இருந்தார்கள். சர்க்கரை மஞ்சளும் இளஞ்சிவப்பும் கலந்த ஆடையை எடுத்துப் பார்த்தான். பெரியவர், “உனக்குப் பிடிச்சிருந்தா வெச்சுக்க தம்பி” என்று அழகாக தமிழில் பேசியது அவனுக்கு ஆச்சரியமாக இருந்தது. “காசெல்லாம் வேணாம்” என்று அவனைப் பார்த்துச் சொன்னார்.

பழைய சினிமா படங்களில் வரும் ராஜா ராணி வேஷத்தில் நடிக்கும் நடிகர்கள் உடுத்திக்கொள்கிற உடைகளைப் போலிருந்தன. பெரிய கைகள், பெரிய கால்கள் வைத்துத் தைத்த உடை. துணி முரட்டாகயிருந்தது. பேண்ட் இடுப்பில் நிற்க சுருக்குக் கயிறு இருந்தது. அவன் கையில் வைத்திருந்த சட்டை பேண்ட்டில் இரண்டு பேர் நுழைந்துவிடுமளவுக்குப் பெரியதாக இருந்தது.

"இது வேணுமா. இது உனக்கு நல்லா இருக்கும்" என்று பெரியவர் தனது காலடியில் கிடந்த பேண்ட்டையும் சட்டையையும் எடுத்துத் தந்தார். அந்த உடை சந்தன நிறத்திலிருந்தது. "அந்தக் காலத்து ராஜா மாதிரி டிரஸ்ஸப் போட்டுக்கிட்டு இந்தக் காலத்து ஹீரோ மாதிரி ஜம்முன்னு வீட்டுக்குப் போங்க" என்று பெரியவர் கூட்டத்தைப் பார்த்துச் சொன்னார். கூட்டமாக நின்றிருந்தவர்கள் அவர் சொல்லியதைக் கேட்டுச் சிரித்தனர்.

"திருடிட்டு வந்தா டிரஸ்ஸா இருக்குமோ" கூட்டத்திலிருந்தவன் பக்கத்திலிருந்தவனிடம் சொன்னான்.

"அப்படியெல்லாம் சந்தேகப்படாத தம்பி, பனாரசு பட்டுத்துணிகள் இதெல்லாம், உனக்குத் தெரியுமா. காசியில கெடைக்கிற பனாரசு பெடவைங்கத் தைக்கிற துணி இது. சேலய நெய்யுறப்பே கிழிஞ்சத் துணி இதெல்லாம். கையகலத் துணிகள ஒட்டி வெட்டி சேர்த்துத் தைச்சிருக்கோம். சொன்னாத்தான் தெரியும். கண்ணுல பாத்தா தெரியாது. பழசா தெரியுதா. திருடிட்டு வந்ததா தெரியுதா?"

"விலை உசந்த துணிய எதுக்குத் தாத்தா ஓசியாத் தர்றீங்க. வித்து சம்பாதிக்கலாமுல்ல."

"வித்து சம்பாதிச்சது போதுமுன்னு காசியில ஒருத்தரு சொன்னாரு. எதுக்குச் சொன்னாரு, ஏஞ்சொன்னாருன்னு தெரியல. தெச்சு தெச்சு ஊர் ஊரா கொடுத்து நாள்ளயிருந்து இவளுக்கு கண்ணு தெரிய ஆரம்பிச்சு. அம்பது வருஷமா பார்வ இல்லாதவளுக்குப் பார்வ கெடச்சப் பெறகு வேற என்னா வேணும் தம்பி, துட்டாவது மண்ணாவது. அதான் வந்துட்டோம்" என்று சொல்லியதைக் கேட்டதும் அங்கிருந்தவர்கள் மறுபேச்சு எதுவும் பேசவில்லை. சர்க்கரை, தனக்குக் கொடுத்த துணியை வாங்கி சுருட்டி வைத்துக் கொண்டான். கூட்டத்தை விட்டு விலகி வந்து நின்றான்.

சற்று முன்பாகத்தான் நின்றிருந்த இடத்தில் பூரணியும் அவளது மூன்று குழந்தைகளும் அவளது உறவினர்களும் அமர்ந்து சாப்பிட்டுக்கொண்டிருந்ததைப் பார்த்தான். அவனுக்கு சந்தோசமாக இருந்தது. அவர்களை எங்கும் தேடிப் போக

வேண்டியதில்லை. தன் கண்ணுக்கு முன்பாக இருக்கிறார்கள் என்று அவர்களைப் பார்த்தான்.

பூரணிக்கு அருகில் மூன்று குழந்தைகள் வரிசையாக அமர்ந்திருந்தன. அவர்கள் இட்டிலி சாப்பிட்டுக் கொண்டிருந்தனர். சர்க்கரை மூத்த பிள்ளையைப் பார்த்தான். அவளுக்கும் பூரணிக்கும் இடையில் கனகு அமர்ந்து, இட்டிலியைப் பிய்த்து சட்டினியில் தொட்டுச் சாப்பிட்டுக் கொண்டிருந்தது தெரிந்தது. உண்மையிலேயே கனகுதானா என்று திரும்பவும் பார்த்தான். கனகுதான். வேகமாக ஓடிச் சென்றான். கனகு அமர்ந்திருந்த இடத்திற்கு வந்து நின்றான். “கனகு அண்ணே, கனகு அண்ணே” என்று கத்தினான். பூரணியும் குழந்தைகளும் மற்றவர்கள் பயந்து போய் எழுந்து நின்றனர்.

“ஏய் யார்றா நீ. என்னாடா வேணும்” என்று பூரணியின் அண்ணன் அவனது கையைப் பிடித்து நிறுத்தினார்.

“கனகு அண்ணே கனகு அண்ணே” என்று அமுதாவைப் பார்த்து கத்தினான் சர்க்கரை. அமுதா அவனைப் பார்க்கவில்லை. இட்டிலியைப் பிய்த்து சட்டினியில் தொட்டுத் தின்பதில் கவனமாக இருந்தாள்.

“ஏய் யார்றா நீ” என்று பூரணியின் அப்பா அவனை அரற்றினார்.

“கனகு அண்ணே இங்க இருந்தாரு. அவர நாப்பாத்தேன் அவர எங்க” என்று தேடினான். அவனுக்குத் திகைப்பாக இருந்தது. சற்று முன்பு கனகு இவர்களுக்கு மத்தியில் அமர்ந்து இட்டிலி சாப்பிட்டுக் கொண்டிருந்தவர் இப்போது இல்லையென்றால் என்ன அர்த்தம். உண்மையில் தன் கண்களுக்குத் தெரிந்தாரே. அங்கிருந்து பார்த்தது உண்மையில்லையா என்று நினைத்தவன் பூரணியின் அண்ணனின் கைகளை உதறிவிட்டு வேகமாக ஓடினான். பெரியவர் அமர்ந்திருந்த இடத்திற்குச் சென்று அங்கிருந்து பார்த்தான். நிஜத்தில் கனகு, அமுதாவின் அருகில் அமர்ந்து இட்டிலி சாப்பிட்டுக் கொண்டிருந்தது தெரிந்தது. அவன் தன்னுடைய தலையில் அடித்துக்கொண்டான். “அய்யோ அண்ணே அண்ணே” என்று அழுதபடி அங்கிருந்து அவர்களை

நோக்கி ஓடிவந்தான். அவன் ஓடுவதைப் பார்த்த துணி மூடை வைத்திருந்த பெரியவர் சிரித்துக் கொண்டார்.

“செத்துப் போனவங்க யாரையோ பாத்துட்டான் அந்தப்பய. அதான் கிறுக்கன் மாதிரி ஓடுறான்” என்று அவராக பேசிக்கொண்டார்.

சர்க்கரை நேராக பூரணியின் அருகில் சென்றான். “அக்கா அங்கயிருந்து பாத்தா கனகு அண்ணே ஏங்கண்ணுக்குத் தெரிஞ்சாருக்கா. ஆனா இங்க வந்து பாத்தா தெரியலக்கா” என்று அழுதபடி சொன்னான்.

“நீ யாருன்னு எங்களுக்குத் தெரியல தம்பி. நீ யாரு. அவங்க பேரச் சொல்லுற” என்று அமைதியாகக் கேட்டாள் பூரணி.

“அக்கா நானும் போடிதாக்கா. கனகு அண்ணனுக்கு நாந்தாக்கா லெட்ச ரூபாய வட்டிக்கு வாங்கிக் கொடுத்தேன். எங்க மாமாதாக்கா குருசாமிங்கிறவரு” என்று அழுதுகொண்டே சொன்னான்.

பூரணிக்கு நெஞ்சடைத்துக் கொண்டு வருவது போலிருந்தது. அவளது மனதில் இவன் எதற்கு இப்போது இங்கு வந்திருக்கிறான் என்கிற நினைப்பு ஓடியது. அவளது நெற்றிப்புருவம் சுருங்கி மீண்டது. அவள் சுதாரித்துக் கொண்டாள். “சரி தம்பி. இருக்கட்டும். அதுக்கென்ன இப்ப. செத்துப்போனவரு திரும்பியா வரப்போறாரு. இல்ல அவரு வாங்குன கடனத்தான் நாங்க தர முடியுமா” என்று சேலை முந்தியை உதறி முகத்திற்குக் கொண்டு சென்றாள்.

பூரணி அண்ணன், “அழாதம்மா. நீ அழுதா பிள்ளைகளும் அழ ஆரம்பிச்சுருவாங்க” என்று சொன்னார். சர்க்கரை பிள்ளைகளைப் பார்த்தான். அமுதா சாப்பிட்டு முடித்திருக்க வில்லை. இட்டிலியைத் தொட்டு மெதுவாகச் சாப்பிட்டுக் கொண்டிருந்தாள். மற்ற இரண்டு பிள்ளைகளும் மிரண்டுபோய் எழுந்து பூரணியின் பின்னால் ஒளிந்து நின்றிருந்தது தெரிந்தது.

சர்க்கரை, அமுதாவைப் பார்த்தான். அமுதா நிமிர்ந்து பார்த்தாள். நேராக அவனது கண்களைப் பார்த்தாள்.

சர்க்கரைக்கு உடல் முழுவதையும் நெருப்பு பொசுக்குவது போலிருந்தது. அவன் வாய்விட்டுக் கதற வேண்டுமென நினைத்தான். சுருட்டி வைத்திருந்த ஜிகினா துணியால் முகத்தைப் பொத்திக் கொண்டான். அமுதா, அவனைப் பார்ப்பதைத் தவிர்த்து கண்களைத் தாழ்த்தி இலையிலிருந்த இட்டிலியைப் பார்த்தாள். இட்டிலியை மெதுவாகப் பிய்த்து சட்டினியில் தொட்டுச் சாப்பிட்டாள்.

“நீயும் ஒக்காந்து எங்க கூட இட்டிலி சாப்புடு தம்பி” என்று பூரணியின் அண்ணன் அவனைப் பார்த்துச் சொன்னார். சர்க்கரை எதுவும் பேசவில்லை. அங்கிருந்தவர்கள் அமைதியானவர்களாக அமர்ந்து திரும்பவும் சாப்பிட ஆரம்பித்தனர். சர்க்கரையும் பூரணியும் ஒருவரையொருவர் மாறிமாறிப் பார்த்துக் கொண்டனர். கண் மூடித் திறப்பதற்குள் சர்க்கரை அவளது கால்களில் விழுந்து கதறினான்.

“அக்கா என்னய மன்னிச்சுடுங்கா. தெரியாம செஞ்சுட்டேன். என்னாலதான் கனகு அண்ணன் செத்துட்டாரு. நா எங்க மாமாக்கிட்ட கூட்டிட்டுப் போகாம இருந்திருந்தா அவரு உசிரோட இருந்துருப்பாரு. எனக்கும் பூங்கொடிய எங்க மாமா கல்யாணம் செஞ்சு வெச்சிருப்பாரு. எல்லாம் என்னாலதாக்கா கெட்டுப்போச்சு. அய்யோ அய்யோ. என்னய மன்னிச்சுருங்க மன்னிச்சுருங்க. என்னாலதான் கனகு அண்ணன் செத்துட்டாரு. என்னாலதான் பூங்கொடிக்கு எனக்கும் கல்யாணம் நடக்காம போச்சு” என்று தலையில் அடித்துக்கொண்டு அழுதான்.

பூரணிக்குப் பாதி புரிந்தது. மீதி எதுவும் தெரியவில்லை. ஆனால் அவளுக்குப் பயமாக இருந்தது. அவளது பயம் கண்களிலும் முகத்தில் முத்துக்களாக வியர்த்து நின்றன. தன் முன்னால் கிறுக்கன் போல் நின்றிருந்த சர்க்கரையைப் பார்த்தாள். இத்தனை நாட்களுக்குப் பிறகு தனது கணவன் இறந்துபோனதற்காக, தன்னிடம் வந்து மன்னிப்பு கேட்பவனை நேருக்கு நேராகப் பார்க்க அவளுக்குத் தைரியம் வரவில்லை. அவள் முகத்தைப் பொத்திக்கொண்டு அழுதாள். அவள் அழத் தொடங்கியதும் அவளுக்குப் பின்னால் நின்றிருந்த பிள்ளைகள்

இருவரும் அம்மா அம்மா என்று அழுதனர்.

அமுதா சாப்பிட்டு முடித்து இலையை மூடி வைத்தாள். கையைக் கழுவிவிட்டுத் தண்ணீர் குடித்தாள். வாய் கொப்பளித்து முகங்கழுவினாள். தூரத்தில் நடந்து சென்று கொண்டிருந்த சர்க்கரையைப் பார்த்தாள். சர்க்கரை, கையில் சுருட்டி வைத்திருந்த துணியை தூர எறிந்துவிட்டு கட்டிய துண்டோடு மெதுவாக நடந்து சென்று கொண்டிருந்தான்.

இருவேறு அச்சாணி

- எம். கோபாலகிருஷ்ணன்

பெரும்பான்மையான பெற்றோருக்கு, பெற்ற பிள்ளைகள் தம்மைவிட ஒருபடியேனும் மேலான வாழ்க்கைத் தரத்தை எட்ட வேண்டும் என்பதே விருப்பமாக இருக்கும். எனவேதான், தனித்திறன் வாய்க்கப் பெற்றும் பொருளாதார உத்தரவாதமின்மையால் கைவினைஞர்கள் பலரும் பிள்ளைகளை அதே தொழிலில் ஈடுபடுத்த விரும்புவதில்லை. ‘இந்தக் கஷ்டமெல்லாம் என்னோட போகட்டும்’ என்பதே அவர்கள் பிள்ளைகளிடம் சொல்லும் மந்திரம்.

கைத்தறி நெசவாளர்கள், மரவேலைத் தச்சர்கள், பொன் ஆசாரிகள், குயவர்கள், சிகை திருத்துவோர், உடை வெளுப்போர் என்று எண்ணற்ற தொழிலாளர்கள் பிறரைச் சார்ந்திருப்பவர்கள். தினசரி வருமானத்தை நம்பியிருப்பவர்கள். இத்தொழில்கள் அரசால் முறைப்படுத்தப்படாதவை. இவர்களின் குறைந்தபட்ச சேமிப்பைக்கூட திருமணம், எதிர்பாரா மருத்துவ அவசரம், கல்வி போன்ற பெரும் செலவுகள் முழுவதுமாகக் கரைத்துவிடக் கூடும். எப்போதும் எவரிடமேனும் கடனுக்காக

நிற்க நேரிடும். இதுபோன்ற நெருக்கடிகளில் விழுந்துவிடக் கூடாது என்பதற்காகவே பிள்ளைகளை வேறு தொழில்களுக்கு அனுப்புகிறார்கள். வாய்ப்பிருப்போர் கல்வியின் மூலம் மாதச் சம்பள வேலைகளை நாடுகிறார்கள்.

இந்தத் தொழில் சமூகங்களைச் சேர்ந்த பெண்களும்கூட திருமண ஏற்பாட்டின்போது அரசு உத்தியோகஸ்தர்களை, கணினித் துறையில் பணிபுரியும் பொறியாளர்களையே மணக்க விரும்புகிறார்கள். அவர்களைக் காட்டிலும் சொந்தத் தொழிலில் கூடுதலாக வருவாய் ஈட்டும் கைவினைஞர்களை மணந்துகொள்ள பெண்கள் முன்வருவதில்லை.

இதுபோன்ற ஒன்றுக்கொன்று தொடர்புள்ள எண்ணற்ற சங்கிலிகள் ஒன்றிணைவதன் விளைவு கைவினைத் தொழில்கள் மெல்லமெல்ல நசிந்து காணாமல் போவதுதான். தமிழகத்திலும் இந்தியாவிலும் இன்றுள்ள கைவினைஞர்களின் எண்ணிக்கையை, முந்தைய சில ஆண்டுகளுடன் ஒப்பிட்டுப் பார்த்தால் நிலைமையின் தீவிரத்தை உணர முடியும்.

சமகாலத்தின் மிக முக்கியமான அதிகமும் கூர்ந்து கவனிக்கப்படாத இந்தச் சமூகப் பிரச்சினையையும் இளைஞர்களிடத்தில் இத்தகைய நிலை ஏற்படுத்தும் உளவியல்ரீதியான பாதிப்பையும் அழுத்தமாக முன்னிறுத்துகிறது எஸ்.செந்தில்குமாரின் இந்த நாவல். நாவலின் காலம் எண்பதுகளில் என்பதற்கான குறிப்புகள் உள்ளன. நாற்பது வருடங்களுக்கு முன்பே நகை ஆசாரிகளின் நிலை இப்படியிருந்துள்ளதென்றால் இன்றைய நிலைமை இன்னும் மோசம் அடைந்திருக்கும். போடிநாயக்கனூர் போன்ற சிறுநகரங்களில் வசித்திருந்த இதுபோன்ற எண்ணற்ற கைவினைஞர்கள் மாற்றுத் தொழில் தேடி வேறு இடங்களுக்கு இடம் பெயர்வதென்பது தொடர்ந்து நடந்துகொண்டிருப்பது. தொழில் வாய்ப்புள்ள திருப்பூர், கரூர் போன்ற ஊர்களுக்குத் தமிழகத்தின் பிற ஊர்களிலிருந்து தொழிலாளர்கள் குடும்பம் குடும்பமாக வந்திறங்குவது இப்போதும் தொடர்கிறது. இப்போது இந்த நிலையின் இன்னொரு பெரும் திருப்பமாக, வட

மாநிலங்களிலிருந்து ரயிலில் அன்றாடம் நூற்றுக் கணக்கில் வந்திறங்குகிறார்கள். வாழ்வதற்காக அல்லாமல் பிழைத்துக் கிடக்க வேண்டி கிடைக்கும் வேலைகளைச் செய்யும் நிர்ப்பந்தம். யார் எந்த வேலையை எப்போது எங்கே செய்ய வேண்டுமென்பதை யாரோ எங்கிருந்தோ தீர்மானிக்கிறார்கள் போலும்.

எஸ்.செந்தில்குமாருக்கு நன்கறிந்த நிலமும் களமும் தொழில்சார் விவரணைகளும் நாவலின் நம்பகத்தன்மையை உறுதிப்படுத்த பெரிதும் உதவியுள்ளது. பதின்வயதிலிருக்கும் மூர்த்தியும் சர்க்கரையும் சிறுமோதலுக்குப் பின் அவரவர் பாதையைத் தெரிந்தெடுத்து முன்னகர முனையும்போது, அந்தச் சிறுமோதலின் விளைவுகளே வினையாகி அவர்களைத் திசை திருப்பும் அவலமே இந்த நாவலின் மையம். வயதுக்கேயுரிய சின்னச் சின்ன ஆசைகள், லட்சியங்கள், சினம் சீற்றம், குழப்பங்கள், மனச்சரிவுகள், திடீர் முடிவுகள் போன்றவற்றால் ஏற்படும் தடுமாற்றங்களைக் கடந்து தெளிவை எட்டுகிறார்கள். இதற்கிடையே குடும்ப உறவுகள் சார்ந்து அவர்கள் சந்திக்கும் ஏமாற்றங்கள் அவர்களை மேலும் நிலைகுலையச் செய்கின்றன.

சிறுநகரத்தின் இரண்டு இளைஞர்களை முன்னிறுத்தியுள்ள இந்தக் கதைக் களத்தை எந்தவொரு இடத்துக்கும் மனிதர்களுக்கும் பொருத்திப் பார்க்க முடியும். இவர்கள் சந்திக்கும் அதே சவால்கள், தடுமாற்றங்கள், குழப்பங்கள் எல்லா சிறுதொழில்களிலும் கைவினைத் தொழில்களிலும் மேலும் தீவிரத்துடன் உள்ளன. நாவலில் தீர்வென்று எதுவும் முன்வைக்கப்படுவதில்லை. அவரவர் வாழ்வின் திசையில் அவரவர் நகர்ந்து போகிறார்கள். அதுதான் யதார்த்தம். ஒருவருக்கு செல்லுபடியாகும் தீர்வு இன்னொருவருக்கு பொருந்தாது.

ஆண்கள் தடுமாறி, மனம் சிதறும் இத்தகைய சூழல்களில் பெண்கள் மிகத் தெளிவுடன் உறுதியான முடிவுகளை சிறிதும் தயக்கமின்றி எடுக்கும் இயல்பு முக்கியமானது. இந்த நாவலின் பெண் கதாபாத்திரங்கள் அனைவரிலுமே இந்த இயல்பு

நேர்த்தியாக அமைந்துள்ளது. அடிதடியில் ஈடுபட்டு கைது செய்யப்படக் கூடும் என்ற நிலைக்குத் தள்ளப்பட்டு அதனால் அஞ்சி தற்கொலைக்கு முயலும் மூர்த்தியை ஆசைவைத்த பக்கத்து வீட்டுப் பெண் உதாசீனப்படுத்துவதைப் புரிந்துகொள்ள முடியும். ஆனால் அம்மாவும் சகோதரிகளுமே அவனுடன் பேசாமல் ஒதுக்கிவைக்கும் குரூரம், பரிவின் உருவாகப் பெண்களை நமக்குக் காட்டியிருக்கும் மரபைக் கேள்விக்கு உள்ளாக்கியுள்ளது. தனது சகோதரன் கடனாகக் கொடுத்த பணத்தை மீட்டுத்தர முடியாத கணவனையும், கடன் தர பரிந்துரை செய்த மகன் சர்க்கரையையும் ஒட்டுமொத்தமாக உதாசீனம் செய்து, அரிசி ஆலையை எழுதித்தர வைத்து, அங்கேயே அவனை வேலைக்காரனாக்கும் ஒருத்தியும் இந்த இயல்பு மரபைச் சேர்ந்த ஒருவரே.

வாழ்வின் அனைத்து ஆரங்களையும் ஒன்றிணைத்துச் சக்கரத்தை இயக்கும் அச்சாணி பொருளாதாரமே என்று இந்த நாவலின் பெண் கதாபாத்திரங்கள் உரத்தும் அழுத்தமாகவும் சொல்லும்போது பணமல்ல, அன்பே வாழ்வின் ஆதாரம் என்று நிதானமாகக் கூறுபவர்களாக ஆண் கதாபாத்திரங்கள் அமைந்துள்ளன.

சொந்த ஊரில் நன்கு தெரிந்த தொழிலைச் செய்து கிடைப்பதைக்கொண்டு நிம்மதியாக வாழ முடியாத அழுத்தத்தை, நிர்ப்பந்தத்தை இன்றைய உலகளாவிய பொருளாதாரச் சூழல் அனைவரிடத்திலும் ஏற்படுத்தியுள்ளது. இதைச் சமாளிக்க எண்ணி ஏதோவொரு திசையில் எங்கேனும் சென்று, எதையேனும் செய்து பணம் சம்பாதிக்க வேண்டும் என்ற ஆசையில், நோக்கத்தில் ஊர் நீங்கியபடியே இருக்கிறார்கள், ஒவ்வொரு நாளும் ஒவ்வொரு ஊரிலிருந்தும். இறுதியில் யார் எங்கு எப்படி மிஞ்சியிருப்பார்கள் என்பது பதில் சொல்ல முடியாத கேள்வி. எஸ்.செந்தில்குமாரின் ‘ஒன்பது வாசல்’ நாவல் அந்தக் கேள்வியைத்தான் மூர்த்தி, சர்க்கரை இருவரின் சார்பாக எல்லோரின் முன்பாகவும் வைத்திருக்கிறது.

அன்றாட வாழ்வில் தான் எதிர்கொள்ளும் தடைகளைக்

களைய மனிதன் தொடர்ந்து முயல்வதும் அதில் அடையும் வெற்றிகளுமே நாகரிகத்தின் வரலாறு. அறிவியலின் துணைகொண்டு கால, வெளி எல்லைகளை அவன் கடந்து சென்றபடியே இருக்கிறான். உடல் உழைப்பை ஈடுசெய்யும் எந்திரங்கள் உருவாயின. காரியங்களை துரிதமாக முடிப்பதற்கும் உற்பத்தியைப் பெருக்குவதற்குமான கருவிகள் தொடர்ந்து கண்டுபிடிக்கப்பட்டன. நிலத்தை உழும் ஏர்களின் இடத்தை டிராக்டர்களும் கைத்தறிகளின் இடத்தை விசைத்தறிகளும் பிடித்தன. கைத்தறி நெசவாளர்களும் உழவர்களும் என்னவாயினர் என்பதைவிட டிராக்டர்களும் விசைத்தறிகளும் குவித்த உற்பத்திப் பெருக்கமே முதன்மைப்படுத்தப்பட்டது. வெவ்வேறு கால இடைவெளிகளில் இந்த நிலையை எல்லா கைவினைத் தொழில்களும் சிறு தொழில்களும் சந்திக்க நேர்ந்தது, இன்றும் நேர்கிறது. எளிமையான கணக்குகளைச் செய்வதற்கான சிறிய கால்குலேட்டரில் தொடங்கி இன்று சூப்பர் கம்ப்யூட்டருக்கும் அடுத்தக் கட்டத்துக்கு அறிவியல் தொழில்நுட்பம் வெகுவேகமாக நகர்ந்துவிட்டது. பெரிதாக யோசிக்கத் தேவையற்ற அன்றாட காரியங்களை ரோபோட்டுகளைக்கொண்டே சமாளிக்கலாம் என்ற நிலைமாறி, மனித ஆற்றலுக்கு மாறாகச் செயற்கை நுண்ணறிவு பலதளங்களில் இன்று முன்னிறுத்தப்படுகிறது. சிறு, குறு தொழில்களின் முன்னிருந்த சவால்கள் இன்று எல்லாத் தளங்களிலும் இன்னும் தீவிரமாக வலுப்பெற்றுள்ளன. இந்தச் சங்கிலியின் தொடக்கத்தில் கைவினைஞர்களும் சிறு தொழிலாளர்களும் வேலை இழந்தபோது பெரிய அளவில் யாரும் குரலெழுப்பவில்லை, கவலைப்படவுமில்லை. ஆனால் இன்று உலகளாவிய அளவில் செயற்கை நுண்ணறிவைக் குறித்த பெரும் விவாதங்கள் நடைபெறுகின்றன.

அறிவியலும் தொழில்நுட்பமும் தொடர்ந்த பரிசோதனைகளின் வழியாக எட்டும் தீர்வுகள் மனித வாழ்வின் வசதிகளையும் வாய்ப்புகளையும் மேலும் மேலும் மேன்மைப்படுத்தும் அதேசமயத்தில் அத்தகைய தீர்வுகளுக்காக மனித சமுதாயம் கொடுக்க நேரும் விலைகளைக் குறித்து பொருட்படுத்துவதில்லை. அறிவியல் தீர்வுகள் விளைவிக்கும் ஆழமான பாதிப்புகளை

மனித சமுதாயம் கண்டுணர்வதற்கு வெகுகாலத்துக்கு முன்பே ஒரு கலைஞன் தன் உள்ளுணர்வின் வழியாக அதைத் தன் படைப்பின் மூலமாக குறிப்புணர்த்திவிடுகிறான் என்பது வரலாறு.

அறிவியலும் தொழில்நுட்பமும் கைவினைஞர்களின் தனித்திறன்களைக் கருவிகளைக்கொண்டு நிரப்பும்போது தனிமனிதர்களின் வாழ்வாதாரம் மட்டும் அழிக்கப்படுவதில்லை, அவர்களுடைய மரபுசார் அறிவும் திறனும் மெல்லமெல்ல இடமிழக்கின்றன என்பதை வேறொரு களத்தில், வேறொரு காலத்தில் பேசியபோதும் எஸ்.செந்தில்குமாரின் இந்த நாவல் இன்றைய சூழலிலும் மிகச் சரியாகப் பொருந்துகிறது என்பதே இந்த நாவலின் சிறப்பு.

★★★

ஆசிரியர் குறிப்பு

எஸ்.செந்தில்குமார் (1973): 1999ஆம் வருடத்திலிருந்து எழுதி வருகிறார். மனைவியின் பெயர் மலர்விழி. மகள், மஞ்சுளா காதம்பரி. இவர் தேனி மாவட்டம் போடிநாயக்கனூரில் பிறந்தவர். மதுரையில் வசித்து வருகிறார்.

ஸீரோ டிகிரி பதிப்பகம் வெளியிட்டுள்ள
எஸ்.செந்தில்குமாரின் நூல்கள்

சிறுகதைத் தொகுப்பு:

1. மஞ்சள் நிற பைத்தியங்கள்
2. விலகிச்செல்லும் பருவம்
3. மழைக்குப் பிறகு புறப்படும் ரயில் வண்டி
4. நூறு பிள்ளைகள் பெற்றவள்
5. யஹதா ககாமி

நாவல்:

1. மருக்கை
2. கழுதைப்பாதை
3. ஒன்பது வாசல்

கட்டுரைத் தொகுப்பு:

1. சிறுகதை (சிறுகதைகள் குறித்த கட்டுரைகள்)

விருதுகள்:

- 2009ஆம் ஆண்டிற்கான இளம் படைப்பாளிகளுக்கான ‘சுந்தரராமசாமி விருது’
- 2013ஆம் ஆண்டிற்காக SRV பள்ளி நிறுவனத்திலிருந்து வழங்கிய படைப்பூக்கத்திற்கான தமிழ் விருது.
- 2016ஆம் ஆண்டிற்கான சுஜாதா அறக்கட்டளையிலிருந்து வழங்கிய சுஜாதா சிறுகதை விருது.
- 2018ஆம் ஆண்டிற்கான கோவை வாசகர் வட்டமும் விஜயா பதிப்பகமும் இணைந்து வழங்கிய கவிஞர் மீரா விருது.
- 2018ஆம் ஆண்டிற்கான Sparrow இலக்கிய விருது.
- 2019ஆம் ஆண்டிற்கான அமுதன் அடிகளார் விருது.

www.ingramcontent.com/pod-product-compliance
Ingram Content Group UK Ltd.
Pitfield, Milton Keynes, MK11 3LW, UK
UKHW042137021026
15589UKWH00003B/876

9 789390 053650